ലളിതമായ ആയുർവേദ വീട്ടു വൈദ്യങ്ങൾ

ഡോ. ജനാർദ്ധന വി ഹെബ്ബാർ

ഉള്ളടക്കം

ഉള്ളടക്കം

ഉള്ളടക്കം

ഉള്ളടക്കം

ഉള്ളടക്കം

ഉള്ളടക്കം

ഉള്ളടക്കം

ഉള്ളടക്കം

ഉള്ളടക്കം

ഉള്ളടക്കം

ആമുഖം

ഡോ ജനാർദ്ധന വി ഹെബ്ബാർ, ഡോ കൃഷ്ണമൂർത്തി എന്നിവരാണ് ഈ പുസ്തകത്തിന്റെ രചയിതാക്കൾ. ഡോ ശില്പ രാംദാസാണ് ഇത് മലയാളത്തിലേക്ക് വിവർത്തനം ചെയ്തിരിക്കുന്നത്.

ആരോഗ്യ പ്രശ്നങ്ങൾ കൈകാര്യം ചെയ്യാൻ നൂറ്റാണ്ടുകളായി പ്രചാരത്തിലുള്ള പ്രകൃതിദത്ത പരിഹാരങ്ങളുടെ ഒരു ശേഖരമാണ് ഈ പുസ്തകം.

ആധുനിക വൈദ്യശാസ്ത്രം സാങ്കേതികമായി വളരെയധികം പുരോഗതി കൈവരിച്ചുകൊണ്ടിരിക്കുകയാണെന്ന് നമുക്കെല്ലാവർക്കും അറിയാം. എങ്കിലും ആരോഗ്യ പരിപാലനത്തിനായി നമ്മുടെ പൂർവ്വികർക്ക് അവരുടേതായ മാർഗ്ഗങ്ങളുണ്ടായിരുന്നുവെന്നത് പലപ്പോഴും നാം മറന്നു പോകാറുണ്ട്. പല രോഗങ്ങൾക്കും പരിഹാരം പ്രകൃതി തന്നെ നമ്മുടെ മുന്നിൽ തുറന്നു വച്ചിട്ടുണ്ട്. നമുക്ക് ചുറ്റും കാണുന്ന സസ്യങ്ങളും അടുക്കളയിൽ നാം സാധാരണ ഉപയോഗിക്കുന്ന സുഗന്ധവ്യഞ്ജനങ്ങളും രോഗ ശമനത്തിന് എങ്ങനെയൊക്കെ പ്രയോജനപ്പെടുത്താം എന്നതിനെ കുറിച്ചുള്ള ലളിത വിവരണം ഈ പുസ്തകത്തിൽ ഉൾക്കൊള്ളിച്ചിട്ടുണ്ട്.

കഷായങ്ങൾ, എണ്ണകൾ, അവയുടെ ഉപയോഗം, നിർമ്മാണ രീതി തുടങ്ങിയവയുടെ വിവരണവും അടങ്ങിയിരിക്കുന്നു.

സന്ധിവാതം, ഗ്യാസ്ട്രൈറ്റിസ്, മൂത്രാശയ കല്ല്, ഫാറ്റി ലിവർ, അമിത വണ്ണം, അസിഡിറ്റി, അർശസ്, ഉറക്കമില്ലായ്മ, അലർജി, ജലദോഷം, പനി, തലവേദന, മൈഗ്രേയിൻ, അമിത ആർത്തവ രക്തസ്രാവവും മറ്റ് ഗർഭാശയ സംബന്ധ രോഗങ്ങളും തുടങ്ങി നിരവധി രോഗാവസ്ഥകളിൽ പ്രയോഗിക്കാവുന്ന വിവിധ വീട്ടു വൈദ്യങ്ങളുടെ വിവരണവും ഈ പുസ്തകത്തിൽ ഉൾക്കൊള്ളിച്ചിരിക്കുന്നു.

ആയുർവേദ തത്വങ്ങൾ രോഗപ്രതിരോധത്തിനും ആരോഗ്യ പരിപാലനത്തിനും പൊതുജനങ്ങൾക്ക് ഉപകാരപ്പെടുന്ന വിധം ഈ പുസ്തകത്തിൽ ഉൾപ്പെടുത്താൻ ശ്രമിച്ചിട്ടുണ്ട്.

മുഖവുര

ഈസി ആയുർവേദയിലെ കണ്ടന്റ് മാനേജർ ഡോ. ശിൽപ രാംദാസ് (എം.ഡി. ആയുർവേദ) ആണ് ഈ പുസ്തകം മലയാളത്തിലേക്ക് വിവർത്തനം ചെയ്തിരിക്കുന്നത്.

To Contact

https://www.EasyAyurveda.com/Shilpa

കടപ്പാട്

ഡോ. ജനാർദ്ധന വി ഹെബ്ബാർ (Founder of Easy Ayurveda) ന്റെ Easy Ayurveda Home Remedies എന്ന പുസ്തകത്തിന്റെ മലയാള വിവർത്തനമാണ് ഈ പുസ്തകം. ഈ പുസ്തകത്തിന്റെ വിവർത്തനവുമായി ബന്ധപ്പെട്ട ജോലിക്ക് എല്ലാ പിന്തുണയും നല്കി കൂടെ നിന്ന പ്രിയപ്പെട്ട കുടുംബാംഗങ്ങൾക്കും സഹപ്രവർത്തകർക്കും എന്റെ നന്ദി രേഖപ്പെടുത്തുന്നു.

പ്രത്യേക നന്ദി -
ഡോ. രഘുറാം വൈ എസ്
കാർത്യായനി വി ഹെബ്ബാർ
ഡോ. സുദർശൻ സി എച്ച്
സച്ചിതാനന്ദ ഭട്ട്
ശ്രീമതി വാഗ് നയന
ഡോ. റെനീറ്റ ഡിസൂസ
ശ്രീമതി സുമങ്കലാ റാവൂ
നിഖിൽ കുമ്സീ

നിരാകരണം

ഈ പുസ്തകത്തിന്റെ ഉള്ളടക്കം വിദ്യാഭ്യാസ ആവശ്യങ്ങൾക്ക് മാത്രമുള്ളതാണ്. ഇതിൽ നൽകിയിരിക്കുന്ന ഏതെങ്കിലും ആരോഗ്യ നിർദ്ദേശങ്ങൾ പാലിക്കുന്നതിന് മുമ്പ് ദയവായി താങ്കളുടെ ആയുർവേദ ഡോക്ടറുടെ ഉപദേശം തേടുക. സ്വയം ചികിത്സയ്ക്കായോ മറ്റുള്ളവരെ ചികിത്സിക്കുന്നതിനോ ഈ പുസ്തകം ഉപയോഗിക്കരുത്.

ഈ പുസ്തകത്തിൽ വിവരിച്ചിരിക്കുന്ന ഔഷധസസ്യങ്ങൾ, ഔഷധ ഉൽപ്പന്നങ്ങൾ, സുഗന്ധവ്യഞ്ജനങ്ങൾ, വീട്ടുവൈദ്യങ്ങൾ തുടങ്ങിയവ രോഗങ്ങൾ തടയാനും രോഗനിർണയം നടത്താനും ചികിത്സിക്കാനും / രോഗം ഭേദമാക്കാനും ഉദ്ദേശിച്ചുള്ളതല്ല. ഇതിൽ വിവരിച്ചിരിക്കുന്ന മിക്ക സസ്യോൽപ്പന്നങ്ങളും ആശയങ്ങളും മതിയായ ശാസ്ത്രീയ തെളിവുകളുടെ അടിസ്ഥാനത്തിൽ അല്ല.

ഔഷധസസ്യങ്ങൾ, അവയുടെ സംയോജനം, ആയുർവേദ ഔഷധക്കൂട്ടുകൾ എന്നിവയെല്ലാം സമ്പന്നമായ പരമ്പരാഗത ആയുർവേദ ഗ്രന്ഥങ്ങളേയും രചയിതാവിന്റെ സ്വന്തം അനുഭവങ്ങളേയും അടിസ്ഥാനമാക്കിയാണ് വിവരിക്കുന്നത്.

Contact details of
Dr Janardhana V Hebbar,
Founder, Easy Ayurveda
website: easyayurveda.com
email: hebbarjv@gmail.com
Facebook.com/DrHebbar
Twitter: @hebbarjv
Linkedin.com/in/janardhanvhebbar
Instagram: @ayurvedaeasy
Whatsapp: +91 8867385567

Easy Ayurveda Offers
Weekly Online Classes
Video Courses on Ayurveda
E - Books
Books in Malayalam, English, Hindi and Kannada
Youtube - Ayurveda Educational Videos in Malayalam, English, Hindi and Kannada

Project By
Dr Janardhana V Hebbar MD (Ayu) - Founder of Easy Ayurveda.com and Ayurmedinfo.com

Transalated By
Dr Shilpa Ramdas MD (Ayu)

Authors
Dr. M S Krishnamurthy MD (Ayu) Ph D.
Dr Janardhana V Hebbar MD (Ayu)

Co - Authors
Dr Y S Raghuram MD (Ayu)
Senior Editor - Easy Ayurveda Pvt Ltd
Former Associate Professor in ALNRMAM College, Koppa, Kannataka

Dr. B. K Prasanth BAMS, MD (Ayu), PhD
Principal at Prasanna College of Ayurveda and Hospital, Karnataka

Dr Manasa BAMS

1

ആയുർവേദത്തിന്റെ അടിസ്ഥാനം – ആയുർവേദ പാഠപുസ്തകങ്ങൾ

ആയിരക്കണക്കിന് വർഷങ്ങൾക്ക് മുമ്പ് താളിയോലകളിലാണ് ആയുർവേദത്തിലെ പ്രധാന ഗ്രന്ഥങ്ങൾ എഴുതപ്പെട്ടിട്ടുള്ളത്. ബൃഹത്രയി, ലഘുത്രയി എന്നീ സംക്ഷിപ്ത നാമങ്ങളിൽ അറിയപ്പെടുന്ന 6 പുസ്തകങ്ങളിലായി അവ വിവരിച്ചിരിക്കുന്നു.

ബൃഹത്രയി - 3 പ്രധാന പുസ്തകങ്ങൾ

1. ചരക സംഹിത
2. സുശ്രുത സംഹിത
3. അഷ്ടാംഗ സംഗ്രഹം / അഷ്ടാംഗ ഹൃദയം എന്നിവയാണ്.

ചരക സംഹിത

അഗ്നിവേശൻ രചിച്ചത് - 1500 BCE – 1000 BCE

ചരകൻ (തിരുത്തലുകളും മെച്ചപ്പെടുത്തലുകളും വരുത്തി) - 300 BCE - 200 BCE

ദൃഢബലൻ - അവസാന 41 അദ്ധ്യായങ്ങൾ ചേർത്തു - എഡി നാലാം നൂറ്റാണ്ട്

സുശ്രുത സംഹിത

കാശിരാജാവ് ദിവോദാസ ധന്വന്തരി – 1000 BCE

സുശ്രുതൻ - എഡി രണ്ടാം നൂറ്റാണ്ട്

നാഗാർജുനൻ - സുശ്രുത സംഹിതയുടെ ഉത്തര തന്ത്ര തിരുത്തലുകൾ വരുത്തി - എഡി അഞ്ചാം നൂറ്റാണ്ട്

ചന്ദ്രവ - പത്താം നൂറ്റാണ്ട് എ.ഡി

അഷ്ടാംഗ സംഗ്രഹം - എഡി ആറാം നൂറ്റാണ്ട് - വൃദ്ധ വാഗ്ഭടൻ
അഷ്ടാംഗ ഹൃദയം - എഡി ഏഴാം നൂറ്റാണ്ട് - ലഘു വാഗ്ഭടൻ
ഇവ രണ്ടും സുശ്രുത സംഹിതയുടെയും ചരക സംഹിതയുടെയും സംക്ഷിപ്ത പതിപ്പുകളാണ്.

ലഘുത്രയി - 3 ചെറിയ പാഠപുസ്തകങ്ങൾ

1. മാധവ നിദാനം – 7 ആം നൂറ്റാണ്ട് – രോഗ കാരണങ്ങളെ പറ്റി വിശദീകരിച്ചിരിക്കുന്നു.
2. ശാർങ്ഗധര സംഹിത - മരുന്നു നിർമ്മാണ രീതിയെ കുറിച്ചുള്ള വിശദ വിവരണം 13 ആം നൂറ്റാണ്ട്
3. ഭാവപ്രകാശം - ഔഷധസസ്യങ്ങൾ, ഭക്ഷണക്രമം, വിവിധ രോഗങ്ങൾ, അവയുടെ ചികിത്സ - 16 ആം നൂറ്റാണ്ട്

സമീപകാല ആയുർവേദ പുസ്തകങ്ങൾ

1. ചക്രപാണി എഴുതിയ ചക്രദത്തം - 11 ആം നൂറ്റാണ്ട് - രോഗവും ചികിത്സയും
2. യോഗ രത്നാകരം – 17 ആം നൂറ്റാണ്ട് - രോഗം, ചികിത്സ, വിദേശ ഔഷധ സസ്യങ്ങൾ
3. സഹസ്രയോഗം - 1,000 ഔഷധ ശേഖരങ്ങൾ ഉൾക്കൊള്ളുന്ന ദക്ഷിണേന്ത്യയിലെ പുരാതന ആയുർവേദ ഔഷധ സൂചിക. - 17 ആം നൂറ്റാണ്ട്
4. ഭൈഷജ്യ രത്നാവലി - കവിരാജ് ഗോവിന്ദ ദാസ് സെൻ 18 ആം നൂറ്റാണ്ടിൽ രചിച്ചത് - രോഗം, ചികിത്സ, മരുന്നുകൾ എന്നിവയെ പറ്റി പ്രതിപാധിക്കുന്ന മികച്ച പുസ്തകം

ഈ പുസ്തകത്തിൽ വിവരിച്ചിരിക്കുന്ന മിക്ക പാചക ക്കുറിപ്പുകളും പ്രതിവിധികളും മുകളിൽ സൂചിപ്പിച്ച പാഠപുസ്തകങ്ങളിൽ നിന്ന് എടുത്തതാണ്. ഓരോന്നും ഏതു പുസ്തകത്തിൽ നിന്നും എടുത്തതാണെന്നും സൂചിപ്പിച്ചിട്ടുണ്ട്. ചില പ്രതിവിധികൾക്ക്, അവലംബം സൂചിപ്പിച്ചിട്ടില്ല. അവ

ഭാരത ഭൈഷജ്യ രത്നാകരം എന്ന പുസ്തകത്തിലേതായി പരിഗണിക്കുക.

ഡോ എം എസ് കൃഷ്ണമൂർത്തി സ്വന്തം അനുഭവത്തിൽ നിന്നും നാട്ടു ചികിത്സാ അറിവിൽ നിന്നും ചില പ്രതിവിധികൾ എഴുതിയിട്ടുണ്ട്. ഈ പ്രതിവിധികളിലും അദ്ദേഹം ആയുർവേദ തത്വങ്ങൾ പാലിക്കുന്നതിന് അതീവ പ്രാധാന്യം നൽകിയിട്ടുണ്ട്. ഇന്ത്യയിലെ കർണാടക, തമിഴ്നാട് സംസ്ഥാനങ്ങളുടെ ചില ഭാഗങ്ങളിൽ താമസിക്കുന്ന സോളിഗ ഗോത്രവർഗക്കാർ ഉപയോഗിക്കുന്ന നീർമരുത് പൈനാപ്പിൾ ഇവയുടെ ഉപയോഗം, രാജസ്ഥാൻ സംസ്ഥാനത്തെ ജയ്പൂരിലും ഉദയ്പൂരിലും ഈന്തപ്പഴം ഉപയോഗിച്ചു ചെയ്യുന്ന നാട്ടു ചികിത്സ മുതലായവ ഉദാഹരണങ്ങളാണ്.

2

ആയുർവേദ ഔഷധ നിർമ്മാണ ശാല

ഔഷധ നിർമ്മാണ ശാലകളുടെ സ്ഥലത്തെ കുറിച്ചും അവയുടെ സവിശേഷതകളെ കുറിച്ചുമുള്ള വിശദീകരണം ആയുർവേദ ഗ്രന്ഥങ്ങളിൽ പ്രതിപാദിച്ചിട്ടുണ്ട്.

ഫാർമസി നിർമ്മാണം

ഫാർമസി സ്ഥാപിക്കുന്നതിന് സ്ഥലം തിരഞ്ഞെടുക്കുമ്പോൾ, താഴെ പറയുന്ന കാര്യങ്ങൾ കണക്കിലെടുക്കണം:

1. തുറസ്സായ സ്ഥലമായിരിക്കണം
2. ഔഷധ സസ്യങ്ങൾ വളരുന്ന അല്ലെങ്കിൽ കൃഷി ചെയ്യാനുള്ള സൗകര്യം ഉണ്ടായിരിക്കണം
3. വൃത്തിയും വെടിപ്പും ഉള്ളതായിരിക്കണം. സമീപത്ത് ജലസ്രോതസ്സുകൾ ഉണ്ടായിരിക്കണം
4. പ്രദേശം അതിർത്തി തിരിച്ച് മതിൽ കെട്ടണം
5. കിഴക്ക് ഭാഗത്ത് ആരാധനാ മൂർത്തിയെ പ്രതിഷ്ഠിക്കണം.
6. അഗ്നി കോണിൽ (തെക്ക്-കിഴക്ക് ദിശ) പാചക സ്ഥലമായിരിക്കണം.
6. പൊടിക്കുന്നതിനും പേസ്റ്റ് ഉണ്ടാക്കുന്നതിനുമുള്ള ഉപകരണങ്ങൾ തെക്ക് ഭാഗത്ത് സ്ഥാപിക്കണം
7. നൈരൃത്യ കോൺ (തെക്ക്- പടിഞ്ഞാറ് ദിശയിലുള്ള സ്ഥലം) നിർമ്മാണത്തിനും സംഭരണത്തിനും, പാചക ഉപകരണങ്ങൾ സൂക്ഷിക്കുന്നതിനും മറ്റും ഉപയോഗിക്കണം.
8. പടിഞ്ഞാറ് ഭാഗത്തുള്ള സ്ഥലം കഴുകാൻ ഉപയോഗിക്കണം

9. പച്ച മരുന്നുകളും പുതുതായി തയ്യാറാക്കിയ മരുന്നുകളും വായവ്യ കോണിൽ (വടക്ക്-പടിഞ്ഞാറ് ദിശ) ഉണക്കണം

10. വടക്കുഭാഗം ലോഹങ്ങളും ധാതുക്കളും സംസ്ക്കരിക്കുന്നതിന് ഉപയോഗിക്കണം

11. ഭസ്മം (ലോഹങ്ങൾ, ധാതുക്കൾ എന്നിവയിൽ നിന്നുള്ള ഭസ്മം), ഗുളികകൾ, ഔഷധ എണ്ണകൾ, ഔഷധഗുണമുള്ള നെയ്യ്, ഹെർബൽ ജാം മുതലായവ ഈശാനിയ കോണിൽ (വടക്ക്-കിഴക്ക് ദിശയിൽ) സ്ഥിതി ചെയ്യുന്ന വീട്ടിൽ സൂക്ഷിക്കണം.

ആയുർവേദ മരുന്നുകൾ തയ്യാറാക്കുന്നവരുടെ മാനസിക ആരോഗ്യം പാചകം ചെയ്യുമ്പോഴുള്ള മാനസികാവസ്ഥ അന്തിമ ഉൽപ്പന്നത്തിന്റെ സ്വഭാവത്തെ ബാധിക്കുന്നു.

ലോകത്തിലെ ഏറ്റവും ശ്രേഷ്ഠമായ തൊഴിലുകളിൽ ഒന്നാണ് വൈദ്യവൃത്തി. അതിനാൽ, മരുന്നുകൾ തയ്യാറാക്കുമ്പോൾ, പോസിറ്റീവ് മനോഭാവത്തോടു കൂടി ഉണ്ടാക്കാൻ ശ്രമിക്കുക. നിങ്ങൾ ദൈവത്തിൽ വിശ്വസിക്കുന്നുവെങ്കിൽ, മരുന്നുകൾ ആവശ്യമുള്ളവർക്ക് ശരിക്കും ഉപയോഗപ്രദമാകാൻ പ്രാർത്ഥിക്കുക.

3

എന്താണ് ആയുർവേദ മരുന്ന്?

ആയുർവേദം ഒരു വൈദ്യ സമ്പ്രദായമെന്ന നിലയിൽ ലോകമെമ്പാടും വലിയതോതിൽ പ്രചാരം നേടിക്കൊണ്ടിരിക്കുന്നു. എന്നാൽ ആയുർവേദ മരുന്നുകളുടെ ഉത്ഭവവും അർത്ഥവും പലർക്കും അറിയില്ല.

എന്താണ് ആയുർവേദ മരുന്ന്?

പുരാതന ആയുർവേദ തത്വങ്ങളെ അടിസ്ഥാനമാക്കി, സസ്യങ്ങൾ, മൃഗങ്ങൾ, ധാതുക്കൾ എന്നിവയുടെ ഔഷധ ഭാഗങ്ങൾ ചേർത്താണ് ആയുർവേദ മരുന്നുകൾ നിർമ്മിക്കുന്നത്.

ആയുർവേദ മരുന്നുകളെ രണ്ട് വിഭാഗങ്ങളായി തിരിച്ചിരിക്കുന്നു.

1. പരമ്പരാഗത ആയുർവേദ മരുന്ന് - ചരക സംഹിത, സുശ്രുത സംഹിത, അഷ്ടാംഗ ഹൃദയം തുടങ്ങിയ ആയുർവേദ ഗ്രന്ഥങ്ങളിൽ പറഞ്ഞിരിക്കുന്ന മരുന്നുകളാണിവ.
ഉദാ: ത്രിഫല ചൂർണം, ച്യവനപ്രാശം, ബ്രഹ്മ രസായനം മുതലായവ.
ആയിരക്കണക്കിന് വർഷങ്ങൾക്ക് മുമ്പ് വിശദീകരിച്ച മരുന്നു കൂട്ടുകൾ ഇക്കാലത്തും ഫലപ്രദമാണ് എന്നത് അതിശയകരമായ വസ്തുതയാണ്.

2. പ്രൊപ്രൈറ്ററി മരുന്ന് - ഒരു കമ്പനി ഔഷധസസ്യങ്ങളുടെ ഗുണങ്ങളുടെയും വിവിധ പരീക്ഷണങ്ങളുടെയും അടിസ്ഥാനത്തിൽ, ഔഷധ കൂട്ട് രൂപപ്പെടുത്തുകയും മരുന്ന് നിർമ്മിക്കുകയും ചെയ്യുന്നു. ഇത്തരത്തിൽ നിർമ്മിക്കുന്ന ഉല്പന്നങ്ങൾ നിരവധി പരീക്ഷണങ്ങൾക്ക് വിധേയമാക്കുകയും നിർമ്മാണത്തിനുള്ള ലൈസൻസ് നേടുകയും ചെയ്യുന്നു. അത്തരം മരുന്നുകളെ കുത്തക ആയുർവേദ മരുന്ന് എന്ന് വിളിക്കുന്നു.

ഉദാഹരണം - സെർവിലോൺ സോഫ്റ്റ് ജെൽ ഗുളികകൾ, ഹിമാലയ ലിവ് 52 മുതലായവ.

പരമ്പരാഗത ആയുർവേദ മരുന്നുകൾ ഇനിപ്പറയുന്ന രൂപത്തിലാണ് -

1. ചൂർണം - ഉദാ: ത്രിഫല ചൂർണം
2. ജ്യൂസ് - തുളസി മുതലായവ ഇടിച്ചു പിഴിഞ്ഞെടുക്കുന്ന നീര് കല്കം - പേസ്റ്റ് - ഉദാ: വേപ്പിൻ പേസ്റ്റ്
3. കഷായം - ഉദാ: ദശമൂല കഷായം
4. എണ്ണ, നെയ്യ്, ഗുളികകൾ, ഗുഗ്ഗുലു ഗുളികകൾ മുതലായവ.
5. ആസവം അരിഷ്ടം - ആൽക്കഹോൾ അടങ്ങിയ മരുന്നുകൾ

കുത്തക ആയുർവേദ മരുന്നുകൾ, ക്യാപ്സ്യൂലുകൾ, സോഫ്റ്റ് ജെൽ ക്യാപ്സ്യൂലുകൾ, സിറപ്പുകൾ, ഹെർബൽ ക്രീമുകൾ, തൈലങ്ങൾ, ഓറൽ മൗത്ത് വാഷ് തുടങ്ങിയ രൂപങ്ങളിലും ഇന്ന് ലഭ്യമാണ്.

4

ആയുർവേദ മരുന്ന് കഴിക്കുന്നതിന് മുൻപ് അറിഞ്ഞിരിക്കേണ്ട 7 കാര്യങ്ങൾ

നിങ്ങളുടെ ആയുർവേദ ഡോക്ടർ ഏതെങ്കിലും ആയുർവേദ മരുന്ന് നിർദ്ദേശിച്ചിട്ടുണ്ടെങ്കിൽ, ഉപയോഗിക്കുന്നതിനു മുൻപ് താഴെ പറയുന്ന വസ്തുതകൾ അറിഞ്ഞിരിക്കുന്നത് നന്നായിരിക്കും.

1. ഡോക്ടർ കൃത്യമായി വ്യക്തമാക്കിയിട്ടില്ലെങ്കിൽ, കഷായം ഭക്ഷണത്തിന് മുമ്പ് കഴിക്കണം.

2. ആസവവും അരിഷ്ടവും ഭക്ഷണത്തിനു ശേഷം എടുക്കണം.

3. ഗുഗ്ഗുലു ഗുളികകൾ ഭക്ഷണ ശേഷം കഴിക്കണം

4. ച്യവനപ്രാശം രാവിലെ, ഭക്ഷണത്തിന് മുമ്പോ ശേഷമോ അര ഗ്ലാസ് പാൽ അനുപാനമായി കഴിക്കണം, അല്ലെങ്കിൽ വയറ്റിൽ അസ്വസ്ഥതകൾക്കും വയറിളക്കത്തിനും കാരണമായേക്കാം

5. ഒരു തവണ തുറന്നു ഉപയോഗിച്ചാൽ ചൂർണ്ണം 6 മാസത്തിനുള്ളിൽ കഴിച്ചു തീർക്കണം. (അല്ലെങ്കിൽ കളയണം)

6. ആയുർവേദ ഗുളികകൾ തുറന്നാൽ ഒരു വർഷത്തിനുള്ളിൽ ഉപയോഗിക്കണം.

7. കഷായ കുപ്പി കഴിക്കുന്നതിനുമുമ്പ് നന്നായി കുലുക്കണം. മിക്ക കഷായങ്ങളും കട്ടിയായ രൂപത്തിലാണ് വിൽക്കുന്നത്. അതിനാൽ കഴിക്കുന്നതിന് തൊട്ടു മുമ്പ് തുല്യ അളവിൽ വെള്ളം ചേർത്ത് നേർപ്പിച്ച് ഉപയോഗിക്കേണ്ടതുണ്ട്.

5

ആയുർവേദ മരുന്നുകൾ എങ്ങനെ എളുപ്പത്തിൽ മനസ്സിലാക്കാം?

ആയുർവേദ വിദ്യാർത്ഥികളെ സംബന്ധിച്ചിടത്തോളം ആയുർവേദ മരുന്നുകൾ, ചേരുവകൾ, ഡോസ്, ഉപയോഗരീതി എന്നിവ മനസ്സിലാക്കുകയും പ്രാവീണ്യം നേടുകയും ചെയ്യേണ്ടത് അത്യന്താപേക്ഷിതമാണ്.

ആയുർവേദ ഔഷധ നിർമ്മാണ മേഖലയിൽ പ്രാവീണ്യം നേടുന്നതിനുള്ള ചില മാർഗ്ഗ നിർദ്ദേശങ്ങൾ:

1. പ്രാഥമിക കല്പനകളും ദ്വിതീയ കല്പനകളും അവയുടെ മുൻഗണനാ ക്രമത്തിൽ മനസിലാക്കുക.

പ്രാഥമിക കല്പനകൾ

ഹെർബൽ ജ്യൂസ് (സ്വരസം) - അപ്പോൾ പറിച്ചെടുത്ത ചെടി ചതച്ച് ജ്യൂസ് വേർതിരിച്ചെടുത്ത് അരിച്ചെടുത്ത് ഉപയോഗിക്കുന്നതാണ് സ്വരസ കല്പന. ഉദാ: ചുമ, പനി എന്നിവയ്ക്ക് തുളസി നീര്

ഹെർബൽ പേസ്റ്റുകൾ (കൽക്കം) - പച്ച മരുന്നുകൾ അല്പ്പ വെള്ളം ചേർത്ത് അരച്ച് പേസ്റ്റ് രൂപത്തിൽ ഉപയോഗിക്കുന്നതാണ് കല്ക കല്പന. ഉദാ: മുറിവുകൾ വേഗത്തിൽ ഉണങ്ങാൻ വേപ്പിൻ പേസ്റ്റ് പുറമേ പുരട്ടാൻ ഉപയോഗിക്കുന്നു.

കഷായം - ഉണങ്ങിയ പച്ചമരുന്ന് പൊടിച്ചത് 1 ഭാഗം എടുത്ത് അതിൽ 16 ഭാഗം വെള്ളം ചേർക്കുക. തിളപ്പിച്ച് 1/4 അല്ലെങ്കിൽ 1/8 ഭാഗങ്ങളായി വറ്റിച്ച്

അരിച്ചെടുക്കുക.

ഉദാ: ത്രിഫല കഷായം

ഹിമ കഷായം - ഉണങ്ങിയ പച്ചമരുന്നുകളുടെ പൊടി ഒരു ഭാഗം + വെള്ളം 6 ഭാഗം. കഷായ പൊടി ഒരു രാത്രി വെള്ളത്തിൽ ഇട്ടു വച്ച് പിറ്റേ ദിവസം അരിച്ചെടുത്ത് ഉപയോഗിക്കുക.

ഉദാ: മല്ലി ഒരു രാത്രി വെള്ളത്തിൽ ഇട്ടു വച്ച് അരിച്ചെടുക്കുന്ന വെള്ളം പനി, പുകച്ചിൽ എന്നിവയിൽ ഫലപ്രദമാണ്.

ഫാണ്ട കഷായം – കഷായ പൊടി 1 ഭാഗം + 4 ഭാഗം ചൂടുവെള്ളം, ഞെരടി പിഴിഞ്ഞ് അരിച്ചെടുക്കുക.

ഉദാ: വമന പഞ്ചകർമ്മ പ്രക്രിയയിൽ ഉപയോഗിക്കുന്ന ഇരട്ടി മധുര കഷായം

ദ്വിതീയ കല്പനകൾ - നെയ്യ്, എണ്ണകൾ, ആസവം അരിഷ്ടം, ഗുളിക, ഔഷധ ചൂർണങ്ങൾ എന്നിവയുടെ നിർമ്മാണ രീതി, ഉപയോഗം മുതലായവയാണ് ദ്വിതീയ കല്പനകളിൽ ഉൾപ്പെട്ടിട്ടുള്ളത്.

6

ആയുർവേദത്തിലെ ഏത് മരുന്ന് രൂപമാണ് കൂടുതൽ ഫലപ്രദം?

പരമ്പരാഗത ആയുർവേദ ഡോക്ടർമാർ കഷായങ്ങളാണ് പൊതുവെ നല്കാറ്. കാരണം, - രോഗാ സർവേ അപി മന്ദേ അഗ്നൗ - എല്ലാ രോഗങ്ങളുടേയും അടിസ്ഥാന കാരണം ദഹനക്കുറവാണ്. അതിനാൽ ഒരു രോഗത്തെ ചികിത്സിക്കുമ്പോൾ, ദഹന ശക്തിക്ക് പ്രധമ പരിഗണന നൽകേണ്ടതുണ്ട്.

ദഹനശക്തി മെച്ചപ്പെടുത്തുന്നതിന്, കഷായം ഉപയോഗപ്രദമാണ്. മരുന്നിന്റെ ഗുണം തണുപ്പാണെങ്കിൽ പോലും കഷായ രൂപത്തിൽ ഉപയോഗിക്കുമ്പോൾ അത് ഉഷ്ണഗുണമുള്ളതായി തീരുന്നു.
ഉദാഹരണം: ചന്ദനാദി കഷായം - ചന്ദനത്തിന് ശീതീകരണ ഗുണമുണ്ടെങ്കിലും, കഷായം രൂപത്തിൽ ഉപയോഗിക്കുമ്പോൾ, അത് ദഹനശക്തി വർദ്ധിപ്പിക്കുന്നു. അതേസമയം, ചന്ദനം ചേർത്ത് നിർമ്മിക്കുന്ന നെയ്യ്, അവലേഹം എന്നിവയ്ക്ക് ദഹനശക്തി വർദ്ധിപ്പിക്കാനുള്ള കഴിവില്ല.

ഇക്കാരണത്താൽ, പനി, സന്ധിവേദന, വാതരോഗങ്ങൾ (ന്യൂറോ - മസ്കുലാർ ഡിസോർഡേഴ്സ്), അല്ലെങ്കിൽ കഫ വൈകല്യങ്ങൾ എന്നിവയിൽപ്പോലും, കഷായത്തിനാണ് പ്രഥമ പരിഗണന നൽകുന്നത്. കഷായം കഴിക്കാൻ തയ്യാറല്ലാത്തവർക്ക് ഫാണ്ട കഷായം ഉപയോഗിക്കാം.
ഇക്കാലത്ത് രോഗിയുടെ സൗകര്യം, രുചി മുതലായവയ്ക്ക് വളരെയധികം പ്രാധാന്യം നൽകുന്നു. അതിനാൽ, ആയുർവേദ ഡോക്ടർമാർക്കും രോഗികൾക്കും ഇടയിൽ ഗുളികകളും മറ്റും കൂടുതൽ പ്രചാരത്തിലുണ്ട്.
നല്ല രുചി, വേഗത്തിലുള്ള പ്രവർത്തനം, മുതലായവ പരിഗണിക്കുകയാണെങ്കിൽ ആസവം, അരിഷ്ടം തുടങ്ങിയവ വ്യാപകമായി

നിർദ്ദേശിക്കപ്പെടുന്നുണ്ട്.

ഇക്കാലത്ത്, പൊതുജനങ്ങളിൽ വർദ്ധിച്ചുവരുന്ന ആരോഗ്യ അവബോധം കാരണം, ച്യവനപ്രാശം, ബ്രഹ്മ രസായനം, കൂശ്മാണ്ഡ രസായനം തുടങ്ങിയ ലേഹങ്ങൾ വളരെ സാധാരണമായി ഉപയോഗിക്കുന്നു.

മൊത്തത്തിൽ, ഫലപ്രാപ്തിയും ഉപയോഗവും അടിസ്ഥാനമാക്കി, കഷായങ്ങൾക്ക് പ്രധമ പരിഗണന നല്കാം.

സംഗ്രഹം -

- ശരീരം തണുപ്പിക്കാനാണെങ്കിൽ ഹിമ കഷായം ഉപയോഗിക്കുക.
- ചൂട് തട്ടുമ്പോൾ വിഘടിച്ച് പോകാത്ത ഔഷധഘടകങ്ങളുള്ള സസ്യങ്ങൾ കഷായരൂപത്തിലാക്കാം
- തീക്ഷ്ണ കഷായങ്ങൾ രോഗിക്ക് ഉപയോഗിക്കാൻ പറ്റാത്ത അവസരങ്ങളിൽ യവാഗു കല്പന ഉപയോഗിക്കാം.ശ്വാസകോശ സംബന്ധ രോഗാവസ്ഥകളിൽ സുഗന്ധദ്രവ്യങ്ങൾ ചേർക്കാം. അവ പൊടിച്ച് നെയ്യ്/ എണ്ണ/തേൻ മുതലായവ ചേർത്ത് കൊടുക്കുക.
- എളുപ്പം കൈകാര്യം ചെയ്യാനാണെങ്കിൽ ഗുളികകൾ തിരഞ്ഞെടുക്കുക.
- മരുന്നിൽ കൊഴുപ്പ് ലയിക്കുന്ന തത്വങ്ങൾ ആവശ്യമെങ്കിൽ, നെയ്യ് അല്ലെങ്കിൽ ഓയിൽ ഉപയോഗിക്കാം.
- പുളിപ്പിച്ച ദ്രാവകങ്ങൾ ആവശ്യമുള്ളപ്പോൾ, ആസവവും അരിഷ്ടവും ഉപയോഗിക്കുക.
- വെള്ളത്തിലും കൊഴുപ്പിലും ലയിക്കുന്ന തത്ത്വങ്ങൾ, സസ്യത്തിൽ ഉണ്ടെങ്കിൽ അവലേഹമാക്കി ഉപയോഗിക്കുക.

7

വീട്ടുവൈദ്യം നിങ്ങൾക്ക് എങ്ങനെയൊക്കെ ഉപയോഗപ്രദമാണ്?

ആരോഗ്യം നിലനിർത്താനും രോഗ ശമനത്തിനും സഹായിക്കുന്ന ഫലപ്രദമായ മാർഗ്ഗങ്ങളിലൊന്നാണ് പ്രകൃതിദത്ത ഔഷധ സസ്യങ്ങൾ ഉപയോഗിച്ചുള്ള വീട്ടുവൈദ്യങ്ങൾ.

ഔഷധസസ്യങ്ങളുടെ ഗുണങ്ങളും ഉപയോഗങ്ങളും -

1. ഡോക്ടറുടെ സേവനം വൈകുന്ന അവസരങ്ങളിൽ താത്കാലിക രോഗശമനത്തിന് ഔഷധസസ്യങ്ങൾ ഫലപ്രദമാണ്.

2. ഔഷധത്തോടൊപ്പം - ചില രോഗങ്ങളിൽ അലോപ്പതി മരുന്നുകൾക്കൊപ്പം വീട്ടുവൈദ്യം ഉപയോഗിക്കുന്നത് രോഗം പെട്ടെന്ന് ഭേദമാക്കാൻ സഹായിക്കുന്നു. എന്നാൽ ചില സസ്യൗഷധങ്ങൾ അലോപ്പതി മരുന്നുകളുമായി പ്രതിപ്രവർത്തിക്കാം.

3. രോഗത്തിൽ നിന്ന് കരകയറിയ ശേഷം - ദീർഘകാലം നീണ്ടു നില്കുന്ന ചില രോഗങ്ങളും നിരന്തര മരുന്നുകളും നമ്മെ ക്ഷീണിപ്പിക്കുകയും തളർത്തുകയും ചെയ്യുന്നു. ആരോഗ്യം, ശക്തി, ദഹനശേഷി, അവയവങ്ങളുടെ പ്രവർത്തനക്ഷമത എന്നിവ വീണ്ടെടുക്കാൻ വീട്ടു വൈദ്യം നമ്മെ സഹായിക്കുന്നു.

4. വിട്ടുമാറാത്ത രോഗങ്ങൾ - ദീർഘകാലമായി ചികിത്സ ആവശ്യമുള്ള

രോഗങ്ങൾക്ക്, സസ്യൗഷധങ്ങൾ പല വിധത്തിൽ സഹായകരമാണ്.

- രോഗങ്ങളുടെ ലക്ഷണങ്ങളെ നിയന്ത്രണവിധേയമാക്കാൻ വീട്ടുവൈദ്യങ്ങൾ സഹായിക്കുന്നു. ഉദാ: വൻകുടൽ പുണ്ണിനുള്ള വീട്ടുവൈദ്യങ്ങൾ രക്തസ്രാവം നിയന്ത്രിക്കാൻ സഹായിക്കുന്നു.
- അലോപ്പതി മരുന്നുകളുടെ പാർശ്വഫലങ്ങളിൽ നിന്ന് മോചനം നേടാൻ സഹായിക്കുന്നു.
- ശരീര ശക്തി പുനഃസ്ഥാപിക്കാൻ.

5. ആരോഗ്യമുള്ള വ്യക്തിയിൽ,

- കാലാവസ്ഥാ വ്യതിയാനങ്ങൾ കൊണ്ടുണ്ടാകുന്ന രോഗങ്ങളെ ചെറുക്കാം
- ശരീരാവയവങ്ങളുടെ ശരിയായ പ്രവർത്തനത്തിന്. ഉദാ: കുട്ടികളിലെ ദഹനശക്തി വർദ്ധിപ്പിക്കാൻ
- മലബന്ധം, മുഖക്കുരു, ജലദോഷം, ചെറിയ മുറിവ് തുടങ്ങിയ ചെറിയ ആരോഗ്യ പ്രശ്നങ്ങളിൽ നിന്ന് മോചനം നേടാൻ.
- പ്രതിരോധശേഷി മെച്ചപ്പെടുത്താൻ
- പ്രകൃതിദത്ത ഔഷധസസ്യങ്ങളുടെ ഉപയോഗം ആരോഗ്യം നിലനിർത്തുന്നതിനുള്ള മികച്ച മാർഗമാണ്. എന്നാൽ അവനവന് അനുയോജ്യമായത് വിദഗ്ധോപദേശ പ്രകാരം മാത്രം തിരഞ്ഞെടുക്കുക

8

വീട്ടു വൈദ്യം - മുൻകരുതലുകൾ

നമ്മുടെ ആരോഗ്യത്തിന് ഗുണം ചെയ്യുന്ന അല്ലെങ്കിൽ രോഗങ്ങൾ ഭേദമാക്കാൻ സഹായിക്കുന്ന പ്രകൃതിദത്ത രാസവസ്തുക്കൾ ഔഷധസസ്യങ്ങളിൽ അടങ്ങിയിട്ടുണ്ട്. അതിനാൽ ഇത്തരം വീട്ടു വൈദ്യങ്ങൾ പ്രയോഗിക്കുന്നതിനു മുൻപ് ചില മുൻകരുതലുകളും ആവശ്യമാണ്.

1. പതിവ് ഉപയോഗിക്കുന്ന മരുന്നിന് പകരമായി വീട്ടുവൈദ്യങ്ങൾ ഉപയോഗിക്കരുത്. ഇത്തരം മരുന്നുകളുടെ കാര്യത്തിൽ, അളവും ഫലപ്രാപ്തിയും നിശ്ചയിക്കുന്നത് താരതമ്യേന ബുദ്ധിമുട്ടാണ്.

2. ഒന്നിലധികം സസ്യൗഷധങ്ങൾ ഉപയോഗിക്കുന്നതും ശ്രദ്ധിക്കുക. ചിലപ്പോൾ അവ തമ്മിൽ പ്രതിപ്രവർത്തിക്കാൻ സാധ്യതയുണ്ട്.

3. വിദഗ്ധ ഉപദേശം ആവശ്യമുള്ള രോഗങ്ങളിൽ ഡോക്ടറുടെ ഉപദേശ പ്രകാരം മാത്രം മരുന്ന് കഴിക്കുക

4. സ്വന്തം ആരോഗ്യം ഒരിക്കലും സ്വയം വിലയിരുത്താൻ ആവില്ല. ഒരു വിദഗ്ധനെ സമീപിക്കുന്നത് എല്ലായ്പ്പോഴും നല്ലതാണ്. കാരണം അവർക്ക് ഔഷധസസ്യങ്ങളുടെ ഘടകങ്ങളും പ്രവർത്തന രീതിയും, പാർശ്വഫലങ്ങൾ, അലോപ്പതി മരുന്നുകളുമായുള്ള പ്രതിപ്രവർത്തനം, പ്രായം, ആരോഗ്യസ്ഥിതി, ശരീരഘടന, രോഗം എന്നിവ അനുസരിച്ച് ഓരോ വ്യക്തിക്കും അനുയോജ്യമായ മരുന്നുകൾ വ്യക്തമായി നിർവചിക്കാൻ സാധിക്കും

5. ഉപയോഗിക്കുന്ന സസൗഷധികൾ ഏതൊക്കെയാണെന്ന് നിങ്ങളുടെ അലോപ്പതി ഡോക്ടറോട് വെളിപ്പെടുത്തുക

6. നിങ്ങൾക്ക് നിർദേശിക്കപ്പെട്ട ഔഷധ സസ്യങ്ങളെ സംബന്ധിക്കുന്ന കൂടുതൽ കാര്യങ്ങൾ മനസിലാക്കുക. സംശയങ്ങൾ ഡോക്ടറുമായി ചർച്ച ചെയ്യുക.

7. നിർദ്ദേശപ്രകാരം മരുന്നുകൾ കഴിക്കുക

8. ഭക്ഷണത്തിന് ശേഷം, മുൻപ് എന്നീ പ്രകാരം മരുന്നുകൾ എപ്പോൾ കഴിക്കുന്നു എന്നതും പ്രധാനമാണ്. അതുപോലെ പ്രധാനമാണ് ഒപ്പം കഴിക്കുന്ന പാനീയം അല്ലെങ്കിൽ ഭക്ഷണ പദാർത്ഥങ്ങൾ

9. രാവിലെ അല്ലെങ്കിൽ വൈകുന്നേരം - അതായത് എപ്പോൾ കഴിക്കുന്നു എന്നതിനെ ആശ്രയിച്ചും ഒരേ സസ്യത്തിന് വിവിധ വ്യക്തികളിൽ വ്യത്യസ്ത ആരോഗ്യ സാഹചര്യങ്ങളിൽ വ്യത്യസ്ത പ്രവർത്തനങ്ങൾ പ്രകടിപ്പിക്കാൻ കഴിയും.

9

വിവിധ ഔഷധങ്ങൾ എങ്ങനെ വീട്ടിൽ നിർമ്മിക്കാം?

ഓരോ ഔഷധത്തിനും ഒരു കൂട്ടം ഗുണങ്ങൾ ആയുർവേദ പുസ്തകങ്ങളിൽ വിശദീകരിച്ചിട്ടുണ്ട്. ഉദാഹരണത്തിന് അമുക്കുരം ഉഷ്ണ വീര്യവും വാത കഫ ശമനവുമാണ്. അശ്വഗന്ധ(അമുക്കുരം) എങ്ങനെ ഏത് രൂപത്തിൽ ഉപയോഗിക്കാം?

ആയുർവേദ മരുന്ന് രൂപങ്ങളെ കുറിച്ചും ത്രിദോഷങ്ങളെക്കുറിച്ചുമുള്ള അടിസ്ഥാന തത്ത്വങ്ങൾ അറിയാമെങ്കിൽ, വിവിധ രോഗങ്ങൾക്കുള്ള ഔഷധികൾ നിങ്ങൾക്ക് സ്വയം നിർമ്മിക്കാം. ഏതാനും തത്വങ്ങൾ ഇവിടെ വിവരിക്കാം.

ചൂർണ്ണങ്ങൾ

സസ്യം രുചികരവും അധികം എരിവില്ലാത്തതുമാണെങ്കിൽ, പൊടി രൂപത്തിൽ ഉപയോഗിക്കാം. ചൂർണ്ണത്തിന്റെ സാധാരണ ഡോസ് 1 - 3 ഗ്രാം ആണ്. പഞ്ചസാര, ശർക്കര എന്നിവ അടങ്ങിയ മരുന്നുകൾ പ്രമേഹ രോഗികൾ കഴിക്കാൻ പാടില്ല. അതുപോലെ ഉയർന്ന രക്ത സമ്മർദ്ധമുള്ള രോഗികളിൽ ഉപ്പടങ്ങിയ മരുന്നുകളുടെ ഉപയോഗം നിയന്ത്രിക്കണം.

പേസ്റ്റുകൾ

അപ്പോൾ പറിച്ചെടുത്ത പച്ചമരുന്നുകളെ കൊണ്ടാണ് പേസ്റ്റ് നിർമ്മിക്കുന്നത്. ഇത് ആന്തരികമായോ ബാഹ്യമായോ ഉപയോഗിക്കുന്നു. ആന്തരികമായി ഉപയോഗിക്കുന്നതിനുള്ള നിയമങ്ങൾ മുകളിൽ സൂചിപ്പിച്ച പൊടികൾക്ക് സമാനമാണ്. ഡോസ് സാധാരണയായി 1-10 ഗ്രാം ആണ്

ജ്യൂസ് എക്സ്ട്രാക്റ്റ് (സ്വരസം)

പേസ്റ്റുകൾ പോലെ, ജ്യൂസും അപ്പോൾ പറിച്ചെടുത്ത പച്ചമരുന്നുകളെ കൊണ്ടാണ് നിർമ്മിക്കുന്നത്. . ഉദാ: തുളസി ജ്യൂസ് - ചുമ, പനി എന്നിവയ്ക്ക് പ്രതിദിനം 25 മില്ലി വരെയാണ് ഡോസ്.

ശീത കഷായം

ഔഷധം - 1 ഭാഗം അതിൽ 6 ഭാഗം വെള്ളം ചേർത്ത് ഒരു രാത്രിയോ മണിക്കൂറുകളോളമോ സൂക്ഷിച്ച് അരിച്ചെടുത്ത് ഉപയോഗിക്കുക. ചൂടാക്കുമ്പോൾ നശിച്ചുപോകുന്ന സംയുക്തങ്ങൾ ഉള്ള ചെടികൾ ഇത്തരത്തിൽ ഔഷധ രൂപത്തിലാക്കി ഉപയോഗിക്കാം. പിത്തം വർദ്ധിച്ചിരിക്കുന്ന രോഗാവസ്ഥകളിൽ ഇത്തരത്തിൽ നിർമ്മിക്കുന്ന മരുന്നുകൾ ഉപയോഗിക്കാം. ഉദാഹരണത്തിന്, മല്ലി വെള്ളത്തിൽ ഇട്ടുവച്ച് നിർമ്മിക്കുന്ന ശീത കഷായം പുകച്ചിൽ പോലുള്ള അവസ്ഥകളിൽ ഫലപ്രദമാണ്.
48 മില്ലി ആണ് ഡോസ്.

ഫാണ്ഡ കഷായം

1 ഭാഗം പച്ചമരുന്ന് പൊടിച്ച് 4 ഭാഗം ചൂടുവെള്ളത്തിൽ ഏതാനും മണിക്കൂർ കുതിർത്ത് ഞെരടി അരിച്ചെടുത്താണ് ഇത് തയ്യാറാക്കുന്നത്. 48 മില്ലി ആണ് ഡോസ്.

ടാബ്ലെറ്റ് / ക്യാപ്സ്യൂൾ

കയ്പ്പു, എരിവ് രുചി എന്നിവ കൂടുതലുള്ള ചൂർണ്ണങ്ങൾ എക്സിപിയന്റുകൾ ചേർത്ത് ടാബ്ലെറ്റ് / ക്യാപ്സ്യൂൾ രൂപത്തിലാക്കുന്നു.

കഷായം

1 ഭാഗം പച്ചമരുന്ന് 16 ഭാഗം വെള്ളം ചേർത്ത് തിളപ്പിച്ച് 1/4 ആയി കുറയ്ക്കുന്നു. മിക്ക ആയുർവേദ ഔഷധങ്ങളും ഈ രീതിയിൽ തയ്യാറാക്കാം. കഷായങ്ങൾ ശീത, ഫാണ്ഡ കഷായങ്ങളേക്കാൾ വീര്യം കൂടിയതാണെന്ന് ഓർമ്മിക്കുക. രോഗി ദുർബലനാണെങ്കിൽ, കഷായത്തേക്കാൾ ഫാണ്ഡ കഷായങ്ങൾ ഉപയോഗിക്കുന്നതിന് മുൻഗണന നൽകുക. 50 മില്ലി ആണ് ഡോസ്.

സിറപ്പുകൾ

കഷായ ഉണ്ടാക്കിയ ശേഷം പഞ്ചസാര ചേർത്ത് വീണ്ടും തിളപ്പിച്ച് സിറപ്പുകൾ

തയ്യാറാക്കാം. പഞ്ചസാരയുടെ അളവ് 66.66% ആകുന്നത് വരെ തിളപ്പിക്കുന്നത് തുടരാം. ഈ സാന്ദ്രതയിൽ, പഞ്ചസാര തന്നെ ഒരു പ്രിസർവേറ്റീവായി പ്രവർത്തിക്കുന്നു.

ക്ഷീരപാകം - പാൽ ചേർത്ത് സംസ്കരിച്ച ഔഷധങ്ങൾ

പച്ചമരുന്നിന്റെ 1 ഭാഗം 4 ഭാഗം പാലും 8 ഭാഗം വെള്ളവും ചേർത്ത് പാൽ മാത്രം ശേഷിക്കുന്നതുവരെ തിളപ്പിക്കുക. അരിച്ചെടുത്ത് ഉപയോഗിക്കാം. തീക്ഷ്ണത കൂടിയ ഔഷധങ്ങൾക്ക് അവയുടെ വീര്യം കുറയ്ക്കാൻ ഇത്തരം കല്പനകൾ ഉപയോഗിക്കാം.

ഉദാ: അശ്വഗന്ധ ക്ഷീരപാകം, വെളുത്തുള്ളി ക്ഷീരപാകം 50 മില്ലി ആണ് ഡോസ്.

അവലേഹം- ഹെർബൽ ജാം

സാധാരണയായി ലേഹങ്ങളിൽ 4 ഘടകങ്ങളുണ്ട് -

1. പേസ്റ്റ് - നെല്ലിക്ക, അമുക്കുരം, ഉണക്കമുന്തിരി മുതലായവയുടെ പേസ്റ്റ് നെയ്യിലോ എണ്ണയിലോ വറുത്താണ് ഉപയോഗിക്കുന്നത്.

2. കഷായം

3. പഞ്ചസാര അല്ലെങ്കിൽ ശർക്കര.

4. ഔഷധ ചൂർണ്ണം (പ്രക്ഷേപ ദ്രവ്യം)

നെയ്യിലോ എണ്ണയിലോ വറുത്ത പേസ്റ്റ് അരിച്ചെടുത്ത കഷായം, പഞ്ചസാര എന്നിവ ഒന്നിച്ച് ചേർത്ത് അർദ്ധ ഖരാവസ്ഥയിൽ എത്തുന്നതുവരെ ചൂടാക്കുന്നു. പിന്നീട് ഔഷധചൂർണ്ണം ചേർക്കുക. തണുത്തതിനുശേഷം ആവശ്യമെങ്കിൽ തേൻ ചേർക്കുക. ഉദാ: ച്യവനപ്രാശം

10 ഗ്രാം ആണ് ഡോസ്.

നെയ്യ്

പച്ചമരുന്നിന്റെ 1 ഭാഗം 4 ഭാഗം നെയ്യ്, 16 ഭാഗം വെള്ളം അല്ലെങ്കിൽ കഷായം അല്ലെങ്കിൽ ഏതെങ്കിലും ദ്രാവകം എന്നിവ ചേർത്ത് നെയ്യ് അളവാകുന്നതുവരെ തിളപ്പിക്കുക. ഉൽപ്പന്നത്തിൽ സസ്യങ്ങളുടെ വെള്ളത്തിലും കൊഴുപ്പിലും ലയിക്കുന്ന ഘടകങ്ങൾ അടങ്ങിയിരിക്കുന്നു.

വാത പിത്താധിക്യ അവസ്ഥകളിൽ നെയ്യ് ഉപയോഗപ്രദമാണ്.

തൈലം

നെയ്യ് നിർമ്മാണ രീതി പോലെയാണ് ഇവയും തയ്യാറാക്കുന്നത്. നാഡീ

സംബന്ധമായ രോഗാവസ്ഥകൾ, പേശികൾ, സന്ധികൾ മുതലായവയുമായി ബന്ധപ്പെട്ടുണ്ടാകുന്ന രോഗങ്ങൾ എന്നിവയിൽ ഉള്ളിലേക്ക് കഴിക്കാനും പുറമേ പുരട്ടാനും ഉപയോഗിക്കാം.

ആസവം, അരിഷ്ടം

പച്ചമരുന്നുകൾ, വെള്ളം, പഞ്ചസാര, സുഗന്ധവ്യഞ്ജനങ്ങൾ എന്നിവ ചേർത്ത് പുളിപ്പിച്ച ദ്രാവകങ്ങളാണിവ.
50 മില്ലി ആണ് ഡോസ്.

മരുന്നുകൾക്ക് അനുയോജ്യമായ അനുപാനങ്ങൾ

വാത രോഗങ്ങളിൽ എള്ളെണ്ണ
പിത്തം വർദ്ധിച്ച അവസ്ഥകളിൽ നെയ്യ്
കഫജ രോഗങ്ങളിൽ തേനും അനുപാനമായി നിർദ്ദേശിക്കപ്പെടുന്നു.

മരുന്ന് കഴിക്കുന്ന സമയം

ഇത് ദോഷം, മരുന്നിന്റെ ചേരുവകൾ തുടങ്ങിയ പല ഘടകങ്ങളെ ആശ്രയിച്ചിരിക്കുന്നു.
ഭക്ഷണത്തിന് മുമ്പും ശേഷവും എന്നിങ്ങനെയാണ് സാധാരണ നിർദ്ദേശിക്കുന്ന സമയങ്ങൾ. ശരീര ബലം കൂടുതൽ ഉള്ളവർക്കും എരിവ് രുചി കൂടുതൽ ഉള്ളതുമായ മരുന്നുകളും ഭക്ഷണത്തിന് മുമ്പ് ഉപയോഗിക്കണം.
രോഗി ബലഹീനനായിരിക്കുകയും ശക്തമായ മരുന്നുകൾ സഹിക്കാൻ കഴിയാതിരിക്കുകയും ചെയ്യുമ്പോൾ ഭക്ഷണത്തിനു ശേഷം കഴിക്കുക. ഇത്തരം ഔഷധ രൂപത്തിൽ 99% ഔഷധസസ്യങ്ങളും മരുന്നു രൂപത്തിൽ തയ്യാറാക്കി ഉപയോഗിക്കാം.

10

സ്വരസം - ഔഷധസസ്യങ്ങളുടെ നീര് / ജ്യൂസ്

ഡോ.ബി.കെ.പ്രശാന്ത് എം.ഡി (ആയു), പി.എച്ച്.ഡി

സ്വരസം എന്ന വാക്കിന് സത്ത് എന്ന് അർത്ഥം. കായ്കൾ, ഇലകൾ, പൂവ്, വേരുകൾ തുടങ്ങി ചെടിയുടെ ഏത് ഭാഗത്തു നിന്നും സത്ത് വേർതിരിച്ചെടുക്കാം.

യന്ത്രങ്ങളുടെ സഹായത്താൽ ചെടിയുടെ ഏതെങ്കിലും ഒരു ഭാഗത്ത് നിന്ന് വേർതിരിച്ചെടുക്കുന്ന ജ്യൂസിനെ സ്വരസം എന്ന് വിളിക്കാം എന്ന് ചരകാചാര്യൻ പറഞ്ഞിട്ടുണ്ട്. (ചരക സംഹിത സൂത്രസ്ഥാനം 4/7)

ഒരു വലിയ മരത്തിന്റെ വേരുകൾ മുറിച്ചോ ചാലു കീറിയൊ അതിൽ നിന്ന് ഒലിച്ചിറങ്ങുന്ന ദ്രാവകവും സ്വരസമായി കണക്കാക്കാമെന്ന് ചരക സംഹിതയിൽ പറഞ്ഞിട്ടുണ്ട്.

ആയുർവേദ പ്രകാരം അഞ്ച് അടിസ്ഥാന കല്പനകൾ ഉണ്ട്.

സ്വരസം (ജ്യൂസ്)

കൽക്കം (പേസ്റ്റ്)

ക്വാഥം (കഷായം)

ഹിമം

ഫാണ്ഭം

ഈ അഞ്ച് കല്പനകളിലും വച്ച് ഏറ്റവും ഗുരു സ്വരസമാണ്. സ്വരസ നിർമ്മാണം 4 വ്യത്യസ്ത രീതികൾ ശാർങ്ഗധര ആചാര്യൻ വിശദീകരിച്ചിട്ടുണ്ട്.

ഒന്നാമത്തെ രീതി

രോഗങ്ങൾ, കീടബാധ എന്നിവയൊന്നുമില്ലാത്ത ചെടിയുടെ പുതിയ ഭാഗം

ശേഖരിക്കുന്നു.

പെസ്റ്റിൽ ആൻഡ് മോർട്ടാർ അല്ലെങ്കിൽ ഇന്നത്തെ ജ്യൂസർ പോലുള്ള ഉപകരണം ഉപയോഗിച്ച് ഇതിൽ നിന്നും ജ്യൂസ് വേർതിരിച്ചെടുക്കുന്നു.

വേർതിരിച്ചെടുത്ത ജ്യൂസ് വൃത്തിയുള്ള തുണി അല്ലെങ്കിൽ അരിപ്പ ഉപയോഗിച്ച് അരിച്ചെടുത്ത് ഉപയോഗിക്കുക. ശേഖരിക്കുന്ന അതേ ദിവസം തന്നെ ചെടികളിൽ നിന്ന് ജ്യൂസ് വേർതിരിച്ചെടുക്കുന്നു.

ഉദാഹരണം- തുളസി നീര്, ഇഞ്ചി നീര് മുതലായവ. ശാർഗധര സംഹിത മാധ്യമ ഖണ്ഡ, 1/2

രണ്ടാമത്തെ രീതി:

ചെടി മൃദുവും ഉണങ്ങിയതുമാണെങ്കിൽ, അത് ചതച്ച് രാത്രി മുഴുവൻ ഇരട്ടി വെള്ളത്തിൽ കുതിർക്കണം. അടുത്ത ദിവസം രാവിലെ തുണി ഉപയോഗിച്ച് അരിച്ചെടുക്കുന്നു. ഉദാഹരണം - മല്ലി സ്വരസം ശാർഗ്ഗധര സംഹിത മാധ്യമ ഖണ്ഡം, 1/3

മൂന്നാമത്തെ രീതി:

ചെടിയുടെ ഉണങ്ങിയ ഭാഗത്തിൽ നിന്നും നീര് വേർതിരിച്ചെടുക്കേണ്ടുന്ന സാഹചര്യങ്ങളിൽ ചെടി ചതച്ച് 8 ഭാഗം വെള്ളം ചേർത്ത് തിളപ്പിച്ച് 1/4 ആക്കി വറ്റിച്ച് അരിച്ചെടുക്കുക.

ഉദാഹരണം - അശോക പുറംതൊലി കഷായം ശാർഗ്ഗധര സംഹിത മാധ്യമ ഖണ്ഡം1/4.

നാലാമത്തെ രീതി: പുടാപക രീതി:

വലിയ അളവിൽ നീര് വേർതിരിച്ചെടുക്കാൻ ബുദ്ധിമുട്ടുള്ള പച്ചയായ ചെടികളിൽ നിന്നും സ്വരസം സ്വീകരിക്കാനാണ് ഈ രീതി പിന്തുടരുന്നത്. സസ്യം ചെറിയ കഷ്ണങ്ങളാക്കി മുറിച്ച് ആൽമരം അല്ലെങ്കിൽ പ്ലാശിന്റെ വലിയ ഇലകൾ കൊണ്ട് മൂടുന്നു.

ഇത് ഒരു നൂൽ കൊണ്ട് കെട്ടി ചെളിയുടെ കട്ടിയുള്ള പാളി കൊണ്ട് മൂടുന്നു. സൂര്യപ്രകാശത്തിൽ ഉണക്കിയ ശേഷം, എല്ലാ വശങ്ങളിൽ നിന്നും തീ കത്തിക്കുക. പിന്നീട് ഇത് പൊട്ടിച്ച് തുറന്ന് നീര് വേർതിരിച്ചെടുക്കുന്നു.

ഡോസ്

1-ഉം 2-ഉം രീതി ഉപയോഗിച്ച് വേർതിരിച്ചെടുക്കുന്ന സ്വരസത്തിന്റെ ഡോസ് - 24 മില്ലി

3-ഉം 4-ഉം രീതി ഉപയോഗിച്ച് വേർതിരിച്ചെടുക്കുന്ന സ്വരസത്തിന്റെ ഡോസ് 48 മില്ലി

പ്രക്ഷേപം - മേമ്പൊടി

ആവശ്യാനുസരണം സ്വരസത്തിൽ തേൻ, ശർക്കര, ക്ഷാരം, ജീരകപ്പൊടി, ഇന്തുപ്പ്, നെയ്യ്, എണ്ണ അല്ലെങ്കിൽ മരുന്ന് പൊടികൾ എന്നിവ 6 ഗ്രാം അളവിൽ മേമ്പൊടി ചേർക്കാം.

പുടപക സ്വരസം - ഉദാഹരണം -

ആടലോടകത്തിൽ നിന്നും നിർമ്മിക്കുന്ന വാശാ പുടപാക സ്വരസം

രക്തസ്രാവ വൈകല്യങ്ങൾ, ചുമ, ജലദോഷം, പനി, ശരീരകലകളുടെ ശോഷണം എന്നിവയിൽ ഫലപ്രദമാണ്.

സ്വരസം എത്ര കാലം കേടുകൂടാതെ സൂക്ഷിക്കാം?

4 - 6 മണിക്കൂർ

11

നെല്ലിക്ക ജ്യൂസ് എങ്ങനെ ഉണ്ടാക്കാം? പാർശ്വ ഫലങ്ങൾ

നെല്ലിക്ക പല രൂപത്തിൽ ഭക്ഷണത്തിൽ ഉൾപ്പെടുത്താം. അവയിൽ ഒന്നാണ് ജ്യൂസ് ആക്കി കഴിക്കുന്നത്. വിപണിയിൽ ധാരാളം നെല്ലിക്ക ജ്യൂസുകൾ ലഭ്യമാണ്.

നെല്ലിക്ക ജ്യൂസ് എങ്ങനെ എളുപ്പത്തിൽ തയ്യാറാക്കാം?

കഴുകിയെടുത്ത പച്ച നെല്ലിക്ക മിക്സിയിൽ അരച്ചെടുക്കുക. ഇത് ഒരു അരിപ്പയിലൂടെ അരിച്ച് ജ്യൂസ് വേർതിരിച്ചെടുക്കാം. 15 ഗ്രാം നെല്ലിക്കയിൽ നിന്ന് 10-15 മില്ലി ജ്യൂസ് ലഭിക്കും.

പച്ച നെല്ലിക്ക ലഭ്യമല്ലെങ്കിലോ?

ശാരംഗ്ധര സംഹിതയിലെ സ്വരസ അധ്യായത്തിൽ പരാമർശിച്ചിരിക്കുന്ന പ്രകാരം പുതിയ സസ്യം ലഭ്യമല്ലാത്തപ്പോൾ ജ്യൂസ് വേർതിരിച്ചെടുക്കാൻ താഴെപ്പറയുന്ന രീതി പിന്തുടരാവുന്നതാണ്.

ഒരു ടീസ്പൂൺ (5 ഗ്രാം) ഉണങ്ങിയ നെല്ലിക്ക പൊടി അര കപ്പ് (100 മില്ലി) വെള്ളത്തിൽ ചേർത്ത് ചെറിയ തീയിൽ തിളപ്പിച്ച് കാൽ കപ്പായി വറ്റിച്ച് അരിച്ചെടുക്കാം.

ഡോസ്

പച്ച നെല്ലിക്കയാണ് എടുക്കുന്നതെങ്കിൽ 10-15 മില്ലി, ദിവസത്തിൽ ഒരു തവണ കഴിക്കാം.

ഉണങ്ങിയ പൊടി തിളപ്പിച്ചുണ്ടാക്കുന്നതാണെങ്കിൽ കാൽ കപ്പ് അല്ലെങ്കിൽ പ്രതിദിനം 50 മില്ലി കഴിക്കാം. വിപണിയിൽ നിന്നും വാങ്ങിക്കുന്ന നെല്ലിക്ക

ജ്യൂസ് - 10 - 15 മില്ലി, ഇരട്ടി അളവിൽ വെള്ളം ചേർത്ത് ഭക്ഷണത്തിന് മുമ്പോ ശേഷമോ ദിവസത്തിൽ ഒരുതവണ എന്ന തോതിൽ കഴിക്കാം.

നെല്ലിക്ക - ഔഷധ ഗുണങ്ങൾ:
തണുപ്പാണ്. ഉപ്പ് ഒഴിച്ചുള്ള എല്ലാ രുചികളും ഇതിനുണ്ട്. ഇത് മൂന്ന് ദോഷങ്ങളെയും സന്തുലിതമാക്കുന്നു.

നെല്ലിക്ക ജ്യൂസിന്റെ ഗുണങ്ങൾ:
നെല്ലിക്കയുടെ എല്ലാ ഗുണങ്ങളും ജ്യൂസിലും ഉണ്ട്.

- മൂത്രാശയ സംബന്ധമായ തകരാറുകൾ, മൂത്രം പോകുമ്പോഴുണ്ടാകുന്ന വേദന തുടങ്ങിയ രോഗാവസ്ഥകളിലും ഗുണം ചെയ്യും.
- പതിവായി കഴിക്കുന്നത് മലബന്ധത്തിന് പരിഹാരമാണ്.
- കാഴ്ചശക്തി, പ്രതിരോധ ശേഷി, ചർമ്മത്തിന്റെ നിറം എന്നിവ നിലനിർത്താൻ സഹായിക്കുന്നു.
- പ്രായാധിക്യം മൂലമുണ്ടാകുന്ന രോഗങ്ങളെ ചെറുക്കുന്നു.
- മേധാ ശക്തി വർദ്ധിപ്പിക്കുന്നു. കഫ ശമനമാണ്
- അസിഡിറ്റി, വയറു പുകച്ചിൽ എന്നിവയിൽ നിന്നും ആശ്വാസം നല്കുന്നു.

നെല്ലിക്ക ജ്യൂസിന്റെ പാർശ്വഫലങ്ങൾ:

- ചില ആളുകളിൽ ഇത് വരണ്ട ചർമ്മം, വായ വരൾച്ച എന്നിവയ്ക്ക് കാരണമാകാം.
- ജലദോഷം, ചുമ / ആസ്ത്മ എന്നിവ ഉള്ള രോഗികളിൽ രോഗം വഷളാക്കാം. ഇത്തരക്കാർ ജ്യൂസിൽ 1 - 2 ഗ്രാം ഇഞ്ചി / കുരുമുളക് പൊടി ചേർത്ത് കഴിക്കാം.
- ഗർഭകാലത്തും മുലയൂട്ടുന്ന സമയത്തും കുട്ടികൾക്കും വീട്ടിൽ ഉണ്ടാക്കുന്ന നെല്ലിക്ക ജ്യൂസ് കഴിക്കാവുന്നതാണ്.
- പ്രിസർവേറ്റീവുകൾ അടങ്ങിയ വിപണിയിൽ ലഭ്യമായ ഉൽപ്പന്നം ഉപയോഗിക്കാനാണെങ്കിൽ ഡോക്ടറുടെ ഉപദേശം തേടുക.

നെല്ലിക്ക ജ്യൂസിന്റെ കാലഹരണ തീയതി :

മാർക്കറ്റിൽ നിന്നും ലഭിക്കുന്നവ നിർമ്മാണ തീയതി മുതൽ 1 വർഷം വരെ സൂക്ഷിക്കാം. വീട്ടിൽ തയ്യാറാക്കുന്നവ 6-8 മണിക്കൂറിനുള്ളിൽ കഴിക്കേണ്ടതുണ്ട്. ഫ്രിജ്ജിൽ (സാധാരണയായി ശുപാർശ ചെയ്യുന്നില്ല), ഇത് 1-2 ദിവസം വരെ സൂക്ഷിക്കാം.

വിപണിയിൽ ലഭ്യമായ നെല്ലിക്ക ജ്യൂസ്

വിപണിയിൽ ലഭ്യമായ നെല്ലിക്ക ജ്യൂസിന്റെ പ്രധാന പോരായ്മ പ്രിസർവേറ്റീവുകൾ ചേർക്കുന്നതാണ്. എല്ലാ റെഡിമെയ്ഡ് നെല്ലിക്ക ജ്യൂസ് ഉൽപ്പന്നങ്ങളിലും പ്രിസർവേറ്റീവുകൾ അടങ്ങിയിട്ടുണ്ട്. സാധാരണയായി നെല്ലിക്ക ജ്യൂസ് മാസങ്ങളോളം കഴിക്കാൻ നിർദ്ദേശിക്കാറുണ്ട്. ദീർഘ കാലം പ്രിസർവേറ്റീവുകൾ ഉള്ളിലേക്കെത്തുന്നത് ആരോഗ്യത്തിന് ദോഷം ചെയ്യും. വിപണിയിൽ വിൽക്കുന്ന പല ജ്യൂസുകളിലും സിട്രിക് ആസിഡ്, സോഡിയം ബെൻസോയേറ്റ്, പൊട്ടാസ്യം സോർബേറ്റ്, എന്നിവ അടങ്ങിയിട്ടുണ്ട്.

നെല്ലിക്ക ജ്യൂസ് മറ്റ് ഔഷധസസ്യങ്ങളുമായി ചേർത്ത് ഉപയോഗിക്കുന്നത്

പതഞ്ജലി ഗിലോയ് അംല ജ്യൂസ് - നെല്ലിക്കയോടൊപ്പം ചിറ്റാമൃതും ചേർത്ത് തയ്യാറാക്കുന്നത്. പനിയിൽ, പ്രതിരോധശേഷി മെച്ചപ്പെടുത്തുന്നതിന് ഉപയോഗപ്രദമാണ്.
കയ്പ്പക്ക - നെല്ലിക്ക ജ്യൂസ് - പ്രമേഹത്തിന് ഉപയോഗപ്രദമാണ്.

മാർക്കറ്റിൽ ലഭ്യമായ നെല്ലിക്ക ജ്യൂസിന്റെ അളവ്:

5-15 മില്ലി, 10-20 മില്ലി വെള്ളത്തിൽ ചേർത്ത്, ദിവസത്തിൽ ഒരുതവണ. ചില കമ്പനികൾ ഇതിലും ഉയർന്ന ഡോസ് നിർദ്ദേശിച്ചേക്കാം, പക്ഷേ മാർക്കറ്റ് ജ്യൂസിന്റെ ഉയർന്ന സാന്ദ്രത കണക്കിലെടുത്ത് പ്രതിദിനം 5 - 15 മില്ലി എന്നതിനേക്കാൾ ഉയർന്ന ഡോസ് ഞങ്ങൾ ശുപാർശ ചെയ്യുന്നില്ല.

എത്ര കാലം കഴിക്കാം?

വീട്ടിൽ തയ്യാറാക്കുന്നവ മാസങ്ങളോളം സുരക്ഷിതമായി ഉപയോഗിക്കാം. മാർക്കറ്റിൽ നിന്നും ലഭിക്കുന്നവയാണെങ്കിൽ, 2 മാസം കഴിച്ച് തുടർന്ന് ഒരു മാസത്തെ ഇടവേള നൽകി, തുടർന്ന് വീണ്ടും ഉപയോഗിക്കുക.

നെല്ലിക്ക ജ്യൂസ് മറ്റ് രോഗങ്ങളിൽ

മൂത്രാശയ രോഗങ്ങളിൽ നെല്ലിക്ക ജ്യൂസ് ഫലപ്രദമാണ്. നെല്ലിക്ക ജ്യൂസ് - 10 മില്ലി + 1 നുള്ള് മഞ്ഞൾ + 1 നുള്ള് ഇഞ്ചിപ്പൊടി ചേർത്ത് കഴിക്കുന്നത് ജലദോഷം, ചുമ, അലർജി എന്നിവയ്ക്ക് ഫലപ്രദമാണ്.

വാത ദോഷം കുറയ്ക്കാൻ നെല്ലിക്ക ജ്യൂസ്

നെല്ലിക്ക ജ്യൂസിൽ ഒരു ടീസ്പൂൺ ശർക്കര ചേർത്ത് കഴിക്കാം. ഒരു ടേബിൾസ്പൂൺ നെല്ലിക്ക ജ്യൂസിൽ 2 ഗ്രാം അമുക്കുരം പൊടിച്ചതും ചേർത്ത് കഴിക്കുന്നതും വാത ദോഷം സന്തുലിതമാക്കാൻ ഫലപ്രദമാണ്. അസ്ഥികൾ, പേശികൾ, സന്ധികൾ എന്നിവയെ ശക്തിപ്പെടുത്താൻ ഇത് ഉപയോഗപ്രദമാണ്.

12

ആയുർവേദ മരുന്നു പേസ്റ്റുകൾ - കൽക്കം ഉപയോഗങ്ങൾ

ഹെർബൽ പേസ്റ്റുകളെ ആയുർവേദത്തിൽ കൽക്കം എന്നാണ് വിളിക്കുന്നത്. ഇവ പുറമേ പുരട്ടാനും ഉള്ളിലേക്ക് കഴിക്കാനും ഉപയോഗിക്കാറുണ്ട്.

നിർവ്വചനം:
ഔഷധസസ്യങ്ങൾ അതേപടി പൊടിച്ചെടുത്തോ അല്ലെങ്കിൽ വെള്ളം ചേർത്ത് അരച്ചോ ആണ് അവ നിർമ്മിക്കുന്നത്. പുതിയതോ ഉണങ്ങിയതോ ആയ സസ്യഭാഗങ്ങൾ കൊണ്ട് കൽക്കം തയ്യാറാക്കാം.

ഡോസ് - 1 കർഷ = 12 ഗ്രാം പ്രതിദിനം ഒന്നോ രണ്ടോ തവണ.

ഉദാഹരണങ്ങൾ:
വേപ്പിൻ പേസ്റ്റ്
മുറിവുകൾ ശുദ്ധീകരിക്കാനും വേഗത്തിൽ സുഖപ്പെടുത്താനും ബാഹ്യ പ്രയോഗത്തിന് ഉപയോഗിക്കാം.
ഛർദ്ദി, ത്വക്ക് രോഗങ്ങൾ, കൃമി, പിത്ത, കഫ രോഗാവസ്ഥകൾ എന്നിവയിൽ പ്രതിദിനം 5-10 ഗ്രാം എന്ന അളവിൽ ഉള്ളിലേക്ക് കഴിക്കാം.

വെളുത്തുള്ളി പേസ്റ്റ്:
തൊലി കളഞ്ഞ വെളുത്തുള്ളി അല്ലികൾ പേസ്റ്റാക്കി എള്ളെണ്ണയോടൊപ്പം നൽകാറുണ്ട്. വാത വൈകല്യങ്ങളിലും വിഷമ ജ്വരത്തിലും - ആവർത്തിച്ചുള്ള പനിയിലും ഇത് ഉപയോഗപ്രദമാണ്

ഇഞ്ചി-എള്ള്-ശർക്കര പേസ്റ്റ്:

പെപ്റ്റിക് അൾസർ, റൂമറ്റോയ്ഡ് ആർത്രൈറ്റിസ് എന്നിവ ചികിത്സിക്കാൻ ഇഞ്ചി, എള്ള്, ശർക്കര എന്നിവ ഉപയോഗിച്ച് നിർമ്മിച്ച പേസ്റ്റ് പശുവിൻ പാലിനൊപ്പം നൽകാറുണ്ട്.

പെപ്റ്റിക് അൾസർ, റൂമറ്റോയ്ഡ് ആർത്രൈറ്റിസ് എന്നിവ ചികിത്സിക്കാൻ ഇഞ്ചി, എള്ള്, ശർക്കര എന്നിവ ഉപയോഗിച്ച് നിർമ്മിച്ച പേസ്റ്റ് പശുവിൻ പാലിനൊപ്പം നൽകാറുണ്ട്.

13

ചർമ്മത്തിന്റെ തിളക്കം വർദ്ധിപ്പിക്കാൻ കറ്റാർ വാഴ

ഡോ എം എസ് കൃഷ്ണമൂർത്തി എംഡി (ആയു) പിഎച്ച്ഡി.

കറ്റാർ വാഴ പൾപ്പ് സൗന്ദര്യ വർദ്ധക വസ്തുവായി ഉപയോഗിക്കാത്തവർ കുറവായിരിക്കും. മോയ്സ്ചുറൈസറായും ചർമ്മത്തിന്റെ തിളക്കം വർദ്ധിപ്പിക്കാനും ഇത് ഉപയോഗിച്ചുവരുന്നു.

പൾപ്പ് എങ്ങനെ ശേഖരിക്കാം ?

കറ്റാർ വാഴ ഇല അടർത്തി പൾപ്പ് ശേഖരിച്ച് ഉപയോഗിക്കാം. എന്നാൽ വീട്ടിൽ കറ്റാർ വാഴയുടെ ഒന്നോ രണ്ടോ ചെടികൾ മാത്രമേ ഉള്ളൂവെങ്കിൽ, ദിവസേന ഇല ഉപയോഗിക്കാനാവില്ല, അതിനാൽ, കറ്റാർ വാഴ ഇലകളിൽ നിന്ന് പൾപ്പ് എക്സുഡേറ്റ് ശേഖരിച്ച് ഉപയോഗിക്കാം. ഈ രീതിയിൽ, ചെടി കൂടുതൽ കാലം സംരക്ഷിക്കപ്പെടുന്നു.

എക്സുഡേറ്റുകൾ ലഭിക്കുന്നതിനുള്ള ലളിതമായ വിദ്യ

ആവശ്യമായ വസ്തുക്കൾ - പാത്രങ്ങൾ, മൂർച്ചയുള്ള ബ്ലേഡ് / കത്തി സ്പൂൺ അല്ലെങ്കിൽ മൂർച്ചയുള്ള സ്റ്റീൽ പ്ലേറ്റ് ചേരുവകൾ - ത്രിഫല പൊടി (2-3 ഗ്രാം)

രീതി:

മണ്ണുമായി സമ്പർക്കത്തിൽ വരാത്ത ഇലയുടെ മുകളിൽ കത്തികൊണ്ട് ചെറുതായി വരയുക. മുറിവേറ്റ ഭാഗത്ത് ഒന്നോ രണ്ടോ നുള്ള് ത്രിഫല പൊടി വിതറുക. 10-15 മിനിറ്റിനുശേഷം, മുറിച്ച ഭാഗത്ത് നിന്ന് മഞ്ഞ നിറത്തിലുള്ള

ദ്രാവകം പുറത്തേക്ക് ഒഴുകും. ഇത് ഒരു സ്പൂൺ അല്ലെങ്കിൽ സ്റ്റീൽ പ്ലേറ്റിൽ ശേഖരിക്കാം.

എങ്ങനെ ഉപയോഗിക്കാം ?
ഈ ദ്രാവകം മുഖക്കുരു, കറുത്ത പാടുകൾ എന്നിവയുള്ള ഭാഗങ്ങളിൽ പതിവായി പ്രയോഗിക്കാം. മുഖക്കുരുവിന് മുകളിൽ പഴുപ്പ് ഉണ്ടെങ്കിൽ, 1 ഗ്രാം മഞ്ഞൾപ്പൊടിയോ വേപ്പിലപ്പൊടിയോ പൾപ്പിൽ ചേർത്ത് പുരട്ടാം.

എത്ര തവണ പ്രയോഗിക്കണം?
ഒരു ദിവസം 3-5 തവണ

എത്രകാലം ഉപയോഗിക്കണം?
15-21 ദിവസം ഉപയോഗിച്ചാൽ പ്രതീക്ഷിക്കുന്ന ഫലം ലഭിക്കും. വിലയേറിയ സൗന്ദര്യവർദ്ധക വസ്തുക്കൾക്ക് പരീക്ഷിക്കുന്നതിനു പകരം ഇത്തരം പ്രകൃതിദത്ത ഉല്പന്നങ്ങൾ ഉപയോഗിക്കുന്നത് കൂടുതൽ സുരക്ഷിതവും ഫലപ്രദവുമാണ്.

14
ശർക്കര ഇഞ്ചി – വീക്കത്തിനുള്ള വീട്ടുവൈദ്യം

രക്തവും രക്തക്കുഴലുകളും പ്രതിരോധ വ്യവസ്ഥയും ഉൾപ്പെടുന്ന അവയവ വ്യവസ്ഥയുടെ സങ്കീർണ്ണമായ പ്രതികരണമാണ് വീക്കം. അണുബാധയോ അല്ലെങ്കിൽ മുറിവോ മറ്റോ ഉണ്ടാകുമ്പോൾ ശരീരം പ്രതികരിക്കുന്നതിന്റെ ഭാഗമായി വീക്കവും വേദനയും ഉണ്ടാകുന്നു.

ഏകദേശം 10 ഗ്രാം ഇഞ്ചി ചതച്ചാൽ അതിൽ നിന്നും 3-4 മില്ലി ഇഞ്ചി നീര് ലഭിക്കും. ഇത് 3 - 4 ഗ്രാം ശർക്കര ചേർത്ത് ഭക്ഷണത്തിന് ശേഷം ദിവസത്തിൽ ഒന്നോ രണ്ടോ തവണ കഴിക്കുന്നത് വീക്കവും വേദനയും കുറയ്ക്കാൻ ഉപയോഗപ്രദമാണ്. ഇത് അര കപ്പ് ആട്ടിൻ പാലിനൊപ്പവും നൽകാറുണ്ട്. ഇഞ്ചി അരച്ചതും ഇപ്രകാരം ശർക്കര ചേർത്ത് ഉപയോഗിക്കാം. 2 -3 ഗ്രാം വീതം ദിവസത്തിൽ ഒന്നോ രണ്ടോ തവണ നൽകാം. ഗുളാർദ്രക പ്രയോഗം എന്നാണ് ആയുർവേദത്തിൽ ഇത് അറിയപ്പെടുന്നത്.

ഗർഭാവസ്ഥയിലും മുലയൂട്ടുന്ന സമയത്തും കുട്ടികളിലും ഇത് സുരക്ഷിതമാണോ?

ഡെലിവറിക്ക് മുമ്പും ശേഷവും കുട്ടികളിലും ഭക്ഷണത്തിന്റെ ഭാഗമായി ഇഞ്ചിയും ശർക്കരയും സാധാരണയായി ഉപയോഗിക്കാറുണ്ട്. അതിനാൽ, ഇത് എല്ലാവർക്കും സുരക്ഷിതമാണെന്ന് പറയാം.

എന്തെങ്കിലും പാർശ്വഫലങ്ങൾ?

ഇഞ്ചിക്ക് അല്പം എരിവ് രുചി കൂടുതലാണ്. എന്നാൽ ശർക്കര ചേർത്ത് ഉപയോഗിക്കുന്നത് അത്തരം പാർശ്വഫലങ്ങളെ ശമിപ്പിക്കുന്നു.

പ്രമേഹരോഗികൾ ശർക്കരയുടെ ഉപയോഗം പരിമിതപ്പെടുത്തേണ്ടതുണ്ട്.

എത്ര കാലം ഇത് ഉപയോഗിക്കാം?
ഇതിന്റെ ദീർഘകാല ഉപയോഗം സുരക്ഷിതമാണ്. 4-6 ആഴ്ച വരെ ഉപയോഗിക്കാം.

പ്രമേഹരോഗികൾ ശർക്കരയുടെ ഉപയോഗം പരിമിതപ്പെടുത്തേണ്ടതുണ്ട്.

എത്ര കാലം ഇത് ഉപയോഗിക്കാം?
ഇതിന്റെ ദീർഘകാല ഉപയോഗം സുരക്ഷിതമാണ്. 4-6 ആഴ്ച വരെ ഉപയോഗിക്കാം.

15

കഷായം - തയ്യാറാക്കുന്ന രീതി, ഉപയോഗം

ആയുർവേദത്തിലെ പ്രസിദ്ധമായ ഒരു മരുന്നു രൂപമാണ് കഷായം. കഷായം എന്ന വാക്കിന് സസ്യങ്ങളുടെ സത്ത് എന്ന് അർത്ഥം. ഉപയോഗിക്കുന്ന ഔഷധസസ്യങ്ങളുടെ അടിസ്ഥാനത്തിൽ ത്രിഫല കഷായം, സുകുമാരം കഷായം, വരാദി കഷായം എന്നിങ്ങനെ പേരുകൾ നല്കിയിരിക്കുന്നു. ക്വാഥം എന്നതും കഷായം തന്നെയാണ്.

കഷായം എങ്ങനെ തയ്യാറാക്കാം?

പുസ്തകങ്ങളിൽ വിവരിച്ചിരിക്കുന്ന പരമ്പരാഗത ഔഷധ കൂട്ടുകൾ അനുസരിച്ചാണ് ചേരുവകൾ എടുക്കേണ്ടത്.

- പച്ചമരുന്നുകൾ തരിയോടുകൂടി പൊടിച്ചെടുത്തതിൽ 8 ഇരട്ടി വെള്ളം ചേർത്ത് ഒന്നോ രണ്ടോ മണിക്കൂർ കുതിർത്തുവയ്ക്കുക.
- ഈ മിശ്രിതം ഒരു വലിയ പാത്രത്തിൽ എടുത്ത് ഇളം തീയിൽ തിളക്കാൻ അനുവധിക്കുക.
- തിളക്കുമ്പോൾ ഒരു സ്പൂൺ ഉപയോഗിച്ച് ഇളക്കിക്കൊണ്ടിരിക്കണം.
- എടുത്തിരിക്കുന്ന വെള്ളം 1/4 അല്ലെങ്കിൽ 1/8 അല്ലെങ്കിൽ 1/16 ആയി കുറയുന്നത് വരെ തിളപ്പിക്കുക.

ഉദാഹരണത്തിന്, നിങ്ങൾ 100 ഗ്രാം പച്ചമരുന്ന് എടുത്ത് 800 മില്ലി വെള്ളം ചേർത്തിട്ടുണ്ടെങ്കിൽ, കഷായം തിളപ്പിച്ച് 200 മില്ലി അല്ലെങ്കിൽ 100 മില്ലി അല്ലെങ്കിൽ 50 മില്ലി ആയി കുറയ്ക്കണം. ശേഷം വൃത്തിയുള്ള തുണിയിൽ അരിച്ചെടുക്കുക. ഇങ്ങനെ തയ്യാറാക്കിയ കഷായം 4 - 5 മണിക്കൂറിനുള്ളിൽ

ഉപയോഗിച്ചു തീർക്കണം. ഉപയോഗിക്കുന്ന സസ്യത്തിന്റെ കാഠിന്യം അടിസ്ഥാനമാക്കി എടുക്കുന്ന വെള്ളത്തിന്റെ അളവും വ്യത്യാസപ്പെട്ടിരിക്കും.

ഔഷധം 1 ഭാഗം + 16 ഭാഗം വെള്ളം->1/8 ആക്കി കുറയ്ക്കുക ഉദാ: 10 ഗ്രാം + 160 മില്ലി വെള്ളം -> 20 മില്ലി.

ചില പുസ്തകങ്ങളിൽ 1/4 ആക്കി കുറയ്ക്കാൻ പറഞ്ഞിരിക്കുന്നു. ഉദാ: 10 ഗ്രാം + 160 മില്ലി വെള്ളം -> 40 മില്ലി. (1/4)

എല്ലാ ചെടികളും കഷായം ഉണ്ടാക്കാൻ ഉപയോഗിക്കാമോ?

കഷായം ഉണ്ടാക്കാൻ പറ്റാത്ത ചില ഔഷധങ്ങൾ ഉണ്ട്. ഗ്രാമ്പൂ, യൂക്കാലിപ്റ്റസ് മുതലായവയിൽ ഉയർന്ന താപനിലയിൽ ബാഷ്പീകരിക്കപ്പെടുന്ന അസ്ഥിര ഘടകങ്ങൾ ഉണ്ട്.

നമുക്ക് സ്വന്തം ഇഷ്ടപ്രകാരമുള്ള മരുന്നുകൾ എടുത്ത് കഷായം ഉണ്ടാക്കാമോ?

ഏതെങ്കിലും മരുന്ന് പരീക്ഷിക്കുന്നതിനു മുൻപ് വിദഗ്ധോപദേശം തേടുന്നത് നല്ലതാണ്.

സ്വന്തം ഇഷ്ടപ്രകാരം കഴിക്കുന്നത് ഗുരുതരമായ പ്രത്യാഘാതങ്ങൾക്ക് ഇടയാക്കും.

കഷായ തയ്യാറാക്കുന്നതിനുള്ള ചില പൊതു നിയമങ്ങൾ

- വിശാലമായ വായയുള്ള , ഇരുമ്പ് / സ്റ്റീൽ പാത്രങ്ങൾ ഉപയോഗിക്കുക
- അടച്ചുവച്ച് തിളപ്പിക്കരുത്
- തിളപ്പിക്കുമ്പോൾ തുടർച്ചയായി ഇളക്കി കൊണ്ടിരിക്കണം
- ഇളം തീയിൽ തിളപ്പിക്കുക. (വെള്ളം തിളച്ചു തുടങ്ങിയ ശേഷം, ~90 ഡിഗ്രി സെൽഷ്യസിൽ തുടരുക)
- അല്പം തരിയോടു കൂടി പൊടിച്ച ഔഷധ സസ്യം ഉപയോഗിക്കുക. അധികം നേരിയതായി പൊടിച്ചാൽ അരിച്ചെടുക്കാൻ ബുദ്ധിമുട്ടായിരിക്കും
- ഇളം ചൂടോടുകൂടി അപ്പോൾ തന്നെ ഉപയോഗിക്കുക.
- പിത്ത വൈകല്യങ്ങളിൽ, കഷായം തണുപ്പിച്ച് കഴിക്കുക.

പച്ചമരുന്നുകൾ വെള്ളത്തിൽ കുതിർത്തു വയ്ക്കാമോ?

കഷായ സസ്യങ്ങൾ രാത്രി മുഴുവൻ കുതിർത്തുവയ്ക്കാൻ ചിലർ

ഉപദേശിക്കുന്നു.

ഇത് സസ്യത്തിൽ നിന്ന് ജല മാധ്യമത്തിലേക്ക് രാസവസ്തുക്കൾ വേർതിരിച്ചെടുക്കുന്നത് എളുപ്പമാക്കുന്നു.

എന്നാൽ ബ്രഹ്മി, കയ്യോന്നി, അല്ലെങ്കിൽ ശതാവരി പോലുള്ള ചില ഔഷധസസ്യങ്ങൾ കുതിർത്തുവച്ചാൽ കേടായി പോകാം.

പരമ്പരാഗത ഡോസ്: പ്രതിദിനം 50-100 മില്ലി വീതം. സാധാരണയായി 20 - 80 മില്ലി, ദിവസം രണ്ടു തവണകളായി. വിപണിയിൽ ലഭ്യമായ സാന്ദ്രീകൃത കഷായ - 10 - 20 മില്ലി, തുല്യഭാഗം വെള്ളം ചേർത്ത് നിർദ്ദേശിക്കണം

എപ്പോൾ കഴിക്കണം

ഭക്ഷണ രസ പകേ സഞ്ജാതേ - ഭക്ഷണം ദഹിച്ചതിന് ശേഷം. രാവിലെ 6 നും വൈകുന്നേരം 6 നും (വെറും വയറ്റിൽ ഭക്ഷണത്തിന് 30 മിനിറ്റ് മുമ്പ് കഴിക്കണം)

രോഗത്തെ അടിസ്ഥാനമാക്കി, ഭക്ഷണത്തിനു ശേഷവും നൽകാറുണ്ട്.

കഷായത്തിന്റെ സാന്ദ്രത: സാന്ദ്രത കൂടുന്നതനുസരിച്ച് ഡോസ് കുറവായിരിക്കും.

വിപണിയിൽ ലഭ്യമായ കഷായങ്ങൾ:

വിപണിയിൽ ലഭ്യമായ മിക്ക കഷായങ്ങളിലും പ്രിസർവേറ്റീവുകൾ അടങ്ങിയിട്ടുണ്ട് (സോഡിയം ബെൻസോയേറ്റ്, പാരബെൻസ്). ഇവയ്ക്ക് സാന്ദ്രത കൂടുതലാണ്. അതിനാൽ കഴിക്കുന്നതിനുമുൻപ് തുല്യ അളവിൽ വെള്ളം ചേർക്കുക. കുപ്പി കഷായം ഉപയോഗിക്കുന്നതിനുമുൻപ് നന്നായി കുലുക്കണം

വിപണിയിൽ ലഭ്യമായ കഷായങ്ങൾ ചൂടാക്കരുത്.

കഷായം ഗുളിക / ക്വാഥം ടാബ്ലറ്റ്

കഷായം കൂടുതൽ സാന്ദ്രീകരിച്ചാണ് ഗുളികകൾ തയ്യാറാക്കുന്നത്.

ഡോസ്: ഭക്ഷണത്തിന് മുമ്പ് 2 ഗുളികകൾ വീതം ഒരു ദിവസം 2 തവണ. കഷായം ഗുളികകളിൽ പ്രിസർവേറ്റീവുകൾ താരതമ്യേന കുറവാണ്. വിപണിയിൽ ലഭ്യമായ കഷായത്തേക്കാൾ നല്ലത് സ്വയം നിർമ്മിക്കുന്നതാണ്. അതുപോലെ കഷായ ഗുളികയേക്കാൾ മികച്ചതാണ് കഷായം. കഷായത്തിൽ,

മരുന്ന് ദ്രാവക രൂപത്തിലാണ്. അതിനാൽ കഷായം ഗുളികകളുമായി താരതമ്യപ്പെടുത്തുമ്പോൾ ആഗിരണം വേഗത്തിൽ നടക്കും. കഷായം ഗുളികകൾ ക്വാഥം ടാബ്ലെറ്റ് എന്നും അറിയപ്പെടുന്നു.

- കഷായം ഗുളിക കാലഹരണ തീയതി - 2 വർഷം
- കഷായം - 3 വർഷം
- സ്വയം നിർമ്മിക്കുന്ന കഷായം – 6 - 8 മണിക്കൂർ

കാഥ

കഷായത്തിന്റെ പുളിപ്പിച്ച രൂപമാണിത്. കൂടുതൽ കാലം കേടുകൂടാതെ ഇരിക്കാനാണ് ഇപ്രകാരം ചെയ്യുന്നത്.
കഷായത്തിൽ ശർക്കരയും, താതിരിപൂവ് പോലുള്ള പുളിപ്പിക്കാനുള്ള വസ്തുക്കളും ചേർത്ത് പുളിക്കാൻ അനുവധിക്കുക.
ഉദാ: മഹാമഞ്ജിഷ്ഠാദി കാഥ

കഷായ / സിറപ്പ്

സിറപ്പ് വളരെക്കാലം സൂക്ഷിക്കാം
കഷായമാണ് കൂടുതൽ ഫലപ്രദം
സിറപ്പ് ശരീര ഭാരം വർദ്ധിപ്പിക്കാനും അനുയോജ്യമാണ്.

16

കഷായം എങ്ങനെ വീട്ടിൽ തയ്യാറാക്കാം?

ഔഷധസസ്യങ്ങളുടെ വെള്ളത്തിൽ ലയിക്കുന്ന ഘടകങ്ങൾ സ്വാംശീകരിക്കാൻ കഴിവുള്ള മരുന്ന് രൂപമാണ് കഷായം. കഷായം വീട്ടിൽ തയ്യാറാക്കുമ്പോൾ ഫലപ്രാപ്തിയും സുരക്ഷിതത്വവും ഉറപ്പാക്കാൻ താഴെ പറയുന്ന നിയമങ്ങൾ പാലിക്കണം.

1. വലിയ വായയുള്ള പാത്രം ഉപയോഗിക്കുക - കഷായം തയ്യാറാക്കുമ്പോൾ എല്ലായ്പ്പോഴും വിശാലമായ വായയുള്ള പാത്രം ഉപയോഗിക്കുക. ഇത് എളുപ്പത്തിൽ വെള്ളം ബാഷ്പീകരിക്കാനും തിളയ്ക്കൽ പ്രക്രിയ വേഗത്തിലാക്കാനും സഹായിക്കും.

2. നേരിയ തീ - നേരിയ തീയിൽ തിളപ്പിക്കുക. കഠിനമായ ചൂട് പാത്രത്തിനുള്ളിലെ ഔഷധസസ്യങ്ങൾ കരിഞ്ഞു പോകുന്നതിന് കാരണമായേക്കാം. കഷായം തയ്യാറാക്കുന്ന സമയത്ത്, സസ്യങ്ങളുടെ സജീവ തത്വങ്ങൾ ജലത്തിൽ ലയിക്കുന്നു. ഇത് സാവധാനം സംഭവിക്കുന്ന പ്രക്രിയയാണ്.

3. ഔഷധസസ്യങ്ങളുടെ വലിപ്പം - ഔഷധസസ്യങ്ങൾ മിതമായ വലിപ്പത്തിൽ പൊടിച്ചു ചേർക്കുക.

4. ഉണങ്ങിയ പച്ചമരുന്നുകൾ മാത്രം ഉപയോഗിക്കുക - ഏതാനും ചെടികൾ ഒഴികേ കഷായം തയ്യാറാക്കാൻ ഉപയോഗിക്കുന്ന മിക്ക ഔഷധസസ്യങ്ങളും ഉണങ്ങിയ രൂപത്തിൽ മാത്രമാണ് ഉപയോഗിക്കുന്നത്.

5. അടപ്പ് കൊണ്ട് മൂടരുത് - കഷായം ഉണ്ടാക്കുമ്പോൾ പാത്രം മൂടി കൊണ്ട് മൂടരുത്. അടച്ചുവച്ച് തിളപ്പിക്കുമ്പോൾ വെള്ളം ഘനീഭവിച്ച് വീണ്ടും പാത്രത്തിലേക്ക് വീഴും.

6. തുടർച്ചയായി ഇളക്കുക -തുടർച്ചയായി ഇളക്കുന്നത് കഷായ ചൂർണ്ണം കരിഞ്ഞു പോകുന്നത് തടയും.

7. ഔഷധസസ്യത്തിന്റെയും വെള്ളത്തിന്റെയും അനുപാതം - ഏതൊരു കഷായത്തിനും, സാധാരണയായി കഷായ ചൂർണ്ണവും വെള്ളവും 1:4 അല്ലെങ്കിൽ 1:8 എന്ന അനുപാതത്തിൽ ആണ്.

8. ജലത്തിന്റെ അളവ് ¼ അല്ലെങ്കിൽ 1/8 ആയി കുറയുന്നത് വരെ കഷായം തിളപ്പിക്കണം.

9. അരിക്കുമ്പോൾ ശ്രദ്ധിക്കുക - കഷായം അരിച്ചെടുക്കാൻ വൃത്തിയുള്ള തുണി ഉപയോഗിക്കുക. കഷായം ചെറുതായി ചൂടുള്ളപ്പോൾ അരിക്കുക.

10. 4-5 മണിക്കൂറിനുള്ളിൽ ഉപയോഗിക്കുക - ഒരിക്കൽ തയ്യാറാക്കിയ കഷായം 4-5 മണിക്കൂറിനുള്ളിൽ ഉപയോഗിക്കണം. അധികം നേരം സൂക്ഷിച്ചാൽ കേടായേക്കാം.

11. കഷായം വീണ്ടും ചൂടാക്കരുത് - ഒരിക്കൽ തയ്യാറാക്കിയ കഷായം വീണ്ടും ചൂടാക്കരുത്. ഇത് കഷായത്തിലെ സജീവമായ ഹെർബൽ തത്ത്വങ്ങളെ നശിപ്പിച്ചേക്കാം.

12. ഉപയോഗിച്ച പച്ചമരുന്നുകൾ വീണ്ടും ഉപയോഗിക്കരുത് - കഷായം തയ്യാറാക്കാൻ ഉപയോഗിക്കുന്ന പച്ചമരുന്നുകൾ തയ്യാറാക്കിയ ശേഷം കളയുക. ഇത് വീണ്ടും ഉപയോഗിക്കാൻ പാടില്ല

17

ഹെർബൽ ടീ (ഗ്രീൻ ടീ) തയ്യാറാക്കുമ്പോൾ ഒഴിവാക്കേണ്ട 7 തെറ്റുകൾ

അമിതഭാരം, കൊളസ്ട്രോൾ എന്നിവയ്ക്ക് പ്രതിവിധിയായും, ആസ്ത്മ, പനി, ജലദോഷം എന്നീ രോഗാവസ്ഥകളിലും ഹെർബൽ ടീ ഉപയോഗിക്കാൻ നിർദ്ദേശിക്കാറുണ്ട്.

1.പാൽ ചേർക്കരുത്

തുളസി അടങ്ങിയിട്ടുണ്ടെങ്കിൽ, പാൽ ചേർക്കുന്നത് ഒഴിവാക്കുക. പാലും തുളസിയും വിരുദ്ധമാണ്. ശരീരഭാരം കുറയ്ക്കാൻ കഴിക്കുമ്പോഴും പാൽ ചേർക്കരുത്.

2. പഞ്ചസാരയുടെ ഉപയോഗം ഒഴിവാക്കുക

ഹെർബൽ ടീയുടെ ഉദ്ദേശ്യങ്ങളിലൊന്ന് പഞ്ചസാരയുടെ ഉപയോഗം ഒഴിവാക്കുക എന്നതാണ്. അതിനാൽ പഞ്ചസാര ചേർക്കുന്നതിൽ അർത്ഥമില്ല.

പഞ്ചസാരയ്ക്ക് പകരമുള്ളവ: തേൻ - ഒരു ടീസ്പൂൺ കവിയരുത്. ശരീരഭാരം കുറയ്ക്കാൻ തേൻ സഹായിക്കുന്നു. എന്നാൽ വളരെ ചൂടുള്ള ഹെർബൽ ടീയിൽ തേൻ ചേർക്കരുത്. നിങ്ങൾക്ക് തേൻ ചേർക്കാൻ താൽപ്പര്യമുണ്ടെങ്കിൽ, തണുത്തതിനുശേഷം മാത്രം ഉപയോഗിക്കുക. തേൻ ഒരു ടീ സ്പൂണിൽ കൂടുതൽ ചേർക്കരുത്. തേനല്ലെങ്കിൽ അല്പം ശർക്കര ചേർക്കാം. എന്നാൽ ശർക്കര അധികമായാൽ ശരീരഭാരം വർദ്ധിക്കും. അതിനാൽ, തേനാണ് നല്ലത്.

3. വീണ്ടും ചൂടാക്കൽ

പുതുതായി ഉണ്ടാക്കിയതു മാത്രം കഴിക്കുക. വീണ്ടും ചൂടാക്കി കുടിക്കരുത്. ഹെർബൽ ടീ വീണ്ടും ചൂടാക്കുന്നത് സസ്യത്തിലെ സജീവ ഘടകങ്ങളെ വിഘടിപ്പിക്കുന്നു.

4. വളരെ ചൂടുള്ളതും തണുത്തതും

പിത്ത പ്രകൃതിക്കാരാണെങ്കിൽ ഇളംചൂടോടുകൂടി കുടിക്കുക. വാത, കഫ പ്രകൃതിക്കാർക്ക് ചൂടോടുകൂടി കഴിക്കാം.

5. പാത്രം അടച്ച് തിളപ്പിക്കാതിരിക്കുക

വെള്ളം ബാഷ്പീകരിക്കപ്പെടുന്ന തരത്തിൽ പാത്രം തുറന്നിരിക്കണം. തിളക്കുമ്പോൾ ചേരുവകൾ ഇളക്കണം.

6. ആരോഗ്യ വിദഗ്ധരുമായി ആലോചിക്കാതെ ഹെർബൽ ടീ കഴിക്കരുത്

മെലിഞ്ഞ പ്രമേഹ രോഗികൾ, പഞ്ചകർമ്മ ചികിത്സയ്ക്ക് വിധേയരായ ആളുകൾ (2 മാസത്തിനുള്ളിൽ), മറ്റു മരുന്നുകൾ ഉപയോഗിക്കുന്നവർ, അമിതമായി ക്ഷീണിച്ചവർ തുടങ്ങിയവർക്ക് ഹെർബൽ ടീ ആവശ്യമില്ല. ഇത് രോഗലക്ഷണങ്ങൾ വഷളാക്കാൻ കാരണമായേക്കാം.

18

തിളപ്പിച്ച വെള്ളവും മറ്റും വീണ്ടും തിളപ്പിച്ച് ഉപയോഗിക്കാമോ?

ഒരു തവണ തിളപ്പിച്ച് തണുത്ത വെള്ളവും മറ്റും വീണ്ടും തിളപ്പിച്ച് ഉപയോഗിക്കുന്നതിനോട് ആയുർവേദം യോജിക്കുന്നില്ല. ഏതെങ്കിലും ദ്രാവകം, വെള്ളം അല്ലെങ്കിൽ കഷായം (കഷായം) തിളപ്പിച്ച് തണുപ്പിച്ച ശേഷം, അത് വീണ്ടും ചൂടാക്കിയാൽ, ആ ദ്രാവകം വിഷം പോലെ പ്രവർത്തിക്കുന്നു. വെള്ളത്തിന് പുറമേ, നെയ്യ്, എണ്ണകൾ, ഔഷധ പാനീയങ്ങൾ ജ്യൂസുകൾ എന്നിവയ്ക്കെല്ലാം ഈ നിയമം ബാധകമാണ്.

ച്യവനപ്രാശം പോലുള്ള ലേഹങ്ങൾ ഉണ്ടാക്കുമ്പോൾ, ആദ്യം കഷായം ഉണ്ടാക്കുന്നു, തുടർന്ന് അതിലേക്ക് ശർക്കര അല്ലെങ്കിൽ പഞ്ചസാര മുതലായവ ചേർത്ത് വീണ്ടും ചൂടാക്കുന്നു. ഈ സാഹചര്യത്തിൽ, കഷായ തണുപ്പിക്കാൻ അനുവദിക്കുന്നില്ല, കഷായം തയ്യാറായ ഉടൻ, മറ്റ് ചേരുവകൾ ചേർത്ത് ചൂടാക്കുന്നു. അതിനാൽ, മുകളിൽ പറഞ്ഞ നിയമം ഇവിടെ ബാധകമല്ല.

നെയ്യ്, ഓയിൽ, ജാം മുതലായവ തയ്യാറാക്കുമ്പോൾ മറ്റൊരു നിയമമുണ്ട്. രണ്ടും മൂന്നും ദിവസമെടുത്താണ് ഇവയുടെ നിർമ്മാണം പൂർത്തിയാക്കുന്നത്. എന്നാൽ ഇവിടെ അത് വീണ്ടും തിളപ്പിക്കുന്നതായി കണക്കാക്കാനാവില്ല. കാരണം, കഷായ ഉണ്ടാക്കിക്കഴിഞ്ഞാൽ, അതിൽ പഞ്ചസാര / എണ്ണ / നെയ്യ് ചേർക്കുന്നു. പിന്നീട് കുറച്ച് സമയം തിളപ്പിച്ച ശേഷം അടുത്ത ദിവസം തിളപ്പിക്കൽ തുടരും. ഇവിടെ, തിളപ്പിക്കൽ ഒരു തുടർച്ചയായ പ്രക്രിയയാണ്, പൂർത്തിയായ ഉൽപ്പന്നം വീണ്ടും തിളപ്പിക്കുന്നില്ല.

മസാജിനായി എണ്ണകൾ ഉപയോഗിക്കുമ്പോൾ:

ചിലർ മസാജ് ചെയ്യാൻ തുടങ്ങുന്നതിന് തൊട്ടുമുമ്പ് മസാജ് ഓയിൽ ചൂടാക്കുന്നു. ശൈത്യകാലത്തും തണുത്ത കാലാവസ്ഥയുള്ള സ്ഥലങ്ങളിലും ഇത് നല്ലതാണ്. കാരണം, തണുത്ത എണ്ണ മസാജ് ചെയ്താൽ, കഫം വർദ്ധിച്ചേക്കാം. ഇത്തരം സന്ദർഭങ്ങളിൽ എണ്ണ നേരിട്ട് തീയിൽ കാണിച്ച് ചൂടാക്കാതെ ചൂടുള്ള വെള്ളത്തിലോ മറ്റോ ഇറക്കി വച്ച് ചൂടാക്കുക.

വിപണിയിൽ ലഭ്യമായ കഷായം കഴിക്കുന്നതിന് മുമ്പ് ചൂടാക്കാമോ?
ഇല്ല. ഇത് വളരെ അപകടകരമായേക്കാം. വിപണിയിൽ ലഭിക്കുന്ന കഷായങ്ങളിൽ പ്രിസർവേറ്റീവുകൾ അടങ്ങിയിട്ടുണ്ട്. അവ ചൂടാക്കുന്നതിലൂടെ അനാരോഗ്യകരമായ സംയുക്തങ്ങൾ ഉല്പാദിപ്പിക്കപ്പെടുന്നു. ഇവയുടെ ഉപയോഗം രോഗം കൂടുതൽ സങ്കീർണ്ണമാകുന്നതിന് കാരണമായേക്കാം.

എന്തുകൊണ്ടാണ് വീണ്ടും തിളപ്പിച്ച വെള്ളം വിഷമയമാണെന്ന് പറയുന്നത്?
വെള്ളത്തിൽ ധാതുക്കളും മറ്റും അടങ്ങിയിരിക്കുന്നു.തണുപ്പിച്ച് വീണ്ടും തിളപ്പിച്ചാൽ, ഇത്തരം സംയുക്തങ്ങൾ ചില മാറ്റങ്ങൾക്ക് വിധേയമാകുകയും വിഷലിപ്തമാക്കുകയും ചെയ്യുന്നു.
ആയുർവേദത്തിൽ, ഇത് ആമം എന്ന അവസ്ഥയ്ക്ക് കാരണമാകുന്നു.
കാത്സ്യം പോലുള്ള ധാതുക്കൾ നമുക്ക് ശരീരത്തിൽ ആവശ്യമാണ്. വീണ്ടും തിളപ്പിമ്പോൾ ഇവ വൃക്കയിലെ കല്ലുകൾക്കും മറ്റും കാരണമാകും.

കഷായം, നെയ്യ്, എണ്ണകൾ മുതലായവ വീണ്ടും തിളപ്പിക്കുന്നതിൽ എന്ത് സംഭവിക്കുന്നു?
പാകം ചെയ്ത എല്ലാ ഭക്ഷണങ്ങളെയും പോലെ, കഷായവും ചൂടോടുകൂടി കഴിക്കാൻ പറയുന്നു.
അതിനാൽ, കഷായം പുതുതായി നിർമ്മിക്കുമ്പോൾ, സസ്യങ്ങളുടെ വെള്ളത്തിൽ ലയിക്കുന്ന തത്വങ്ങൾ സജീവമാക്കപ്പെടുന്നു. ഇത് എളുപ്പത്തിൽ ആഗിരണം ചെയ്യപ്പെടുകയും ശരീരത്തിൽ അതിന്റെ ഗുണങ്ങൾ വേഗത്തിൽ കാണിക്കുകയും ചെയ്യുന്നു.

കഷായം തണുപ്പിച്ച ശേഷം, വീണ്ടും ചൂടാക്കിയാൽ, അത് സജീവമായ തത്വങ്ങളുടെ ചാർജ് നഷ്ടപ്പെടുന്നതിനും ദഹനത്തിന് വളരെ പ്രയാസകരമാവുകയും പല രോഗങ്ങൾക്കും കാരണമാകുന്നു.പാകം ചെയ്ത ഭക്ഷണത്തിനും ഈ നിയമം ബാധകമാണ്. നാം കഴിക്കുന്ന ഭക്ഷണത്തിലും ഔഷധസസ്യങ്ങളിലും ഉള്ള സജീവമായ തത്വങ്ങൾ ചാർജ് ചെയ്യുന്ന ഒരു

പ്രക്രിയയാണ് ചൂടാക്കൽ. അവ ചാർജ്ജ് ചെയ്ത് സജീവമാക്കിയാൽ, ഊർജ്ജവും അവയുടെ ആകെ ഫൈറ്റോ ന്യൂട്രിയൻ്റുകളും ശരീരം എളുപ്പത്തിൽ ആഗിരണം ചെയ്യുന്ന തരത്തിൽ ആകുന്നു. എന്നാൽ ഒരിക്കൽ തണുക്കുകയും വീണ്ടും ചൂടാക്കുകയും ചെയ്താൽ, അവ മുമ്പത്തെപ്പോലെ ചാർജ് ചെയ്യപ്പെടുന്നില്ല, ഇത് ക്രമരഹിതമായ ആഗിരണത്തിലേക്ക് നയിക്കുന്നു.

അവലംബം: കയ്യദേവ നിഘണ്ടു - ദ്രവ വർഗം

ശാർങ്ഗധര സംഹിത പ്രഥമ ഖണ്ഡ 1

19

പനിക്കും രുചിയില്ലായ്മയ്ക്കും ചിറ്റാമൃത്

ആവശ്യമുള്ള വസ്തുക്കൾ

ചിറ്റമൃത് 25 ഗ്രാം - പൊടിച്ചത്

വെള്ളം - 400 മില്ലി

തിപ്പലി - 2 - 3 നുള്ള് - നേർക്കെ പൊടി

തേൻ - 1- 2 ടീസ്പൂൺ

നിർമ്മാണ രീതി -

ഘട്ടം - 1 - ചിറ്റമൃത് കഷായം തയ്യാറാക്കൽ

25 ഗ്രാം ചിറ്റമൃത് 400 മില്ലി വെള്ളത്തിൽ ചേർത്ത് തിളപ്പിച്ച് 100 മില്ലി ആയി വറ്റിക്കുക.

നേരിയ തീയിൽ, പാത്രം തുറന്നു വച്ച് തിളപ്പിക്കുക. തിളക്കുമ്പോൾ തുടർച്ചയായി ഇളക്കി കൊണ്ടിരിക്കണം.

ഘട്ടം - 2

ഉണ്ടാക്കി വച്ച കഷായത്തിൽ 2 - 3 നുള്ള് തിപ്പലി പൊടി ചേർത്ത് നന്നായി ഇളക്കുക.

കഴിക്കേണ്ട രീതി

20 - 30 മില്ലി കഷായം ഒരു ടീസ്പൂൺ തേൻ ചേർത്ത് ദിവസത്തിൽ ഒന്നോ രണ്ടോ തവണ, ഭക്ഷണത്തിന് 10 മിനിറ്റ് മുമ്പ് കഴിക്കുക. രോഗത്തിൻറെയും രോഗിയുടെയും ബലത്തെ അടിസ്ഥാനമാക്കി ഡോസ് അൽപ്പം കൂട്ടുകയോ കുറയ്ക്കുകയോ ചെയ്യാം.

പ്രയോജനങ്ങൾ:

വിട്ടുമാറാത്ത പനി, ദഹനക്കേട്, രുചിയില്ലായ്മ എന്നിവയ്ക്ക് ഉപയോഗപ്രദമാണ്.

മരുന്നിന്റെ പ്രവർത്തനം എപ്രകാരമാണ്?

ആയുർവേദത്തിലെ അറിയപ്പെടുന്ന ജ്വരഹര സസ്യമാണ് ചിറ്റമൃത്. പനിക്കുള്ള പല ആയുർവേദ മരുന്നുകളിലും ഇത് വ്യാപകമായി ഉപയോഗിക്കുന്നു. ഇത് പ്രതിരോധശേഷി വർധിപ്പിക്കുകയും ചെയ്യുന്നു. ഇതിന് ആന്റിവൈറൽ, ആന്റി ബാക്ടീരിയൽ ഗുണങ്ങളുണ്ട്. തിപ്പലിയും പനിക്ക് വളരെ ഉപയോഗപ്രദമാണ്. ഇത് കരളിന്റെയും പ്ലീഹയുടെയും പ്രവർത്തനത്തെ ഉത്തേജിപ്പിക്കുന്നു. കൂടാതെ മികച്ച ആന്റി-ഇൻഫ്ലമേറ്ററി ഗുണമുള്ള സസ്യം കൂടിയാണിത്. തേൻ മരുന്നിന്റെ പ്രവർത്തനത്തെ ത്വരിതപ്പെടുത്തുന്നു. കൂടാതെ തേനിന് ആന്റി ബാക്ടീരിയൽ, ആന്റി-ഇൻഫ്ലമേറ്ററി ഗുണങ്ങൾ കൂടിയുണ്ട്.

എത്ര കാലം കഴിക്കണം

ഡോക്ടറുടെ നിർദ്ദേശപ്രകാരം 3-4 ആഴ്ച വരെ കഴിക്കാം

എന്തെങ്കിലും പാർശ്വഫലങ്ങൾ?

ചുരുക്കം ചിലരിൽ വയറിനു പുകച്ചിൽ ഉണ്ടാക്കിയേക്കാം. കുട്ടികൾക്കും മുലയൂട്ടുന്ന അമ്മമാർക്കും ഇത് സുരക്ഷിതമാണ്. ഗർഭാവസ്ഥയിൽ ഡോക്ടറുടെ ഉപദേശ പ്രകാരം മാത്രം ഉപയോഗിക്കുക.

20

പനിക്കും ജലദോഷത്തിനും ആയുർവേദ വീട്ടുവൈദ്യം

ആയുർവേദത്തിൽ പനി ശമിപ്പിക്കാൻ കഴിവുള്ള നിരവധി ഔഷധങ്ങൾ ഉണ്ട്. അവയിൽ ലളിതമായ കഷായം വിവരിക്കാം.

ചേരുവകൾ:
6 ഗ്രാം വീതം
നെല്ലിക്ക
ചിറ്റമൃത്
കൊടുവേലി
തിപ്പലി

നിർമ്മാണ രീതി
ഈ സസ്യങ്ങളിൽ ഓരോന്നിനും 6 ഗ്രാം വീതം എടുത്ത് പൊടിച്ച് 200 മില്ലി വെള്ളത്തിൽ ചേർത്ത് ചെറു തീയിൽ തിളപ്പിച്ച് 50 മില്ലി ആയി വറ്റിക്കുക. അരിച്ചെടുത്ത് ഉപയോഗിക്കാം.

ഡോസ്

- 10 - 15 മില്ലി വീതം 2 നേരം ഭക്ഷണത്തിന് മുമ്പ് കഴിക്കുന്നത് ദഹന ശക്തി മെച്ചപ്പെടുത്തുന്നതിനും പനി, ജലദോഷം എന്നിവയ്ക്ക് പ്രതിവിധിയായും ഉപയോഗിക്കാം.
- കഫത്തിന്റെ അസന്തുലിതാവസ്ഥ മൂലം ഉണ്ടാകുന്ന പനിയിൽ ഫലപ്രദമാണ്

- ഒരിക്കൽ തയ്യാറാക്കിയ കഷായം 12 - 15 മണിക്കൂർ വരെ മാത്രമേ സൂക്ഷിക്കാൻ കഴിയൂ.
- കഷായം വീണ്ടും ചൂടാക്കുന്നത് അഭികാമ്യമല്ല.

- ഒരിക്കൽ തയ്യാറാക്കിയ കഷായം 12 - 15 മണിക്കൂർ വരെ മാത്രമേ സൂക്ഷിക്കാൻ കഴിയൂ.
- കഷായം വീണ്ടും ചൂടാക്കുന്നത് അഭികാമ്യമല്ല.

21

നടുവേദനയ്ക്ക് പ്രതിവിധി - ആവണക്കെണ്ണ ചേർത്ത ദശമൂല കഷായം

ഡോ രഘുറാം വൈ.എസ്. MD (Ay)

നടുവേദനയ്ക്ക് പ്രതിവിധിയായി നിരവധി മരുന്നുകൾ ആയുർവേദ ഗ്രന്ഥങ്ങളിൽ വിവരിച്ചിട്ടുണ്ട്. ആവണക്കെണ്ണ ചേർത്ത ദശമൂല കഷായം നടുവേദനയെ അകറ്റാൻ വളരെ ഫലപ്രദമായ ഔഷധക്കൂട്ടാണ്. ഇതിനെ സംബന്ധിക്കുന്ന വിവരണം യോഗ രത്നാകര, വാതവ്യാധി ചികിത്സ അദ്ധ്യായം, 164 ആം ശ്ലോകത്തിൽ ലഭിക്കും.

ഗുണങ്ങൾ

നടുവേദന, സയാറ്റിക്ക - കാലിലേക്ക് വരുന്ന വേദന, കാൽമുട്ട് വേദന, മലബന്ധം എന്നിവയിൽ ഉപയോഗപ്രദമാണ്.

ആവശ്യമുള്ള വസ്തുക്കൾ

- ദശമൂലത്തിന്റെ വേരുകൾ (10 ഔഷധസസ്യങ്ങളുടെ വേരുകൾ പൊടിച്ചെടുത്തത്)
- ആവണക്കെണ്ണ
- വെള്ളം
- അണുവിമുക്തമായ തുണി / അരിപ്പ
- അരിച്ച കഷായം ശേഖരിക്കുന്നതിനുള്ള കുപ്പി അല്ലെങ്കിൽ ചെറിയ പാത്രം.

ദശമൂലകൾ

10 ഔഷധസസ്യങ്ങളുടെ വേരുകളാണ് ദശമൂലം. പച്ചമരുന്നു കടകളിൽ ഇത് ലഭ്യമാണ്. കൂവളം, മുഞ്ഞ, കുമിഴ്, പലകപയ്യാനി, ചെറുവഴുതിന, വെൺവഴുതിന, ഞെരിഞ്ഞിൽ, പാതിരി, ഓരില, മൂവില എന്നിവയാണ്.

നിർമ്മാണ രീതി

ദശമൂലത്തിന്റെ വേരുകൾ പൊടിച്ച് 16 ഇരട്ടി വെള്ളത്തിൽ ചേർത്ത് ചെറു തീയിൽ തിളപ്പിച്ച് നാലിൽ ഒന്നാകുന്നതുവരെ വറ്റിക്കുക. അരിച്ചെടുത്ത് ഉപയോഗിക്കാം.

ഉദാഹരണത്തിന്, ഓരോ മരുന്നും 2.5 ഗ്രാം പൊടി വീതം (10 എണ്ണം 25 ഗ്രാം) എടുത്ത് 16 ഇരട്ടി വെള്ളത്തിൽ തിളപ്പിക്കുക. അതായത് ഏകദേശം 400ml വെള്ളം വറ്റിച്ച് 100ml ആയി കുറയ്ക്കുക.

ഇങ്ങനെ തയ്യാറാക്കിയ കഷായം ഒരു അണുവിമുക്തമായ തുണിയിലൂടെയോ അരിപ്പയിലൂടെയോ അരിച്ച് ഒരു കുപ്പിയിലോ ചെറിയ പാത്രത്തിലോ ശേഖരിച്ച് വയ്ക്കുക. ഇത് 50 മില്ലി വീതം ദിവസം 2 നേരം ഉപയോഗിക്കാം.

അധിക ഡോസ് നൽകേണ്ടി വരുന്ന സാഹചര്യങ്ങളിൽ പച്ചമരുന്നുകളുടെയും വെള്ളത്തിന്റെയും അളവ് ആനുപാതികമായി വർദ്ധിപ്പിക്കാം

ഡോസ്

50 മില്ലി കഷായത്തിൽ 5-10 മില്ലി ആവണക്കെണ്ണ ചേർക്കുന്നു. ചേരുവകൾ നന്നായി ഇളക്കി യോജിപ്പിച്ചശേഷം കഴിക്കാം.

എപ്പോൾ എത്ര തവണ കഴിക്കാം?

വൈകുന്നേരം അത്താഴത്തിന് ഒരു മണിക്കൂർ മുൻപ് കഴിക്കുന്നതാണ് ഉത്തമം. ആവണക്കെണ്ണ കഴിക്കുന്നത് ചിലരിൽ ചില പ്രതിപ്രവർത്തനങ്ങൾ ഉണ്ടാക്കിയേക്കാം. അത്തരക്കാർ ഈ പ്രതിവിധി പരീക്ഷിക്കുന്നതിന് മുമ്പ് ഒരു ഡോക്ടറുടെ അഭിപ്രായം തേടുക.

പരിമിതികൾ:

നടുവേദനയുമായി ബന്ധപ്പെട്ട എല്ലാ അവസ്ഥകൾക്കും ഇത് പ്രതിവിധിയല്ല. വിദഗ്ധ നിർദ്ദേശ പ്രകാരം മാത്രം ഉപയോഗിക്കുക. എല്ലാ ആളുകൾക്കും ആവണക്കെണ്ണയുടെ രുചിയോ മണമോ സഹിക്കാൻ പറ്റ ണമെന്നുമില്ല.

വയറിളക്കം, അർശസ്, ഛർദ്ദി അല്ലെങ്കിൽ ഓക്കാനം എന്നിവയുള്ള ആളുകൾക്ക് ഈ പ്രതിവിധി അനുയോജ്യമല്ല.

22

മൂത്രത്തിൽ ചൂട്, വയറുവേദന, ശരീരം പുകച്ചിൽ പ്രതിവിധി

ശരീരത്തിലെ അമിതമായ ചൂട്, മൂത്രമൊഴിക്കുമ്പോൾ പുകച്ചിൽ, അനുബന്ധ വയറുവേദന, കൈപ്പത്തികളിലും കാലുകളിലും അമിതമായി വിയർക്കൽ - ഈ ലക്ഷണങ്ങളെല്ലാം പിത്തത്തിന്റെ വർദ്ധനവിനെ സൂചിപ്പിക്കുന്നു. വെയിലത്ത് നടന്ന് ക്ഷീണിച്ച് വരുന്നവർക്ക് ശരീരം പെട്ടെന്ന് തണുക്കാൻ നെല്ലിക്കയും ശർക്കരയും ഉപയോഗിച്ച് വീട്ടിൽ തയ്യാറാക്കാവുന്ന ഒരു പാനീയമാണ് ഇവിടെ വിവരിക്കുന്നത്.

നെല്ലിക്കയും ശർക്കരയും

നെല്ലിക്കയും ശർക്കരയും പിത്തത്തെ സമീകരിക്കാൻ കഴിവുള്ള രണ്ട് ഔഷധങ്ങളാണ്.

ആവശ്യമായ വസ്തുക്കൾ

- നെല്ലിക്ക പൊടി - 25 ഗ്രാം (1 ഭാഗം)
- വെള്ളം - 200 മില്ലി (8 ഭാഗങ്ങൾ)
- ശർക്കര - 3 – 5 ഗ്രാം

നിർമ്മാണ രീതി

നെല്ലിക്ക പൊടി ഒരു വലിയ പാത്രത്തിൽ എടുത്ത് അതിൽ 200 മില്ലിവെള്ളം ചേർത്ത് ഇളം ചൂടിൽ തിളപ്പിക്കുക, തുടർച്ചയായി ഇളക്കി കൊടുക്കണം. ഏകദേശം 50 മില്ലി ആകുന്നതുവരെ വറ്റിക്കുക. ഇത് തണുത്തതിനുശേഷം തുണി അല്ലെങ്കിൽ അരിപ്പയിൽ അരിച്ചെടുക്കുക.

ഇത് 10-20 മില്ലി, 3-5 ഗ്രാം ശർക്കരപ്പൊടി ചേർത്ത് ദിവസത്തിൽ ഒന്നോ രണ്ടോ തവണ കഴിക്കാം. ഭക്ഷണത്തിന് മുമ്പ് കഴിക്കുന്നതാണ് ഉത്തമം. ഓരോ ദിവസവും കഴിക്കേണ്ടത് അതേ ദിവസം തന്നെ ഉണ്ടാക്കി എടുക്കണം. 2-3 ആഴ്ച വരെ തുടർച്ചയായി ഉപയോഗിക്കാം.

ശ്രദ്ധിക്കുക - പ്രമേഹമുള്ളവർ ഇതിന്റെ ഉപയോഗം ഒഴിവാക്കണം.

ഉപയോഗങ്ങൾ
• ഇത് ശരീരത്തിലെ ചൂട് കുറയ്ക്കുന്നു, ദഹനശ ക്തി മെച്ചപ്പെടുത്തുന്നു.
• മൂത്രം ഒഴിക്കുമ്പോൾ ഉണ്ടാകുന്ന പുകച്ചിലിന് പ്രതിവിധിയാണ്.
• പിത്ത സംബന്ധമായ രോഗാവസ്ഥകൾക്ക് പ്രതിവിധിയാണ്.

23

കാഞ്ചനാരം – ഗോയിറ്ററിന് വീട്ടുവൈദ്യം

തൈറോയിഡ് ഗ്രന്ഥിയുമായി ബന്ധപ്പെട്ട് കാണപ്പെടുന്ന ഗോയിറ്റർ രോഗം, കഴുത്തിൽ കാണപ്പെടുന്ന മുഴകൾ, മറ്റ് തരത്തിലുള്ള വളർച്ചകൾ എന്നിവയ്ക്ക് പ്രതിവിധിയായി കാഞ്ചനാരം എന്നറിയപ്പെടുന്ന ഒരു ഔഷധസസ്യത്തിന്റെ പരമ്പരാഗത ഉപയോഗത്തെ കുറിച്ചാണ് ഈ അധ്യായത്തിൽ വിവരിക്കുന്നത്. കാഞ്ചനാര ഗുഗ്ഗുലു എന്ന പ്രശസ്തമായ ആയുർവേദ ഗുളികയുടെ പ്രധാന ചേരുവയാണിത്.

ആവശ്യമായ വസ്തുക്കൾ

കാഞ്ചനാര (Bauhinia variegata) പുറംതൊലി പൊടിച്ചത് - 10 ഗ്രാം

വെള്ളം - 160 മില്ലി

ഇഞ്ചി പൊടി - 1-2 ഗ്രാം

എങ്ങനെ തയ്യാറാക്കാം?

കാഞ്ചനാരത്തിന്റെ പുറംതൊലി 10 ഗ്രാം, 160 മില്ലി വെള്ളത്തിൽ ചേർത്ത് നേരിയ തീയിൽ തിളപ്പിച്ച് 40 മില്ലി ആക്കി വറ്റിക്കുക. തുടർച്ചയായി ഇളക്കി കൊടുക്കണം. ഇത് തണുത്തതിനുശേഷം തുണി അല്ലെങ്കിൽ അരിപ്പയിൽ അരിച്ചെടുക്കുക. ഭക്ഷണത്തിന് 30 മിനിറ്റ് മുമ്പ് 1 - 2 ഗ്രാം ഇഞ്ചി പൊടിച്ചതും ചേർത്ത് ദിവസത്തിൽ ഒന്നോ രണ്ടോ തവണ, 10 - 20 മില്ലി എന്ന അളവിൽ കഴിക്കാം.

ഉപയോഗം - ഗോയിറ്റർ, തൊണ്ടയിലെ മുഴകൾ, ലിംഫെഡെനിറ്റിസ് മുതലായ അവസ്ഥകളിൽ ഫലപ്രദമാണ്.

എത്ര കാലം കഴിക്കണം ?

ഡോക്ടറുടെ നിർദ്ദേശപ്രകാരം 2-3 മാസത്തേക്ക് കഴിക്കാം.

പാർശ്വ ഫലങ്ങൾ

ഗർഭാവസ്ഥയിലും മുലയൂട്ടുന്ന സമയത്തും ഇത് ശുപാർശ ചെയ്യുന്നില്ല. ഡോക്ടറുടെ നിർദ്ദേശ പ്രകാരം മാത്രം ഈ മരുന്ന് ഉപയോഗിക്കുക. ഒരു ദിവസം ഉണ്ടാക്കിയത് അന്നു തന്നെ ഉപയോഗിച്ചു തീർക്കുക. വീണ്ടും ചൂടാക്കി ഉപയോഗിക്കാൻ പാടില്ല.

24

ചിറ്റമൃത് - സന്ധിവാതം (ഗൗട്ട് - ആർത്രയ്റ്റിസ്) - വീട്ടുവൈദ്യം

കാലിലെ പെരുവിരലിനെ ബാധിക്കുന്ന രോഗാവസ്ഥയാണ് ഗൗട്ട് (സന്ധിവാതം). ആയുർവേദ പ്രകാരം രക്ത വാത ദൂഷ്ടിയാണ് ഇതിന്റെ മൂലകാരണം. അതിനാൽ ആയുർവേദത്തിൽ ഇതിനെ വാതരക്തം എന്ന് വിളിക്കുന്നു. ഒറ്റമൂലികളെ കുറിച്ച് പ്രതിപാദിക്കുന്ന ഭാഗത്തിൽ സന്ധിവാതത്തിനുള്ള പ്രത്യേക പ്രതിവിധിയായി ചിറ്റമൃത് പരാമർശിക്കപ്പെട്ടിരിക്കുന്നു.

ആവശ്യമുള്ള വസ്തുക്കൾ:

ചിറ്റമൃത് Indian Tinospora - 25 ഗ്രാം - ചതച്ചെടുത്തത്

വെള്ളം - 400 മില്ലി വെള്ളം

എങ്ങനെ തയ്യാറാക്കാം?

ചിറ്റമൃത് പൊടിച്ച് വലിയ പാത്രത്തിൽ എടുക്കുക. ഇതിൽ 400 മില്ലി വെള്ളം ചേർത്ത് 100 മില്ലി ആയി വറ്റുന്നത് വരെ നേരിയ തീയിൽ തിളപ്പിക്കുക. ചൂട് അല്പം കുറഞ്ഞതിനുശേഷം അരിച്ചെടുത്ത് ഉപയോഗിക്കാം.

ഡോസ്: 30 - 40 മില്ലി ഭക്ഷണത്തിന് മുമ്പ് ദിവസത്തിൽ ഒന്നോ രണ്ടോ തവണ. ഈ മരുന്നിന് അല്പം കയ്പ്പു രുചിയായിരിക്കും.

നിയമങ്ങൾ:

കഷായം നിർമ്മിക്കുന്നതിനുള്ള എല്ലാ നിയമങ്ങളും ഇവിടെയും ബാധകമാണ്. ഓരോ ദിവസവും കഷായം പുതുതായി തയ്യാറാക്കി ഉപയോഗിക്കുക. ഒരിക്കൽ തയ്യാറാക്കിയ കഷായം 10 മണിക്കൂർ മാത്രമേ സൂക്ഷിക്കാൻ പാടുള്ളൂ.

ഗുഡുചി കഷായം - സന്ധിവാത രോഗിക്ക് 2 - 3 മാസ കാലം നൽകാം.

ഇത് എങ്ങനെ പ്രവർത്തിക്കുന്നു?
ഇമ്മ്യൂണിറ്റി വർദ്ധിപ്പിക്കാൻ സഹായിക്കുന്നു.
ആൻറി-ഇൻഫ്ലമേറ്ററി ഗുണമുള്ള ഒരു സസ്യമാണ് ചിറ്റമൃത്. ഇത് വേദനയും വീക്കവും കുറയ്ക്കുന്നു.

പാർശ്വ ഫലങ്ങൾ:
പ്രമേഹത്തിനും ഉപയോഗപ്രദമാണ്, കാരണം ഇത് രക്തത്തിലെ പഞ്ചസാരയുടെ അളവ് നിയന്ത്രിക്കാൻ സഹായിക്കുന്നു. അതിനാൽ പ്രമേഹ ചികിത്സയ്ക്ക് വിധേയരാകുന്ന ആളുകൾ ഈ മരുന്നിന്റെ ഉപയോഗത്തിനു മുൻപ് അവരുടെ ഡോക്ടറുടെ അഭിപ്രായം തേടേണ്ടതാണ്.

25

മൂത്രത്തിലെ അണുബാധയ്ക്കും മൂത്രമൊഴിക്കുമ്പോൾ ഉണ്ടാകുന്ന വേദനയ്ക്കും ആയുർവേദ പരിഹാരം

മൂത്രാശയ സംബന്ധമായ രോഗങ്ങൾക്ക് ഫലപ്രദമായ ധാരാളം മരുന്നുകൾ ആയുർവേദത്തിലുണ്ട്. എളുപ്പത്തിൽ ഒരു കഷായം എപ്രകാരം തയ്യാറാക്കാം എന്ന് നോക്കാം.

ചേരുവകൾ:

ചിറ്റാമൃത് - 5 ഗ്രാം

ഇഞ്ചി - 5 ഗ്രാം

നെല്ലിക്ക- 5 ഗ്രാം

അമുക്കുരം - 5 ഗ്രാം

ഞെരിഞ്ഞിൽ - 5 ഗ്രാം

വെള്ളം - 200 മില്ലി

നിർമ്മാണ രീതി

അഞ്ച് ചേരുവകളും പൊടിച്ച് ഒരു വലിയ പാത്രത്തിൽ എടുത്ത് അതിൽ 200 മില്ലിവെള്ളം ചേർത്ത് ചെറു തീയിൽ തിളപ്പിക്കുക. തിളക്കുമ്പോൾ തുടർച്ചയായി ഇളക്കി കൊടുക്കണം. ഏകദേശം 50 മില്ലി ആകുന്നതുവരെ വറ്റിക്കുക. തണുത്തതിനു ശേഷം തുണി അല്ലെങ്കിൽ അരിപ്പയിൽ അരിച്ചെടുക്കുക.

അളവ്

ഈ കഷായം 10-20 മില്ലി, ദിവസത്തിൽ ഒന്നോ രണ്ടോ തവണ ഭക്ഷണത്തിന് അര മണിക്കൂർ മുമ്പ് കഴിക്കാം. ഒരിക്കൽ ഉണ്ടാക്കിയ കഷായം 12 മണിക്കൂർ സൂക്ഷിക്കാം. വീണ്ടും ചൂടാക്കി ഉപയോഗിക്കരുത്.

ഗുണങ്ങൾ

- ആവർത്തിച്ചുണ്ടാക്കുന്ന മൂത്രാശയ അണുബാധയ്ക്ക് ഏറ്റവും മികച്ച പ്രതിവിധിയാണിത്.
- മൂത്രമൊഴിക്കുമ്പോൾ ഉണ്ടാകുന്ന വേദന, മൂത്രമൊഴിക്കാനുള്ള ബുദ്ധിമുട്ട് എന്നിവയ്ക്ക് ഫലപ്രദമാണ്.
- വാത, പിത്ത ശമനമാണ്
- മൂത്രാശയ കല്ലുകൾക്ക് ഉപയോഗപ്രദമാണ്
- മൂത്രമൊഴിക്കുമ്പോൾ ഉണ്ടാകുന്ന പുകച്ചിലിനും ഫലപ്രദമാണ്.

എങ്ങനെയാണ് ഈ മരുന്നിന്റെ പ്രവർത്തനം?

- ചിറ്റാമൃത് - ഇത് പ്രതിരോധശേഷി വർധിപ്പിക്കുന്നു. ഇതിന് ആൻറിവൈറൽ, ആൻറി ബാക്ടീരിയൽ ഗുണങ്ങളുണ്ട്. മൂത്രത്തിലെ അണുബാധ തടയുന്നു.
- ഇഞ്ചി - മികച്ച ആന്റി-ഇൻഫ്ലമേറ്ററി ഗുണമുള്ള സസ്യമാണിത്.
- നെല്ലിക്ക - നെല്ലിക്കയ്ക്ക് ആന്റി ഓക്സിഡന്റ് ഗുണങ്ങളുണ്ട്.
- അമുക്കുരം - മൂത്രനാളിയിലെ അണുബാധയ്ക്കുള്ള ആയുർവേദ മരുന്നുകളിൽ പതിവായി ഉപയോഗിക്കു ന്ന ഔഷധം. ആന്റി ഓക്സിഡന്റ് ഗുണങ്ങളുണ്ട്.
- ഞെരിഞ്ഞിൽ - മൂത്രാശയ രോഗങ്ങളിൽ വ്യാപകമായി ഉപയോഗിക്കുന്ന ഔഷധ സസ്യം

26

ക്ഷീരപാകം

ഔഷധങ്ങൾ പാലും വെള്ളവും ചേർത്ത് സംസ്കരിച്ച് നിർമ്മിക്കുന്നതിനെയാണ് ക്ഷീരപാകം എന്ന് വിളിക്കുന്നത് .പാലിന് അതിന്റേതായ ഔഷധഗുണമുണ്ട്. വെളുത്തുള്ളി പോലുള്ള ഉഷ്ണഗുണമുള്ള പദാർത്ഥങ്ങൾ പാലിൽ സംസ്കരിച്ച് ഉപയോഗിക്കാം. പാൽ ആമാശയത്തിലേയും കുടലിലേയും സ്തരങ്ങളെ സംരക്ഷിക്കുന്നു. പിത്തത്തെ ശമിപ്പിക്കുന്നു.

- ക്ഷീര = പാൽ
- പാകം = പാചകം, സംസ്കരണം

പാലിൽ പാകം ചെയ്യുമ്പോൾ സസ്യത്തിലെ വെള്ളത്തിൽ ലയിക്കുന്നതും കൊഴുപ്പിൽ ലയിക്കുന്നതുമായ ഘടകങ്ങൾ പാലിൽ സംക്രമിക്കപ്പെടുന്നു. പാലിന് ആന്റാസിഡ് ഗുണങ്ങളുമുണ്ട്. പാലിന്റെ ഉയർന്ന പോഷകമൂല്യം കാരണം ഇത് ഭക്ഷണമായും ഔഷധ രൂപത്തിലും ഉപയോഗിക്കാം. ചില കുട്ടികൾക്ക് ലാക്ടോസ് അലർജി ഉണ്ടാകും. ഇത്തരക്കാർക്ക് പാൽ നൽകേണ്ടി വരുമ്പോൾ ഇഞ്ചി, മഞ്ഞൾ, കുരുമുളക് / ജീരകം എന്നിവ ചേർത്ത് സംസ്കരിച്ച് നല്കാം. കഷായ എരിവ് രുചിയുള്ള ഔഷധങ്ങളാണ് ക്ഷീരപാക രീതിയിൽ സാധാരണയായി പാകം ചെയ്യാറുള്ളത്.
ഉദാ: അർജ്ജുന ക്ഷീര പാകം. കാരണം, അർജ്ജുനം - നീർമരുത് - കഷായ രുചിയായതിനാൽ തന്നെ കഷായ രൂപത്തിൽ ഉപയോഗിക്കാൻ ബുദ്ധിമുട്ടാണ്.
പാൽ ദഹിക്കാൻ ബുദ്ധിമുട്ടുള്ളവർക്ക് ഇഞ്ചി, ചുക്ക് മുതലായവ ചേർത്ത് സംസ്കരിച്ച പാൽ കുടിക്കാം. ഇത് യഥാക്രമം ആർദ്രക ക്ഷീര പാകം, ശുണ്ഠി ക്ഷീരപാകം എന്നീ പേരുകളിൽ അറിയപ്പെടുന്നു.

ക്ഷീരപാകം അപവാദം

പുളി, ഉപ്പ് രുചി കൂടുതലുള്ള ഔഷധങ്ങൾ സാധാരണയായി ക്ഷീരപാക നിർമ്മാണത്തിന് ഉപയോഗിക്കാറില്ല.

മരുന്നുകൾ നന്നായി പൊടിച്ചെടുത്താണ് പാലിൽ ചേർക്കേണ്ടത്.

ക്ഷീര പാകം എല്ലായ്പ്പോഴും നേരിയ താപനിലയിൽ തയ്യാറാക്കണം. ഉയർന്ന ഊഷ്മാവിൽ ചൂടാക്കുമ്പോൾ ചില ഘടകങ്ങൾ നിശിച്ചുപോകാം.

ക്ഷീരപാകം - നിർവചനം, വ്യത്യസ്ത നിർമ്മാണ രീതികൾ

1 ഭാഗം ഔഷധം + 8 ഭാഗം പാൽ + 32 ഭാഗം വെള്ളം -> പാൽ ശേഷിക്കുന്നത് വരെ തിളപ്പിക്കുക. അരിച്ചെടുത്ത് ഉപയോഗിക്കാം. അതായത് 10 ഗ്രാം ഔഷധം + 80 മില്ലി പാൽ + 320 മില്ലി വെള്ളം -> 80 മില്ലി അവശേഷിക്കുന്നതുവരെ തിളപ്പിച്ച് വറ്റിച്ച് അരിച്ചെടുത്ത് ഉപയോഗിക്കുക. (അഷ്ടാംഗ സംഗ്രഹം കൽപ്പ സ്ഥാനം 8/12)

വാഗ്ഭടന്റെ അഭിപ്രായത്തിൽ ആദ്യം കഷായം നിർമ്മിച്ച ശേഷം പാൽ ചേർത്ത് തിളപ്പിക്കാൻ നിർദ്ദേശിച്ചിരിക്കുന്നു. എന്നാൽ ആദ്യത്തെ രീതിയാണ് പൊതുവേ അംഗീകരിക്കപ്പെട്ടിട്ടുള്ളത്.

ക്ഷീരപാകം ഉദാഹരണങ്ങൾ, തയ്യാറാക്കുന്ന രീതി

അർജുന ക്ഷീരപാകം

നീർമരുതിൻ തണ്ടിന്റെ പുറംതൊലി പൊടിച്ചത് - 1 ഭാഗം

പശുവിൻ പാൽ - 8 ഭാഗങ്ങൾ

വെള്ളം - 32 ഭാഗങ്ങൾ

തയ്യാറാക്കുന്ന രീതി

ഒരു പാത്രത്തിൽ മേൽ പറഞ്ഞ ചേരുവകൾ ചേർത്ത് നേരിയ തീയിൽ തിളപ്പിക്കുക. കൽക്കം കരിഞ്ഞുപോകാതിരിക്കാൻ ഇടയ്ക്ക് ഇളക്കികൊണ്ടിരിക്കണം. പാൽ മാത്രം ശേഷിക്കുന്നതുവരെ തിളപ്പിക്കണം. ശേഷം അരിച്ചെടുത്ത് ഉപയോഗിക്കാം.

ഡോസ്, അനുപാനം, ചികിത്സാ ഉപയോഗം

ഇത് പഞ്ചസാര, തേൻ മുതലായവയ്ക്കൊപ്പം 2 പലം (96 ഗ്രാം) എന്ന അളവിൽ നൽകാം.

ഹൃദയ സംബന്ധമായ രോഗങ്ങളിൽ ഫലപ്രദമാണ്. അസ്ഥി ഒടിവുകളിലും ഇത് ഉപയോഗപ്രദമാണ്.

വെളുത്തുള്ളി - ലശുന ക്ഷീര പാകം - ഡോസ്, ചികിത്സാ ഉപയോഗങ്ങൾ
2 പലം (96 ഗ്രാം) അളവിൽ പഞ്ചസാര, തേൻ എന്നിവയിൽ ഏതെങ്കിലും ഒന്നു ചേർത്ത് നല്കാം.

തയ്യാറാക്കുന്ന വിധം - 192 ഗ്രാം തൊലി കളഞ്ഞ് ഉണക്കിയ വെളുത്തുള്ളി 8 ഇരട്ടി പാലും വെള്ളവും ചേർത്ത് തിളപ്പിച്ച് പാലളവായി വറ്റിക്കണം.

- വയറു സ്തംഭനം
- വായുവിന്റെ മുകളിലേക്കുള്ള ചലനം
- ഇടവിട്ടു വരുന്ന പനി
- ഹൃദ്രോഗം
- കുരുക്കൾ
- നീർവീക്കം എന്നിവയ്ക്ക് പ്രതിവിധിയാണ്.
- ഇത് ദഹനശക്തി വർദ്ധിപ്പിക്കുന്നു
- ഉപാപചയ പ്രവർത്തനങ്ങൾ മെച്ചപ്പെടുത്തുന്നു
- റൂമറ്റോയ്ഡ് ആർത്രൈറ്റിസ്
- പനി
- സന്ധിവാതം - ഓസ്റ്റിയോ ആർത്രൈറ്റിസ് മുതലായ രോഗാവസ്ഥകളിലും ഫലപ്രദമാണ്.

ഭല്ലാതക ക്ഷീരപാകം - രസായനമായി ഉപയോഗിക്കുന്നു
അശോക ക്ഷീരപാകം - ആർത്തവ ക്രമക്കേടുകളും വേദനയും ശമിപ്പിക്കുന്നു
കുടജ ക്ഷീരപാകം -ചേരുവകൾ

- കുടകപ്പാല തൊലി പൊടിച്ചത് - ഏകദേശം 96 ഗ്രാം
- ആട്ടിൻ പാൽ - ഏകദേശം 96 ഗ്രാം വെള്ളം) - 384 ഗ്രാം, അതായത് പാലിന്റെ 4 മടങ്ങ്

ഗുണങ്ങൾ -വയറിളക്കം, ഇറിറ്റബിൾ ബവൽ സിൻഡ്രോം (IBS), മലത്തിൽ രക്തത്തിന്റെ അംശം, വൻകുടൽ പുണ്ണ് എന്നിവയിൽ ഫലപ്രദമാണ്.

മഞ്ഞൾ പാൽ

- മഞ്ഞൾ പാൽകഷായം വിവിധതരം വിഷങ്ങൾക്കെതിരെ ഫലപ്രദമാണ് -ബസവരാജീയം 3
- വിവിധ അലർജിക് ത്വക്ക് രോഗങ്ങൾ, മൂക്കൊലിപ്പ് എന്നിവയിൽ പാലിനൊപ്പം മഞ്ഞൾ നൽകാറുണ്ട്.

27

നീർമരുത് - ഹൃദയ സംരക്ഷണത്തിനുള്ള ആയുർവേദ മരുന്ന്

നീർമരുത് ആയുർവേദത്തിൽ ഹൃദ്രോഗ ചികിത്സയിൽ ഏറ്റവും വ്യാപകമായി ഉപയോഗിക്കുന്നു. ഹൃദയാരോഗ്യം സംരക്ഷിക്കാൻ ഈ മരുന്ന് ഉപയോഗിച്ച് നിർമ്മിക്കുന്ന നിരവധി പരമ്പരാഗത ആയുർവേദ വീട്ടുവൈദ്യങ്ങളുണ്ട്. അത്തരത്തിലുള്ള ഒരു പാൽ കഷായമാണ് ഇവിടെ വിവരിക്കുന്നത്.

ചേരുവകൾ:

നീർമരുത് (ചെടിയുടെ പുറംതൊലി) - പൊടിച്ചത് - 10 ഗ്രാം

തിളപ്പിച്ച് തണുത്ത പാൽ - 80 മില്ലി

വെള്ളം - 320 മില്ലി.

എങ്ങനെ തയ്യാറാക്കാം?

നീർമരുത് പുറംതൊലി പൊടിച്ചതും പാലും ഒരു വലിയ പാത്രത്തിൽ എടുക്കുക. ഒരു സ്പൂണിന്റെയോ സ്കെയിലിന്റെയോ സഹായത്തോടെ പാത്രത്തിലെ പാലിന്റെ ഉയരം രേഖപ്പെടുത്തുക. ഇതിലേക്ക് 320 മില്ലി വെള്ളം ചേർത്ത് നേരിയ തീയിൽ തിളപ്പിക്കുക. തിളക്കുമ്പോൾ തുടർച്ചയായി ഇളക്കി കൊണ്ടിരിക്കണം. വെള്ളം മുഴുവൻ വറ്റി പാലളവാകുന്നതു വരെ തിളപ്പിക്കുക. പാത്രത്തിൽ 80 മില്ലി പാൽ മാത്രം ശേഷിക്കുമ്പോൾ തീ അണച്ച് തുണി ഉപയോഗിച്ച് അരിച്ചെടുത്ത് പാൽ ശേഖരിക്കുക.

ഡോസ്: 10 - 20 മില്ലി - ദിവസത്തിൽ രണ്ടുതവണ, ഭക്ഷണത്തിന് മുൻപ്

മുൻകരുതൽ: ഈ മരുന്ന് പരീക്ഷിക്കുന്നതിന് മുമ്പ് നിങ്ങളുടെ ഡോക്ടറെ കണ്ട് ഉപദേശം തേടുക.

ഈ നിർമ്മാണ രീതി ക്ഷീരപാകം എന്നറിയപ്പെടുന്നു.

നിർമ്മാണത്തിന് ആവശ്യമായ സമയം: 15 - 20 മിനിറ്റ്

മറ്റ് നിയമങ്ങൾ:

തയ്യാറാക്കിയാൽ, ഇത് 8-12 മണിക്കൂർ വരെ മാത്രമേ സൂക്ഷിക്കാൻ കഴിയൂ.

രാവിലെ തയ്യാറാക്കിയ മരുന്ന് വൈകുന്നേരം വരെ കഴിക്കാം.

തണുത്തതിന് ശേഷം വീണ്ടും ചൂടാക്കരുത്.

ഈ ഔഷധം തയ്യാറാക്കുമ്പോഴും സൂക്ഷിക്കുമ്പോഴും ശുചിത്വം പാലിക്കണം.

പ്രയോജനങ്ങൾ:

- ഹൃദയത്തിന്റെ പ്രവർത്തനത്തെ ശക്തിപ്പെടുത്തുന്നു. ഇത് ഒരു സ്വാഭാവിക കാർഡിയാക് ടോണിക്ക് ആയി പ്രവർത്തിക്കുന്നു

- മറ്റ് മരുന്നുകൾക്കൊപ്പം ശസ്ത്രക്രിയാനന്തര കാർഡിയാക് കെയർ സമയത്ത് വീട്ടുവൈദ്യമായി പോലും ഇത് ഉപയോഗിക്കാം.

- ബിപി കുറയ്ക്കാൻ ഒരു പരിധിവരെ ഇത് ഉപയോഗപ്രദമാണ്. ഡോക്ടറുടെ ഉപദേശപ്രകാരം മാത്രം കഴിക്കുക.

- വെർട്ടിഗോ എന്ന അവസ്ഥയ്ക്ക് പരിഹാരമായും ഇത് ഉപയോഗിക്കാം.

28

ഗർഭധാരണത്തിനുള്ള ആയുർവേദ മരുന്ന് അമുക്കുരം

അശ്വഗന്ധ (അമുക്കുരം) എന്നത് സാധാരണയായി പുരുഷ വന്ധ്യതാ ചികിത്സയിൽ ഉപയോഗിക്കുന്ന ഔഷധ സസ്യമാണ്. എന്നാൽ സ്ത്രീകൾക്കും ഇത് പ്രയോജനകരമാണ്.

ആവശ്യമായ വസ്തുക്കൾ :

അമുക്കുരത്തിന്റെ വേര് പൊടിച്ചത് - 25 ഗ്രാം

വെള്ളം - 400 മില്ലി

പാൽ - 100 മില്ലി

നെയ്യ് - 2 - 3 മില്ലി

- അമുക്കുരത്തിന്റെ വേര് പൊടിച്ചത് 400 മില്ലി വെള്ളത്തിൽ ചേർത്ത് തിളപ്പിച്ച് 100 മില്ലി ആയി വറ്റിക്കുക. ഇതിലേക്ക് 100 മില്ലി തിളപ്പിച്ച പാൽ ചേർക്കുക. (ഏതെങ്കിലും ആയുർവേദ മരുന്നിൽ പാൽ ചേർക്കുമ്പോൾ തിളപ്പിച്ചതിനു ശേഷം മാത്രം ഉപയോഗിക്കുക).
- ഈ മിശ്രിതം 100 മില്ലി മാത്രം ശേഷിക്കുന്നതു വരെ വറ്റിക്കുക.
- തണുത്തതിനുശേഷം അരിച്ചെടുക്കുക.
- ഇതിൽ വെള്ളത്തിൽ ലയിക്കുന്നതും കൊഴുപ്പ് ലയിക്കുന്നതുമായ അശ്വഗന്ധയുടെ സജീവ ഘടകങ്ങൾ അടങ്ങിയിട്ടുണ്ട്.
- 30 മില്ലി എന്ന അളവിൽ രാവിലെ ഭക്ഷണത്തിന് മുമ്പ് അര ടീ സ്പൂൺ നെയ്യ് ചേർത്ത് കഴിക്കുക.
- ഗർഭധാരണത്തിനു തയ്യാറെടുക്കുന്ന സ്ത്രീകൾക്ക് ആയുർവേദ ഡോക്ടറുടെ ഉപദേശപ്രകാരം 2 മുതൽ 3 മാസം വരെ കഴിക്കാം.

- പാൽ കഷായം വീണ്ടും തിളപ്പിച്ച് ഉപയോഗിക്കരുത്.
- തയ്യാറാക്കി 3-4 മണിക്കൂറിനുള്ളിൽ കഴിക്കണം. ചൂടോടു കൂടി ഉപയോഗിക്കുക.

ആർക്കൊക്കെ കഴിക്കാം ?

ഗർഭധാരണം ആസൂത്രണം ചെയ്യുന്ന ഏതൊരു സ്ത്രീക്കും ഇത് പ്രയോജനപ്പെടും.

പാർശ്വ ഫലങ്ങൾ:

ഇതിന് പാർശ്വഫലങ്ങളൊന്നുമില്ല. എന്നിരുന്നാലും, കൊളസ്ട്രോൾ കൂടുതലുള്ള ആളുകൾ നെയ്യിന്റെ ഉപയോഗം പരിമിതപ്പെടുത്തുക

ഇതിന്റെ പ്രവർത്തനം ? വന്ധ്യത പ്രശ്നം നേരിടുന്ന സ്ത്രീകൾക്ക് ഇത് എങ്ങനെ പ്രയോജനപ്പെടുന്നു?

- ഇത് ഗർഭപാത്രം, അണ്ഡാശയം, മസിലുകൾ, ലിഗമെന്റുകൾ, എന്നിവയെ ശക്തിപ്പെടുത്താൻ സഹായിക്കുന്നു.
- സ്ട്രെസ് കുറയ്ക്കാനും മനസ്സിനെ ശാന്തമാക്കാനും സഹായിക്കുന്നു.
- അമുക്കുരത്തിന് ആൻറി-ഇൻഫ്ലമേറ്ററി, ആന്റി ഓക്സിഡന്റ് ഗുണങ്ങളുണ്ട്. ഇത് പ്രതിരോധശേഷി വർദ്ധിപ്പിക്കുന്നു.രോഗപ്രതിരോധ വ്യവസ്ഥയുമായി ബന്ധപ്പെട്ടുണ്ടാകുന്ന വൈകല്യങ്ങൾ ഇല്ലാതാക്കാൻ സഹായിക്കുന്നു. അതും വന്ധ്യതയ്ക്ക് ഒരു കാരണമാണ്.
- അണ്ഡത്തിന്റെ ഗുണനിലവാരം മെച്ചപ്പെടുത്തുന്നു.

29

അമിത ആർത്തവ രക്തസ്രാവം - പ്രതിവിധി

ആയുർവേദ പ്രകാരം പിത്തത്തിന്റെ അസന്തുലിതാവസ്ഥ മൂലമാണ് അമിത ആർത്തവ രക്തസ്രാവവും നീണ്ടുനിൽക്കുന്ന ആർത്തവവും ഉണ്ടാകുന്നത്. ആയുർവേദ സ്ത്രീ പരിചരണത്തിൽ വ്യാപകമായി ഉപയോഗിക്കുന്ന ഔഷധസസ്യങ്ങളിലൊന്നാണ് അശോകത്തിന്റെ പുറംതൊലി. അമിത ആർത്തവ രക്തസ്രാവത്തിന് അശോകത്തിന്റെ പുറംതൊലിയും പാലും ചേർത്ത് നിർമ്മിക്കാവുന്ന ഔഷധം വിവരിക്കാം.

ആവശ്യമായ വസ്തുക്കൾ
അശോക മരത്തിന്റെ പുറംതൊലി - 25 ഗ്രാം (ഒന്നര ടേബിൾസ്പൂൺ)
വെള്ളം - 200 മില്ലി (1 കപ്പ് വെള്ളം)
പാൽ - 50 മില്ലി (3 ടേബിൾസ്പൂൺ)

നിർമ്മാണ രീതി
വലിയ വായയുള്ള പാത്രത്തിൽ അശോക പുറംതൊലി പൊടിച്ചതും 200 മില്ലി വെള്ളവും എടുക്കുക. വെള്ളം തിളപ്പിച്ച് 50 മില്ലി ആക്കി കുറയ്ക്കുക. ഈ കഷായത്തിൽ 50 മില്ലി പാൽ ചേർക്കുക. മിശ്രിതം ആകുന്നതുവരെ (3 - 4 ടേബിൾസ്പൂൺ) വീണ്ടും തിളപ്പിക്കുക. തണുത്തതിനു ശേഷം അരിച്ചെടുക്കുക.

ഡോസ്
ഇത് രാവിലെ 20-30 മില്ലി എന്ന അളവിൽ കഴിക്കാം. രക്തസ്രാവം നിൽക്കുന്നതുവരെ ഉപയോഗം തുടരാം.

കുറിപ്പ്:
സാധാരണയായി പാൽകഷായങ്ങൾ ചൂടോടു കൂടി ഉപയോഗിക്കാനാണ് നിർദ്ദേശിക്കാറ്. എന്നാൽ ഈ പാനീയം തണുത്തതിനുശേഷം കഴിക്കുക. അന്നന്ന് തയ്യാറാക്കിയതു മാത്രം കഴിക്കുക

പ്രയോജനങ്ങൾ:
അമിത ആർത്തവ രക്തസ്രാവം, ആർത്തവസമയത്തെ വേദന എനിവയ്ക്ക് പ്രതിവിധിയാണ്.

ഇതിന്റെ പ്രവർത്തനം
സ്ത്രീ രോഗങ്ങളിൽ വ്യാപകമായി ഉപയോഗിക്കപ്പെടുന്ന ഔഷധസസ്യങ്ങളിലൊന്നാണ് അശോകം. ഈ സസ്യത്തിന് രക്ത സ്തംഭക ഗുണമുണ്ട്. അശോകം നല്ലൊരു ഗർഭാശയ ടോണിക്ക് കൂടിയാണ്. അശോകരിഷ്ടം പോലെയുള്ള പല ആയുർവേദ ഉൽപന്നങ്ങളിലും ഈ സസ്യം ഉപയോഗിക്കുന്നു.

മുന്നറിയിപ്പ്:
രക്തസ്രാവം പൊതുവേ കുറവുള്ളവരും വൈകി ആർത്തവം വരുന്നവരും ഇതിന്റെ ഉപയോഗം ഒഴിവാക്കുക.

എപ്പോഴാണ് കഴിക്കേണ്ടത്?
രക്തസ്രാവം വളരെ കൂടിയവരിൽ 20-ാം ദിവസം മുതൽ ആർത്തവത്തിന്റെ അവസാനം വരെ കഴിക്കാം. അല്ലാത്തവർ ആർത്തവ ദിവസങ്ങളിൽ മാത്രം ഉപയോഗിക്കുക.

30

ഹിമ കൽപന (ശീത കഷായം)

ചൂടാക്കാതെ നിർമ്മിക്കുന്ന ഒരു കല്പനയാണിത്. ചൂടാക്കുമ്പോൾ നഷ്ടപ്പെട്ടു പോകുന്ന തത്വങ്ങളാണ് സസ്യത്തിലുള്ളതെങ്കിൽ ഈ നിർമ്മാണ രീതി പരിഗണിക്കാം. നിശ്ചിത സമയം വെള്ളത്തിൽ ഇട്ട് വയ്ക്കുമ്പോൾ രാസ ഘടകങ്ങൾ വെള്ളത്തിലേക്ക് സംക്രമിക്കുന്നു.

ആരോഗ്യ ഗുണങ്ങൾ

- പിത്തജ രോഗാവസ്ഥകളിൽ ഫലപ്രദമാണ്
- പനി
- രക്തസ്രാവ രോഗങ്ങൾ
- മൂത്രമൊഴിക്കുമ്പോൾ പുകച്ചിൽ
- ഗ്യാസ്ട്രൈറ്റിസ്
- അമിതമായി വെയിൽ കൊള്ളുക
- ഉഷ്ണകാലം
- മുതലായ സന്ദർഭങ്ങളിൽ ഉപയോഗ പ്രദമാണ്.

നിർമ്മാണ രീതി

ഔഷധ പൊടി 1 ഭാഗം + 6 ഇരട്ടി വെള്ളം

പൊടി വെള്ളത്തിൽ കലക്കി ഒരു രാത്രി (അല്ലെങ്കിൽ 6 മണിക്കൂർ) ഇളക്കാതെ സൂക്ഷിക്കുന്നു.

അടുത്ത ദിവസം രാവിലെ, കൈ കൊണ്ട് ഞെരടി അരിച്ചെടുത്ത് ദ്രാവകഭാഗം ഉപയോഗിക്കാവുന്നതാണ്.

അവലംബം: ശാർങ്ഗധര സംഹിത മാധ്യമ ഖണ്ഡം 4-ാം അധ്യായം

ഡോസ് - 48 - 96 മില്ലി

അനുയോജ്യമായ മേമ്പൊടികൾ ചേർത്ത് കഴിക്കാവുന്നതാണ്. ഫാണ്ട കല്പന അധ്യായത്തിൽ ഇതിനെ കുറിച്ചുള്ള വിശദ വിവരണം ഉണ്ട്.

ഹിമ കല്പനയുടെ ഉദാഹരണങ്ങൾ

- ചിറ്റാമൃത് ശീത കഷായം - ജീർണജ്വരത്തിൽ ഉപയോഗപ്രദമാണ്.
- ആടലോടകം ശീത കഷായം - ജലദോഷം, ചുമ, രക്തപിത്തം, വൻകുടൽ പുണ്ണ്, അമിത ആർത്തവ രക്തസ്രാവം, പനി തുടങ്ങിയ രോഗാവസ്ഥക ളിൽ ഉ പയോഗപ്രദമാണ്.
- മല്ലി + പഞ്ചസാര ശീതകഷായം - രാവിലെ കഴിക്കുന്നത് ദേഹം പുകച്ചിൽ, അമിത ദാഹം എന്നിവയിൽ ഫലപ്രദമാണ്.

31

പനി, പുകച്ചിൽ, ദാഹം എന്നിവയ്ക്ക് മല്ലിയില പാനീയം

പനി, പുകച്ചിൽ, ദാഹം, പിത്തം വർദ്ധിച്ചിരിക്കുന്ന അവസ്ഥകൾ എന്നിവയിൽ ഉപയോഗപ്രദമായ എളുപ്പത്തിൽ തയ്യാറാക്കാവുന്ന പാനീയമാണ് മല്ലിയില പാനീയം. വേനൽക്കാലത്തും ശരീരം അമിതമായി ചൂടായിരിക്കുന്ന സമയത്തും പനിയുള്ളപ്പോഴും അമിത ദാഹമുള്ളവർക്കും, പിത്ത പ്രകൃതിക്കാർക്കും ഇത് പ്രത്യേകിച്ചും പ്രയോജനകരമാണ്.

ആവശ്യമായ വസ്തുക്കൾ

ചതച്ച മല്ലിവിത്ത് - 1 ഭാഗം (10 ഗ്രാം)

വെള്ളം - 6 ഭാഗം (60 മില്ലി)

ഒരു രാത്രി മുഴുവൻ മൂടി വെക്കുക.

പിറ്റേന്ന് രാവിലെ ഇത് അരിച്ചെടുത്ത് അൽപം പഞ്ചസാര ചേർത്ത് വെറും വയറ്റിൽ കുടിക്കുക.

ഉപയോഗങ്ങൾ

ഉഷ്ണകാലത്ത് ശരീരം തണുപ്പിക്കാൻ സഹായിക്കുന്നു. പുരാതന ആയുർവേദ ഗ്രന്ഥങ്ങളിൽ വിവരിച്ചിരിക്കുന്ന ഈ പാനീയം ധാന്യക ഹിമം എന്നറിയപ്പെടുന്നു.

അവലംബം - ശാർങ്ഗധര സംഹിത മാധ്യമ ഖണ്ഡം - 2-ാം അദ്ധ്യായം, 7-8 ശ്ലോകം.

അൽപ പഞ്ചസാര ചേർത്ത് രാവിലെ കുടിക്കുന്നത് അമിത ദാഹം, പുകച്ചിൽ എന്നിവയ്ക്ക് പ്രതിവിധിയാണ്

അളവ്: 40-50 മില്ലി രാവിലെ വെറും വയറ്റിൽ അര സ്പൂൺ പഞ്ചസാര ചേർത്ത് കഴിക്കുക.

എത്ര കാലം കഴിക്കാം?
ഇത് 6-8 ആഴ്ച വരെ എടുക്കാം.

കാലാവധി - ഉണ്ടാക്കിയാൽ 12-15 മണിക്കൂർ മാത്രമേ സൂക്ഷിക്കാൻ കഴിയൂ. ഫ്രിഡ്ജിൽ സൂക്ഷിച്ച് 2 ദിവസം വരെ ഉപയോഗിക്കാം.

32

ഫാണ്ട കഷായം

വെള്ളം ചേർത്ത് തിളപ്പിച്ചു നിർമ്മിക്കുന്ന ഔഷധങ്ങൾ പെട്ടെന്ന് ശരീരത്തിൽ ആഗിരണം ചെയ്യപ്പെടും. ഇപ്രകാരം ഔഷധ സസ്യങ്ങൾ ചൂടക്കുമ്പോൾ പച്ചമരുന്നുകളുടെ രാസ ഘടകങ്ങൾ ജലത്തിൽ ലയിക്കുന്നു. വെള്ളത്തിൽ ലയിക്കുന്ന ഔഷധ തത്വങ്ങൾ വേർതിരിച്ചെടുക്കാൻ 3 ഔഷധ കല്പനകൾ സ്വീകരിക്കാം.

- ശീത കഷായം - തണുത്ത വെള്ളത്തിൽ ഔഷധ പൊടി ഇട്ടു വച്ച് നിർമ്മിക്കുന്നത്
- ഫാണ്ട കഷായം - ചൂടുവെള്ളത്തിൽ ഇട്ട് വച്ച് നിർമ്മിക്കുന്നത് (60 -80 ഡിഗ്രീ സെൽസ്യസ് താപനിലയുള്ള വെള്ളത്തിൽ), തണുപ്പ് ഗുണമുള്ള ഔഷധങ്ങൾ ഫാണ്ട കഷായ നിർമ്മാണത്തിന് ഉപയോഗിക്കം
- കഷായം - ഔഷധ ദ്രവ്യങ്ങൾ വെള്ളത്തിൽ ചേർത്ത് ചൂടാക്കി ഉണ്ടാക്കുന്നത്. ചൂടാക്കുമ്പോൾ നഷ്ടപ്പെടാത്ത ഘടകങ്ങൾ ഉള്ള സസ്യങ്ങൾക്ക് ഇത്തരം നിർമ്മാണ രീതി തിരഞ്ഞെടുക്കാം.

പിത്തജ രോഗാവസ്ഥകളിൽ ഔഷധം അമിതമായി ചൂടാക്കി ഉപയോഗിക്കരുത്. ഇത്തരം അവസ്ഥകളിൽ ഫാണ്ട കഷായം ഉപയോഗിക്കാം. ഉദാ: പനി, രക്തസ്രാവ രോഗങ്ങൾ, ശരീരം പുകച്ചിൽ, ഗ്യാസ്ട്രൈറ്റിസ് കഫ പിത്തജ രോഗങ്ങളിലും ഫാണ്ട കഷായം ഉപയോഗപ്രദമാണ്.

ഫാണ്ട കഷായം ഉണ്ടാക്കേണ്ട വിധം
ശാർങ്ഗധര സംഹിത മാധ്യമ ഖണ്ഡ 3 ആം അദ്ധ്യായം
നന്നായി പൊടിച്ച ഔഷധ ചേരുവകൾ - 48 ഗ്രാം
ചൂടുവെള്ളം - 192 മില്ലി

പച്ചമരുന്നുകൾ വൃത്തിയുള്ള മോർട്ടറിൽ എടുത്ത് പൊടിച്ചെടുക്കുക
മറ്റൊരു പാത്രത്തിൽ വെള്ളം തിളപ്പിച്ച് ഈ വെള്ളം പച്ചമരുന്നിൽ ചേർക്കുക.
ഈ മിശ്രിതം അല്പനേരം ഇളക്കാതെ വച്ച് തണുക്കാൻ തുടങ്ങുമ്പോൾ
അരിച്ചെടുത്ത് ഉപയോഗിക്കാം.
(തരിയോടു കൂടിയ പൊടിയാണ് ഫാണ്ട കഷായ നിർമ്മാണത്തിന്
എടുക്കേണ്ടത്)

ഡോസ്

96 മില്ലി. തേനോ പഞ്ചസാരയോ ശർക്കരയോ ചേർത്ത് കഴിക്കാം

അനുപാനം

പഞ്ചസാര, തേൻ, സുഗന്ധവ്യഞ്ജനങ്ങൾ – ജീരകം, ഗുഗ്ഗുലു, ക്ഷാര, ഉപ്പ്,
ശിലാജതു, കായം, ത്രികടു, പാൽ, നെയ്യ്, ശർക്കര, എണ്ണ, ഗോമൂത്രം ഇവയിൽ
രോഗാവസ്ഥയ്ക്ക് അനുയോജ്യമായത് തിരഞ്ഞെടുക്കാം.

തയ്യാറാക്കിയാൽ എത്ര നേരം സൂക്ഷിക്കാം?

12 മണിക്കൂർ.

ഉദാഹരണങ്ങൾ

കുടജ ഫാണിതം – ഛർദ്ദി, അതിസാരം എന്നിവയ്ക്ക്

പഞ്ചകോല ഫാണ്ടം – ചേരുവകൾ

തിപ്പലി

തിപ്പലി വേര്

കാട്ടു മുളക്

കൊടുവേലി

ചുക്ക്

ഉപയോഗം – ദഹനശക്തി മെച്ചപ്പെടുത്തുന്നു

യഷ്ടി മധു ഫാണ്ടം – ഇരട്ടീ മധുരം ചേർത്ത് നിർമ്മിച്ചത്. വമന പഞ്ചകർമ്മ
ചികിത്സയിൽ ഛർദ്ദി പ്രക്രിയയെ പ്രേരിപ്പിക്കുന്നതിനും
സുഗമമാക്കുന്നതിനുമാണ് ഇത് സാധാരണയായി നൽകുന്നത്. ആവി
പിടിക്കുന്നതിന് തുളസി, ഇഞ്ചി, കുരുമുളക് എന്നിവ ചേർത്ത് നിർമ്മിക്കുന്ന
ഫാണ്ട കഷായം നാം സാധാരണയായി ഉപയോഗിക്കുന്നതാണ്.

33

ചൂർണ്ണം - ആയുർവേദ ഔഷധ പൊടികൾ: ഉപയോഗങ്ങൾ

ഉള്ളിലേക്ക് കഴിക്കുന്നതിനും ബാഹ്യ പ്രയോഗത്തിനും മറ്റ് ഔഷധങ്ങളായ നെയ്യ്, എണ്ണകൾ എന്നിവ തയ്യാറാക്കുന്നതിനും ഔഷധ ചൂർണ്ണങ്ങൾ ഉപയോഗിക്കുന്നു.

ഔഷധ പൊടികൾ:

പൂർണ്ണമായും ഉണങ്ങിയ ഔഷധസസ്യം നന്നായി പൊടിച്ച് വൃത്തിയുള്ള തുണിയിലൂടെ അരിച്ചെടുത്താൽ കിട്ടുന്ന പൊടിയാണ് ചൂർണ്ണം. ഈ പൊടികൾ ആവശ്യാനുസരണം തരിയോടു കൂടിയ പൊടി, നേർത്ത പൊടി, വളരെ നേർത്ത പൊടി എന്നിങ്ങനെ വിവിധ വലുപ്പത്തിൽ പൊടിച്ചെടുക്കാം. അതുപോലെ ചേരുവകളുടെയും അവയുടെ എണ്ണത്തിന്റേയും അടിസ്ഥാനത്തിലും പൊടികൾ വിവിധ വിധമുണ്ട്.

ഒറ്റമൂലി പൊടികൾ - ഉദാഹരണം - ഇഞ്ചിപ്പൊടി.
ഒന്നിലധികം സസ്യങ്ങൾ അടങ്ങിയത് - ഉദാഹരണം - ത്രികടു ചൂർണം
മെറ്റാലിക് പൊടികൾ - ലോഹ ഭസ്മം
യശദ ഭസ്മം - സിങ്ക് കാൽക്സ് മുതലായവ.

ഡോസ്: 12 ഗ്രാം (പുസ്തകങ്ങളിൽ പരാമർശിച്ചിരിക്കുന്നത്)
പ്രായോഗിക ഡോസ്: 3 - 6 ഗ്രാം ഒരേ സമയം അല്ലെങ്കിൽ ദിവസത്തിൽ രണ്ടോ മൂന്നോ തവണകളായി.

ശാരംഗ്ധര സംഹിത പ്രകാരം കാലഹരണ തീയതി - 2 മാസമാണ്.
വായു കടക്കാത്ത പാത്രങ്ങളിൽ സൂക്ഷിച്ചാൽ ആറുമാസം വരെ

ഉപയോഗിക്കാം.

ഡ്രഗ്സ് ആൻഡ് കോസ്മെറ്റിക്സ് നിയമം അനുസരിച്ച് വിപണിയിൽ ലഭ്യമായ ചൂർണ്ണങ്ങൾ നിർമ്മാണ തീയതി മുതൽ 2 വർഷം വരെ ഉപയോഗിക്കാം.

ദോഷ വശങ്ങൾ:

ഈർപ്പം വലിച്ചെടുത്ത് പെട്ടെന്ന് കേടാവാൻ സാധ്യതയുള്ളതിനാൽ ഇത്തരം ഔഷധങ്ങൾ വായു കടക്കാത്ത പാത്രങ്ങളിൽ സൂക്ഷിക്കണം. കയ്പ്പുള്ള ചെടികൾ പൊടി രൂപത്തിൽ കഴിക്കാൻ ബുദ്ധിമുട്ടായിരിക്കും

ഉയർന്ന താപനിലയിൽ പൊടിക്കുമ്പോൾ മരുന്നുകൾക്ക് അവയുടെ അസ്ഥിര സംയുക്തങ്ങൾ നഷ്ടപ്പെട്ടേക്കാം.

പ്രവർത്തനം (ഫാർമക്കോളജി)

ചൂർണ്ണ ഔഷധങ്ങൾ നാവിൽ ഇടുമ്പോൾ തന്നെ അതിന്റെ പ്രവർത്തനം ആരംഭിക്കുന്നു.

ആയുർവേദ പ്രകാരം, ഔഷധ സജീവ തത്വങ്ങൾ മാത്രമല്ല, മരുന്നിന്റെ രുചി പോലും രോഗിയിൽ അതിന്റേതായ സ്വാധീനം ചെലുത്തുന്നു.

നെയ് ചേർത്ത് കഴിക്കുമ്പോൾ നെയ്യ് ഉഷ്ണഗുണമുള്ള ഔഷധ ദ്രവ്യങ്ങളിൽ നിന്നും കുടലിലെ ആവരണത്തെ സംരക്ഷിക്കുന്നു. അതിനാൽ, പിത്തപ്രകൃതിയുള്ള വ്യക്തികളിൽ, നെയ്യ് വളരെ ഉപയോഗപ്രദമാണ്.

ഉദാ: ഹിംഗ്വാഷ്ടക ചൂർണം – നെയ്ക്കൊപ്പം നൽകപ്പെടുന്നു.

• തേൻ ചേർത്ത് നൽകുകയാണെങ്കിൽ, തേനിന്റെ ഉത്തേജക പ്രവർത്തനം (യോഗവാഹി) കാരണം അത് വേഗത്തിൽ ആഗിരണം ചെയ്യപ്പെടുകയും ലക്ഷ്യ അവയവത്തിലേക്ക് വ്യാപിക്കുകയും ചെയ്യുന്നു.

• പഞ്ചസാര, ശർക്കര എന്നിവ ചേർത്ത് നല്കുകയാണെങ്കിൽ അത് അലിയാൻ കൂടുതൽ സമയമെടുക്കും. ആമാശയത്തിലും കുടലിലുമായിരിക്കും കൂടുതലും അത്തരം മരുന്നുകളുടെ പ്രവർത്തനം.

34

ആയുർവേദ ടൂത്ത് പൗഡർ വീട്ടിൽ നിർമ്മിക്കാം?

പല്ല് വൃത്തിയാക്കാൻ വിപണിയിൽ ഇന്ന് ലഭിക്കുന്ന ഉല്പന്നങ്ങളിൽ മികച്ചത് പൽപൊടിയാണ്. പേസ്റ്റിലെ രാസവസ്തുക്കൾ പല്ലിന്റെ എല്ലാ ഭാഗത്തും എത്തണമെന്നില്ല. എന്നാൽ പൽപൊടിയുപയോഗിച്ച് പല്ല് നന്നായി വൃത്തിയാക്കാൻ സാധിക്കും.

ഹെർബൽ പൽപൊടികളുടെ ഔഷധ മൂല്യം
മോണയിലെ മുറിവു ഉണക്കുന്നു - വേപ്പ്, ഇരട്ടിമധുരം തുടങ്ങിയ സസ്യങ്ങൾ മുറിവ് ഉണക്കുന്ന പ്രകൃതിദത്ത ഔഷധങ്ങളാണ്. മോണയിലെ മുറിവുകളും വായ് വ്രണങ്ങളും അവ വേഗത്തിൽ സുഖപ്പെടുത്തുന്നു.

വായ് പുണ്ണിന് - മഞ്ഞട്ടി, വേപ്പ്, കരിങ്ങാലി തുടങ്ങിയ ഔഷധങ്ങൾ വായിലെ സ്തരങ്ങളിൽ പ്രവർത്തിച്ച് മുറിവ് ഉണക്കുന്നു.

മൗത്ത് ഫ്രെഷനറായി പ്രവർത്തിക്കുന്നു - ഗ്രാമ്പൂ, ഇരട്ടിമധുരം, മുതലായവ വായ്ക്ക് സ്വാഭാവിക സുഗന്ധവും ശ്വാസത്തിന് നവോന്മേഷവും നല്കുന്നു. പൊതീന എണ്ണ പോലുള്ള എണ്ണകൾ സ്വാഭാവിക സുഗന്ധം നല്കുന്നു. 100 ഗ്രാം ഹെർബൽ പൊടി മിശ്രിതത്തിന് 1-2 തുള്ളി എന്ന അളവിൽ മാത്രമേ ഇത്തരം സുഗന്ധ എണ്ണകൾ ചേർക്കാവൂ.

പല്ലുവേദനയ്ക് പരിഹാരമാണ് - അവശ്യ എണ്ണകളും ഗ്രാമ്പൂയും പല്ലുവേദന ശമിപ്പിക്കുന്നു. പൊടികൾ ഉപയോഗിച്ച് ബ്രഷ് ചെയ്യുമ്പോൾ വിരൽ ഉപയോഗിച്ച് തേക്കുന്നതിനാൽ പല്ലിൽ അടഞ്ഞുകൂടുന്ന അഴുക്കുകൾ പെട്ടെന്ന് നീക്കം ചെയ്യാൻ സഹായിക്കുന്നു. ശരീരത്തിലേക്ക് സൂക്ഷ്മ ഔഷധ

മൂല്യങ്ങൾ എത്താൻ സഹായിക്കുന്നു. നാവിന്റെ അടിയിലൂടെ ചെറിയ അളവിൽ ആഗിരണം നടക്കുന്നുണ്ട്. അതിനാൽ തന്നെ പൽപൊടിയിലെ ഔഷധസസ്യങ്ങളുടെ ഗുണങ്ങൾ ചെറിയ അളവിൽ ആഗിരണം ചെയ്യപ്പെട്ട് ശരീരത്തിൽ എത്തുന്നുണ്ട്.

ദന്തക്ഷയത്തെ തടയുന്നു - വേപ്പ്, മഞ്ജിഷ്ട മുതലായവ ദന്തക്ഷയ സാധ്യത കുറയ്ക്കാൻ ഉപയോഗപ്രദമാണ്.

എങ്ങനെ തയ്യാറാക്കാം - 100 ഗ്രാം പൊടി തയ്യാറാക്കുമ്പോൾ

മഞ്ചട്ടി - മഞ്ചട്ടി 20 ഗ്രാം.
ഇരട്ടിമധുരം - 20 ഗ്രാം
ഗ്രാമ്പൂ - 5 ഗ്രാം
കരിങ്ങാലി - 20 ഗ്രാം
വേപ്പ് - 10-20 ഗ്രാം
മഞ്ഞൾ - 5 ഗ്രാം.
ഉമിക്കരി പൊടിച്ചെടുത്തത് - 20-30 ഗ്രാം
ഇഞ്ചിയും കുരുമുളകും - 3-5 ഗ്രാം
വേങ്ങ - 10-20 ഗ്രാം
കല്ലുപ്പ് / ഇന്തുപ്പ് - 10-20 ഗ്രാം
സുഗന്ധ എണ്ണകൾ - 1-2 തുള്ളി

ടീ ട്രീ ഓയിൽ, പെപ്പർമിന്റ് ഓയിൽ, സ്പിയർമിന്റ് ഓയിൽ, ഈ എണ്ണകളിൽ ഏതെങ്കിലും എടുക്കാം. (ഉപ്പിന് അഴുക്കിനെ ഉരുക്കി പുറം തള്ളാനുള്ള കഴിവുണ്ട്.)
വിപണിയിൽ ലഭ്യമായ പല വാണിജ്യ ഉൽപ്പന്നങ്ങളിലും കാവിമണ്ണ് അടങ്ങിയിട്ടുണ്ട്. ഇരുമ്പ് അടങ്ങിയിട്ടുള്ളതിനാൽ, ആകസ്മികമായി കഴിക്കുന്നത് കുട്ടികളിൽ വിഷ ലക്ഷണങ്ങൾക്ക് കാരണമാകുമെന്നതിനാൽ കുട്ടികൾ ജാഗ്രതയോടെ ഉപയോഗിക്കണം.

ഉപയോഗ കാലാവധി - 6 മാസം മുതൽ ഒരു വർഷം വരെ.
പൊടി ഒരു വായു കടക്കാത്ത പാത്രത്തിൽ നേരിട്ട് സൂര്യപ്രകാശം തട്ടാതെ സൂക്ഷിക്കുക,
കുട്ടികളുടെ കൈയെത്തും ദൂരത്തു സൂക്ഷിക്കാതിരിക്കുക.

35

ഇടയ്ക്കിടെ മൂത്രമൊഴിക്കാനുള്ള പ്രവണതയ്ക്ക് നെല്ലിക്ക

എണ്ണമറ്റ ആരോഗ്യ ഗുണങ്ങൾ ഉള്ള നെല്ലിക്ക ച്യവനപ്രാശം, ത്രിഫല തുടങ്ങിയ മരുന്നുകളിലെ പ്രധാന ചേരുവയാണ്. ഇടയ്ക്കിടെ മൂത്രമൊഴിക്കുന്ന ബുദ്ധിമുട്ടുള്ളവർക്ക് നെല്ലിക്ക, വാഴപ്പഴം മുതലായവ ഉപയോഗിച്ച് വളരെ ലളിതമായ ഒരു വീട്ടുവൈദ്യം ഇതാ.

ആവശ്യമായ വസ്തുക്കൾ

- ഒരു വാഴപ്പഴം
- നെല്ലിക്ക
- ഒരു ചെറിയ കഷണം കൽക്കണ്ടം
- പഞ്ചസാര / ശർക്കര - 1/2 - 1 ടീസ്പൂൺ
- തേൻ - അര മുതൽ ഒരു ടീസ്പൂൺ വരെ.

എങ്ങനെ ഉണ്ടാക്കാം?

കുരു കളഞ്ഞ നെല്ലിക്ക ചതച്ച് ജ്യൂസ് എടുക്കുക.

അതിൽ പഞ്ചസാര ചേർക്കുക.

ഇത് ഒരു വാഴപ്പഴവും ഒരു ടീസ്പൂൺ തേനും ചേർത്ത് കഴിക്കുക.

സൂചനകൾ

5 വയസ്സിന് മുകളിലുള്ള കിടക്കയിൽ മൂത്രം ഒഴിക്കുന്ന സ്വഭാവമുള്ള കുട്ടികൾക്ക് ഫല പ്രദമാണ്. പ്രമേഹം ഒഴികെയുള്ള ഇടയ്ക്കിടെ മൂത്രമൊഴിക്കുന്ന എല്ലാ രോഗാവസ്ഥകളിലും ഉപയോഗപ്രദമാണ്.

മൂത്രാശയത്തിന്റെ പേശികൾ ശക്തിപ്പെടുത്തുന്നു.

ഡോസ്

ഒരു നെല്ലിക്കയുടെ ജ്യൂസും, ഒരു വാഴപ്പഴവും, ഒരു ടീസ്പൂൺ തേനും പഞ്ചസാരയും ചേർത്ത് ഒരു നേരം കഴിക്കാം. ഇത് ഒരു ഡോസായി കണക്കാക്കാം. ഒരു ദിവസം അത്തരം 4 ഡോസുകൾ വരെ നൽകാം.

എത്ര കാലം കഴിക്കണം?

നാല് ചേരുവകളും സാധാരണയായി ഭക്ഷണത്തിന്റെ ഭാഗമായി ഉപയോഗിക്കുന്നതിനാൽ, ഇത് മാസങ്ങളോളം തുടരാം.

കാലഹരണ തീയതി?

തയ്യാറാക്കി അപ്പോൾ തന്ന ഉപയോഗിക്കുന്നതാണ് നല്ലത്. നെല്ലിക്ക ജ്യൂസ് ഒരു ദിവസം മാത്രമേ സൂക്ഷിക്കാൻ കഴിയൂ.

പ്രവർത്തന രീതി

ആന്റി ഓക്സിഡന്റുകളുടെ കലവറയാണ് നെല്ലിക്ക. ഇത് മൂത്രാശയത്തെ ശുദ്ധീകരിക്കാനും മൂത്രസഞ്ചിയിലെ പേശികളുടെയും മൂത്ര നാളിയുടേയും ശക്തി മെച്ചപ്പെടുത്തുന്നതിനും സഹായിക്കുന്നു. സമാനമായ ഗുണങ്ങളാണ് വാഴപ്പഴത്തിനും. ഇത് നിത്യ ഭക്ഷണത്തിന്റെ ഭാഗമാണ്.

കുട്ടികൾക്കും ഗർഭാവസ്ഥയിലും മുലയൂട്ടുന്ന സമയത്തും സുരക്ഷിതമാണോ?

നെല്ലിക്കയുടേയും തേനിന്റെയും ഗുണനിലവാരം ഉറപ്പു വരുത്തണം. കുട്ടികൾക്കും ഗർഭകാലത്തും മുലയൂട്ടുന്ന സമയത്തും ഇത് സുരക്ഷിതമാണ്.

എന്തെങ്കിലും പാർശ്വഫലങ്ങൾ?

വളരെ ഉയർന്ന അളവിൽ ഉപയോഗിക്കരുത്. പ്രമേഹ രോഗികൾക്ക് അനുയോജ്യമല്ല.

പുതിയ നെല്ലിക്കയ്ക്ക് പകരം നെല്ലിക്ക പൊടി ഉപയോഗിക്കാമോ?

അതെ. ഉപയോഗിക്കാം. ജ്യൂസിനു പകരം അര ടീസ്പൂൺ നെല്ലിക്ക പൊടി ഉപയോഗിക്കാം. ഗുണം അല്പം കുറവാണെങ്കിലും നെല്ലിക്ക ലഭിക്കാത്ത സമയങ്ങളിൽ ഉണക്കി വച്ച നെല്ലിക്ക പൊടി ഉപയോഗിക്കാം

36

അമിത ആർത്തവ രക്തസ്രാവത്തിന് - കുങ്കുമപ്പൂവ്

ഉള്ളിലേക്കും പുറമേക്കും പ്രയോഗിക്കുന്ന പല മരുന്നുകളിലും ഇത് വ്യാപകമായി ഉപയോഗിക്കുന്നു

ആവശ്യമായ വസ്തുക്കൾ

കുങ്കുമപ്പൂ - ഒരു രേണു
തേൻ - 1 ടീസ്പൂൺ

എങ്ങനെ ഉണ്ടാക്കാം?

കുങ്കുമപ്പൂവ് ചെറിയ കഷ്ണങ്ങളാക്കി പൊട്ടിക്കുക. ഇത് തേനിൽ കലർത്തി കഴിക്കാം.

ഉപയോഗങ്ങൾ

* അമിത ആർത്തവ രക്തസ്രാവം
* ആർത്തവ സമയത്തെ വേദന
* പ്രീമെൻസ്ട്രൽ സിൻഡ്രോം
* വിഷാദം
* ആർത്തവ സമയത്തെ മാനസിക അസന്തുലിതാവസ്ഥ
* മൂക്കിൽ നിന്നും രക്തം വരിക
* പിത്തം വർദ്ധിച്ചിരിക്കുന്ന അവസ്ഥകൾ

ഡോസ് - കുങ്കുമ പൂവിന്റെ ഒരു രേണു തേൻ ചേർത്ത് ദിവസം ഒന്നോ രണ്ടോ

തവണ

എത്ര കാലം കഴിക്കണം?
സ്ഥിരമായി അമിത രക്തസ്രാവം ഉള്ള ഒരാൾക്ക് ആർത്തവത്തിന് 3 ദിവസം മുമ്പ് ആരംഭിച്ച് രക്തസ്രാവം നില്ക്കുന്നതുവരെ കഴിക്കാം. വല്ലപ്പോഴും മാത്രം അമിത രക്തസ്രാവം ഉള്ളവർക്ക് രക്തസ്രാവം ഉണ്ടാകുമ്പോൾ ആരംഭിക്കുകയും രക്തസ്രാവം നിലനിൽക്കുന്നതു വരെ തുടരുകയും ചെയ്യാം. അല്ലെങ്കിൽ ആർത്തവം ആരംഭിക്കുന്നതിന് 1 ആഴ്ച മുമ്പ് തുടങ്ങി, അത് അവസാനിക്കുന്നതുവരെ കഴിക്കാം. ഈ രീതിയിൽ, രക്തസ്രാവം നിയന്ത്രണ വിധേയമാകുന്നതുവരെ ഇത് എല്ലാ മാസവും ഉപയോഗിക്കാം.

കാലഹരണ തീയതി?
കുങ്കുമപ്പൂവ് വായു കടക്കാത്ത പാത്രത്തിൽ ഒരു വർഷത്തേക്ക് സൂക്ഷിക്കാം.

പ്രവർത്തന രീതി
കുങ്കുമപ്പൂവ് ആൻറി സ്പാസ്മോഡിക് ആയി പ്രവർത്തിക്കുന്നു. ആർത്തവ സമയത്ത് വേദന കുറയ്ക്കാൻ സഹായിക്കുന്നു.

കുട്ടികൾക്ക് സുരക്ഷിതമാണോ?
മൂന്ന് വയസ്സിന് മുകളിലുള്ള കുട്ടികളിൽ, 3-4 ദിവസത്തേക്ക്, വയറുവേദനയ്ക്ക് പ്രതിവിധിയായി സുരക്ഷിതമായി ഉപയോഗിക്കാം.

ഗർഭിണികളിൽ സുരക്ഷിതമാണോ?
ഗർഭിണികൾക്കും മുലയൂട്ടുന്ന അമ്മമാർക്കും ഇത് സുരക്ഷിതമാണ്.

പാർശ്വഫലങ്ങൾ?
നിർദ്ദേശിച്ചതിനേക്കാൾ ഉയർന്ന ഡോസ് ഒരു കാരണവശാലും കഴിക്കരുത്.

37

കുങ്കുമപ്പൂവ് - മൈഗ്രേനിനുള്ള ആയുർവേദ വീട്ടുവൈദ്യം

മൈഗ്രേനിന് പ്രതിവിധിയായി കുങ്കുമപ്പൂവും നെയ്യും ഉപയോഗിച്ച് ലളിതവും ഫലപ്രദവുമായ ആയുർവേദ വീട്ടുവൈദ്യം വിവരിക്കാം.

ആവശ്യമുള്ള വസ്തുക്കൾ
കുങ്കുമപ്പൂ - നന്നായി പൊടിച്ചത് - 1 ചെറിയ നുള്ള്.
നെയ്യ് - 1 ടീസ്പൂൺ

എങ്ങനെ തയ്യാറാക്കാം?
ഒരു ടീസ്പൂൺ നെയ്യിൽ ഒരു ചെറിയ നുള്ള് കുങ്കുമപ്പൂവ് ചേർത്ത് നന്നായി ഇളക്കുക.

എങ്ങനെ ഉപയോഗിക്കാം?
കുങ്കുമപ്പൂവും നെയ്യും ചേർത്ത് തയ്യാറാക്കിയ മിശ്രിതം ഓരോ നാസാരന്ധ്രത്തിലും അതിരാവിലെ, ഭക്ഷണത്തിന് മുൻപ് ഓരോ തുള്ളി ഇറ്റിക്കുക. എള്ളെണ്ണയോ മഹാനാരായണ തൈലമോ ഉപയോഗിച്ച് മുഖം മസാജ് ചെയ്ത് ചൂടുവെള്ളത്തിൽ മുക്കിയ തുണി ഉപയോഗിച്ച് വിയർപ്പിച്ച ശേഷമാണ് മൂക്കിൽ മരുന്ന് ഇറ്റിക്കേണ്ടത്.
നസ്യം ചെയ്ത് 20 മിനിറ്റിനുള്ളിൽ കുളിക്കുകയോ ഭക്ഷണം കഴിക്കുകയോ ചെയ്യരുത്. ഇത് രണ്ടാഴ്ച വരെ തുടരാം. ചിലർക്ക് ഈ ചികിത്സ ചെയ്യുമ്പോൾ കഫം പുറത്തേക്ക് വരാം.
മഴക്കാറുള്ള ദിവസങ്ങളിൽ നസ്യ ചികിത്സ പാടില്ല.നിങ്ങളുടെ ആയുർവേദ ഡോക്ടറുമായി ആലോചിച്ച ശേഷം മാത്രം ഈ ചികിത്സാ രീതി പരീക്ഷിക്കുക.

38

എക്കിട്ടം പ്രതിവിധി

മദ്യപാനം, ന്യൂമോണിയ, മെനിഞ്ചൈറ്റിസ് പോലുള്ള രോഗങ്ങൾ കൊണ്ടും ഉറക്കെ ചിരിക്കുന്നതു പോലുള്ള വിവിധ കാരണങ്ങളാൽ എക്കിട്ടം ഉണ്ടാകാം. ഇടയ്ക്കിടെ ഉണ്ടാകുന്ന എക്കിട്ടം നിങ്ങളെ അലട്ടുന്നുണ്ടെങ്കിൽ, അത് ഏതെങ്കിലും ഗുരുതര രോഗം കാരണമല്ല എങ്കിൽ ഈ വീട്ടുവൈദ്യം ഉപകാരപ്പെട്ടേക്കാം.

ആവശ്യമായ വസ്തുക്കൾ
കടുകുരോഹിണി ചൂർണ്ണം - 5 ഗ്രാം
തേൻ - 1 ടീസ്പൂൺ

എങ്ങനെ ഉണ്ടാക്കാം?
എക്കിട്ടത്തിന്റെ ബുദ്ധിമുട്ട് അനുഭവപ്പെടുമ്പോൾ കടുകുരോഹിണി പൊടി 1 - 2 നുള്ള് എടുത്ത്
അൽപം തേനിൽ കലർത്തി പേസ്റ്റ് രൂപത്തിലാക്കി കഴിക്കുക.

ഡോസ്: 1 - 2 നുള്ള്, ദിവസം 3 - 4 തവണ, ഭക്ഷണത്തിന് ശേഷം.

എത്ര കാലം ഉപയോഗിക്കണം?
ഇത് 2-3 ദിവസം തുടർച്ചയായി ഉപയോഗിക്കാം.

ഈ മരുന്നിന് ശരിക്കും എക്കിട്ടം ഭേദമാക്കാൻ കഴിയുമോ? എങ്ങനെയാണ് പ്രവർത്തിക്കുന്നത്?
പല രോഗങ്ങളുടെയും അല്ലെങ്കിൽ ശാരീരിക അവസ്ഥകളുടെ ഒരു ലക്ഷണമാണ് എക്കിട്ടം. ഇ മരുന്ന് ദഹനം മെച്ചപ്പെടുത്താനും, കരളിന്റെ

ശരിയായ പ്രവർത്തനത്തിനും ദഹന എൻസൈമുകളുടെ ശരിയായ ഉല്പാദനത്തിനും സഹായിച്ച് വയറുവീർപ്പ് കുറയ്ക്കുന്നു.

ഗർഭിണികൾക്കും മുലയൂട്ടുന്ന അമ്മമാർക്കും കുട്ടികൾക്കും സുരക്ഷിതമാണോ?

5 വയസ്സിന് മുകളിലുള്ള കുട്ടികളിൽ, ഇത് ഒരു നുള്ള് എന്ന അളവിൽ ദിവസത്തിൽ ഒന്നോ രണ്ടോ തവണ നൽകാം. ഗർഭിണികളും മുലയൂട്ടുന്ന അമ്മമാരും ഇത് ഒഴിവാക്കുന്നതാണ് നല്ലത്.

പാർശ്വ ഫലങ്ങൾ:

അമിതമായ അളവ് വയറ്റിൽ പുകച്ചിലിന് കാരണമാകും.

ഇതിന്റെ ഉപയോഗത്തിന് മുമ്പ് നിങ്ങളുടെ ഡോക്ടറുടെ അഭിപ്രായം തേടുക.

39

കടുക്ക - സയാറ്റിക്ക, റൂമറ്റോയ്ഡ് ആർത്രൈറ്റിസ് എന്നിവയ്ക്കുള്ള ആയുർവേദ പ്രതിവിധി

റൂമറ്റോയ്ഡ് ആർത്രൈറ്റിസ്, സയാറ്റിക്ക എന്നിവ സന്ധികൾ, നാഡികൾ എന്നിവയുമായി ബന്ധപ്പെട്ടുണ്ടാകുന്ന വേദനാജനകമായ രോഗങ്ങളാണ്. രണ്ടിനും വിദഗ്ധ ആയുർവേദ ചികിത്സ ആവശ്യമാണ്. എന്നാൽ ചില വീട്ടുവൈദ്യങ്ങൾ രോഗലക്ഷണങ്ങൾ നിയന്ത്രിക്കുന്നതിനും സങ്കീർണതകൾ കുറയ്ക്കുന്നതിനും സഹായകരമാണ്. ഈ രണ്ട് അവസ്ഥകളിലും ഉപയോഗപ്രദമായ ഒരു വീട്ടുവൈദ്യം വിശദീകരിക്കാം.

ആവശ്യമായ വസ്തുക്കൾ

ആവണക്കെണ്ണ - 5 മില്ലി

കടുക്ക പൊടി - 5 ഗ്രാം

ചൂടുവെള്ളം - അര കപ്പ്

എങ്ങനെ കഴിക്കാം?

ആവണക്കെണ്ണയിൽ കടുക്ക പൊടിച്ചതും ചേർത്ത് പേസ്റ്റ് ആക്കി ചൂടുവെള്ളത്തോടൊപ്പം കഴിക്കുക.

ഡോസ്? എങ്ങനെ എടുക്കും?

ഈ പേസ്റ്റ് 3 ഗ്രാം ദിവസത്തിൽ ഒരുതവണ, രാവിലെയോ വൈകുന്നേരമോ ഭക്ഷണശേഷം കഴിക്കണം. ഇത് കഴിച്ചതിനുശേഷം ചെറുചൂടുള്ള വെള്ളം കുടിക്കുന്നത് നല്ലതാണ്.

എത്രകാലം സൂക്ഷിക്കാം?

ആവണക്കെണ്ണയും കടുക്ക പൊടിയും വെവ്വേറെ സൂക്ഷിക്കുകയാണെങ്കിൽ, 2-6 മാസം വരെ വായു കടക്കാത്ത പാത്രങ്ങളിൽ കേടുകൂടാതെ ഇരിക്കും. പേസ്റ്റ് തയ്യാറാക്കി സൂക്ഷിക്കുകയാണെങ്കിൽ, 7 ദിവസം വരെ ഉപയോഗിക്കാം.

ചികിത്സാ ഉപയോഗങ്ങൾ

റൂമറ്റോയ്ഡ് ആർത്രൈറ്റിസ്, സയാറ്റിക്ക എന്നിവയ്ക്കുള്ള പ്രതിവിധിയായി ഇത് സൂചിപ്പിച്ചിരിക്കുന്നു.

എത്ര ദിവസം കഴിക്കണം?

രോഗത്തിൻറെ ലക്ഷണങ്ങളും കാഠിന്യവും അടിസ്ഥാനമാക്കി 1 മുതൽ 4 ആഴ്ച വരെ ഉപയോഗിക്കാം.

റൂമറ്റോയ്ഡ് ആർത്രൈറ്റിസിൽ ഇതിന്റെ പ്രവർത്തനം എപ്രകാരമാണ്?

ആയുർവേദ പ്രകാരം, ആമം - ദഹന, ഉപാപചയ പ്രവർത്തന തകരാറുമൂലം ഉല്പന്നമാവുന്ന വസ്തുക്കളാണ് ഇത്തരം രോഗങ്ങളുടെ അടിസ്ഥാന കാരണം. ഇത് ശരീരത്തിന്ടെ രോഗപ്രതിരോധ ശേഷി താറുമാറാക്കി ശരീര സ്രോതസ്സുകളിൽ തടസ്സങ്ങൾ ഉണ്ടാക്കുന്നു. റൂമറ്റോയ്ഡ് ആർത്രൈറ്റിസിന്റെ അനുബന്ധ ബുദ്ധിമുട്ടുകളിൽ ഒന്നാണ് മലബന്ധം. കടുക്കയും ആവണക്കെണ്ണയും വയറിളകി പോകാൻ സഹായിക്കുക വഴി മാലിന്യങ്ങളെ പുറം തള്ളാൻ സഹായിക്കുന്നു.

കടുക്ക കോശങ്ങളുടെ പുനരുജ്ജീവനത്തിന് സഹായിക്കുന്നു. രോഗത്തിന്റെ പ്രധാന ബുദ്ധിമുട്ടുകളായ സന്ധികളുടെ വേദനയും കാഠിന്യവും കുറയ്ക്കുന്നതിന് ആവണക്കെണ്ണ വളരെ ഫലപ്രദമാണ്.

സയാറ്റിക്കയിൽ ഇത് എങ്ങനെ പ്രവർത്തിക്കുന്നു?

ലംബർ സ്പോണ്ടിലോസിസ് (സയാറ്റിക്ക / സ്ലിപ്പ് ഡിസ്ക്) അസ്ഥികൾക്ക് ശോഷണം ഉണ്ടാക്കുന്നു. അസ്ഥികളുടെ ശോഷണം മൂലമുണ്ടാകുന്ന അസുഖങ്ങൾ ചികിത്സിക്കാൻ എണ്ണകൾ ഫലപ്രദമാണ്. ആവണക്കെണ്ണ സന്ധികളിൽ ഉണ്ടാകുന്ന വേദനയും വീക്കവും കുറയ്ക്കാൻ സഹായിക്കുന്നു.

കടുക്ക ചൂർണ്ണത്തിനു പകരം പൗഡർ ക്യാപ്സ്യൂൾ അല്ലെങ്കിൽ ടാബ്ലറ്റ് ഉപയോഗിക്കാമോ?

രുചി സഹിക്കാൻ കഴിയുന്നില്ലെങ്കിൽ മാത്രം ആവണക്കെണ്ണയ്ക്കൊപ്പം 1

ഗുളിക / കാപ്സ്യൂൾ ഉപയോഗിക്കാം. ആയുർവേദ പുസ്തകങ്ങളിൽ ചൂർണ്ണം ഉപയോഗിക്കാനാണ് നിർദ്ദേശിച്ചിരിക്കുന്നത് .

കുട്ടികൾക്ക് സുരക്ഷിതമാണോ?
അല്ല.

ഗർഭകാലത്തും മുലയൂട്ടുന്ന സമയത്തും സുരക്ഷിതമാണോ?
ഗർഭകാലത്ത് ഇതിന്റെ ഉപയോഗം ഒഴിവാക്കുക. മുലയൂട്ടുന്ന അമ്മമാർ വൈദ്യോപദേശ പ്രകാരം കഴിക്കുക. എങ്കിലും ദീർഘ കാല ഉപയോഗം ശുപാർശ ചെയ്യുന്നില്ല. 5-10 ദിവസത്തേക്ക് കഴിക്കാം.

പാർശ്വ ഫലങ്ങൾ:
വയറിളക്കമുള്ളവർ ഇത് കഴിക്കരുത്.
ചിലർക്ക് ആവണക്കെണ്ണയുടെ രുചി / മണം സഹിക്കില്ല.
ഇത് അല്ലെങ്കിൽ മറ്റേതെങ്കിലും വീട്ടുവൈദ്യം ഉപയോഗിക്കുന്നതിന് മുമ്പ് നിങ്ങളുടെ ഡോക്ടറുടെ അഭിപ്രായം തേടുക.

40

ത്രികടു ചേർത്ത ചുമയ്ക്കുള്ള ആയുർവേദ ഔഷധം

കുരുമുളക്, ഇഞ്ചി, തിപ്പലി എന്നീ മൂന്ന് സുഗന്ധദ്രവ്യങ്ങൾ ചേർന്നതാണ് ത്രികടു. വളരെ പ്രശസ്തമായ ആയുർവേദ ഔഷധമാണിത്. ചുമ ശമിപ്പിക്കാൻ ഇതു ചേർത്ത് നിർമ്മിക്കുന്ന ഔഷധക്കൂട്ട് വിവരിക്കാം.

ചുക്ക് പൊടി - 10 ഗ്രാം

കുരുമുളക് പൊടി - 10 ഗ്രാം

തിപ്പലി പൊടി - 10 ഗ്രാം

പശുവിൻ നെയ്യ് - 5 ഗ്രാം

ശർക്കര - 5 ഗ്രാം

എങ്ങനെ ഉണ്ടാക്കാം?

ഇഞ്ചി, കുരുമുളക്, തിപ്പലി എന്നിവ പൊടിച്ച് ഇളക്കി യോജിപ്പിക്കുക. ത്രികടു പൊടി വിപണിയിൽ ലഭ്യമാണ്. സ്വന്തമായി നിർമ്മിക്കാൻ കഴിയുമെങ്കിൽ അതാണ് കൂടുതൽ ഉത്തമം. ഒരു ചെറിയ ഉരൽ അല്ലെങ്കിൽ മിക്സർ ഉപയോഗിച്ച് പൊടിച്ചെടുക്കാം.

എങ്ങനെ ഉപയോഗിക്കാം?

ത്രികടു പൊടി, ശർക്കര, നെയ്യ് എന്നിവ അര ടീസ്പൂൺ വീതം എടുത്ത് യോജിപ്പിക്കുക. ചുമ മാറാൻ 15 ദിവസം മുതൽ ഒരു മാസം വരെ ഭക്ഷണത്തിന് ശേഷം ഇത് ദിവസത്തിൽ രണ്ടു തവണ കഴിക്കാം.

ഉപയോഗിക്കാൻ പാടില്ലാത്തവർ?

ഗ്യാസ്ട്രൈറ്റിസ്, പ്രമേഹം എന്നിവയുള്ളവർക്ക് ഇത് അനുയോജ്യമല്ല.

എങ്ങനെ പ്രവർത്തിക്കുന്നു?

ത്രികടുവിന് ആന്റി ഇൻഫ്ളമേറ്ററി ഗുണമുണ്ട്.

തിപ്പലി കഫത്തെ നേർപ്പിച്ച് പുറം തള്ളാൻ സഹായിക്കുന്നു.

മറ്റുപയോഗങ്ങൾ

ഇത് ദഹനശക്തി മെച്ചപ്പെടുത്താനും സഹായിക്കുന്നു.

വിട്ടുമാറാത്ത ശ്വാസകോശ സംബന്ധമായ തകരാറുകൾക്കും ഈ പ്രതിവിധി വളരെ നല്ലതാണ്.

കുറിപ്പ്

തയ്യാറാക്കിയാൽ, വായു കടക്കാതെ അല്ലെങ്കിൽ നേരിട്ടുള്ള സൂര്യപ്രകാശം തട്ടാതെ സൂക്ഷിച്ചാൽ 3-6 മാസം വരെ കേടാകാതെ ഇരിക്കും. ശർക്കരയും, നെയ്യും ചേർത്താൽ രണ്ടാഴ്ചയോളം ഈർപ്പരഹിതമായി സൂക്ഷിക്കാം. ത്രികടു ഗുളികകൾ വിപണിയിൽ ലഭ്യമാണ്. എന്നാൽ വീട്ടിൽ പൊടിച്ചത് ഉപയോഗിക്കുന്നതാണ് നല്ലത്.

41

ഫേസ് സ്ക്രബ്

പ്രകൃതിദത്തമായ ആയുർവേദ ചേരുവകൾ ഉപയോഗിച്ച് വീട്ടിൽ തന്നെ ഫേസ് സ്ക്രബ് തയ്യാറാക്കാൻ നമുക്ക് പഠിക്കാം.

ഫേസ് സ്ക്രബ് ഉപയോഗിക്കുന്നത് കൊണ്ടുള്ള ഗുണങ്ങൾ

- ചർമ്മ സുഷിരങ്ങളിൽ അടിഞ്ഞ് കൂടുന്ന പൊടി നീക്കം ചെയ്യാൻ
- ത്വക്കിലെ മൃത കോശങ്ങളെ കളഞ്ഞ് ചർമ്മത്തിന് മൃദുത്വം നല്കുന്നു.
- മുഖക്കുരു, മുഖക്കുരു പാടുകൾ മുതലായവയ്ക്ക് പ്രതിവിധിയാണ്
- എക്സിമ പോലെയുള്ള ത്വക്ക് രോഗങ്ങളിൽ ഉപയോഗിക്കാം

ആവശ്യമായ വസ്തുക്കൾ

ചെറുപയർ - 2 ടേബിൾസ്പൂൺ. (തരിയോടുകൂടി പൊടിച്ചത്)

മഞ്ഞൾ - 1 നുള്ള്

മഞ്ചട്ടി - 1- 2 ടീസ്പൂൺ

കരിങ്ങാലി - - 1 ടീസ്പൂൺ.

ചന്ദനം - 1 ടീസ്പൂൺ

ബദാമിന്റെ പൊടി -

റോസ് വാട്ടർ - 1 ടീസ്പൂൺ

തൈര് - 1-2 ടേബിൾ സ്പൂൺ

എങ്ങനെ ഉണ്ടാക്കാം?

എല്ലാ ചേരുവകളും ഒന്നിച്ചു ചേർത്ത് പേസ്റ്റ് ഉണ്ടാക്കുക.

എങ്ങനെ ഉപയോഗിക്കാം?

മുഖത്ത് വെള്ളം നനയ്ക്കുക. സ്ക്രബ് പുരട്ടി നിങ്ങളുടെ വിരൽത്തുമ്പുകൾ ഉപയോഗിച്ച് 5-7 മിനിറ്റ് മുകളിലേക്ക് മുഖം മസാജ് ചെയ്യുക. ചെറുചൂടുള്ള വെള്ളത്തിൽ കഴുകി കളയുക.

മുൻകരുതലുകൾ

- അധികം ശക്തമായി ഉരയ്ക്കരുത്.
- മുഖക്കുരു ഉള്ള ഭാഗങ്ങളിൽ ശ്രദ്ധയോടെ പുരട്ടുക.
- കണ്ണുകളുമായുള്ള സമ്പർക്കം ഒഴിവാക്കുക. ചില ചേരുവകൾ കണ്ണിൽ പോയാൽ പുകച്ചിൽ ഉണ്ടാക്കാം. അത്തരം അവസരങ്ങളിൽ തണുത്ത വെള്ളം കൊണ്ട് കണ്ണുകൾ കഴുകുക.

42

ആസ്ത്മയ്ക്കും എക്കിട്ടത്തിനും ഇഞ്ചി, നെല്ലിക്ക എന്നിവ ചേർത്തു നിർമ്മിക്കുന്ന കഷായം

നെല്ലിക്കയും, ഇഞ്ചിയും ധാരാളം ആരോഗ്യ ഗുണങ്ങളുള്ള സസ്യങ്ങളാണ് പ്രധാനമായും ശ്വസന വ്യവസ്ഥയുടേയും ആമാശയത്തിന്ദേയും ആരോഗ്യത്തിന് ഇഞ്ചിയും നെല്ലിക്കയും അടങ്ങിയ നിരവധി ആയുർവേദ ഉല്പന്നങ്ങൾ വിപണിയിലുണ്ട്.

ആവശ്യമായ വസ്തുക്കൾ
നെല്ലിക്ക പൊടി - 1 ടീസ്പൂൺ
തിപ്പലി - 1 ടീസ്പൂൺ
ഇഞ്ചിപൊടി - 1 ടീസ്പൂൺ
കൽകണ്ടം - 1 ടീസ്പൂൺ
തേൻ - 1 - 2 ടീസ്പൂൺ.

എങ്ങനെ ഉണ്ടാക്കാം?
നെല്ലിക്ക, തിപ്പലി, ഇഞ്ചി എന്നിവ പൊടിച്ച് ഒന്നിച്ച് ചേർത്ത് നന്നായി ഇളക്കുക. ഇത് കൽകണ്ടവും തേനും ചേർത്ത് കഴിക്കാം.

ഉപയോഗങ്ങൾ
ആസ്ത്മ, വിട്ടുമാറാത്ത ശ്വാസകോശ സംബന്ധമായ തകരാറുകൾ, ക്ഷയരോഗം, വിട്ടുമാറാത്ത ചുമ എന്നി ലക്ഷണങ്ങൾ കുറയ്ക്കാൻ ഇത് സഹായകമാണ്. വിട്ടുമാറാത്ത എക്കിട്ടതിനും ഇത് ഉപയോഗപ്രദമാണ്.

ഡോസ്

½ -1 ഗ്രാം പൊടി ഒരു ടീസ്പൂൺ തേനും അല്പം പഞ്ചസാരയും ചേർത്ത് കഴിക്കുക. രോഗത്തിന്റെ തീവ്രതയെ അടിസ്ഥാനമാക്കി ഒരു ദിവസം 4-6 തവണ വരെ കഴിക്കാം. സാധാരണയായി, ഭക്ഷണത്തിന് ശേഷം ദിവസത്തിൽ രണ്ടുതവണ ഇത് നൽകാറുണ്ട്.

എത്ര ദിവസം കഴിക്കണം?

1-2 ആഴ്ച വരെ കഴിക്കാം. രോഗലക്ഷണങ്ങൾ കഠിനമാണെങ്കിൽ, ഒരു മാസം വരെ ഇത് തുടരാം.

കാലഹരണ തീയതി?

ഒരിക്കൽ തയ്യാറാക്കിയ പൊടി 2-6 മാസം വായു കടക്കാത്ത പാത്രത്തിൽ സൂക്ഷിക്കാം.

മരുന്നിന്റെ പ്രവർത്തനം എങ്ങനെയാണ്?

ആസ്ത്മയ്ക്ക് ഉപയോഗപ്രദമായ പ്രതിവിധികൾ എക്കിട്ടത്തിനും സാധാരണയായി ഉപയോഗിക്കുന്നു.

തിപ്പലി - ശ്വാസകോശ രോഗങ്ങളിൽ പ്രത്യേകിച്ച് ആസ്ത്മയ്ക്ക് വളരെ ഫലപ്രദമാണ്. ഇത് മ്യൂക്കോലൈറ്റിക് (ശ്വാസകോശത്തിനുള്ളിലെ കട്ടിയുള്ള കഫം നേർപ്പിച്ച് പുറത്തേക്ക് കളയാൻ സഹായിക്കുന്നു), ബ്രോങ്കോഡിലേറ്റർ (ചുരുങ്ങിയ ശ്വാസനാളത്തെ വികസിപ്പിക്കുന്നു) ആയി പ്രവർത്തിക്കുന്നു. ശ്വാസകോശ സംബന്ധമായ അസുഖങ്ങളിൽ ഇതിന്റെ ഉപയോഗത്തെക്കുറിച്ച് നിരവധി ക്ലിനിക്കൽ ഗവേഷണങ്ങൾ നിലവിലുണ്ട്.

ഇഞ്ചി - ശ്വാസകോശാരോഗ്യത്തിന് മറ്റൊരു പ്രധാന സസ്യൗഷധം.

നെല്ലിക്കയും തേനും ശ്വാസകോശത്തിന്റെ പ്രവർത്തനം മെച്ചപ്പെടുത്തുന്നതിന് ഉപയോഗപ്രദമായ ഒരു ഔഷധക്കൂട്ടാണ്. ഇതിന് ആന്റി ഓക്സിഡന്റ് ഗുണവുമുണ്ട്. കൽകണ്ടം കഫം പുറന്തള്ളാൻ സഹായിക്കുന്നു.

കുട്ടികൾക്ക് സുരക്ഷിതമാണോ?

വളരെ ചെറിയ അളവിൽ കാൽ ടീസ്പൂൺ ദിവസത്തിൽ ഒന്നോ രണ്ടോ തവണ, ഭക്ഷണത്തിന് ശേഷം, 5 വയസ്സിന് മുകളിലുള്ള കുട്ടികൾക്ക് നല്കാം.

ഗർഭകാലത്തും മുലയൂട്ടുന്ന അമ്മമാർക്കും ?

ഗർഭകാലത്ത് ഇത് ഒഴിവാക്കുന്നതാണ് നല്ലത്. മുലയൂട്ടുന്ന സമയത്ത് ഒരു ചെറിയ അളവിൽ നൽകാം - ഭക്ഷണത്തിന് ശേഷം ദിവസത്തിൽ ഒന്നോ രണ്ടോ തവണ ½ മുതൽ 1 ടീസ്പൂൺ വരെ.

പാർശ്വ ഫലങ്ങൾ:

വളരെ ഉയർന്ന അളവ് വയറ്റിൽ പുകച്ചിലിനും ഗ്യാസ്ട്രൈറ്റിസിനും കാരണമാകും.

ഇതിന്റെ ദീർഘ കാല ഉപയോഗവും ശുപാർശ ചെയ്യുന്നില്ല.

നിങ്ങളുടെ ഡോക്ടറുമായി ആലോചിച്ചതിനുശേഷം മാത്രം ഈ ഔഷധം ഉപയോഗിക്കുക.

43

ഇഞ്ചി, നെല്ലിക്ക, ഉണക്കമുന്തിരി, തേൻ എന്നിവ - ആസ്തമയ്ക്കും ചുമയ്ക്കും

ഇഞ്ചിയും തേനും സാധാരണയായി ദഹനത്തിനും ശ്വാസകോശ സംബന്ധമായ തകരാറുകൾക്കും ഉപയോഗിക്കുന്നു. ഇവയ്ക്കൊപ്പം നെല്ലിക്കയും ഉണക്കമുന്തിരിയും ചേർത്ത് ആസ്തമ, ചുമ, വിട്ടുമാറാത്ത ശ്വാസകോശ സംബന്ധമായ രോഗങ്ങൾ എന്നിവയ്ക്കുള്ള വീട്ടുവൈദ്യം തയ്യാറാക്കാം.

ആവശ്യമായ വസ്തുക്കൾ

ഉണക്കമുന്തിരി - 10 ഗ്രാം

നെല്ലിക്ക - 3 എണ്ണം

ഇഞ്ചി - 10 ഗ്രാം

തേൻ - 2 ടീസ്പൂൺ (ഏകദേശം 10 മില്ലി)

എങ്ങനെ ഉണ്ടാക്കാം?

വൃത്തിയുള്ള ഒരു പാത്രത്തിൽ നെല്ലിക്ക എടുക്കുക.

അതിൽ ആവശ്യത്തിന് വെള്ളം ചേർത്ത് നെല്ലിക്ക മൃദുവാകുന്നതു വരെ ഏകദേശം 10-15 മിനിറ്റ് തിളപ്പിക്കുക. വേവിച്ച നെല്ലിക്ക കുരു കളഞ്ഞ ശേഷം നന്നായി ചതച്ച് പേസ്റ്റ് ആക്കുക.

ഇതിലേക്ക് ഉണക്കമുന്തിരിയും ചേർത്ത് വീണ്ടും ചതയ്ക്കുക.

ഇതിലേക്ക് ഇഞ്ചിപ്പൊടിയും തേനും ചേർത്ത് നന്നായി ഇളക്കി യോജിപ്പിക്കുക.

കഴിക്കേണ്ട രീതി

3 - 5 ഗ്രാം അളവിൽ, ദിവസത്തിൽ രണ്ടുതവണ, ഭക്ഷണത്തിന് മുമ്പോ ശേഷമോ നല്കാം. ഇത് കഴിച്ചതിന് ശേഷം ദാഹം തോന്നിയാൽ ചെറുചൂടുവെള്ളം കുടിക്കാം.

ഗുണങ്ങൾ

ആസ്തമ, വിട്ടുമാറാത്ത ചുമ, ബ്രോങ്കൈറ്റിസ്, തുടങ്ങി ദീർഘകാലമായി നിലനിൽക്കുന്ന എല്ലാ ശ്വാസകോശ സംബന്ധമായ അസുഖങ്ങളിലും ഉപയോഗപ്രദമാണ്. നെല്ലിക്കയും ഉണക്കമുന്തിരിയും ഉള്ളതിനാൽ ഇഞ്ചിയുടെ എരിവ് കുറയ്ക്കുന്നു. അതിനാൽ, വയറെരിച്ചിൽ ഉള്ള ആളുകൾക്ക് പോലും ഇത് ഉപയോഗിക്കാം.

എത്ര ദിവസം കഴിക്കാം?

ഡോക്ടറുടെ നിർദ്ദേശപ്രകാരം 2 ആഴ്ച മുതൽ 3 മാസം വരെ ഇത് കഴിക്കാം.

തയ്യാറാക്കിക്കഴിഞ്ഞാൽ, എത്രനാൾ സൂക്ഷിക്കാം?

പരമാവധി 3-5 ദിവസം മാത്രമേ സൂക്ഷിക്കാൻ കഴിയൂ. നെല്ലിക്കയുടെ ഈർപ്പം കാരണം, പെട്ടെന്ന് പൂപ്പൽ വരാം.

പച്ച നെല്ലിക്കയ്ക്ക് പകരം നെല്ലിക്ക പൊടി ഉപയോഗിക്കാമോ?

അതെ. പരമ്പരാഗതമായി പച്ച നെല്ലിക്ക ഉപയോഗിക്കാനാണ് പറഞ്ഞിരിക്കുന്നതെങ്കിലും ഉണക്കി പൊടിച്ച നെല്ലിക്ക ഉപയോഗിക്കാം. ഫലപ്രാപ്തി അല്പം കുറവായിരിക്കാം.

കുട്ടികൾക്ക് സുരക്ഷിതമാണോ?

5 വയസ്സിന് മുകളിലുള്ള കുട്ടികൾക്ക്, 1 - 2 ആഴ്ച കാലം മെഡിക്കൽ മേൽനോട്ടത്തിൽ ഉപയോഗിക്കുന്നത് സുരക്ഷിതമാണ്.

ഗർഭകാലത്തും മുലയൂട്ടുന്ന സമയത്തും?

ഗർഭകാലത്ത് ഒഴിവാക്കുന്നതാണ് നല്ലത്. മുലയൂട്ടുന്ന അമ്മമാർക്ക് കഴിക്കാം.

പാർശ്വ ഫലങ്ങൾ?

പ്രമേഹമുള്ളവർക്ക് അനുയോജ്യമല്ല. ഗ്യാസ്ട്രൈറ്റിസ് ഉള്ള ആളുകൾക്ക് ഇത് കഴിക്കാം. എന്നിരുന്നാലും, അത്തരം ആളുകൾ ആദ്യം ചെറിയ അളവിൽ കഴിച്ചു നോക്കിയതിനു ശേഷം മാത്രം പൂർണ്ണ ഡോസ് ഉപയോഗിക്കുക.

44

വൈറൽ പനി - പ്രതിവിധി

പുകച്ചിൽ, തലവേദന തുടങ്ങിയ ലക്ഷണങ്ങൾ മനസിലാക്കി പിത്ത കഫജ ജ്വരം തിരിച്ചറിയാം.

ആവശ്യമായ വസ്തുക്കൾ

കടുകുരോഹിണി നന്നായി പൊടിച്ചത് - 1 ഗ്രാം

പഞ്ചസാര / കൽക്കണ്ടം - 3 ഗ്രാം

ഉപയോഗങ്ങൾ

പിത്ത, കഫ അസന്തുലിതാവസ്ഥ കൊണ്ടുണ്ടാകുന്ന പനി, വൈറൽ അണുബാധ മൂലമുള്ള പനി,

പനിയുമായി ബന്ധപ്പെട്ട തലവേദന, തലയ്ക്ക് ഭാരം, പുകച്ചിൽ എന്നിവയ്ക്ക് പ്രതിവിധിയാണ്.

ഡോസ്

ഭക്ഷണത്തിന് 10 മിനിറ്റ് മുമ്പ് ദിവസത്തിൽ ഒന്നോ രണ്ടോ തവണ 1/2 മുതൽ 1 ഗ്രാം വരെ കടുകു രോഹിണി പൊടി 2 - 3 ഗ്രാം കൽക്കണ്ടം ചേർത്ത് നൽകാം. ചില സ്ഥലങ്ങളിൽ, ഇതിന്റെ ക്യാപ്സ്യൂൾ ലഭ്യമാണ്. ഒരു ക്യാപ്സ്യൂൾ കൽക്കണ്ടം ചേർത്ത് , ദിവസത്തിൽ രണ്ടുതവണ, ഭക്ഷണത്തിന് 10 മിനിറ്റ് മുമ്പ് കഴിക്കാം

എത്ര ദിവസം കഴിക്കണം?

ഇത് 1-2 ആഴ്ച വരെ കഴിക്കാം.

കാലഹരണ തീയതി

ക്യാപ്സ്യൂൾ ആണെങ്കിൽ ഒരു വർഷം വരെ സൂക്ഷിക്കാം. പൊടിയാണെങ്കിൽ 3 - 6 മാസം വരെ ഉപയോഗിക്കാം.

പ്രവർത്തന രീതി

കടുകു രോഹിണി ശക്തമായ ആൻറിവൈറൽ, ആൻറി ബാക്ടീരിയൽ ഗുണമുള്ള സസ്യമാണ്.

കരളിന്റെ പ്രവർത്തനം മെച്ചപ്പെടുത്തുന്നു. (ഹെപ്പറ്റോ പ്രൊട്ടക്റ്റീവ്) അതിനാൽ, പിത്ത അസന്തുലിതാവസ്ഥയിൽ ഉപയോഗപ്രദമാണ്.

നിയന്ത്രിത അളവിൽ ഹൈപ്പർ-അസിഡിറ്റി, ഗ്യാസ്ട്രിക്, ഡുവോഡിനൽ അൾസർ എന്നിവയിലും ഉപയോഗപ്രദമാണെന്ന് കണ്ടെത്തിയിട്ടുണ്ട്.

കുട്ടികൾക്ക് സുരക്ഷിതമാണോ?

ദിവസം 250 - 500 മില്ലിഗ്രാം എന്ന അളവിൽ, ഡോക്ടറുടെ മേൽനോട്ടത്തിൽ കുട്ടികൾക്ക് നൽകാം.

ഗർഭിണികളിലും മുലയൂന്ന അമ്മമാരിലും

അതിന്റെ ഉപയോഗത്തെ സംബന്ധിക്കുന്ന പരാമർശങ്ങൾ ലഭ്യമല്ല. കുറഞ്ഞ അളവിൽ മുലയൂട്ടുന്ന സമയത്ത് സാധാരണയായി സുരക്ഷിതമാണ്.

എന്തെങ്കിലും പാർശ്വഫലങ്ങൾ?

വളരെ ഉയർന്ന ഡോസ് ഛർദ്ദിയും വയറിളക്കവും ഉണ്ടാക്കാം.

പാർശ്വഫലങ്ങൾ എങ്ങനെ കൈകാര്യം ചെയ്യാം?

അര കപ്പ് പാൽ കുടിക്കുക, ഉടൻ ഒരു ഡോക്ടറെ സമീപിക്കുക.

45

കടുകുരോഹിണി - ചർദ്ദിക്കും എക്കിട്ടത്തിനും

കരൾ രോഗങ്ങളും പനിയും ചികിത്സിക്കാൻ ഉപയോഗിക്കുന്ന വളരെ പ്രശസ്തമായ ആയുർവേദ ഔഷധമാണ് കടുകുരോഹിണി. ചർദ്ദി, എക്കിട്ടം എന്നിവയ്ക്ക് പ്രതിവിധിയായും ഇത് ഉപയോഗിക്കുന്നു.

ആവശ്യമായ വസ്തുക്കൾ

കടുകുരോഹിണി നന്നായി പൊടിച്ചത് - 1 ഗ്രാം

തേൻ - 1 ടീസ്പൂൺ

എങ്ങനെ ഉണ്ടാക്കാം?

1/2 - 1 ഗ്രാം കടുകുരോഹിണി പൊടി ഒരു ടീസ്പൂൺ തേനിൽ കലർത്തുക.

ഉപയോഗങ്ങൾ

ചർദ്ദി

ഓക്കാനം

എക്കിട്ടം

ഡോസ്

1/2 - 1 ഒരു ഗ്രാം പൊടി ഒരു ടീസ്പൂൺ തേനിൽ ചേർത്ത് ദിവസത്തിൽ ഒന്നോ രണ്ടോ തവണ.

എത്ര ദിവസം കഴിക്കണം?

ഇത് 3-5 ദിവസത്തേക്ക് എടുക്കാം.

കാലഹരണ തീയതി

കടുകുരോഹിണി പൊടി വായു കടക്കാത്ത പാത്രത്തിൽ 3-6 മാസം വരെ സൂക്ഷിക്കാം

പ്രവർത്തന രീതി

കടുകുരോഹിണി വയറിന്റെ സ്വാഭാവിക ചലനം വർദ്ധിപ്പിക്കുന്നു. ചെറിയ അളവിൽ ഹൈപ്പർ-അസിഡിറ്റി, ഗ്യാസ്ട്രിക്, ഡുവോഡിനൽ അൾസർ എന്നിവയിലും ഇത് ഉപയോഗപ്രദമാണെന്ന് കണ്ടെത്തിയിട്ടുണ്ട്. കരളിന്റെ ആരോഗ്യം സംരക്ഷിക്കുന്നു. അതിനാൽ മഞ്ഞപ്പിത്തവുമായി ബന്ധപ്പെട്ട ചർദ്ദിക്ക് ഉപയോഗപ്രദമാണ്.

കുട്ടികൾക്ക് സുരക്ഷിതമാണോ?

ദിവസം 250 - 500 മില്ലിഗ്രാം എന്ന അളവിൽ, ഡോക്ടറുടെ മേൽനോട്ടത്തിൽ കുട്ടികൾക്ക് നൽകാം.

ഗർഭിണികളിലും മുലയൂന്ന അമ്മമാരിലും?

ഗർഭാവസ്ഥയിൽ അതിന്റെ ഉപയോഗത്തെ സംബന്ധിക്കുന്ന പരാമർശങ്ങൾ ലഭ്യമല്ല. കുറഞ്ഞ അളവിൽ മുലയൂട്ടുന്ന സമയത്ത് സാധാരണയായി സുരക്ഷിതമാണ്.

പാർശ്വ ഫലങ്ങൾ

വളരെ ഉയർന്ന ഡോസ് ചർദ്ദിയും വയറിളക്കവും ഉണ്ടാക്കാം.

46

അലർജി മൂലമുണ്ടാകുന്ന മൂക്കൊലിപ്പിന് മഞ്ഞൾ എങ്ങനെ ഉപയോഗിക്കാം?

അലർജിക്ക് പ്രതിവിധിയായ ഏറ്റവും നല്ല സുഗന്ധ വ്യഞ്ജനമാണ് മഞ്ഞൾ. മഞ്ഞളും മറ്റ് സുഗന്ധദ്രവ്യങ്ങളും ചേരുവയായി അനേകം ഔഷധക്കൂട്ടുകൾ വിവരിക്കുന്നുണ്ട്.

രീതി 1 - ഭക്ഷണത്തിൽ ഉപയോഗിക്കുക - കറിയിൽ ചേർത്ത് ഇത് പതിവായി ഉപയോഗിക്കാം. ഭക്ഷണത്തിൽ ഏതാനും നുള്ള് മഞ്ഞൾ ഉപയോഗിക്കുന്നത് ശീലമാക്കുന്നതാണ് അലർജി അവസ്ഥകളെ അകറ്റി നിർത്താനുള്ള ഏറ്റവും നല്ല മാർഗം.

രീതി 2 - ചൂടുള്ള പാലിനൊപ്പം മഞ്ഞൾ - ഒരു നുള്ള് മഞ്ഞൾ ഒരു കപ്പ് ചൂടുള്ള പാലിൽ ചേർക്കുക. രാവിലെ വെറും വയറ്റിൽ കുടിക്കുക. പാല് അലർജിയുണ്ടെങ്കിൽ വെള്ളത്തിലിട്ട് കഴിക്കാം.

രീതി 3 - നെയ്യിൽ മഞ്ഞൾ - 4 ടീസ്പൂൺ നെയ്യിൽ രണ്ട് നുള്ള് മഞ്ഞൾ ചേർക്കുക. വീടിന് പുറത്തിറങ്ങുന്നതിന് തൊട്ടുമുമ്പ്, ഈ നെയ്യ് മഞ്ഞൾ മിശ്രിതം വളരെ നേർത്ത പാളിയായി രണ്ട് മൂക്കിന്റെയും (മൂക്കിന്റെ) ഉള്ളിൽ പുരട്ടുക. ഇത് അൽപ്പം അസുഖകരമായി തോന്നുമെങ്കിലും മികച്ച ഫലം ലഭിക്കും.

47

രക്ത സ്രാവം, പനി, ഹൃദയാരോഗ്യം - ഇരട്ടിമധുരം

ആയുർവേദ ഔഷധങ്ങളിൽ ഏറ്റവും ഔഷധമൂല്യമുള്ള മരുന്നുകളിലൊന്നാണ് ഇരട്ടി മധുരം. പനി, രക്തസ്രാവ വൈകല്യങ്ങൾ, രക്ത കുഴലിൽ കൊഴുപ്പടിയുന്ന അവസ്ഥ എന്നിവയ്ക്ക് ഇരട്ടി മധുരം ഉപയോഗിച്ച് തയ്യാറാക്കുന്ന വീട്ടുവൈദ്യം വിവരിക്കാം

ആവശ്യമായ വസ്തുക്കൾ

1. ഇരട്ടിമധുരം പൊടിച്ചത് - 10 ഗ്രാം

2. കടുകു രോഹിണി പൊടി - 10 ഗ്രാം

3. ഇളം ചൂട് വെള്ളം

എങ്ങനെ ഉണ്ടാക്കാം?

തുല്യ അളവിൽ ഇരട്ടിമധുരം, കടുകു രോഹിണി എന്നിവയുടെ പൊടി നന്നായി യോജിപ്പിക്കുക. ഈ പൊടി 500 മില്ലിഗ്രാം മുതൽ 1 ഗ്രാം വരെ ദിവസത്തിൽ രണ്ടുതവണ ഭക്ഷണത്തിന് ശേഷം കഴിക്കാം. മീതേ ഒരു കപ്പ് ഇളം ചൂടുവെള്ളം കുടിക്കുക.

ഉപയോഗങ്ങൾ:

1. പനിയിൽ ഇത് ഉപയോഗപ്രദമാണ്. ഇരട്ടിമധുരം, കടുകു രോഹിണി ഇവ രണ്ടും കരളിനെ ഉത്തേജിപ്പിക്കുകയും പിത്തത്തെ ശാന്തമാക്കുകയും ചെയ്യുന്നു. വീക്കവും വേദനയും കുറയ്ക്കുന്നു. ആൻറി ബാക്ടീരിയൽ ഗുണമുണ്ട്.

2. മൂക്കിലൂടെയുള്ള രക്തസ്രാവം, അമിത ആർത്തവ രക്തസ്രാവം എന്നിവയിൽ

ഉപയോഗപ്രദമാണ്.

3. ഇരട്ടിമധുരം, കടുകു രോഹിണി എന്നിവയ്ക്ക് രക്തത്തിലെ കൊഴുപ്പിനെ കളയാനുള്ള കഴിവുണ്ട്.

എത്ര ദിവസം കഴിക്കണം?

ഡോക്ടറുടെ നിർദ്ദേശപ്രകാരം 2-3 മാസത്തേക്ക് കഴിക്കാം

പാർശ്വ ഫലങ്ങൾ?

കുട്ടികളും ഗർഭിണികളും മുലയൂട്ടുന്ന അമ്മമാരും ഈ വീട്ടുവൈദ്യം ഒഴിവാക്കുന്നതാണ് നല്ലത്.

കർശനമായ മെഡിക്കൽ മേൽനോട്ടത്തിൽ മാത്രം ഉപയോഗിക്കുക.

48

ചുമയ്ക്ക് - തിപ്പലിയും തേനും

തേൻ, തിപ്പലി, പുത്തരിചുണ്ട എന്നീ മൂന്ന് ചേരുവകളുള്ള ലളിതമായ വീട്ടുവൈദ്യമാണിത്. ദശമൂല (പത്ത് വേരുകൾ) ഔഷധസസ്യങ്ങളിൽ ഒന്നാണ് പുത്തരിചുണ്ട. ഈ സസ്യത്തിന് മുള്ളുകൾ ഉണ്ട്. തൊണ്ട, ശ്വാസനാളം എന്നിവയുമായി ബന്ധപ്പെട്ട രോഗാവസ്ഥകൾ ചികിത്സിക്കാൻ ഈ സസ്യം സാധാരണയായി ഉപയോഗിക്കുന്നു.

ചേരുവകൾ

തിപ്പലി - അര ടീസ്പൂൺ

പുത്തരിചുണ്ട - അര ടീസ്പൂൺ

തേൻ - 1 - 2 ടീസ്പൂൺ

എങ്ങനെ ഉണ്ടാക്കാം?

രണ്ട് ഔഷധസസ്യങ്ങളുടെയും പൊടികളുടെ മിശ്രിതത്തിൽ തേൻ ചേർത്ത് നന്നായി ഇളക്കുക. ഇത് ഒരു ടീസ്പൂൺ അളവിൽ, ഭക്ഷണത്തിന് ശേഷം ദിവസത്തിൽ രണ്ടുതവണ നക്കി കഴിക്കുക. മീതേ വെള്ളം കുടിക്കാം.

ഉപയോഗങ്ങൾ:

കഫത്തോടു കൂടിയ ചുമയ്ക്ക് പ്രതിവിധിയായി ഉപയോഗിക്കാം. ദഹനശക്തി വർദ്ധിപ്പിക്കുന്നു. തൊണ്ടവേദനയ്ക്ക് ഉപയോഗപ്രദമാണ്. 1 വയസ്സിന് മുകളിലുള്ള കുട്ടികളിൽ ഈ പ്രതിവിധി ഉപയോഗിക്കാം. മുലയൂട്ടുന്ന അമ്മമാർക്കും ഉപയോഗിക്കാം. എന്നാൽ ഗർഭാവസ്ഥയിൽ, പരീക്ഷിക്കുന്നതിന് മുമ്പ് ഡോക്ടറുടെ ഉപദേശം തേടുക.

49

നേത്രസംരക്ഷണത്തിനുള്ള ആയുർവേദ മരുന്ന് - ത്രിഫല

പല നേത്ര സംരക്ഷണ ഉൽപ്പന്നങ്ങളിലും ഏറ്റവും സാധാരണമായ ചേരുവകളിലൊന്നാണ് ത്രിഫല. ആയുർവേദ ഉൽപ്പന്നങ്ങളിൽ ഏറ്റവും സുരക്ഷിതമായ ഒന്നാണ് ത്രിഫല. ഇതിൽ നെല്ലിക്ക, താന്നിക്ക, കടുക്ക എന്നീ മൂന്ന് ഘടകങ്ങൾ അടങ്ങിയിരിക്കുന്നു.

ഉപയോഗങ്ങൾ:

കണ്ണു വരൾച്ച, ചുവപ്പ്, ചൊറിച്ചിൽ, പുകച്ചിൽ തുടങ്ങിയ നേത്ര രോഗങ്ങൾക്ക് പ്രതിവിധിയാണ്.

കാഴ്ച ശക്തിയുമായി ബന്ധപ്പെട്ട പ്രശ്നങ്ങളുള്ളവരിലും പരിധിവരെ ഉപയോഗപ്രദമാണ് . കമ്പ്യൂട്ടർ വിഷൻ സിൻഡ്രോം ബാധിച്ച ആളുകൾ, ശസ്ത്രക്രിയയ്ക്ക് ശേഷം കണ്ണ് വരണ്ടതായി പരാതിപ്പെടുന്ന ആളുകൾ എന്നിവർക്കും ഫലപ്രദമാണ്.

ആവശ്യമായ വസ്തുക്കൾ

ത്രിഫല പൊടി - അര ടീസ്പൂൺ

തേൻ - 8-10 തുള്ളി

നെയ്യ് - 3-4 തുള്ളി

എങ്ങനെ ഉണ്ടാക്കാം?

ഇവ മൂന്നും ഒരു പാത്രത്തിൽ എടുത്ത് നന്നായി യോജിപ്പിച്ച് പേസ്റ്റ് രൂപത്തിലാക്കുക.

എങ്ങനെ കഴിക്കും?

രാത്രി ഭക്ഷണത്തിന് ശേഷം വെള്ളത്തിൽ ചേർത്ത് കഴിക്കാം.

എത്ര ദിവസം കഴിക്കണം ?

ഇത് 2-3 മാസമോ അതിൽ കൂടുതലോ എടുക്കാം. ദീർഘകാലം നിത്യേന കഴിക്കാവുന്ന മരുന്നായി സംഹിതകളിൽ വിവരിച്ചിട്ടുണ്ട്.

കഴിക്കാൻ പാടില്ലാത്തവർ

ഗർഭാവസ്ഥയിലും 5 വയസ്സിന് താഴെയുള്ള കുട്ടികളിലും ഇതിന്റെ ഉപയോഗം ഒഴിവാക്കുന്നതാണ് നല്ലത്.

പൊടിക്ക് പകരം ത്രിഫല ഗുളികകൾ ഉപയോഗിക്കാമോ?

ഇല്ല. പരമ്പരാഗതമായി ത്രിഫല ചൂർണ്ണം ഉപയോഗിക്കാനാണ് പറഞ്ഞിരിക്കുന്നത്.

50
ത്രിഫലാദി ചൂർണം - ഡോസ്, ചേരുവകൾ, പാർശ്വഫലങ്ങൾ

4 ഔഷധ ചേരുവകൾ ചേർന്നതാണ് ത്രിഫലാദി ചൂർണം -

കടുക്ക

നെല്ലിക്ക

താന്നിക്ക

ഇരട്ടി മധുരം

നാല് ഔഷധസസ്യങ്ങളും നിഴലിൽ ഉണക്കി പൊടിച്ച് അരിച്ചെടുത്താൽ നേർത്ത പൊടി ലഭിക്കും.

ഉപയോഗങ്ങൾ: കഷായ രുചിയുള്ള ഔഷധമാണിത്. ഇതിന്റെ കഷായം ഉപയോഗിച്ച് കഴുകുന്നത് മുറിവ് പെട്ടെന്ന് ഉണങ്ങാൻ സഹായിക്കുന്നു.

ഉള്ളിലേക്ക് കഴിക്കുനതിന് - ആന്റിഓക്സിഡന്റുകളാൽ സമ്പന്നമാണിത്. കണ്ണുകൾ, പ്ലീഹ, കരൾ എന്നിവയ്ക്ക് നല്ലതാണ്. പ്രമേഹത്തിന് ഉപയോഗപ്രദമാണ്. കൂടാതെ രസായനമായി (ആന്റിഏജിംഗ്) പ്രവർത്തിക്കുന്നു.

വയറിളക്കാൻ : കുടലിന്റെ ചലനം എളുപ്പമാക്കി ശോധന ശരിയാക്കുന്നു.

ത്രിഫലാദി ചൂർണം പ്രമേഹത്തിന് ഫലപ്രദമാണോ?
അതെ. ത്രിഫല ചൂർണം പ്രമേഹത്തിന് ഒരു സപ്ലിമെന്റായി അനുയോജ്യമാണ്. രക്തത്തിലെ പഞ്ചസാരയുടെ അളവ് നിയന്ത്രിക്കാൻ സഹായിക്കുന്നതിനു പുറമേ, ഇത് കോശങ്ങളെ പുനരുജ്ജീവിപ്പിക്കുകയും ആന്റിഓക്സിഡന്റായി പ്രവർത്തിക്കുകയും ചെയ്യുന്നു.

ഡോസ്

വയറിളാനും ഗ്യാസ് ട്രബിളിനും - രാത്രി 5 ഗ്രാം ചെറുചൂടുള്ള വെള്ളത്തിൽ കഴിക്കാം.

കരൾ സംരക്ഷണത്തിനും ആന്റി ഓക്സിഡന്റ് (രസയാന) ഗുണം ലഭിക്കുന്നതിനും 2-3 ഗ്രാം ത്രിഫല ചൂടുള്ളതോ തണുത്തതോ ആയ വെള്ളത്തോടൊപ്പം ദിവസത്തിൽ ഒന്നോ രണ്ടോ തവണ കഴിക്കാം.

മുടി കഴുകുന്നതിന്

ഇത് മുടി കഴുകാനും ഹെയർ പാക്ക് ആയും ഉപയോഗിക്കാം. താരൻ, നരച്ച മുടി എന്നിവ അകറ്റാൻ ഉപയോഗപ്രദമാണ്. മുടികൊഴിച്ചിൽ തടയുന്നു.

കണ്ണ് കഴുകാൻ

ഒരു ടേബിൾസ്പൂൺ ത്രിഫലാദി ചൂർണം 2 കപ്പ് വെള്ളത്തിൽ കലക്കി തിളപ്പിച്ച് അര കപ്പായി കുറയ്ക്കുക. ഇത് അരിച്ച് അണുബാധയുള്ള സന്ദർഭങ്ങളിൽ കണ്ണ് കഴുകാൻ ഉപയോഗിക്കുന്നു.

പാർശ്വഫലങ്ങൾ:

അറിയപ്പെടുന്ന പാർശ്വഫലങ്ങൾ ഒന്നുമില്ല. എന്നിരുന്നാലും, ഉയർന്ന ബിപി ഉള്ളവർ, കുട്ടികൾ, ഗർഭിണികൾ, മുലയൂട്ടുന്ന അമ്മമാർ എന്നിവരിൽ ഈ ഉൽപ്പന്നം ഉപയോഗിക്കുന്നതിന് ഒരു ആരോഗ്യ വിദഗ്ധനെ സമീപിക്കേണ്ടതുണ്ട്.

51
ആയുർവേദ സ്നാന ചൂർണ്ണം - വീട്ടിൽ തയ്യാറാക്കാം

സോപ്പിന് പകരമായി സ്നാന ചൂർണ്ണം ഉപയോഗിക്കാവുന്നതാണ്.

അടിസ്ഥാന കാര്യങ്ങൾ :
കടലമാവാണ് ഏതൊരു സ്നാന ചൂർണ്ണത്തിന്ടേയും അടിസ്ഥാന ഘടകം. ഇത് ചർമ്മത്തിന് നല്ലതാണ്.

ചില ആളുകൾക്ക് കടലമാവ് അലർജി ആയിരിക്കും. അത്തരക്കാർക്ക് കടലമാവിന് പകരം ചെറുപയർ പൊടി ഉപയോഗിക്കാം. ആകെ പൊടിയുടെ 50 ശതമാനം കടലമാവായിരിക്കണം. ബാക്കിയുള്ള 50% ഔഷധസസ്യങ്ങളുടെ ലഭ്യതയും, നമ്മുടെ ആവശ്യകതയും അനുസരിച്ച് ചേർക്കാം.

സ്നാന ചൂർണ്ണത്തിന്ടെ ഗുണങ്ങൾ
ചർമ്മത്തിന്റെ ആരോഗ്യവും നിറവും മെച്ചപ്പെടുത്തുന്നു.
മുഖക്കുരു, ചർമ്മത്തിലെ പാടുകൾ, ത്വക്കിലെ ചെറിയ മുറിവുകൾ എന്നിവ സുഖപ്പെടുത്തുന്നു.
ശരീര വേദനയും വീക്കവും കുറയ്ക്കുന്നു.

ആവശ്യമായ വസ്തുക്കൾ
ചെറുപയർ പൊടി / കടലമാവ് പൊടി - 10 സ്പൂൺ.
വേപ്പിൻ പൊടി - 1 സ്പൂൺ
മഞ്ചട്ടി - 1 ടീസ്പൂൺ
മഞ്ഞൾ - 1/2 - 1 സ്പൂൺ

നെല്ലിക്ക - ഉണങ്ങിയ പൊടി - 1 ടീസ്പൂൺ

ഇഞ്ചി - 2 നുള്ള്

റോസ് വാട്ടർ / റോസ് പൂ - 1 ടീസ്പൂൺ

ബദാം - 1 ടീസ്പൂൺ

കരിങ്ങാലി - 1 ടീസ്പൂൺ

വയമ്പ് -1 ടീസ്പൂൺ

ചിറ്ററത്ത - 1/2 - 1 ടീസ്പൂൺ

സോപ്പ് നട്ട് പൊടി - 1 സ്പൂൺ - പത നൽകുന്നു.

മേൽ പറഞ്ഞ മരുന്നുകൾ ആവശ്യാനുസരണം ലഭ്യത അനുസരിച്ച് ഉപയോഗിക്കാം.

ചർമ്മ പ്രശ്നങ്ങൾക്ക് മഞ്ചട്ടി, കരിങ്ങാലി, വയമ്പ്, വേപ്പ് എന്നിവ ഉപയോഗിക്കുക. ശരീരവേദനയ്ക്ക് ഇഞ്ചി, ചിറ്ററത്ത എന്നിവ കൂടുതൽ ഉപയോഗിക്കുക. പുകച്ചിൽ ഉണ്ടെങ്കിൽ, റോസ് വാട്ടർ, ബദാം, നെല്ലിക്ക എന്നിവ കൂടുതൽ ഉപയോഗിക്കുക. ചർമ്മ അലർജി, ഉണങ്ങാത്ത മുറിവുകൾ എന്നീ അവസ്ഥകളിൽ മഞ്ഞളും വേപ്പിൻ പൊടിയും കൂടുതൽ ചേർക്കുക. നെല്ലിക്ക ആന്റി ഓക്സിഡന്റുകളാൽ സമ്പന്നമാണ്, പിത്തയെ ശാന്തമാക്കുന്നു.

സുഗന്ധ ദ്രവ്യം ഉപയോഗം:

ബാത്ത് പൗഡറിന് മണം ലഭിക്കാൻ നിങ്ങൾക്ക് ഇഷ്ടമുള്ള ഏത് പ്രകൃതിദത്ത സുഗന്ധവും ഉപയോഗിക്കാം.

യൂക്കാലിപ്റ്റസ് ഓയിൽ - രണ്ട് തുള്ളി - ശ്വസന ആരോഗ്യത്തിന് നല്ലതാണ്

റോസ് വാട്ടർ - 1-2 ടീസ്പൂൺ

കുങ്കുമാദി തൈലം - 1 - 2 തുള്ളി - മുഖക്കുരു ഒഴിവാക്കുന്നു. ചർമ്മത്തിന്റെ തിളക്കം മെച്ചപ്പെടുത്തുന്നു.

ഇവയിൽ ഏതെങ്കിലും സുഗന്ധത്തിന് ഉപയോഗിക്കാം.

ഈ പൊടി എത്രനാൾ സൂക്ഷിക്കാം?

വായു കടക്കാത്ത പാത്രത്തിൽ സൂക്ഷിച്ചാൽ, ബാത്ത് പൗഡർ 1 വർഷം വരെ സുരക്ഷിതമായി സൂക്ഷിക്കാം.

52

മന്ഥ കല്പന (പഴം പിഴിഞ്ഞെടുത്തുണ്ടാക്കുന്ന സത്ത്)

മന്ഥ എന്ന വാക്കിന്റെ അർത്ഥം ഞെരുക്കുക എന്നാണ്. പഴങ്ങളിൽ വെള്ളം ചേർത്ത് പിഴിഞ്ഞെടുത്താണ് അർദ്ധ ഖരാവസ്ഥയിലുള്ള മന്ഥം തയ്യാറാക്കുന്നത്. ഒരേ തരത്തിലുള്ളതോ വിവിധ പഴങ്ങൾ ഉപയോഗിച്ചോ ഇത് നിർമ്മിക്കാം.

റഫറൻസ്:
ശാർങ്ഗധര സംഹിത മാധ്യമ ഖണ്ഡ 3/9-10
സുശ്രുത സംഹിത സൂത്രസ്ഥാനം 46.

നിർമ്മാണ രീതി-
ഒരു പാത്രത്തിൽ ആവശ്യമായ പഴങ്ങൾ എടുത്ത് നാല് ഭാഗം വെള്ളം ചേർക്കുക. പഴങ്ങൾ നന്നായി ഞെരടി പിഴിയുക. ഇത് 50 - 100 മില്ലി എന്ന അളവിൽ കഴിക്കാം. തയ്യാറാക്കി ഉടൻ ഉപയോഗിക്കണം. 6 മണിക്കൂറിൽ കൂടുതൽ സൂക്ഷിക്കരുത്.

ഖർജുരാദി മന്ഥ
ഈന്തപ്പഴം, മാതളനാരകം, ഉണക്കമുന്തിരി, കുടംപുളി, പുളി, ചിറ്റീന്തൽ, നെല്ലിക്ക ഈ പഴങ്ങളെല്ലാം തുല്യ അളവിൽ എടുത്ത് നാല് ഇരട്ടി വെള്ളവും ചേർത്ത് പിഴിഞ്ഞെടുത്ത് മന്ഥം തയ്യാറാക്കുന്നു. മദ്യപാനത്തിന്റെ പാർശ്വഫലങ്ങൾ ചികിത്സിക്കാൻ 100 മില്ലി അളവിൽ ഇത് നൽകപ്പെടുന്നു. 6-10 മണിക്കൂർ കേടാകാതെ സൂക്ഷിക്കാം.

53

പാനീയ കല്പന

കഷായ കല്പനയുടെ വകഭേദമാണിത്. ഏറ്റവും വീര്യം കുറഞ്ഞ കല്പനകളിലൊന്നാണിത്. ദുർബലരായ വ്യക്തികളിലും പ്രായമായ രോഗികളിലും കുട്ടികളിലും ദഹനശക്തി മെച്ചപ്പെടുത്തുന്നതിന് ഇത് ഉപയോഗിക്കാം. ഇവ ചികിത്സാരീതിയിലും ഭക്ഷണക്രമത്തിന്റെ ഭാഗമായും ഉപയോഗിക്കുന്നു. ഇത് കഷായത്തിന്റെ നേർപ്പിച്ച രൂപമാണ്. സാധാരണയായി മറ്റ് മരുന്നുകൾക്കൊപ്പം അല്ലെങ്കിൽ ഭക്ഷണത്തോടൊപ്പം ഒരു പാനീയമായി നിർദ്ദേശിക്കപ്പെടുന്നു.

റഫറൻസ്: ശാർങ്ഗധര സംഹിത മാധ്യമ ഖണ്ഡ 2/157

തയ്യാറാക്കുന്ന രീതി

ഔഷധസസ്യങ്ങളുടെ പൊടി - 1 ഭാഗം

ഇത് 64 ഭാഗം വെള്ളം ചേർത്ത് തിളപ്പിച്ച് പകുതിയായി കുറയ്ക്കുന്നു. അരിച്ചെടുത്ത് ഉപയോഗിക്കാം.

ഉദാ - 10 ഗ്രാം, 640 മില്ലി വെള്ളത്തിൽ കലർത്തി -> തിളപ്പിച്ച് 320 മില്ലി ആയി കുറയ്ക്കുക (1:64 -> ½ ഭാഗം)

ഡോസ് - 2 പലം = 96 ഗ്രാം.

ഉദാഹരണം: ഷഡംഗ പാനീയം

6 സസ്യങ്ങൾ എല്ലാം കൂടി - 1 ഭാഗം

മുത്തങ്ങ - 1/6 ഭാഗം

പർപടക പുല്ല് -1/6 ഭാഗം

രാമച്ചം - 1/6 ഭാഗം

രക്ത ചന്ദനം- 1/6 ഭാഗം

ഇരുവേലി - 1/6 ഭാഗം

ഇഞ്ചി - 1/6 ഭാഗം

വെള്ളം - 64 ഭാഗം

സസ്യൗഷധങ്ങൾ ചതച്ച് വെള്ളത്തിലിട്ട് തിളപ്പിച്ച് പകുതിയായി കുറയ്ക്കുക.

ഉപയോഗം

അമിതമായ ദാഹം, പനി എന്നിവയിൽ ഉപയോഗിക്കാം. പനിയിൽ ചൂടോടു കൂടി നല്കാം. പനിക്കാലത്ത് രോഗിയുടെ ദഹനശക്തി വളരെ കുറവായിരിക്കും.

54

പാനകം - ഹെർബൽ ജ്യൂസ്

ശീത കഷായത്തിന്റെ വകഭേദം ആണ് പാനകം. പഴം അല്ലെങ്കിൽ സസ്യത്തിന്റെ നീര് ഉപയോഗിച്ചാണ് പാനകം തയ്യാറാക്കുന്നത്. ഇവിടെ ചൂടാക്കൽ പ്രക്രിയ ഇല്ല. പഴച്ചാറുകൾ കൂടാതെ പാനകത്തിൽ പഞ്ചസാര അല്ലെങ്കിൽ ശർക്കര ചേർക്കുന്നു. ദഹനത്തിന് കുരുമുളക് അല്ലെങ്കിൽ ജീരകം പോലുള്ള സുഗന്ധവ്യഞ്ജനങ്ങൾ ചേർക്കാം. ഈ സുഗന്ധദ്രവ്യങ്ങൾ തണുപ്പിനെ സന്തുലിതമാക്കാൻ സഹായിക്കുന്നു. ഇഷ്ടമുള്ള ഫലങ്ങൾ ഉപയോഗിച്ച് പാനകം തയ്യാറാക്കാം.

ഉദാഹരണം - പുളി ജ്യൂസ്

പുളി - 1 ഭാഗം

വെള്ളം - 4 ഭാഗം

പഞ്ചസാര - 1- 2 ഭാഗം

ഇന്തുപ്പ് - 1/10 - 1/20 ഭാഗം

വറുത്ത ജീരകപ്പൊടി - 1/10 - 1/20 ഭാഗം

കുരുമുളക് പൊടി - 1/10-1/20 ഭാഗം

പുളിയുടെ വിത്തുകൾ നീക്കം ചെയ്ത് പൾപ്പ് 1-2 മണിക്കൂർ വെള്ളത്തിൽ കുതിർക്കുന്നു. ഇത് നന്നായി ഞെരടി പിഴിഞ്ഞ് അരിച്ചെടുക്കുക. ഈ ദ്രാവകത്തിൽ ശേഷിക്കുന്ന ചേരുവകളുടെ പൊടികൾ ചേർത്ത് നന്നായി ഇളക്കുക.

ഉപയോഗങ്ങൾ:

ദാഹം ശമിപ്പിക്കുന്നു, ക്ഷീണം കുറയ്ക്കുന്നു, ദഹനശക്തി മെച്ചപ്പെടുത്തുന്നു. കഫ വാത ദോഷങ്ങൾ സന്തുലിതമാക്കുന്നു.

ചന്ദനം പാനകം

ചുവപ്പ് അല്ലെങ്കിൽ വെള്ള ചന്ദനം - പൊടി - 1 ഭാഗം

വെള്ളം - 4 ഭാഗം

പഞ്ചസാര - 1-2 ഭാഗം

നാരങ്ങ നീര് - 1/10 ഭാഗം.

ആവശ്യമെങ്കിൽ,

വറുത്ത ജീരകം പൊടിച്ചത് – 1/10 - 1/20 ഭാഗം

കുരുമുളക് പൊടി - 1/10 -1/20 ഭാഗം

ചന്ദനം ഒരു രാത്രി മുഴുവൻ വെള്ളത്തിൽ കുതിർക്കുന്നു. അടുത്ത ദിവസം, അത് നന്നായി ഞെരടി ദ്രാവകം അരിച്ചെടുക്കുക. ഇതിൽ ശേഷിക്കുന്ന മരുന്നുകളുടെ പൊടി ചേർത്ത് നന്നായി ഇളക്കുക. ഈ ഉൽപ്പന്നം പിത്തത്തെ ശമിപ്പിക്കുന്നു. ശരീരത്തിലുണ്ടാകുന്ന പുകച്ചിൽ, അമിത ദാഹം, മൂത്രമൊഴിക്കുമ്പോൾ ഉണ്ടാകുന്ന പുകച്ചിൽ, പനി എന്നിവയ്ക്ക് ഇത് ഉപയോഗപ്രദമാണ്.

55

സിറപ്പുകൾ എങ്ങനെ ഉണ്ടാക്കാം?

ഏത് കഷായവും പഞ്ചസാരയോ ശർക്കരയോ ചേർത്ത് സിറപ്പുകളാക്കി മാറ്റാം.

സിറപ്പിന്റെ ഗുണങ്ങൾ

1.കൂടുതൽ കാലം കേടു കൂടാതെ ഇരിക്കും. 66.66% പഞ്ചസാര ഒരു ഉല്പന്നത്തിൽ അടങ്ങിയിട്ടുണ്ടെങ്കിൽ അത് പ്രകൃതിദത്ത പ്രിസർവേറ്റീവായി പ്രവർത്തിക്കുന്നു. കഷായം 12 മണിക്കൂറിനുള്ളിൽ ഉപയോഗിക്കേണ്ടതുണ്ട്. വിപണിയിൽ ലഭ്യമായ എല്ലാ കഷായങ്ങളിലും പ്രിസർവേറ്റീവുകൾ അടങ്ങിയിട്ടുണ്ട്.

2. രുചി മെച്ചപ്പെടുത്തുന്നു - കഷായങ്ങൾക്ക് അത്യധികം കയ്പുള്ളതിനാൽ കഴിക്കാൻ ബുദ്ധിമുട്ടായിരിക്കും. കഷായം സിറപ്പാക്കി മാറ്റുന്നത് രുചി മെച്ചപ്പെടുത്താൻ സഹായിക്കുന്നു.

3. പഞ്ചസാരയുടെ ആരോഗ്യ ഗുണങ്ങൾ - വരണ്ട ചുമയിൽ ഉപയോഗപ്രദമാണ്. ശരീരത്തിന് കാർബോഹൈഡ്രേറ്റ് നൽകി പെട്ടെന്ന് ഊർജ്ജം നല്കുന്നു. പിത്തത്തെ കുറച്ച് ആമാശയത്തിലെയും കുടലിലെയും സ്തരങ്ങൾക്ക് സംരക്ഷണം നല്കുന്നു.

ദോഷങ്ങൾ:

പ്രമേഹരോഗികൾക്ക് സിറപ്പുകൾ ഉപയോഗിക്കാൻ പാടില്ല.

പിസിഒഎസ്, ഹൈപ്പോതൈറോയിഡിസം, പൊണ്ണത്തടി, കഫ തിന്റെ അസുഖം ഉള്ളവർ എന്നിവർ പഞ്ചസാര ഒഴിവാക്കുന്നതാണ് നല്ലത്. അന്തിമ ഉൽപ്പന്നത്തിൽ പഞ്ചസാരയുടെ അളവ് കുറവാണെങ്കിൽ, പ്രിസർവേറ്റീവുകൾ ആവശ്യമായി വന്നേക്കാം. പ്രകൃതിദത്ത പഞ്ചസാരയോ ശർക്കരയോ

ഉപയോഗിക്കുകയാണെങ്കിൽ, അതായിരിക്കും കൂടുതൽ നല്ലത്. സാധാരണ പഞ്ചസാരയാണ് ഉപയോഗിക്കുന്നതെങ്കിൽ, അതിൽ രാസവസ്തുക്കൾ അടങ്ങിയിരിക്കാം.

നിർമ്മാണ രീതി

ആദ്യം കഷായം തയ്യാറാക്കുക. ഇതിലേക്ക് തുല്യ അളവിൽ പഞ്ചസാര ചേർക്കുക. 100 മില്ലി കഷായം എടുക്കുകയാണെങ്കിൽ, അതിൽ 100 ഗ്രാം പഞ്ചസാര ചേർക്കുക. തുടർച്ചയായി ഇളക്കി മിശ്രിതം കട്ടിയാകുന്നതുവരെ മിതമായ തീയിൽ ചൂടാക്കുക. തണുത്തതിനു ശേഷം ആംബർ ഗ്ലാസ്, എയർ ടൈറ്റ് പാത്രങ്ങളിൽ സൂക്ഷിക്കുക.

സിറപ്പ് ഉണ്ടാക്കാൻ ഏത് കഷായം ഉപയോഗിക്കാം?

ഏത് കഷായവും സിറപ്പാക്കി മാറ്റാം. പ്രത്യേകിച്ച് വാത, പിത്ത രോഗങ്ങൾക്ക് സിറപ്പ് ഗുണം ചെയ്യും. കഫ വൈകല്യങ്ങളിൽ ഇത് ഉപയോഗപ്രദമല്ല, കാരണം പഞ്ചസാര കഫം വർദ്ധിപ്പിക്കുന്നു.

1. ഇഞ്ചി കഷായ സിറപ്പ് - ദഹന ശക്തി മെച്ചപ്പെടുത്താൻ
2. ദഹനത്തിനും വരണ്ട ചുമയ്ക്കും ഇഞ്ചി, തിപ്പലി, കുരുമുളക് എന്നിവ അടങ്ങിയ ത്രികടു കഷായ സിറപ്പ്.
3. ചിറ്റമൃതിൻ സിറപ്പ് - പ്രതിരോധശേഷി മെച്ചപ്പെടുത്താൻ
4. അമുക്കുരം സിറപ്പ് - പ്രതിരോധശേഷി മെച്ചപ്പെടുത്തുന്നതിനും വാജീകരണമായും ഉപയോഗിക്കാം. പേശികളുടെ ബലം വർദ്ധിപ്പിക്കുന്നു.
5. ശതാവരി സിറപ്പ് - പിത്തദോഷത്തെ ശമിപ്പിക്കുന്നു, മുലപ്പാൽ വർദ്ധിപ്പിക്കുന്നു, സ്ത്രീകളിൽ ഹോർമോൺ ബാലൻസ് നിലനിർത്തുന്നു. ശരീരഭാരം മെച്ചപ്പെടുത്തുന്നു.
6. ചുമയ്ക്ക് തുളസി, കറുവപ്പട്ട, ഇഞ്ചി, കുരുമുളക് സിറപ്പ്.

കാലഹരണ തീയതി

സിറപ്പ് 6 മാസം മുതൽ 1 വർഷം വരെ കേടുകൂടാതെ സൂക്ഷിക്കാം. നേരിട്ട് സൂര്യപ്രകാശം തട്ടാത്ത സ്ഥലത്ത് ഉണങ്ങിയ ഗ്ലാസ് പാത്രത്തിൽ സൂക്ഷിക്കുക.

56

അവലേഹ കൽപന - ലേഹം എങ്ങനെ വീട്ടിൽ ഉണ്ടാക്കാം

ആവശ്യമായ ഘടകങ്ങൾ

1. കഷായം

2. എണ്ണയിലോ നെയ്യിലോ വറുത്ത മരുന്നിന്റെ പേസ്റ്റ്

3. പഞ്ചസാര, കൽക്കണ്ടം അല്ലെങ്കിൽ ശർക്കര

4. എരിവ് രുചിക്ക് സുഗന്ധ ദ്രവ്യങ്ങൾ

5. തേൻ - തേൻ (ആവശ്യാനുസരണം)

തയ്യാറാക്കുന്ന രീതി

കഷായം - കഷായ തയ്യാറാക്കി അരിച്ചു വയ്ക്കുക

മരുന്നിന്റെ പൊടിയോ പൾപ്പോ എണ്ണയിലോ നെയ്യിലോ വറുക്കുക.

കഷായവും പേസ്റ്റും വലിയ വായയുള്ള ഒരു പാത്രത്തിൽ എടുത്ത് പഞ്ചസാരയോ ശർക്കരയോ ചേർത്ത് ചെറു തീയിൽ ചൂടാക്കുക. ചൂടാക്കുമ്പോൾ തുടർച്ചയായി ഇളക്കി കൊണ്ടിരിക്കണം. അർദ്ധ ഖരാവസ്ഥയിലായതിനു ശേഷം തീ അണച്ച് പൊടിച്ച മസാലകളും ചേർത്ത് നന്നായി ഇളക്കുക. പൂർണ്ണമായും തണുത്ത ശേഷം, തേൻ ചേർത്ത് നന്നായി ഇളക്കുക.

ശ്രദ്ധിക്കേണ്ട കാര്യങ്ങൾ

പച്ചമരുന്ന് പൊടി / പേസ്റ്റ് വറുക്കുമ്പോൾ, എണ്ണയോ നെയ്യോ വേർതിരിയുന്നതു വരെ വറുക്കണം

ലേഹം പാകമാകുമ്പോൾ കാണുന്ന ലക്ഷണങ്ങൾ

എ. ഒരു ടീസ്പൂൺ ലേഹം എടുത്ത് തള്ളവിരലിനും ചൂണ്ടുവിരലിനുമിടയിൽ വച്ച് വലിച്ച് നോക്കുക. നൂലു പോലെ വരുന്നുണ്ടെങ്കിൽ ചൂടാക്കുന്നത് നിർത്തുക .

ബി. പാത്രത്തിൽ നിന്ന് ഒരു ടീസ്പൂൺ കല്കം എടുത്ത് കുറച്ച് സെക്കൻഡ് തണുപ്പിക്കുക. തള്ളവിരൽ കല്കത്തിൽ അമർത്തിയാൽ വിരലടയാളം രൂപപ്പെടുന്നുണ്ടെങ്കിൽ, ചൂടാക്കുന്നത് നിർത്തുക.

സി. ഒരു ടീസ്പൂൺ കല്കം ഒരു പാത്രത്തിൽ എടുത്ത വെള്ളത്തിൽ ഇടുക. അത് മുങ്ങി അടിയിൽ പോകുന്നുണ്ടെങ്കിൽ ലേഹം പാകമായതായി മനസിലാക്കാം.

മുൻകരുതലുകൾ

- കഷായം അരിച്ച് വച്ചതിനു ശേഷം പേസ്റ്റ് വരുക്കാൻ തുടങ്ങുക.
- കഷായം ചൂടാകുമ്പോൾ ഈ വറുത്ത പേസ്റ്റും പഞ്ചസാരയും കഷായത്തിൽ ചേർക്കുക. പഴകിയ കഷായം ഉപയോഗിക്കരുത്. ഉല്പന്നം അമിതമായി ചൂടാക്കരുത്.
- ഉല്പന്നം ഇറക്കി വച്ചതിനു ശേഷം മസാലപ്പൊടികൾ ചേർക്കുക
- തണുത്തതിനു ശേഷം മാത്രം തേൻ ചേർക്കുക.
- തീ കൂട്ടി വച്ച് പാകം ചെയ്യരുത്.
- തുടർച്ചയായി ഇളക്കികൊണ്ടിരിക്കണം .
- പരമാവധി ശുചിത്വം പാലിക്കുക.

ഡോസ് - പ്രതിദിനം 10 - 20 ഗ്രാം ഒന്നിച്ചോ ദിവസത്തിൽ രണ്ടുതവണയായോ കഴിക്കാം.

അനുപാനം - 10 - 40 മില്ലി പാൽ, കരിമ്പ് നീര്, പയറുവർഗ്ഗങ്ങളുടെ ചാറ്, രോഗത്തിന് ഫലപ്രദമായ ഏതെങ്കിലും കഷായം, എന്നിവ ഒപ്പം കഴിക്കാം.

ചേരുവകളുടെ അളവ്

ചില ലേഹ്യങ്ങളിൽ ചേരുവകളുടെ അളവ് പ്രത്യേകം പറയാത്തിടത്ത് സാധാരണ എടുക്കേണ്ട അളവ്

പേസ്റ്റ് - 1 ഭാഗം

പഞ്ചസാര - 4 ഭാഗം

ശർക്കര - 2 ഭാഗം

ദ്രവദ്രവ്യം അല്ലെങ്കിൽ കഷായം - 4 ഭാഗങ്ങൾ

1 വർഷം വരെ കേടു കൂടാതെ സൂക്ഷിക്കാം. ഉണങ്ങിയ സ്ഥലത്ത് വായു കടക്കാത്ത പാത്രത്തിൽ സൂക്ഷിക്കുക.

ഉണങ്ങിയ സ്പൂൺ ഉപയോഗിക്കുക.

ഖണ്ഡ കൽപന

ലേഹ നിർമ്മാണത്തിന് സമാനമായ കല്പനയാണിത്. ലേഹ പാകമായതിനുശേഷം വീണ്ടും ചൂടാക്കി സുഗന്ധദ്രവ്യങ്ങളും ചേർത്ത് തരിരൂപത്തിലാക്കുന്നു.

ഉദാ: ഹരിദ്ര ഖണ്ഡ - അലർജി മൂലമുണ്ടാകുന്ന ചർമ്മ ശ്വാസകോശ സംബന്ധമായ അവസ്ഥകൾക്ക് ഉപയോഗപ്രദമാണ്.

57

വിട്ടുമാറാത്ത ശ്വാസകോശ രോഗങ്ങളിൽ പ്രതിരോധശേഷി വർദ്ധിപ്പിക്കാൻ

ക്ഷയം, ബ്രോങ്കൈറ്റിസ്, ആസ്ത്മ മുതലായ ദീർഘകാല ശ്വാസകോശ രോഗങ്ങളിൽ പ്രതിരോധശേഷി, ശരീരബലം, ശ്വാസകോശ ശേഷി എന്നിവ സാധാരണയിൽ കുറയുന്നു. നെയ്യ്, ശർക്കര, തിപ്പലി പൊടി എന്നിവ ഉപയോഗിച്ച് ഒരു വീട്ടുവൈദ്യം.

ആവശ്യമുള്ള വസ്തുക്കൾ

തിപ്പലി പൊടി - 25 ഗ്രാം

ശർക്കര - 25 ഗ്രാം

നെയ്യ് - 25 ഗ്രാം

വെള്ളം - അര കപ്പ്.

എങ്ങനെ ഉണ്ടാക്കാം?

- വൃത്തിയുള്ള പാത്രത്തിൽ ശർക്കര എടുത്ത് അതിൽ അര കപ്പ് വെള്ളം ചേർത്ത് ശർക്കര അലിയുന്നതുവരെ ചൂടാക്കുക.
- അതിലേക്ക് നെയ്യും തിപ്പലി പൊടിയും ചേർക്കുക.
- വെള്ളം ബാഷ്പീകരിക്കപ്പെടുന്നതുവരെ ചൂടാക്കുന്നത് തുടരുക.
- നെയ്യ് ബാക്കിയുള്ള ചേരുവകളിൽ നിന്ന് വേർതിരിഞ്ഞു വരുന്നതുവരെയാണ് ചൂടക്കേണ്ടത്. കല്കത്തിൽ നിന്നും (പേസ്റ്റ്) അല്പം എടുത്ത് തീയിൽ ഇട്ടുനോക്കുമ്പോൾ പൊട്ടുന്ന ശബ്ദം കേൾക്കുന്നില്ലെങ്കിൽ നെയ്യിൽ കൂടുതൽ ഈർപ്പം ഇല്ലെന്ന് മനസിലാക്കാം.

- ചൂടാക്കുന്നത് നിർത്തുക. ചൂടോടു കൂടി തന്നെ അരിച്ചെടുക്കുക.
- നിങ്ങൾക്ക് ഏകദേശം 15 - 20 മില്ലി അന്തിമ ഉൽപ്പന്നം (നെയ്യ്) ലഭിക്കും.
- ചൂടാക്കലിന്റെ പ്രാരംഭ ഘട്ടത്തിൽ, മണം ഉണ്ടാകില്ല. അവസാനത്തോട് അടുക്കുമ്പോൾ, നെയ്യ്, തിപ്പലി എന്നിവയുടെ നല്ല സുഗന്ധം ലഭിക്കും.

എങ്ങനെ ഉപയോഗിക്കാം?

1/2 മുതൽ 1 ടീസ്പൂൺ നെയ്യ് ദിവസത്തിൽ ഒന്നോ രണ്ടോ തവണ, ഒരു കപ്പ് ചെറുചൂടുള്ള വെള്ളത്തോടൊപ്പം 2 നേരം, ഭക്ഷണത്തിന് മുമ്പ് 1 - 2 മാസത്തേക്ക് നൽകുന്നു. വിട്ടുമാറാത്ത ശ്വാസകോശ രോഗങ്ങൾ ഉള്ളവർക്ക്, പ്രതിദിനം ഒരു ടീസ്പൂൺ എന്ന അളവിൽ, 2-3 മാസത്തേക്ക് കഴിക്കാം.

പ്രയോജനങ്ങൾ ?

- ശരീര ബലവും ശക്തിയും പ്രതിരോധശേഷിയും മെച്ചപ്പെടുത്തുന്നു.
- ദഹനശക്തി വർദ്ധിപ്പിക്കുന്നു.
- ക്ഷയം, ബ്രോങ്കൈറ്റിസ്, ആസ്ത്മ തുടങ്ങിയ വിട്ടുമാറാത്ത ശ്വാസകോശ രോഗങ്ങളുള്ളവരിൽ പ്രതിരോധശേഷിയും ശ്വാസകോശ ആരോഗ്യവും മെച്ചപ്പെടുത്താൻ സഹായിക്കുന്നു.
- ശ്വാസകോശ അർബുദ ചികിത്സയ്ക്ക് വിധേയരായ ആളുകൾക്ക് ഗുണം ചെയ്യും.
- പുകവലി ശീലമുള്ളവർക്കും ഉപയോഗിക്കാം
- മേൽപ്പറഞ്ഞ എല്ലാ അവസ്ഥകൾക്കും ഇത് ഒരു മരുന്നല്ല എന്നത് ശ്രദ്ധിക്കുക. എന്നാൽ അത്തരം രോഗങ്ങളിൽ ശരീരത്തിന്റെ പ്രതിരോധ ശേഷി വർദ്ധിപ്പിക്കാൻ ഇത് നല്ലതാണ്.

എത്ര ദിവസം കഴിക്കണം?

ഡോക്ടറുടെ നിർദ്ദേശപ്രകാരം 2 ആഴ്ച മുതൽ 3 മാസം വരെ ഇത് എടുക്കാം.

തയ്യാറാക്കിക്കഴിഞ്ഞാൽ എത്രനാൾ സൂക്ഷിക്കാം?

ശുദ്ധവായു കടക്കാത്ത പാത്രത്തിൽ ഇത് 6 മാസം മുതൽ ഒരു വർഷം വരെ കഴിക്കാം.

കുട്ടികൾക്ക് സുരക്ഷിതമാണോ?

5 വയസ്സിന് മുകളിലുള്ള കുട്ടികൾക്ക്, 1 മുതൽ 2 ആഴ്ച വരെ ഹ്രസ്വകാലത്തേക്ക്, മെഡിക്കൽ മേൽനോട്ടത്തിൽ ഇത് ഉപയോഗിക്കുന്നത് സുരക്ഷിതമാണ്.

ഗർഭകാലത്തും മുലയൂട്ടുന്ന സമയത്തും?

ഗർഭകാലത്ത് ഒഴിവാക്കുന്നതാണ് നല്ലത്.

മുലയൂട്ടുന്ന സമയത്ത് കഴിക്കാം.

പാർശ്വ ഫലങ്ങൾ?

പ്രമേഹമുള്ളവർക്ക് അനുയോജ്യമല്ല.

നെയ്യ് അടങ്ങിയിട്ടുണ്ടെങ്കിലും ചെറിയ അളവിൽ കഴിക്കുന്നതുകൊണ്ട് കൊളസ്ട്രോൾ വർദ്ധിക്കില്ല.

ഗ്യാസ്ട്രൈറ്റിസ് ഉള്ള ആളുകൾക്കും ഉപയോഗിക്കാം.

58

ആയുർവേദ കാർഡിയാക് ടോണിക്ക് - ഹൃദയാരോഗ്യത്തിന്

ഹൃദയത്തിന്റെ പ്രവർത്തനങ്ങളെക്കുറിച്ചും ഹൃദയാരോഗ്യം മെച്ചപ്പെടുത്തുന്നതിനുള്ള വഴികളെക്കുറിച്ചും ആയുർവേദം വിശദമായി വിവരിക്കുന്നുണ്ട്. അർജുന (നീർമരുത്) മികച്ച കാർഡിയാക് ടോണിക്ക് ആയി പ്രവർത്തിക്കുന്നു. ഹൃദയാരോഗ്യം മെച്ചപ്പെടുത്താനുള്ള മിക്ക ആയുർവേദ മരുന്നുകളിലും ഈ സസ്യം ഒരു ഘടകമായി കാണപ്പെടുന്നു. ഇതുപയോഗിച്ച് നിർമ്മിക്കുന്ന അർജുന ഘൃതം എന്ന നെയ്യാണ് ഇവിടെ വിവരിക്കുന്നത്.

നിർമ്മാണ രീതി -

ഘട്ടം 1: ആദ്യം നീർമരുതിൻ കഷായം തയ്യാറാക്കുക.

നീർമരുത് - 40 ഗ്രാം (നാടൻ അല്ലെങ്കിൽ നേർത്ത പൊടി)

വെള്ളം - 640 മില്ലി

നീർമരുതിൻ പൊടി വെള്ളത്തിൽ കലക്കി വലിയ പാത്രത്തിൽ എടുത്ത് ചെറു തീയിൽ 160 മില്ലി ആകുന്നതുവരെ തിളപ്പിക്കുക. തണുത്തതിനു ശേഷം അരിച്ചെടുക്കുക. ഇതാണ് അർജുന കഷായം.

ഘട്ടം 2:

അർജുന കഷായം - 160 മില്ലി

നെയ്യ് - 40 ഗ്രാം

നീർമരുത് പൊടി - 10 ഗ്രാം

(നീർമരുത് പൊടി : നെയ്യ് : കഷായം = 1:4:16 അനുപാതം)

ഇവ മൂന്നും നനായി യോജിപ്പിച്ച് ഈർപ്പം നഷ്ടപ്പെടുന്നതുവരെ ഇളം ചൂടിൽ

തിളപ്പിക്കുക. നെയ്യ് പാക ലക്ഷണങ്ങൾ കണ്ടാൽ അടുപ്പിൽ നിന്നും മാറ്റി തണുക്കുന്നതിനു മുൻപ് അരിച്ചെടുക്കുക. 30 - 40 മില്ലി അന്തിമ ഉൽപ്പന്നം ലഭിക്കും.

പ്രയോജനം: ഈ ഉൽപ്പന്നത്തിൽ നീർമരുതിന്റെ വെള്ളത്തിലും കൊഴുപ്പിലും ലയിക്കുന്ന ഫൈറ്റോകെമിക്കലുകൾ അടങ്ങിയിരിക്കുന്നു.

അളവ്: ഈ വിവരങ്ങൾ സ്വയം അറിവിനു മാത്രമാണ്. ഈ ഘൃതം വിദഗ്ധോപദേശ പ്രകാരം കഴിക്കുക. ഒരു പൊതു നിയമമെന്ന നിലയിൽ, ആയുർവേദ ഡോക്ടർമാർ ദിവസവും 1-3 ഗ്രാം എന്ന അളവിൽ, രാവിലെ, ഭക്ഷണത്തിന് മുമ്പ് നിർദ്ദേശിക്കാറുണ്ട്. നെയ്യ് കഴിച്ചതിന് ശേഷം അരക്കപ്പ് ചെറുചൂടുവെള്ളം കഴിക്കുന്നത് ദഹനം എളുപ്പമാക്കുന്നു.

പ്രയോജനം
ഹൃദയാരോഗ്യം മെച്ചപ്പെടുത്തുന്നു

59

വരണ്ട ചുമയ്ക്ക് - നെയ്യ്

ഈ മരുന്നിൽ രണ്ട് ചേരുവകൾ മാത്രമേ അടങ്ങിയിട്ടുള്ളൂ. പരമ്പരാഗത നെയ്യ് നിർമ്മാണ രീതി പ്രകാരമാണ് ഇത് തയ്യാറാക്കുന്നത്.

ആവശ്യമായ വസ്തുക്കൾ?
നെയ്യ് - 50 മില്ലി
വെള്ളം - 400 മില്ലി
ചിറ്റാമൃത് - 25 ഗ്രാം
പുത്തരി ചുണ്ട - 25 ഗ്രാം

2 ഘട്ടങ്ങളായാണ് നിർമ്മിക്കുന്നത്.

ഘട്ടം 1. കഷായം നിർമ്മിക്കുക -
400 മില്ലി വെള്ളത്തിൽ 25 ഗ്രാം വീതം ചിറ്റാമൃതും, പുത്തരി ചുണ്ടയും പൊടിച്ച് ചേർക്കുന്നു. 100 മില്ലി ആകുന്നതുവരെ വറ്റിച്ച് അരിച്ചെടുക്കുക.

ഘട്ടം 2. നെയ്യ് തയ്യാറാക്കൽ
50 ഗ്രാം നെയ്യ് ഒരു പാത്രത്തിൽ എടുത്ത് അതിൽ കഷായവും ചിറ്റമൃതിന്ടേയും പുത്തരിചുണ്ടയുടേയും കല്കവും ചേർത്ത് ഈർപ്പം ബാഷ്പീകരിക്കപ്പെടുന്നതു വരെ ഇളം തീയിൽ തിളപ്പിക്കുന്നു. കല്കം വേർതിരിഞ്ഞുവന്നാൽ തീയിൽ നിന്നും മാറ്റി ചൂടാറുന്നതിനു മുൻപ് അരിച്ചെടുക്കുക

കാലഹരണ തീയതി - നെയ്യ് ഒരു വർഷം വരെ വായു കടക്കാത്ത പാത്രത്തിൽ സൂക്ഷിക്കാം.

ഡോസ് - അര ടീസ്പൂൺ ദിവസത്തിൽ ഒന്നോ രണ്ടോ തവണ, ഭക്ഷണത്തിന് മുമ്പ്, കഴിക്കാം. നെയ്യ് കഴിച്ചതിന് ശേഷം ചൂടുവെള്ളം കുടിക്കുന്നത് നല്ലതാണ്. ഒരു മാസം വരെ കഴിക്കാം.

പ്രയോജനങ്ങൾ -

ചുമയ്ക്കും ശ്വാസകോശ സംബന്ധമായ അണുബാധയ്ക്കും ഫലപ്രദമാണ്. ചിറ്റമൃത് പ്രതിരോധശേഷി വർദ്ധിപ്പിക്കുന്നു. വരണ്ട ചുമയാൽ ബുദ്ധിമുട്ടുന്ന ആളുകൾക്ക് ഈ നെയ്യ് ഉപയോഗപ്രദമാണ്.

പാർശ്വഫലങ്ങളും മുൻകരുതലുകളും

പ്രമേഹവും ഉയർന്ന ബിപിയും ഉള്ളവരും ഗർഭിണികളും മുലയൂട്ടുന്ന അമ്മമാരും ഈ വീട്ടുവൈദ്യം പരീക്ഷിക്കുന്നതിന് മുമ്പ് വൈദ്യോപദേശം തേടേണ്ടതാണ്.

60

ചർമ്മ സംരക്ഷണത്തിന് നെയ്യ് എങ്ങനെ ഉപയോഗിക്കാം?

നെയ്യ് ഉള്ളിലേക്ക് കഴിക്കാൻ മാത്രമല്ല പുറമേ പുരട്ടാനും ഉപയോഗിക്കുന്നു. പാടുകൾ, പുകച്ചിൽ തുടങ്ങിയ പല ചർമ്മ രോഗാവസ്ഥകളിലും ഇത് ഉപയോഗിക്കുന്നു. ഇത്തരത്തിൽ പൊള്ളൽ മുതലായവയ്ക്ക് ഉപയോഗപ്രദമായ നെയ്യ്'ന്റെ നിർമ്മാണ രീതി വിവരിക്കാം.

ആവശ്യമായ വസ്തുക്കൾ

നെയ്യ് - 10 ഔൺസ്

വെള്ളം - ആവശ്യത്തിന്.

നിർമ്മാണ രീതി

നിശ്ചിത അളവ് നെയ്യ് എടുത്ത് അതിൽ തുല്യ അളവിൽ വെള്ളം ചേർത്ത് കൈകൊണ്ടോ യന്ത്രം കൊണ്ടോ 3-5 മിനിറ്റ് നന്നായി കലക്കുക. ശേഷം നെയ്യ് വെള്ളത്തിൽ നിന്നും മാറ്റി എടുത്ത് ശുദ്ധജലം ചേർത്ത് വീണ്ടും കടയുക. ഇതുപോലെ, കഴിയുന്നത്ര തവണ ഇത് ആവർത്തിക്കുക. പുസ്തകങ്ങളിൽ, ഈ നടപടിക്രമം 100 തവണ ആവർത്തിക്കാൻ നിർദ്ദേശിക്കുന്നു. എന്നാൽ പ്രായോഗികമായി, 20-30 തവണ ചെയ്യാറുണ്ട്.

മാറ്റങ്ങൾ

നെയ്യ് വെളുത്ത നിറത്തിലേക്ക് മാറുന്നു. ഇത് സ്പർശിക്കാൻ കൂടുതൽ നേർത്തതും വെണ്ണ പോലെയുമാകുന്നു. കൂടുതൽ തണുത്തതാകുന്നു.

ചർമ്മത്തിന് എങ്ങനെ പ്രയോജനപ്പെടുന്നു?

- ചർമ്മത്തിലെ പുകച്ചിലിനും, പൊള്ളലേറ്റ മുറിവുകൾ, മുറിവിന്റെ പാടുകൾ, ഹെർപ്പസ് കുരുക്കൾ, ചിക്കൻ പോക്സ് പാടുകൾ മുതലായവയ്ക്ക് പ്രതിവിധിയാണ്.
- ചർമ്മത്തിൽ മോയ്സ്ചറൈസറായി ദിവസവും ഉപയോഗിക്കാം. മുഖത്ത് പുരട്ടി, 10 മിനിറ്റിന് ശേഷം ചെറുചൂടുള്ള വെള്ളത്തിൽ കഴുകുക.
- ഗർഭിണികളിൽ അകാരണമായി ഉണ്ടാകുന്ന രക്തസ്രാവത്തിന് പ്രതിവിധിയായി ഈ നെയ്യ് പൊക്കിളിനു ചുറ്റും പുരട്ടുന്നത് നല്ലതാണ്.
- ആയുർവേദ ലീച്ച് തെറാപ്പിയിൽ (അട്ടയെ കടിപ്പിക്കുന്ന ചികിത്സ രീതി), പുകച്ചിലും രക്തസ്രാവവും നിയന്ത്രിക്കാൻ, ഈ നെയ്യ് പുരട്ടാം.

കാലഹരണ സമയം : 4-6 മാസം.

വെള്ളത്തിൽ കടഞ്ഞെടുക്കുന്നതിനാൽ ഇതിൽ ഈർപ്പത്തിന്റെ അംശം അടങ്ങിയിരിക്കും. അതിനാൽ ആറ് മാസത്തിൽ കൂടുതൽ സൂക്ഷിക്കുന്നത് അനുയോജ്യമല്ല. ഇത് വൃത്തിയുള്ളതും വരണ്ടതുമായ വായു കടക്കാത്ത പാത്രത്തിൽ സൂക്ഷിക്കണം. കൂടുതൽ സമയം വായുവുമായി സമ്പർക്കത്തിൽ വരുന്നത് ദുർഗന്ധത്തിന് കാരണമാകും.

ഹെർപ്പസിൽ ശത ധൗത ഘൃതം എങ്ങനെ ഉപയോഗിക്കാം?

ഹെർപ്പസ്, പോലുള്ള പുകച്ചിലും വേദനയും ഉള്ള ത്വക്ക് രോഗങ്ങളിൽ വേപ്പ, കറിവേപ്പില, മഞ്ഞൾ തുടങ്ങിയ സസ്യങ്ങൾ ശതധൗത ഘൃതത്തിൽ ചേർത്ത് ചർമ്മത്തിലെ മുറിവുകൾക്ക് മുകളിൽ പുരട്ടുക. (ചരക ചികിത്സ സ്ഥാനം 21-ാം അദ്ധ്യായം).

ശത ധൗത ഘൃതം ഉള്ളിലേക്ക് കഴിക്കാമോ?

ഇല്ല. ശത ധൗത ഘൃതം തണുത്ത വെള്ളത്തിൽ നിരവധി തവണ കടഞ്ഞെടുത്ത് ഉണ്ടാക്കുന്നതാണ്.

എത്ര ശ്രദ്ധാപൂർവ്വം അരിച്ചെടുത്താലും അന്തിമ ഉൽപ്പന്നത്തിൽ ചെറിയ അളവിൽ (5%) ഈർപ്പം അടങ്ങിയിരിക്കും. അതിനാൽ വളരെ തണുപ്പുള്ളതുമായിരിക്കും. ഉള്ളിലേക്ക് കഴിക്കുന്നത് ദഹന തകരാറിന് കാരണമാകും. മാത്രമല്ല നെയ്യിന്റെ ഗുണങ്ങൾക്കും വ്യത്യാസം വരും.

61

ആയുർവേദ എണ്ണകൾ കാച്ചുന്ന രീതി ഉദാഹരണങ്ങൾ, ഉപയോഗങ്ങൾ

എണ്ണ തയ്യാറാക്കുന്നതിനുള്ള പുരാതന രീതി പഠിച്ചാൽ, നിങ്ങൾക്ക് സ്വന്തമായി ഏത് പരമ്പരാഗത എണ്ണയും തയ്യാറാക്കാം.

അടിസ്ഥാന ഘടകം

എള്ളെണ്ണ, വെളിച്ചെണ്ണ, കടുകെണ്ണ, ആവണക്കെണ്ണ എന്നിവയിൽ ഏതെങ്കിലും അടിസ്ഥാന ഘടകമാക്കി എടുക്കാം.

ആയുർവേദ എണ്ണയുടെ 3 അടിസ്ഥാന ഘടകങ്ങൾ:

കൽക്കം - ഔഷധസസ്യങ്ങളുടെ പേസ്റ്റ്

തൈലം - എള്ളെണ്ണ / കടുകെണ്ണ / വെളിച്ചെണ്ണ

ദ്രാവകങ്ങൾ - വെള്ളം / പാൽ / കഷായം / ജ്യൂസ് മുതലായവ

3 ഘടകങ്ങളുടെ അനുപാതം

കൽക്കം - പേസ്റ്റ് - 1 ഭാഗം / 1 ഔൺസ് / 100 ഗ്രാം

തൈല - എണ്ണ - 4 ഭാഗം / 4 ഔൺസ് / 400 മില്ലി

ദ്രാവകങ്ങൾ - 16 ഭാഗം / 16 ഔൺസ് / 1600 മില്ലി

സൈദ്ധാന്തിക അനുപാതം - 1:4:16

പ്രായോഗിക അനുപാതം - 1:10:20

കൽക്കം - പേസ്റ്റ്:

പച്ചയായ സസ്യം - ചതച്ച് പേസ്റ്റ് ആക്കുക

ഉണങ്ങിയവ - നല്ല പൊടിയാക്കി അൽപം വെള്ളം ചേർത്ത് പേസ്റ്റ് ആക്കി ഉപയോഗിക്കാം.

ദ്രവദ്രവ്യം - ദ്രാവകങ്ങൾ

കഷായങ്ങൾ, ശീത കഷായം, പാൽ, മോര് മുതലായവ ആകാം. പാഠപുസ്തകത്തിൽ പറഞ്ഞിരിക്കുന്ന ചേരുവകളുടെ അടിസ്ഥാനത്തിലാണ് ദ്രവദ്രവ്യം തിരഞ്ഞെടുക്കേണ്ടത്.

കഷായം

പച്ചമരുന്നിന്റെ 1 ഭാഗം + 16 ഭാഗം വെള്ളം എടുത്ത് തിളപ്പിച്ച് ¼ ആയി കുറയ്ക്കുക.

100 ഗ്രാം മരുന്ന് +1600 മില്ലി വെള്ളം -> 400 മില്ലി

എണ്ണ നിർമ്മാണം - ഘട്ടങ്ങൾ:

എണ്ണ എടുക്കുക.

മുകളിൽ പറഞ്ഞ പ്രകാരം കഷായം ഉണ്ടാക്കുക

സസ്യൗഷധങ്ങൾ വെള്ളം ചേർത്ത് അരച്ച് പേസ്റ്റ് ആക്കുക

എണ്ണയിൽ കഷായവും കൽകവും ചേർത്ത് മിശ്രിതത്തിൽ നിന്ന് മുഴുവൻ ഈർപ്പവും ബാഷ്പീകരിക്കപ്പെടുന്നതുവരെ ചൂടാക്കുക.

എണ്ണ പാകമാകുമ്പോൾ കാണിക്കുന്ന അടയാളങ്ങൾ:

എണ്ണയുടെ നല്ല ഗന്ധം വരും

കൽകം തിരി രൂപത്തിൽ ഉരുട്ടി എടുക്കാം

കൽകം തീയിൽ ഇടുമ്പോൾ ശബ്ദം ഉണ്ടാകില്ല.

എണ്ണയിൽ പത വരാൻ തുടങ്ങും

പേസ്റ്റിൽ നിന്ന് എണ്ണ വ്യക്തമായി വേർതിരിഞ്ഞു വരുന്നു.

മുൻകരുതലുകൾ:

എണ്ണയിൽ കഷായവും മറ്റു ചേരുവകളും ചേർത്തതിനുശേഷം മാത്രം ചൂടാക്കുക. എണ്ണ ചൂടായി തുടങ്ങിയ ശേഷം കഷായം ചേർത്താൽ അത് മുകളിലേക്ക് തെറിക്കാൻ സാധ്യതയുണ്ട്.

മിതമായ തീയിൽ ചൂടാക്കുക.

സ്ഥിരമായി ഇളക്കികൊണ്ടിരിക്കണം

വേഗത്തിൽ ജലാംശം ബാഷ്പീകരിക്കുന്നതിനായി വിശാലമായ വായയുള്ള പാത്രം ഉപയോഗിക്കുക

അവസാന ഘട്ടത്തിൽ പ്രത്യേകം ജാഗ്രത പാലിക്കുക

എണ്ണ ഉണ്ടാക്കിയ ഉടൻ തന്നെ അരിക്കണം

എണ്ണ തയ്യാറാക്കുന്നതിനുള്ള ദിവസങ്ങളുടെ എണ്ണം:

രണ്ടോ അതിലധികമോ ദിവസം എടുത്ത് എണ്ണ ഉണ്ടാക്കാനാണ് ആയുർവേദം ശുപാർശ ചെയ്യുന്നത്.

അതിനാൽ, ആദ്യ ദിവസം കഷായം ഉണ്ടാക്കുക. ശേഷം എണ്ണയിൽ ഔഷധ പേസ്റ്റും കഷായവും ചേർക്കുക.

തിളച്ചു തുടങ്ങുന്നത് വരെ ചൂടാക്കുക. തീ അണച്ച ശേഷം പാത്രം അടച്ച് വയ്ക്കുക.

അടുത്ത ദിവസം വെള്ളം മുഴുവൻ വറ്റുന്നതുവരെ വീണ്ടും ചൂടാക്കുക.

ഒരു ഉദാഹരണം - അംല ഹെയർ ഓയിൽ:

നെല്ലിക്ക പൊടി - 50 ഗ്രാം

വെളിച്ചെണ്ണ - 500 മില്ലി

നെല്ലിക്ക കഷായം - 1 ലിറ്റർ

<h1 style="text-align:center">62</h1>

<h1 style="text-align:center">നെല്ലിക്ക ഉപയോഗിച്ച് എങ്ങനെ ഹെയർ ഓയിൽ വീട്ടിൽ ഉണ്ടാക്കാം?</h1>

മുടിയുടെ മിക്ക പ്രശ്നങ്ങൾക്കും വളരെ ഫലപ്രദമാണ് നെല്ലിക്ക അടങ്ങിയ ഹെയർ ഓയിൽ. തലവേദന, തലകറക്കം, മറ്റ് പിത്ത സംബന്ധമായ ലക്ഷണങ്ങൾ എന്നിവയ്ക്ക് പ്രതിവിധിയായും ഉപയോഗിക്കാം. നെല്ലിക്ക ഹെയർ ഓയിൽ തയ്യാറാക്കുന്നതിനുള്ള പരമ്പരാഗത ആയുർവേദ രീതി വിവരിക്കാം.

നെല്ലിക്ക
വൈറ്റമിൻ, ആന്റി ഓക്സിഡന്റുകൾ എന്നിവയുടെ കലവറയാണ് നെല്ലിക്ക. ഈ പോഷകങ്ങളും ഫൈറ്റോ-കെമിക്കലുകളും ചർമ്മത്തിനും മുടിക്കും പോഷണം നൽകുന്നു.

എങ്ങനെ ഉണ്ടാക്കാം?
നെല്ലിക്ക - 250 ഗ്രാം + 100 ഗ്രാം
വെള്ളം - 4 ലിറ്റർ
വെളിച്ചെണ്ണ - 500 മില്ലി

എന്തുകൊണ്ട് വെളിച്ചെണ്ണ?
മിക്ക ആയുർവേദ എണ്ണകളുടേയും അടിസ്ഥാനം എള്ളെണ്ണയാണ്. എന്നാൽ മുടിക്ക്, ഉയർന്ന പോഷകമൂല്യമാവശ്യമുള്ളതിനാൽ വെളിച്ചെണ്ണ ഉപയോഗിക്കാം. സൈനസൈറ്റിസ്, ജലദോഷം എന്നിവയുള്ളവർക്ക് വെളിച്ചെണ്ണയ്ക്ക് പകരം എള്ളെണ്ണ / കടുകെണ്ണ ഇവയിലേതെങ്കിലും

ഉപയോഗിക്കാം.

നിർമ്മാണ രീതി:

ആദ്യം നെല്ലിക്ക കഷായം തയ്യാറാക്കണം. 250 ഗ്രാം നെല്ലിക്ക പൊടി 4 ലിറ്റർ വെള്ളത്തിൽ ചേർത്ത് ചെറു തീയിൽ തിളപ്പിച്ച് 1 ലിറ്ററായി കുറയ്ക്കുക. ശേഷം അരിച്ചെടുക്കുക. വിശാലമായ വായയുള്ള പാത്രത്തിൽ കഷായം എടുക്കുക. ഒരു ചെറിയ പാത്രത്തിൽ 100 ഗ്രാം നെല്ലിക്ക പൊടി എടുത്ത് അല്പം വെള്ളം ചേർത്ത് പേസ്റ്റ് ആക്കുക

നെല്ലിക്ക പേസ്റ്റും 500 മില്ലി വെളിച്ചെണ്ണയും നേരത്തെ ഉണ്ടാക്കിവച്ച നെല്ലിക്ക കഷായത്തിൽ ചേർക്കുക.

ഈ മിശ്രിതം ഇളം തീയിൽ ചൂടാക്കുക. തുടർച്ചയായി ഇളക്കികൊണ്ടിരിക്കണം. മിശ്രിതത്തിൽ നിന്നും എണ്ണ വേർതിരിഞ്ഞു വരുന്നതുവരെ ചൂടാക്കണം. ചൂടാറുന്നതിനു മുൻപ് അരിച്ചെടുത്ത് ഉണങ്ങിയ പാത്രത്തിൽ സൂക്ഷിക്കാം.

63

താരനുള്ള എണ്ണ വീട്ടിൽ എങ്ങനെ ഉണ്ടാക്കാം?

താരൻ, തലയോട്ടിയിലെ സോറിയാസിസ്, ചൊറിച്ചിൽ, എക്സിമ മുതലായവയ്ക്ക്, തലയിൽ പുരട്ടാനുള്ള എണ്ണയുടെ നിർമ്മാണ രീതി വിവരിക്കാം.

ചേരുവകൾ:

കറ്റാർ വാഴ ഇല പൾപ്പ് - 50 ഗ്രാം

ത്രിഫല പൊടി - 40 ഗ്രാം + 10 ഗ്രാം

വേപ്പിൻ പൊടി - 40 ഗ്രാം + 10 ഗ്രാം

മഞ്ചട്ടി - 40 ഗ്രാം + 10 ഗ്രാം

ഇരട്ടിമധുരം പൊടി - 40 ഗ്രാം + 10 ഗ്രാം

വെള്ളം - 1000 മില്ലി (1 ലിറ്റർ)

വെളിച്ചെണ്ണ - 500 മില്ലി (അര ലിറ്റർ)

നിർമ്മാണ രീതി

ഘട്ടം 1: കഷായം നിർമ്മാണം -

മേൽ പറഞ്ഞ ചേരുവകൾ ഓരോന്നും 40 ഗ്രാം എടുത്ത് 1 ലിറ്റർ വെള്ളത്തിൽ കലക്കി ചെറു തീയിൽ ചൂടാക്കുക. ചൂടാക്കുമ്പോൾ, തുടർച്ചയായി ഇളക്കി കൊടുക്കണം. വെള്ളത്തിന്റെ അളവ് 500 മില്ലി (അര ലിറ്റർ) ആയി വറ്റുന്നതു വരെ ചൂടാക്കൽ തുടരുക. ശേഷം അരിച്ചെടുത്ത് മാറ്റിവയ്ക്കുക.

ഘട്ടം 2: എണ്ണ നിർമ്മാണം

അരിച്ചെടുത്ത കഷായം വലിയ പാത്രത്തിൽ എടുത്ത് ഇതിലേക്ക് 500 മില്ലി

വെളിച്ചെണ്ണ ചേർക്കുക. കഷായ നിർമ്മാണത്തിന് പറഞ്ഞ ഔഷധ ചൂർണ്ണങ്ങൾ ഒരോന്നും 10 ഗ്രാം വീതം അല്പം വെള്ളത്തിൽ കലർത്തി പേസ്റ്റ് ആക്കി കഷായത്തോടൊപ്പം ചേർത്ത് നന്നായി ഇളക്കുക. മിശ്രിതം ഇളം തീയിൽ ചൂടാക്കുക. തുടർച്ചയായി ഇളക്കി കൊണ്ടിരിക്കണം. എല്ലാ ഈർപ്പവും നഷ്ടപ്പെട്ട് എണ്ണയും പേസ്റ്റും മാത്രം അവശേഷിക്കുന്നതു വരെ ചൂടാക്കൽ തുടരണം.

എണ്ണ പാകമാകുന്നതിന്റെ ലക്ഷണങ്ങൾ

- എണ്ണ ബാക്കിയുള്ള ചേരുവകളിൽ നിന്ന് വേർപെട്ടു വരുന്നു.
- ചൂടാക്കലിന്റെ പ്രാരംഭ ഘട്ടത്തിൽ, മിശ്രിതത്തിന് പ്രത്യേക മണമോ നിറമോ ഉണ്ടാകില്ല.
- പാകമാകാൻ തുടങ്ങുമ്പോൾ എണ്ണയുടെ തനതു മണവും നിറവും ഉണ്ടായി വരുന്നു.
- അവസാന ഘട്ടത്തിൽ, എണ്ണയിൽ പത ഉണ്ടാകും
- കല്കം (പേസ്റ്റ്) അല്പം എടുത്ത് തീയിൽ ഇട്ടു നോക്കുമ്പോൾ ശബ്ദത്തോടു കൂടി പൊട്ടുന്നുണ്ടെങ്കിൽ ഈർപ്പത്തിന്റെ അംശം സൂചിപ്പിക്കുന്നു. ശബ്ദമില്ലെങ്കിൽ അത് പാകമായതിന്റെ സൂചനയാണ്.
- അതുപോലെ അല്പം പേസ്റ്റ് പുറത്തെടുത്ത് നിങ്ങളുടെ തള്ളവിരലിനും ചൂണ്ടുവിരലിനും ഇടയിൽ വച്ച് ഉരുട്ടി നോക്കുമ്പോൾ തിരിപോലെ ഉരുട്ടി എടുക്കാൻ സാധിക്കുന്നുണ്ടെങ്കിൽ പാകമായതായി കണക്കാക്കാം.
- ഈ സവിശേഷതകൾ നിരീക്ഷിച്ച ശേഷം എണ്ണ ചൂടാക്കുന്നത് നിർത്തുക. ചൂടോടു കൂടി തന്നെ അരിച്ചെടുകുക. അല്ലെങ്കിൽ പേസ്റ്റ് എണ്ണ മുഴുവൻ ആഗിരണം ചെയ്യും.

എങ്ങനെ സൂക്ഷിക്കാം?
വായു കടക്കാത്ത പാത്രത്തിൽ സൂക്ഷിക്കുക. വായു / സൂര്യപ്രകാശം / ഈർപ്പം എന്നിവയുടെ നേരിട്ടുള്ള സമ്പർക്കം ഒഴിവാക്കുക.

കാലഹരണപ്പെടുന്ന തീയതി:
സുരക്ഷിതമായി സൂക്ഷിച്ചാൽ ഒരു വർഷം വരെ ഉപയോഗിക്കാം

ഉപയോഗങ്ങൾ

ഈ എണ്ണ തലയോട്ടിയിൽ തേച്ച് പിടിപ്പിച്ച് അര മണിക്കൂറിനുശേഷം കഴുകി കളയാം.

പ്രയോജനങ്ങൾ ?

താരൻ, തലയോട്ടിയിലെ സോറിയാസിസ്, ചൊറിച്ചിൽ, എന്നിവയ്ക്ക് പ്രതിവിധിയാണ്.

ഗർഭാവസ്ഥയിലും മുലയൂട്ടുന്ന സമയത്തും കുട്ടികളിലും ഇത് പ്രയോഗിക്കാവുന്നതാണ്.

ഇത് വളരെ തണുപ്പുള്ളതോ ചൂടുള്ളതോ ആണോ ?

ഈ എണ്ണയ്ക്ക് അധികം തണുപ്പോ ചൂടോ ഇല്ല. അതിനാൽ, സാധാരണയായി സൈനസൈറ്റിസ് വഷളാക്കില്ല

എല്ലാ ചേരുവകളും ലഭ്യമല്ലെങ്കിൽ എന്തുചെയ്യും?

നിങ്ങൾക്ക് ലഭിക്കുന്ന ചേരുവകൾ ഉപയോഗിച്ച് എണ്ണ ഉണ്ടാക്കുക.

ആദ്യപടിയായി കഷായം ഉണ്ടാക്കുന്നത് അത്യാവശ്യമാണോ? പച്ചമരുന്നുകൾ, വെളിച്ചെണ്ണയും വെള്ളവും ചേർത്ത് നമുക്ക് നേരിട്ട് എണ്ണ ഉണ്ടാക്കാൻ കഴിയില്ലേ?

പരമ്പരാഗത ആയുർവേദ എണ്ണകൾ തയ്യാറാക്കുന്നതിന്, ആദ്യപടിയായി കഷായം ഉണ്ടാക്കേണ്ടത് ആവശ്യമാണ്. ഇത് എണ്ണയിൽ വെള്ളത്തിൽ ലയിക്കുന്നതും കൊഴുപ്പ് ലയിക്കുന്നതുമായ സസ്യങ്ങളുടെ സജീവ ഘടകങ്ങളെ ആഗിരണം ചെയ്യുന്നു. ഒരു എളുപ്പ രീതി എന്ന നിലയിൽ കഷായം ഉണ്ടാക്കാതെ നേരിട്ട് എണ്ണ ഉണ്ടാക്കാം. ഗുണം കുറയും എന്നുമാത്രം.

64

പൊള്ളലേറ്റ പാടുകൾ മാറാനുള്ള എണ്ണ

ഡോ എം എസ് കൃഷ്ണമൂർത്തി എംഡി (ആയു), പിഎച്ച്ഡി.

പൊള്ളൽ, മുറിവ് മുതലായവ മൂലം ഉണ്ടാകുന്ന വെളുത്തതോ രുണ്ട നിറത്തിലോ ഉള്ള പാടുകൾ മാറാൻ ലളിതമായ എണ്ണ വീട്ടിൽ തന്നെ എങ്ങനെ തയ്യാറാക്കാം എന്ന് വിവരിക്കാം. എണ്ണ രൂപത്തിലോ നെയ്യ് രൂപത്തിലോ ഈ ഉല്പന്നം നിർമ്മിക്കാം.

ചേരുവകൾ -

തേക്ക് മരച്ചെടിയുടെ ഇളം ഇല മുകുളങ്ങൾ - 25 ഗ്രാം

100 മില്ലി വെളിച്ചെണ്ണ അല്ലെങ്കിൽ എള്ളെണ്ണ,

25 മില്ലി വെള്ളം

2-5 ഗ്രാം ജീരകം.

എണ്ണ തയ്യാറാക്കുന്ന രീതി:

തേക്കിന്റെ ഇലയുടെ മുകുളങ്ങൾ ശേഖരിച്ച് നല്ല പേസ്റ്റ് ഉണ്ടാക്കുന്നു.

ഇതിലേക്ക് ജീരകം ചേർത്ത് നന്നായി ഇളക്കുക.

ഈ പേസ്റ്റ് എണ്ണയിൽ കലർത്തി 2 മണിക്കൂർ സൂക്ഷിക്കുക.

ഇത് വലിയ പാത്രത്തിൽ എടുത്ത് വെള്ളവും ചേർത്ത് നേരിയ തീയിൽ ചൂടാക്കുക. തുടർച്ചയായി ഇളക്കി കൊണ്ടിരിക്കണം.

എണ്ണയ്ക്ക് മുകളിൽ പത വരുന്ന ഘട്ടത്തിൽ പാത്രം തീയിൽ നിന്നും ഇറക്കി ചൂടാറും മുൻപ് തന്നെ അരിച്ചെടുക്കുക. ഈ എണ്ണയ്ക്ക് കടും ചുവപ്പ് നിറമായിരിക്കും.

ശ്രദ്ധിക്കുക: ഇളം മുകുളങ്ങൾ ലഭ്യമല്ലാത്ത സാഹചര്യങ്ങളിൽ ഇലകൾ എടുക്കാം. അത്തരം എണ്ണയ്ക്ക് പിങ്ക് നിറമായിരിക്കും. കഴിയുന്നതും ഇളം മുകുളങ്ങൾ ഉപയോഗിക്കുക. കാരണം നിറം കൊടുക്കുന്ന പിഗ്മെറ്റുകൾ മുകുളങ്ങളിലാണ് ധാരാളം കാണപ്പെടുന്നത്.

ശ്രദ്ധിക്കുക: ഇളം മുകുളങ്ങൾ ലഭ്യമല്ലാത്ത സാഹചര്യങ്ങളിൽ ഇലകൾ എടുക്കാം. അത്തരം എണ്ണയ്ക്ക് പിങ്ക് നിറമായിരിക്കും. കഴിയുന്നതും ഇളം മുകുളങ്ങൾ ഉപയോഗിക്കുക. കാരണം നിറം കൊടുക്കുന്ന പിഗ്മെറ്റുകൾ മുകുളങ്ങളിലാണ് ധാരാളം കാണപ്പെടുന്നത്.

65

ആസവം, അരിഷ്ടം - പ്രയോജനങ്ങൾ, കുട്ടികളിലെ ഉപയോഗം, പാർശ്വഫലങ്ങൾ

പ്രകൃതിദത്തമായ ആൽക്കഹോളിന്റെ അംശമുള്ള മരുന്നു രൂപങ്ങളാണ് ആസവവും അരിഷ്ടവും. ഈ ആൽക്കഹോൾ ഔഷധസസ്യങ്ങളുടെ സജീവ ചേരുവകൾ അതിൽ ലയിക്കുന്നതിനുള്ള മാധ്യമമായി പ്രവർത്തിക്കുന്നു. പൊതുവേ, എല്ലാ അസവത്തിലും അരിഷ്ടത്തിലും 5-10% മദ്യത്തിന്റെ അംശം ഉണ്ട്. ഈ ആയുർവേദ മരുന്നുകളിൽ ആൽക്കഹോൾ അടങ്ങിയിട്ടുണ്ടെങ്കിലും, അവ കഴിക്കുന്നത് തികച്ചും സുരക്ഷിതമാണ്.

അരിഷ്ടം തയ്യാറാക്കുന്നതിനുള്ള പൊതു രീതി -
സാധാരണയായി അരിഷ്ട നിർമ്മാണത്തിന്, ആദ്യം പച്ചമരുന്നുകൾ വെള്ളത്തിൽ തിളപ്പിച്ച് അരിച്ചെടുത്ത് കഷായം തയ്യാറാക്കണം.
ഈ കഷായത്തിൽ, നിശ്ചിത അളവിൽ ശർക്കര / പഞ്ചസാര / തേൻ എന്നിവ ചേർക്കുന്നു. നന്നായി ഇളക്കി വീണ്ടും അരിച്ചെടുക്കുക.
ഇതിലേക്ക്, പുളിപ്പിക്കാനാവശ്യമായ താതിരി പൂവ് അല്ലെങ്കിൽ ഇലുപ്പ പൂവ് ചേർക്കുന്നു.
പിന്നീട്, കുരുമുളക്, തിപ്പലി, ഗ്രാമ്പൂ, കറുവപ്പട്ട തുടങ്ങിയ സുഗന്ധവ്യഞ്ജനങ്ങളും ചേർത്ത് 35ഡിഗ്രി സെൽഷ്യസ് താപനിലയുള്ള സ്ഥലത്ത് തൊണ്ട് / വൈക്കോൽ കൂമ്പാരത്തിന് കീഴിൽ അടച്ചു വയ്ക്കുക.
നിർദ്ദിഷ്ട ആസവ അരിഷ്ട നിർമ്മാണ നിയമമനുസരിച്ച് ഇത് 15-45 ദിവസം വരെ സൂക്ഷിക്കണം.
ഈ സമയ പരിധിക്കുള്ളിൽ ശർക്കര / പഞ്ചസാരയിൽ അടങ്ങിയിരിക്കുന്ന

സുക്രോസ് മദ്യമായി മാറുന്നു.

സ്വാഭാവിക ആൽക്കഹോൾ ഉൽപ്പാദനം നടക്കുമ്പോൾ, കഷായത്തിലെ വെള്ളത്തിൽ ലയിക്കുന്ന സജീവ തത്വങ്ങളും സുഗന്ധദ്രവ്യങ്ങളും ആൽക്കഹോൾ മാധ്യമത്തിൽ ലയിക്കുന്നു.

നിശ്ചിത കാലയളവിനുശേഷം, അത് പാത്രത്തിൽ നിന്ന് പുറത്തെടുത്ത് വിതരണം ചെയ്യുന്നതിനായി കുപ്പികളിൽ സൂക്ഷിക്കുന്നു.

ആസവ നിർമ്മാണം -

ആസവ നിർമ്മാണ രീതി ഏതാണ്ട് അരിഷ്ടത്തിന് സമാനമാണ്. ഇവിടെ കഷായത്തിന് പകരം ഔഷധ ദ്രവ്യങ്ങൾ വെള്ളത്തിൽ കലർത്തി മറ്റ് ചേരുവകളും ചേർത്ത് പുളിപ്പിക്കാൻ വയ്ക്കുന്നുവെന്ന് മാത്രം.

ആസവത്തിന് ഉദാഹരണങ്ങൾ -

ലോഹസവം - വിളർച്ച, കുടലിലെ ആഗിരണ കുറവ് , രുചിയില്ലായ്മ മുതലായവയിൽ ഉപയോഗിക്കുന്നു.

ഉശീരാസവം - രക്തസ്രാവം, വിളർച്ച, മൂത്രനാളിയിലെ തകരാറുകൾ, കുടൽ വിരകൾ മുതലായവയിൽ ഉപയോഗിക്കുന്നു.

ആൽക്കഹോൾ അടങ്ങിയ ഇത്തരം മരുന്നുകൾ സുരക്ഷിതമാണോ?

ഈ മരുന്നുകളിൽ സ്വയം ഉൽപ്പാദിപ്പിക്കുന്ന ആൽക്കഹോൾ അടങ്ങിയിട്ടുണ്ട്, അത് ഔഷധസസ്യങ്ങളുടെയും സുഗന്ധദ്രവ്യങ്ങളുടെയും സജീവ തത്വങ്ങളെ അതിൽ ലയിപ്പിക്കുന്നു. ചികിത്സാ ആവശ്യാർത്ഥം ഉപയോഗിക്കുന്നത് തികച്ചും സുരക്ഷിതമാണ്.

ഡോസ് -

ഒരു മരുന്നിന്റെ സുരക്ഷ അതിന്റെ ഡോസുമായി ബന്ധപ്പെട്ടിരിക്കുന്നു. അതിനാൽ ശരിയായ അളവിൽ കഴിക്കുന്നത് വളരെ അത്യാവശ്യമാണ്. അസവത്തിന്റെയും അരിഷ്ടത്തിന്റെയും പുസ്തകങ്ങളിൽ പറഞ്ഞിരിക്കുന്ന ഡോസ് - 48 - 96 മില്ലി.

ഏകദേശം 50 - 100 മില്ലി, വിഭജിച്ച അളവിൽ. വളരെ ദുർബലരായ രോഗികളിൽ, കഴിക്കുന്നതിനു മുൻപ് തുല്യ അളവിൽ വെള്ളം ചേർത്ത് നല്കാം.

കുട്ടികളിൽ ആസവം, അരിഷ്ടം എന്നിവയുടെ ഉപയോഗത്തിന്റെ സുരക്ഷ -
ശരിയായ അളവിൽ, ഈ മരുന്നുകൾ ഒരു വയസ്സുള്ള കുട്ടിക്ക് പോലും ഉപയോഗിക്കാം. അരവിന്ദാസവം , ദ്രാക്ഷാസവം, പിപ്പല്യാസവം എന്നിവ ശിശുരോഗാവസ്ഥകളിൽ സാധാരണയായി ഉപയോഗിക്കാറുണ്ട്.

ഡോ എം എസ് കൃഷ്ണമൂർത്തിയുടെ അഭിപ്രായത്തിൽ
6 മാസം മുതൽ 1 വയസ്സ് വരെ പ്രായമുള്ള കുഞ്ഞിന് - വെറും 2 - 3 മില്ലി, തുല്യ / ഇരട്ടി അളവിൽ വെള്ളം ചേർത്ത്
ഒരു വയസ്സുള്ള കുട്ടിക്ക്, ഡോസ് സാധാരണയായി 4 - 5 മില്ലി ആണ്, തുല്യ / ഇരട്ടി അളവിൽ വെള്ളം ചേർത്ത്
5-6 വയസ്സ് പ്രായമുള്ള കുട്ടികൾക്ക്, ഡോസ് 10 മില്ലി ആണ്, തുല്യ / ഇരട്ട അളവിൽ വെള്ളം ചേർത്ത് കഴിക്കാം.

കുട്ടികളിൽ അസവം, അരിഷ്ടം എന്നിവയുടെ സാധ്യമായ പാർശ്വഫലങ്ങൾ -
കുട്ടികളുടെ പല അവയവങ്ങളും പൂർണ്ണ വളർച്ച ആയിട്ടുണ്ടാവില്ല. അതിനാൽ, ചില കുട്ടികളിൽ, ഇത്തരത്തിലുള്ള ആയുർവേദ മരുന്നുകളുടെ ഉപയോഗം ചില പാർശ്വഫലങ്ങൾക്ക് കാരണമായേക്കാം.
ആമാശയത്തിൽ പുകച്ചിൽ, പനി അനുഭവപ്പെടുക എന്നിവയാണ് ഉയർന്ന അളവിൽ കഴിക്കുമ്പോഴുള്ള, രണ്ട് സാധാരണ പാർശ്വഫലങ്ങൾ. അതിനാൽ കുട്ടികളിൽ ആദ്യം ഒരു ടെസ്റ്റ് ഡോസ് നൽകുന്നതാണ് നല്ലത്. പാർശ്വഫലങ്ങളൊന്നും ഇല്ലെന്ന് സ്ഥിരീകരിച്ച ശേഷം, മരുന്നുകൾ തുടരാം.

ഡോസ് പരിഗണിക്കുന്നതിനു പുറമേ, മരുന്നിന്റെ ശക്തിയും പരിഗണിക്കണം. ഉദാഹരണത്തിന്, പനിയുമായി ബന്ധപ്പെട്ട വയറിളക്കം ചികിത്സിക്കാൻ ഉപയോഗിക്കുന്ന കുടജാരിഷ്ട, ചില കുട്ടികളിൽ മലബന്ധം ഉണ്ടാക്കാം. അത്തരം സാഹചര്യങ്ങളിൽ, അല്പം വീര്യം കുറഞ്ഞ മുസ്താരിഷ്ടം പോലുള്ളവ തിരഞ്ഞെടുക്കാം.

ആസവം, അരിഷ്ടം ഗുണങ്ങൾ -
10 വർഷം വരെ കേടുകൂടാതെ സൂക്ഷിക്കാം. മറ്റ് ആയുർവേദ ഔഷധങ്ങളായ കഷായം, ഗുളികകൾ മുതലായവ വളരെക്കാലം സൂക്ഷിക്കാൻ കഴിയില്ല.
രുചി - മറ്റ് മരുന്നുകളുമായി താരമയപ്പെടുത്തുമ്പോൾ രുചി ഉള്ളതുകാരണം കഴിക്കാൻ ബുദ്ധിമുട്ടില്ല.
കൈകാര്യം ചെയ്യാനും കൊണ്ടുപോകാനും എളുപ്പമാണ്.

ആസവയുടെയും അരിഷ്ടത്തിന്റെയും ദോഷങ്ങൾ -
കുട്ടികളിൽ, ഇത് ഉയർന്ന അളവിൽ ഉപയോഗിക്കാൻ പാടില്ല, മാത്രമല്ല വളരെയധികം മുൻകരുതലുകൾ ആവശ്യമാണ്.
ആൽക്കഹോൾ അടങ്ങിയിട്ടുള്ളതിനാൽ ചില സ്ത്രീകൾക്ക് ഈ മരുന്നുകൾ ഇഷ്ടപ്പെടണമെന്നില്ല. പ്രത്യേകിച്ച്,
ആർത്തവവിരാമ പ്രായത്തിൽ. ആസവം, അരിഷ്ടം എന്നിവയുടെ ഉപയോഗം ചിലരിൽ വിയർപ്പ്, അമിത ചൂട് എന്നിവയ്ക്ക് കാരണമാകാം.
ചില മുതിർന്ന രോഗികൾക്ക് വയറെരിച്ചിൽ മുടികൊഴിച്ചിൽ, മലബന്ധം തുടങ്ങിയവ അനുഭവപ്പെടാം.

നിർമ്മാണ മുൻകരുതലുകൾ

ചിലർ ഫെർമന്റേഷൻ നടക്കാൻ യീസ്റ്റ് ഉപയോഗിക്കുന്നു. അതുപോലെ സ്റ്റീൽ പാത്രം നിർമ്മാണ പ്രകിയയ്ക്കായി ഉപയോഗിക്കുന്നു. ഇത് ആയുർവേദ തത്വങ്ങൾക്ക് എതിരാണ്. പുളിപ്പിക്കാൻ താതിരിപൂവ് ഉപയോഗിക്കാനും രാസപരമായി നിഷ്ക്രിയ പാത്രങ്ങളായ മൺപാത്രങ്ങൾ, തടി പാത്രങ്ങൾ, പോർസലൈൻ ഭരണികൾ മുതലായവ അരിഷ്ട നിർമ്മാണത്തിനും ഉപയോഗിക്കണമെന്നാണ് ആയുർവേദത്തിൽ പറഞ്ഞിരിക്കുന്നത്.

66

അന്ന കല്പനകൾ

അരി വെള്ളത്തിലിട്ട് തിളപ്പിച്ച് തയ്യാറാക്കുന്ന ആഹാരകല്പനകളാണിത്.

മണ്ഡം

ഇത് ഇതിനകം മറ്റൊരു അധ്യായത്തിൽ വിശദമായി ഉൾപ്പെടുത്തിയിട്ടുണ്ട്. അരി ഒരു ഭാഗം 14 ഭാഗം വെള്ളം ചേർത്ത് പാകം ചെയ്ത് അരിച്ചെടുത്താൽ ലഭിക്കുന്ന ദ്രാവകമാണ് മണ്ഡം അഥവാ കഞ്ഞിതെളി.

പേയ

ധാന്യം-അരി മുതലായവ പതിനാല് ഇരട്ടി വെള്ളവും ചേർത്ത് വേവിച്ച് വെള്ളത്തോടു കൂടിയ കഞ്ഞി രൂപത്തിലാക്കി എടുക്കുന്നതിനെ പേയ എന്ന് വിളിക്കുന്നു. അതിൽ ദ്രാവക ഭാഗം കൂടുതൽ അടങ്ങിയിരിക്കുന്നു. (രുചിയും ആവശ്യവും അനുസരിച്ച് ഉപ്പ്, കുരുമുളക്, ഇഞ്ചി മുതലായവ ചേർക്കാം). ഇത് ദഹിക്കാനും ആഗിരണം ചെയ്യാനും ശരീരബലം മെച്ചപ്പെടുത്താനും ക്ഷീണം ഒഴിവാക്കാനും നല്ലതാണ്.

വിലേപി

ഒരു ഭാഗം ധാന്യം (അരി) നാല് ഭാഗം വെള്ളവും ചേർത്ത് വേവിച്ച് കട്ടിയുള്ള കഞ്ഞി രൂപത്തിലാക്കി എടുക്കുന്നു. ഇതിൽ വെള്ളത്തിന്റെ അംശം കുറവായിരിക്കും. രുചിക്കനുസരിച്ച് കുരുമുളക്, ഇന്തുപ്പ് മുതലായവ ചേർക്കാം. പേയയുമായി താരതമ്യപ്പെടുത്തുമ്പോൾ ദഹിക്കാൻ കൂടുതൽ സമയം എടുക്കും.

ഓദനം - അന്ന (ഭക്ത) കൽപന

അരി പാകം ചെയ്യാൻ, 5 ഇരട്ടി വെള്ളവും ചേർത്ത് വേവിക്കുക. പാചകം

ചെയ്ത ശേഷം, അധിക ജലാംശം അരിച്ചുകളയണം. പുരാതന കാലത്ത് സാധാരണയായി മൺ പാത്രങ്ങളോ ഇരുമ്പ് പാത്രങ്ങളോ ഉപയോഗിച്ചിരുന്നു. ഇത് കഴുകിയ അരികൊണ്ടും കഴുകാത്ത അരി ഉപയോഗിച്ചും നിർമ്മിക്കാം. അരി കഴുകി ഉണ്ടാക്കുന്നവ എളുപ്പം ദഹിക്കും. കഴുകാതെ പാകം ചെയ്തുണ്ടാക്കുന്ന ഭക്ഷണം കഫ ദോഷത്തെ വർദ്ധിപ്പിക്കുന്നു.

യവാഗു രണ്ട് തരത്തിൽ ഇത് വിവരിച്ചിട്ടുണ്ട്.

എ. ഒന്ന് പച്ചമരുന്നുകൾ 1 ഭാഗം 16 ഭാഗം വെള്ളം ചേർത്ത് തിളപ്പിച്ച് പകുതിയായി വറ്റിച്ച് അരിച്ചെടുക്കുന്നു.

ഇതിലേക്ക് നുറുക്കിയ ധാന്യങ്ങളും ചേർത്ത് കട്ടിയാക്കി കഞ്ഞിരൂപത്തിലാക്കി എടുക്കുന്നു. ഇതിനെ യവാഗു എന്ന് വിളിക്കുന്നു.

ബി. രണ്ടാമത്തേത് അരി വെള്ളം ചേർത്ത് തിളപ്പിച്ച് അല്പ മാത്രം വെള്ളം ബാക്കിയാകുന്നതുവരെ തിളപ്പിക്കുക. അതിനെ യവാഗു എന്ന് വിളിക്കുന്നു.

മാമ്പഴം, ഞാവൽ, അരി എന്നിവ ഉപയോഗിച്ച് തയ്യാറാക്കിയ യവാഗു ഇറിറ്റബിൾ ബവൽ സിൻഡ്രോമിന് ഉപയോഗപ്രദമാണ്.

യൂഷ

ചെറുപയർ, ഉഴുന്ന്, മുതിര തുടങ്ങിയ പയർവർഗ്ഗങ്ങൾ ചേർത്ത് തയ്യാറാക്കുന്നത്. മറ്റൊരു അധ്യായത്തിൽ യൂഷത്തെ പറ്റിയുള്ള വിശദ വിവരണം ഉണ്ട്.

67

മണ്ഡം (കഞ്ഞി തെളി)

അരി 14 ഇരട്ടി വെള്ളം ചേർത്ത് പാകം ചെയ്ത് അരിച്ചെടുത്താൽ കിട്ടുന്ന വെള്ളമാണ് മണ്ഡം എന്നറിയപ്പെടുന്നത്. 50 - 100 മില്ലി മണ്ഡത്തിൽ (കഞ്ഞി വെള്ളത്തിൽ)1 - 2 ഗ്രാം ഇന്തുപ്പ്, ഇഞ്ചി എന്നിവ ചേർത്ത് കഴിക്കുന്നത് ദഹനശക്തി മെച്ചപ്പെടുത്തുന്നു.

ഉപയോഗങ്ങൾ

ദഹന ശക്തി വർദ്ധിപ്പിക്കുന്നു

ഗ്യാസിന്റെ ബുദ്ധിമുട്ടിന് പ്രതിവിധിയാണ്

ശരീര സ്രോതസ്സുകൾ തുറക്കാൻ സഹായിക്കുന്നു.

ശരീരം വിയർക്കാനും അതു വഴി വിഷവസ്തുക്കളെ പുറം തള്ളാൻ സഹായിക്കുകയും ചെയ്യുന്നു

ദാഹം, നിർജ്ജലീകരണം, ക്ഷീണം എന്നിവയ്ക്ക് പ്രതിവിധിയാണ്

ഇത് എളുപ്പം ദഹിക്കുന്നു. ഇതിലെ അന്നജം ശരീരത്തിന് വളരെ വേഗത്തിൽ ഊർജ്ജം നൽകുന്നു. ഇക്കാരണത്താൽ, രോഗിയുടെ ദഹനശക്തി വളരെ കുറവായിരിക്കുന്ന അവസരങ്ങളിലും പഞ്ചകർമ്മത്തിന് ശേഷവും കഞ്ഞിതെളി കഴിക്കാൻ കൊടുക്കാറുണ്ട്.

വൃക്ക, മൂത്രാശയ ശുദ്ധീകരണത്തിനുള്ള പാചകക്കുറിപ്പ്: അഷ്ടഗുണ മണ്ഡം വൃക്ക, മൂത്രാശയ ശുദ്ധീകരണം, വിളർച്ച, വിശപ്പില്ലായ്മ, പനി മുതലായവയ്ക്കുള്ള വീട്ടുവൈദ്യമായി ഉപയോഗിക്കാവുന്ന ഭക്ഷണമാണ് അഷ്ടഗുണ മണ്ഡം. ഇതിൽ 8 ചേരുവകൾ അടങ്ങിയിരിക്കുന്നു

ചേരുവകൾ:

അരി - 4 ഭാഗം

ചെറുപയർ - 1 ഭാഗം
ത്രികടു - കുരുമുളക്, തിപ്പലി, ചുക്ക് - 1 ഭാഗം
കൊത്തമല്ലി
ഇന്തുപ്പ്
നെയ്യിൽ വറുത്ത കായം

തയ്യാറാക്കുന്ന രീതി:
ആദ്യം, അരി, ചെറുപയർ എന്നിവ ഒന്നിച്ചെടുത്ത് അതിൽ 14 ഇരട്ടി വെള്ളം (14X5 = 60 ഭാഗം) വെള്ളം ചേർക്കുന്നു. അതിനുശേഷം ബാക്കിയുള്ള ചേരുവകളും ചേർത്ത് അരി നന്നായി വേവുന്നതുവരെ വേവിക്കുക. വെന്തശേഷം ദ്രാവക ഭാഗം മാത്രം മറ്റൊരു പാത്രത്തിലേക്ക് മാറ്റുക.

ഡോസ്: ഇത് 25 - 50 മില്ലി അളവിൽ ചൂടോടെ, ദിവസത്തിൽ ഒന്നോ രണ്ടോ തവണ, ഭക്ഷണത്തിന് മുമ്പോ ശേഷമോ കഴിക്കാം. 5 മില്ലി എള്ളെണ്ണ ചേർത്തും കഴിക്കാം
ഇതുതന്നെ 60 ഇരട്ടി വെള്ളം ചേർത്ത് വേവിച്ചും നിർമ്മിക്കാം.

ഉപയോഗങ്ങൾ

- ദഹനശക്തി മെച്ചപ്പെടുത്തുന്നു
- ശരീരത്തിന് ഉന്മേഷം നൽകുന്നു
- വൃക്കയെയും മൂത്രാശയത്തെയും ശുദ്ധീകരിക്കുകയും വിഷവിമുക്തമാക്കുകയും ചെയ്യുന്നു
- ഹീമോഗ്ലോബിൻ വർദ്ധിപ്പിക്കുന്നു. വിളർച്ചയിൽ ഉപയോഗപ്രദമാണ്
- മൂന്ന് ദോഷങ്ങളെയും സന്തുലിതമാക്കുന്നു

ഉല്പന്നം എത്രകാലം കേടു കൂടാതെ ഇരിക്കും?
ഇത് പുതുതായി തയ്യാറാക്കിയതും ചൂടുള്ളതും അവസ്ഥയിൽ ഉപയോഗിക്കുക. ഇത് 4-6 മണിക്കൂർ വരെ മാത്രമേ സൂക്ഷിക്കാൻ കഴിയൂ.

പാർശ്വ ഫലങ്ങൾ:

- അറിയപ്പെടുന്ന പാർശ്വഫലങ്ങൾ ഒന്നുമില്ല.

- ഏതെങ്കിലും ചേരുവകൾ നിങ്ങൾക്ക് പറ്റാത്തതാണെങ്കിൽ അത് ഒഴിവാക്കുക.
- ഗർഭാവസ്ഥയിൽ 2-3 ആഴ്ച വരെ ഇത് ഉപയോഗിക്കാം.
- മുലയൂട്ടുന്ന സമയത്തും കുട്ടികൾക്കും ഇത് നൽകാം.

എത്ര കാലം ഉപയോഗിക്കണം?

ഡോക്ടറുടെ നിർദ്ദേശപ്രകാരം ഇത് 4-6 ആഴ്ച വരെ ഉപയോഗിക്കാം.

വാട്യ മണ്ഡം -

നിർമ്മാണ രീതി മുകളിൽ പറഞ്ഞ പ്രകാരം തന്നെയാണ്. പക്ഷേ ഉണങ്ങി പൊടിച്ചു വറുത്ത ബാർലി ഉപയോഗിച്ചാണ് വാട്യ മണ്ഡം തയ്യാറാക്കുന്നത്. ബാർലിയുടെ 1 ഭാഗം 14 ഭാഗം വെള്ളം ചേർത്ത് പാകം ചെയ്ത് അരിച്ചെടുക്കുന്നു. കഫ, പിത്ത ദോഷങ്ങളെ സന്തുലിതമാക്കുന്നു. ഇത് തൊണ്ടയുടെ ആരോഗ്യത്തിന് നല്ലതാണ്, കൂടാതെ വൻകുടൽ പുണ്ണ്, മൂക്കിലൂടെയുള്ള രക്തസ്രാവം, അമിത ആർത്തവ രക്തസ്രാവം എന്നിവയിൽ വളരെ ഉപയോഗപ്രദമാണ്.

ലാജ മണ്ഡം

- വറുത്ത അരി അല്ലെങ്കിൽ നെല്ല് ഉപയോഗിച്ച് തയ്യാറാക്കുന്നത്.
- കഫ പിത്തദോഷങ്ങളെ സന്തുലിതമാക്കുന്നു. ഇറിറ്റബിൾ ബവൽ സിൻഡ്രോമിൽ ഉപയോഗപ്രദമാണ്.
- ഇത് പനിയുമായി ബന്ധപ്പെട്ടുണ്ടാകുന്ന ദാഹം ശമിപ്പിക്കുന്നു.
- വയറിളക്കത്തിന് ഇത് ഉപയോഗപ്രദമാണ്. ശരീരത്തിലെ ഊർജ്ജം പുനഃസ്ഥാപിക്കുന്നു. ദഹനശക്തി വർദ്ധിപ്പിക്കുന്നു. നിർജ്ജലീകരണം മൂലമുണ്ടാകുന്ന ബോധക്ഷയത്തിലും ഇത് ഉപയോഗപ്രദമാണ്.

ലാജ മണ്ഡം 100 മില്ലി 2 ഗ്രാം വീതം മല്ലി പൊടിയും തിപ്പലിപൊടിയും ചേർത്ത് കഴിക്കുന്നത് കുട്ടികളിലും പ്രായമായവരിലും ദുർബലരായ രോഗികളിലും ദഹനശക്തി വർദ്ധിപ്പിക്കാൻ ഉപയോഗപ്രദമാണ്.

68

മാംസരസം - ഇറച്ചി സൂപ്പ്

തയ്യാറാക്കുന്ന രീതി-

നെയ്യ് അല്ലെങ്കിൽ എള്ളെണ്ണ ഒരു പാത്രത്തിൽ എടുത്ത് അതിൽ അല്പം മഞ്ഞളും കായവും എല്ലില്ലാത്ത ആട്ടിറച്ചിയും ചേർത്ത് നന്നായി വറുക്കുന്നു. അതിനുശേഷം ആവശ്യമായ അളവിൽ വെള്ളവും ഉപ്പും ചേർത്ത് നന്നായി വേവിച്ച് അരിച്ചെടുക്കുക. ലഭിക്കുന്ന ദ്രാവകത്തെ മാംസരസം എന്ന് വിളിക്കുന്നു. ആവശ്യമെങ്കിൽ കുരുമുളക്, വെറ്റില, ഗ്രാമ്പൂ തുടങ്ങിയ മസാലകൾ ചേർക്കാം.

ആത്രേയ സംഹിത പ്രകാരം, കുരുമുളക്, തിപ്പലി ഇഞ്ചി, മല്ലി, മഞ്ഞൾ, അരി എന്നിവയും ഇതിൽ ചേർക്കാം.

വെള്ളത്തിന്റെ അളവ്

- കട്ടിയുള്ള ഇറച്ചി സൂപ്പ് തയ്യാറാക്കണമെങ്കിൽ, 8 ഭാഗം മാംസം 64 ഭാഗം വെള്ളത്തിൽ ചേർത്ത് വേവിക്കണം .
- അല്പം കട്ടിയുള്ള ഇറച്ചി സൂപ്പ് തയ്യാറാക്കണമെങ്കിൽ, 6 ഭാഗം മാംസം 64 ഭാഗം വെള്ളത്തിൽ ചേർക്കുന്നു.
- നേർത്ത മാംസം സൂപ്പിനായി, ചേർത്ത് 4 ഭാഗം മാംസം 64 ഭാഗം വെള്ളം ചേർത്ത് തയ്യാറാക്കുന്നു.

ഭേദങ്ങൾ

- കൃത മാംസരസ - സുഗന്ധവ്യഞ്ജനങ്ങൾ ചേർത്ത് തയ്യാറാക്കുന്നത്.
- അകൃത മാംസ രസം - സുഗന്ധവ്യഞ്ജനങ്ങൾ ചേർക്കാത്തത്

ഷഡംഗ യൂഷം

ഏതെങ്കിലും സസ്യത്തിന്റെ ഒരു ഭാഗം, 2 ഭാഗം മാംസവും 4 ഭാഗം വെള്ളവും ചേർത്ത് വെള്ളത്തിന്റെ അളവ് നാലിലൊന്നായി കുറയുന്നത് വരെ പാകം ചെയ്യും. ഒരു തുണി ഉപയോഗിച്ച് അരിച്ചെടുക്കാം. ഇത് നെയ്യ് ചേർത്ത് അല്പം ചൂടാക്കി ഉപയോഗിക്കാം.

പ്രയോജനങ്ങൾ -

പേശികളുടെ ശക്തി മെച്ചപ്പെടുത്തുന്നു

ക്യാൻസർ, ക്ഷയം മുതലായ വിട്ടുമാറാത്ത രോഗങ്ങളിൽ ശരീര ബലം വീണ്ടെടുക്കാൻ ഉപയോഗപ്രദമാണ്.

69

രാഗ ഷാഡവം ആരോഗ്യ ഗുണങ്ങൾ

ഡോ എം എസ് കൃഷ്ണമൂർത്തി എംഡി (ആയു), പിഎച്ച്ഡി.

പോഷക മൂല്യമുള്ളതും രുചികരവും ദഹനശക്തി വർദ്ധിപ്പിക്കുന്നതുമായ നിരവധി ഭക്ഷണ വിഭവങ്ങൾ ആയുർവേദത്തിൽ വിവരിച്ചിട്ടുണ്ട്. അവലംബം: ചരക സംഹിത, രാജ നിഘണ്ടു, ഭാവ പ്രകാശ നിഘണ്ടു, യോഗ രത്നാകരം.

രാഗ ഷാഡവം

പഴുക്കാത്ത മാമ്പഴം, വിളാങ്കായ തുടങ്ങിയ പുളിയും മധുരവുമുള്ള പഴങ്ങൾ 5-10 ദിവസം ഉപ്പിൽ മുക്കി സൂക്ഷിക്കുന്നു (30-40 ദിവസത്തേക്ക് നീട്ടാം). ഇതിലേക്ക് എള്ളെണ്ണ, ഇഞ്ചി മുതലായവ ചേർത്ത് നന്നായി ഇളക്കുക. ഇതിനെയാണ് രാഗ ഷാഡവം എന്ന് പറയുന്നത്.

ഇത് അച്ചാറിന്റെ ഒരു വകഭേദമായി കണക്കാക്കാം.

രാഗം

പഞ്ചസാര മിഠായി, ഇന്തുപ്പ്, നാരങ്ങ നീര് അല്ലെങ്കിൽ പുളി നീര്, ബ്ലൂബെറി, കടുക് പൊടി എന്നിവ ഒന്നിച്ച് ചേർത്ത് സൂക്ഷിക്കുന്നു. ഈ മിശ്രിതം അച്ചാർ തയ്യാറാക്കുന്നതിനുള്ള മസാല മിശ്രിതമായി ഉപയോഗിക്കാം.

ഷാഡവം

മധുരമോ പുളിയോ ഉള്ള പഴങ്ങൾ ഉപ്പിലിട്ടു വച്ചതാണിത്. കയ്പുള്ള പഴങ്ങളും പച്ചക്കറികളും ഇതിനായി ഉപയോഗിക്കാറില്ല. സാധാരണയായി വിളാങ്കായ പോലുള്ള പഴങ്ങൾ ഇതിനായി ഉപയോഗിക്കാറുണ്ട്.

സ്വാസ്ഥ്യ ഷാഡവം

പുളി, നാരങ്ങ, മാതളനാരകം തുടങ്ങിയ പഴങ്ങൾ ഒറ്റയായോ മൊത്തമായോ എടുത്ത് കരിമ്പ് നീരിനൊപ്പം കലർത്തുന്നു. ഇതിനെ സ്വാസ്ഥ്യ ഷാഡവം എന്നു പറയുന്നു.

അച്ച രാഗം

പഞ്ചസാര മിഠായി, തേൻ, ശർക്കര തുടങ്ങിയ മധുര പദാർത്ഥങ്ങൾ ഒരുമിച്ച് കലർത്തി ഒരു പാത്രത്തിൽ സൂക്ഷിക്കുന്നു. ഇതിനെ അച്ഛര രാഗം എന്ന് വിളിക്കുന്നു.

രാഗത്തിന്റെയും ഷാഡവത്തിന്റെയും ഗുണങ്ങൾ

പൊതുവേ, രാഗവും ഷാഡവവും ദഹനത്തിനും, വിശപ്പു വർദ്ധിപ്പിക്കുന്നതിനും ഉപകാരപ്രദമാണ്.

എന്നാൽ അമിതമായി കഴിക്കുന്നത് ലൈംഗിക ശേഷി കുറയ്ക്കുകയും രക്ത ദുഷ്ടിയ്ക്കും കാഴ്ച കുറവിനും കാരണമാകും. അസിഡിറ്റി വർദ്ധിപ്പിക്കുന്നതിനും ചർമ്മരോഗങ്ങൾക്കും കാരണമായേക്കാം.

70

നെല്ലിക്കയും തൈരും ചേർന്ന പാചകക്കുറിപ്പ്

ആരോഗ്യം കാത്തു സൂക്ഷിക്കുന്നതിന് ആഹാരത്തിനുള്ള പങ്ക് പ്രത്യേകിച്ചും പറയേണ്ടതില്ലല്ലോ. യഥാർത്ഥ ആയുർവേദം ആരംഭിക്കുന്നത് നമ്മുടെയെല്ലാം അടുക്കളയിൽ നിന്നാണ്. വിറ്റാമിൻ സി, ആന്റി ഓക്സിഡന്റ് എന്നിവയാൽ സമ്പന്നമാണ് നെല്ലിക്ക. അതിനാൽ തന്നെ ച്യവനപ്രാശം ബ്രഹ്മ രസായനം തുടങ്ങിയ ആയുർവേദ മരുന്നുകളിൽ നെല്ലിക്ക ഒരു പ്രധാന ഘടകമാണ്.

എങ്ങനെ ഉണ്ടാക്കാം?
അഞ്ച് മിനിറ്റിനുള്ളിൽ തയ്യാറാക്കാവുന്ന ഒരു വീട്ടു വൈദ്യമാണിത്.

ചേരുവകൾ

1) തൈര് - 200 മില്ലി

2) നെല്ലിക്ക കഷണങ്ങൾ - ഒരു നെല്ലിക്ക (ഏകദേശം 10 ഗ്രാം)

3) തേങ്ങ ചിരകിയത് - മൂന്ന് ടേബിൾസ്പൂൺ

4) പച്ചമുളക് - മൂന്ന് ചെറുത്.

5) ഉപ്പ് - രുചി അനുസരിച്ച്

6) പാചക എണ്ണ - സൂര്യകാന്തി എണ്ണ / വെളിച്ചെണ്ണ - രണ്ട് ടേബിൾസ്പൂൺ

7) കടുക് - അര ടീ സ്പൂൺ

8) ചുവന്ന മുളക് - ഒന്ന്

9) കറിവേപ്പില - 5-6

പച്ചമുളക്, നെല്ലിക്ക കഷണങ്ങൾ, തേങ്ങ എന്നിവ മിക്സിയിൽ എടുത്ത് പേസ്റ്റ് രൂപത്തിലാക്കുക.

ഈ പേസ്റ്റ് തൈരിൽ ചേർക്കുക. രുചി അനുസരിച്ച് ഉപ്പ് ചേർക്കുക. ഒരു പാത്രത്തിൽ എണ്ണ എടുത്ത് ചുവന്ന മുളക് , കടുക് എന്നിവ ചേർത്ത് ചൂടാക്കി കടുക് പൊട്ടുമ്പോൾ അതിൽ കറിവേപ്പിലയും ചേർത്ത് ഇളക്കി തയ്യാറാക്കി വച്ചിരിക്കുന്ന തൈരിൽ ചേർക്കുക. ചോറ്, ഇഡ്ഡലി, ദോശ, ചപ്പാത്തി മുതലായവയ്ക്കൊപ്പം കഴിക്കാവുന്നതാണ്.

ഗുണങ്ങൾ:

നെല്ലിക്ക, തൈര്, കറിവേപ്പില തുടങ്ങിയവ അടങ്ങിയിരിക്കുന്നതിനാൽ വളരെയധികം പോഷകമൂല്യം ഉള്ളതാണ്.

ശ്രദ്ധിക്കേണ്ട കാര്യങ്ങൾ

* അസിഡിറ്റിയും ഗ്യാസ്ട്രബിളും ഉണ്ടെങ്കിൽ മുളകിന്റെ ഉപയോഗം കുറയ്ക്കാം
* രക്ത സമ്മർദ്ദം ഉയർന്നിരിക്കുന്നവർ ഉപ്പിന്റെ അളവ് കുറയ്ക്കുക.
* അസിഡിറ്റി, ഗ്യാസ്ട്രൈറ്റിസ് എന്നിവ ഉള്ളവർക്ക് തൈരിനു പകരം മോര് ഉപയോഗിക്കാം

71

ലേപ കൽപ്പന: ബാഹ്യ പ്രയോഗത്തിന്

ഡോ.ബി.കെ.പ്രശാന്ത് എം.ഡി (ആയു), പി.എച്ച്.ഡി

പേസ്റ്റ് - തയ്യാറാകുന്ന രീതി:

അപ്പോൾ പറിച്ചെടുത്ത സസ്യം ചതച്ച് പേസ്റ്റ് രൂപത്തിലാക്കിയാണ് ലേപനങ്ങൾ തയ്യാറാക്കുന്നത്. ഉണങ്ങിയ ചെടിയാണെങ്കിൽ ഏതാനും മണിക്കൂർ വെള്ളത്തിൽ കുതിർത്തു വച്ചതിനുശേഷം അരച്ചെടുക്കണം. അരച്ചതിനുശേഷം അത് ഉരുള ആക്കി എടുക്കാൻ കഴിയുന്ന രൂപത്തിലായിരിക്കണം അന്തിമ ഉല്പന്നം.

ഉദാഹരണങ്ങൾ വേപ്പിൻ പേസ്റ്റ്

കുടൽ വിരകൾ, ചർമ്മരോഗങ്ങൾ, ഛർദ്ദി എന്നിവ ചികിത്സിക്കാൻ എള്ളെണ്ണയ്ക്കൊപ്പം ഇത് ഉള്ളിലേക്ക് കഴിക്കാനും മുറിവുകളിൽ ബാഹ്യ പ്രയോഗത്തിനും ഉപയോഗിക്കാം.

തയ്യാറാക്കുന്ന രീതി:

അപ്പപ്പോൾ പറിച്ചെടുത്ത പച്ചമരുന്നുകൾ ചതച്ച് വെള്ളം, പാൽ തുടങ്ങിയ ദ്രാവകങ്ങൾ ചേർത്ത് പേസ്റ്റ് രൂപത്തിലാക്കിയെടുക്കുന്നു.

ലേപത്തിന്ടെ പ്രവർത്തനത്തെ അടിസ്ഥാനമാക്കി തരങ്ങൾ:

ഉദാഹരണം - ശോഥഘ്ന ലേപം - വീക്കത്തിന്

ചേരുവകൾ:

തഴുതാമ

"

ദേവദാരു

ഇഞ്ചി

കടുക്

മുരിങ്ങ ഇല അല്ലെങ്കിൽ പുറംതൊലി

എല്ലാ ചേരുവകളും തുല്യ അളവിൽ എടുത്ത്, ആവശ്യത്തിന് മോര് അല്ലെങ്കിൽ പുളിപ്പിച്ച ദ്രാവകം ചേർത്ത് ലേപമുണ്ടാക്കി പുരട്ടുന്നത് വീക്കം കുറയ്ക്കാൻ സഹായിക്കുന്നു.

വിഷഘ്ന ലേപം:

പ്രാണികളുടെ കടി, വിഷ ജന്തുക്കൾ, വിഷ സസ്യങ്ങൾ എന്നിവയുമായുള്ള സമ്പർക്കം മൂലമുണ്ടാകുന്ന വിഷബാധ എന്നിവയിൽ ഉപയോഗിക്കാം.

ഉദാഹരണം- ദശാംഗ ലേപം

ചേരുവകൾ:

നൈമ്മേനിവാക

ഇരട്ടി മധുരം

തഗരം

ചന്ദനം

ഏലം

ജടാമാഞ്ചി

മഞ്ഞൾ, മരം മഞ്ഞൾ

കൊട്ടം

രാമച്ചം

എല്ലാ ചേരുവകളും തുല്യ അളവിൽ എടുത്ത് ആവശ്യത്തിന് വെള്ളവും നെയ്യും ചേർത്ത് ലേപം തയ്യാറാക്കുക. ത്വക്ക് രോഗങ്ങൾ, ഹെർപ്പസ്, പ്രാണികളുടെ കടി, അണുബാധ മൂലമുള്ള വീക്കം, പഴുപ്പ് നിറഞ്ഞ മുറിവുകൾ എന്നിവയ്ക്കെതിരെ ഇത് ഫലപ്രദമാണ്.

വർണ്യ ലേപം:

ചർമ്മത്തിന്റെ നിറം വർദ്ധിപ്പിക്കാൻ ഇത്തരത്തിലുള്ള ലേപം ഉപയോഗിക്കുന്നു.

ഉദാഹരണം- രക്തചന്ദനാദി ലേപം

ചേരുവകൾ-

ചുവന്ന ചന്ദനം

മഞ്ചട്ടീ

പാച്ചോറ്റി

കൊട്ടം

ഞാഴൽ

ഏതെങ്കിലും / എല്ലാ ചേരുവകളും പൊടിച്ച് വെള്ളത്തിലോ പാലിലോ ചേർത്ത് പേസ്റ്റ് ആക്കി ഉപയോഗിക്കുന്നത് മുഖക്കുരു, കറുത്ത പാടുകൾ, എന്നിവ നീക്കം ചെയ്യാനും നിറം വർദ്ധിപ്പിക്കാനും ഉത്തമമാണ്.

ലേപം പ്രയോഗിക്കുമ്പോൾ പാലിക്കേണ്ട നിയമങ്ങളും നിയന്ത്രണങ്ങളും

- ലേപം തയ്യാറാക്കിയാൽ അപ്പോൾ തന്നെ ഉപയോഗിക്കണം
- നന്നായി ആഗിരണം ചെയ്യാനായി രോമകൂപങ്ങളുടെ അതേ ദിശയിൽ ലേപം പ്രയോഗിക്കണം.
- ഉണങ്ങിക്കഴിഞ്ഞാൽ ഉടൻ തന്നെ നീക്കം ചെയ്യണം
- ആദ്യം പുരട്ടിയതു നീക്കം ചെയ്തതിനുശേഷം മാത്രം പുതിയത് പുരട്ടുക

72

തൈര് ഉപയോഗിച്ച് ഫേസ്പാക്ക്, മൗത്ത് വാഷ്, ബോഡി ലോഷൻ എന്നിവ എങ്ങനെ ഉണ്ടാക്കാം?

ഡോ എം എസ് കൃഷ്ണമൂർത്തി എം ഡി (ആയു), പിഎച്ച്ഡി.

ലോകത്തിന്റെ മിക്ക ഭാഗങ്ങളിലും ഏറ്റവും സാധാരണയായി ഉപയോഗിക്കുന്ന പാൽ ഉൽപന്നമാണ് തൈര്.

തൈര് തയ്യാറാക്കാൻ തിളപ്പിച്ച് തണുപ്പിച്ച പാലിൽ പുളിച്ച മോര് അല്ലെങ്കിൽ പുളിച്ച തൈര് ചേർക്കണം. പാലിൽ ചെറുനാരങ്ങ, പുളി, വിനാഗിരി, നെല്ലിക്ക നീര് തുടങ്ങിയവ ചേർത്തും തൈര് നിർമ്മിക്കാം. ഗുണമേന്മയുള്ള തൈര് ലഭിക്കുന്നതിന്, 1:50 എന്ന അനുപാതത്തിൽ മോരും പാലും ചേർക്കണം.

1. തൈരിൽ നിന്നുള്ള ബോഡി ലോഷൻ:

100 മില്ലി തൈരും 4 കക്കതോടും ഒരു സ്റ്റീൽ പാത്രത്തിൽ എടുത്ത് രാത്രി മുഴുവൻ സൂക്ഷിക്കുന്നു. അടുത്ത ദിവസം രാവിലെ, കുളിക്കുന്നതിനു മുൻപ് ഈ തൈര് പുരട്ടുക.

ചർമ്മരോഗങ്ങൾക്ക് ഇത് ഉപയോഗപ്രദമാണ്.

ഇത് മുറിവുകൾ വൃത്തിയാക്കുകയും ഉണങ്ങാൻ സഹായിക്കുകയും ചെയ്യുന്നു.

2. തൈര് എനർജി ഡ്രിങ്ക്- ലസ്സി

200 മില്ലി തൈര് 20 ഗ്രാം പഞ്ചസാര ചേർത്ത് നന്നായി ഇളക്കുക. ഓരോരുത്തരുടേയും ഇഷ്ടപ്രകാരം മാമ്പഴ നീര് അല്ലെങ്കിൽ വാഴപ്പഴം അരിഞ്ഞത് ഇവയിൽ ഏതെങ്കിലും ചേർക്കാം. ഇതിലേക്ക് ഒന്നോ രണ്ടോ നുള്ള് ഏലക്ക ചേർക്കുന്നു. പ്രതിദിനം ഒരു കപ്പ് കഴിക്കാം.

3. തൈര് ഉപയോഗിച്ച് വയറിളക്കം തടയുന്നതിനുള്ള പ്രതിവിധി:

തൈര് 50 മില്ലി

1 സ്പൂൺ നാരങ്ങ വെള്ളം

2-3 ഗ്രാം ഉപ്പ്

ഒരു നുള്ള് അയമോദകം അല്ലെങ്കിൽ കായം ഇവ ഒന്നിച്ചെടുത്ത് നന്നായി ഇളക്കുക. വിട്ടുമാറാത്ത വയറിളക്കവുമായി ബന്ധപ്പെട്ടുണ്ടാകുന്ന ദഹനക്കേട്, വിശപ്പില്ലായ്മ, വയറു വീർപ്പ് തുടങ്ങിയവയ്ക്ക് പ്രതിവിധിയാണ്.

4. തൈര് ഉപയോഗിച്ച് മൗത്ത് വാഷ് എങ്ങനെ തയ്യാറാക്കാം?

1 സ്പൂൺ തേൻ

2 സ്പൂൺ നെയ്യും

4 സ്പൂൺ തൈര് എടുത്ത് നന്നായി ഇളക്കുക.

കട്ടിയുള്ള ഈ ലായനി ഒരു മൗത്ത് വാഷായി ഉപയോഗിക്കാം.

ചിക്കൻ പോക്സ്, മുതലായവ മൂലം വായ അൾസർ അല്ലെങ്കിൽ വായിൽ കുമിളകൾ ഉണ്ടാകുമ്പോൾ ഇത് ഉപയോഗപ്രദമാണ്. ഇത് ഒരു ദിവസം 2-3 തവണ ഉപയോഗിക്കാം.

5. തൈര് ഉപയോഗിച്ച് എങ്ങനെ ഫേസ് പാക്ക് തയ്യാറാക്കാം?

20 ഗ്രാം വീതം പച്ച മഞ്ഞൾ, കാരറ്റ് എന്നിവ എടുത്ത് നന്നായി പൊടിച്ചെടുക്കുക. ഇതിലേക്ക് 50 മില്ലി തൈര് ചേർത്ത് നന്നായി ഇളക്കുക. ഇത് ഫേസ് പാക്ക് ആയി ഉപയോഗിക്കാം.

ചർമ്മ കാന്തി വർദ്ധിപ്പിക്കുന്നു. ബ്ലാക്ക്ഹെഡ്സ് അകറ്റാൻ ഉപയോഗപ്രദമാണ്. തൈര് പോഷക പ്രാധാന്യമുള്ള ഒരു പാൽ ഉൽപന്നം മാത്രമല്ല, ഒന്നിലധികം ആരോഗ്യ ഗുണങ്ങൾ നൽകുന്ന ഫലപ്രദമായ വീട്ടുവൈദ്യം കൂടിയാണ്.

73

കൊളസ്ട്രോൾ, പൈൽസ് എന്നിവയ്ക്ക് കാരറ്റ് ഉപയോഗിച്ച് 10 വീട്ടുവൈദ്യങ്ങൾ

ഡോ എം എസ് കൃഷ്ണമൂർത്തി എംഡി (ആയു), പിഎച്ച്ഡി

ഊർജത്തിന്റെയും ഔഷധമൂല്യങ്ങളുടെയും കലവറയാണ് കാരറ്റ്. ത്വക്ക്, കണ്ണ്, വൃക്ക, കരൾ എന്നിവയുമായി ബന്ധപ്പെട്ടുവരുന്ന രോഗങ്ങൾ എന്നിവയ്ക്ക് പ്രതിവിധിയായി കാരറ്റ് തിരഞ്ഞെടുക്കാം.

ക്യാരറ്റിൽ കാണപ്പെടുന്ന ബീറ്റാ കരോട്ടിൻ വിറ്റാമിൻ എ യാൽ സമ്പുഷ്ടമാണ്. ചർമ്മ സംരക്ഷണം, നേത്ര സംരക്ഷണം, ശരീരത്തിന്റെ രോഗപ്രതിരോധ ശേഷി വർദ്ധിപ്പിക്കൽ എന്നിവയെല്ലാം വിറ്റാമിൻ എയുടെ ധർമ്മമാണ്.

കറികൾ, മധുരപലഹാരങ്ങൾ, അച്ചാറുകൾ, സലാഡുകൾ എന്നിവ തയ്യാറാക്കാൻ കാരറ്റ് ഉപയോഗിക്കുന്നു. ഇതിന്റെ മിൽക്ക് ഷേക്കും ഫ്രഷ് ജ്യൂസും ഇന്ന് നാം ധാരാളമായി ഉപയോഗിക്കാറുണ്ട്.

കാരറ്റ് ചേർത്ത് നിർമ്മിക്കുന്ന വീട്ടുവൈദ്യങ്ങൾ:

1. ചർമ്മത്തിന്റെ തിളക്കത്തിന് കാരറ്റ് പേസ്റ്റ്:
പച്ച കാരറ്റ് നല്ല പേസ്റ്റാക്കി അല്പം ഒലിവ് ഓയിൽ ചേർത്ത് മുഖത്ത് പുരട്ടി 10-30 മിനിറ്റ് ശേഷം കഴുകി കളയുക. ഇത് മുഖത്തിന് നല്ല തിളക്കം നൽകുകയും ചുളിവുകൾ അകറ്റുകയും ചെയ്യുന്നു. ചർമ്മത്തെ മൃദുവും സുന്ദരവുമാക്കാൻ സഹായിക്കുന്നു.

2. അർശസിനും മലബന്ധത്തിനും കാരറ്റ് ഇല നീര്:
പുതിയ കാരറ്റ് ഇലകൾ ചതച്ച് നീര് എടുക്കാം. അല്ലെങ്കിൽ ഇലകൾ

സലാഡുകൾ തയ്യാറാക്കാൻ ഉപയോഗിക്കാം. ഇത് മലബന്ധത്തിന് വളരെ ഫലപ്രദമാണ്. ദിവസം ഒന്നോ രണ്ടോ തവണ, ഭക്ഷണത്തിന് ശേഷം 10-15 മില്ലി അളവിൽ കഴിക്കാം .

3. കൊളസ്ട്രോൾ കുറയ്ക്കാൻ കാരറ്റ് ജ്യൂസ്:

ചീത്ത കൊളസ്ട്രോൾ കുറയ്ക്കാൻ കാരറ്റ് ജ്യൂസ് ഫലപ്രദമാണ്. ഇത് ശരീരത്തിന് ഊർജം പ്രദാനം ചെയ്യുന്നു. വളരെ നല്ല ലിവർ ടോണിക്കാണ്. കാരറ്റ് ജ്യൂസിന്റെ അളവ് - 50 - 100 മില്ലി, ദിവസത്തിൽ ഒന്നോ രണ്ടോ തവണ.

4. തൈര്, മോര് അല്ലെങ്കിൽ മുളപ്പിച്ച ധാന്യങ്ങൾക്കൊപ്പം ക്യാരറ്റ് കഴിക്കുന്നത് പ്രായമാകുന്നത് തടയുന്നു:

കാരറ്റ് ബീറ്റാ കരോട്ടിനോയിഡുകളുടെ മികച്ച ഉറവിടമാണ്. ശരീരത്തിൽ പ്രവേശിച്ചാൽ അവ തൽക്ഷണം വിറ്റാമിൻ എ ആയി മാറുന്നു. അതിനാൽ കാരറ്റിനൊപ്പം മോര്, തൈര് അല്ലെങ്കിൽ മുളപ്പിച്ച ധാന്യം പോലുള്ളവ കഴിക്കുന്നത് കോശങ്ങളുടെ ശോഷണം കുറയ്ക്കുകയും പ്രായമാകൽ പ്രക്രിയയെ മന്ദഗതിയിലാക്കുകയും ചെയ്യുന്നു.

5. ക്ഷീണത്തിന് കാരറ്റ് മിൽക്ക് ഷേക്ക് അല്ലെങ്കിൽ കാരറ്റ് പഞ്ചസാര മിഠായി:

കാരറ്റിൽ ഗണ്യമായ അളവിൽ വിറ്റാമിൻ ബി കോംപ്ലക്സുകൾ ഉണ്ട്. അതിനാൽ, കാരറ്റ് മിൽക്ക് ഷേക്ക് ശരീരത്തെ തണുപ്പിക്കാൻ സഹായിക്കുന്നു. ക്ഷീണം, അലസത, പേശികളുടെ ക്ഷീണം തുടങ്ങിയവ ഒഴിവാക്കാൻ ഇത് സഹായിക്കുന്നു.
പകുതി വേവിച്ച കാരറ്റ് പഞ്ചസാര സിറപ്പിൽ മുക്കി വൈറ്റമിൻ ബി കോംപ്ലക്സ് കുറവുള്ള കുട്ടികൾക്ക് നൽകാം.
കാരറ്റ് ഹൽവ - ക്യാരറ്റ്, പാൽ, പഞ്ചസാര / ശർക്കര എന്നിവ ഉപയോഗിച്ച് തയ്യാറാക്കിയ അർദ്ധ ഖര പേസ്റ്റ് / ജാം എന്നിവയും ഇതേ ആവശ്യത്തിനായി ഉപയോഗിക്കാം.

6. അസിഡിറ്റിക്ക് കാരറ്റ്, കറുക പുല്ല് ജ്യൂസ്

കാരറ്റും കറുക പുല്ലും 3:1 അനുപാതത്തിൽ എടുത്ത് പാൽ ചേർക്കാതെ ജ്യൂസ് ഉണ്ടാക്കുന്നു. ഇത് 200 മില്ലി എന്ന അളവിൽ ദിവസത്തിൽ ഒരുതവണ വെറും വയറ്റിൽ കഴിക്കാം. ഊർജ്ജം പ്രദാനം ചെയ്യുന്നു. പഞ്ചസാരയുടെ അളവ് ക്രമപ്പെടുത്തുന്നു, ആസിഡ് പെപ്റ്റിക് ഡിസോർഡേഴ്സിൽ ഏറ്റവും ഫലപ്രദമാണ്.

7. കാരറ്റ് വിത്ത് പേസ്റ്റ്, പോളക്കുരു, കണ്ണിലെ വീക്കം എന്നിവയ്ക്ക് പുരട്ടാൻ

കാരറ്റ് വിത്ത് പേസ്റ്റ് പോളക്കുരു, കണ്ണുവീക്കം എന്നിവയിൽ പുറമേ പുരട്ടാൻ ഉപയോഗിക്കാം. 3-4 ദിവസത്തെ ഉപയോഗം കൊണ്ട് ഫലം ലഭിക്കും

8. വെള്ള പാണ്ടിന് കാരറ്റ്, മുള്ളങ്കി വിത്തുകൾ:

കാരറ്റ്, മുള്ളങ്കി എന്നിവയുടെ വിത്തുകൾ തുല്യ അളവിൽ എടുത്ത് ഗോമൂത്രത്തിൽ 4-5 ദിവസം മുക്കിവയ്ക്കുക. പിന്നീട്, പേസ്റ്റ് ആക്കി വെള്ളപാണ്ട് ഉള്ളിടത്ത് പുരട്ടുക. ഖദിരാരിഷ്ടം, ഗന്ധക രസായനം തുടങ്ങിയ മരുന്നുകൾ ഉള്ളിലേക്ക് കഴിക്കാനും ഉപയോഗിക്കാം.

9. വിട്ടുമാറാത്ത കരൾ തകരാറുകൾക്കും ദഹന വൈകല്യങ്ങൾക്കും ഇല പേസ്റ്റ് അല്ലെങ്കിൽ ജ്യൂസ്:

ക്യാരറ്റിന്റെ ഇല പിഴിഞ്ഞ നീര് അല്ലെങ്കിൽ പേസ്റ്റ് ദഹന വൈകല്യങ്ങൾ കരൾ തകരാറുകൾ എന്നിവ പരിഹരിക്കാൻ സഹായിക്കുന്നു.

10. മോണവീക്കം, വായ്പുണ്ണ് എന്നിവയ്ക്ക് കാരറ്റ് നീര് ഉപയോഗിച്ച് കവിൾകൊള്ളൽ

കാരറ്റ് ജ്യൂസ് അൽപം ഇരട്ടിമധുരം പൊടി ചേർത്ത് വായിൽ കവിൾ കൊള്ളുന്നത് വിട്ടുമാറാത്ത മോണവീക്കം, വായയിലെ അൾസർ എന്നിവ സുഖപ്പെടുത്താൻ സഹായിക്കുന്നു. പതിനേഴാം നൂറ്റാണ്ടിൽ ഇംഗ്ലീഷ് സ്ത്രീകൾ പൂക്കളുടെയോ തൂവലുകളുടെയോ തൊപ്പികൾക്ക് പകരം കാരറ്റ് ഇലകൾ ഉപയോഗിച്ചു നിർമ്മിച്ച തൊപ്പികൾ ധരിച്ചിരുന്നു.

74

ജലദോഷം, തലവേദന, ടോൺസിലൈറ്റിസ്, മൂക്കിലെ ദശ (പോളിപ്സ്) എന്നിവയ്ക്ക് കടുക് ഉപയോഗിച്ച് 10 പ്രതിവിധികൾ

ഡോ എം എസ് കൃഷ്ണമൂർത്തി എംഡി (ആയു), പിഎച്ച്ഡി

മിക്കവാറും എല്ലാ മസാലപ്പൊടികളിലും, അച്ചാറുകളിലും ഒഴിച്ചുകൂടാൻ പറ്റാത്ത ഒരു ഉല്പന്നമാണ് കടുക്.

ഇന്ത്യയിൽ പല ഉത്തരേന്ത്യൻ സംസ്ഥാനങ്ങളും ഈ എണ്ണ പാചകത്തിനും വറുക്കുന്നതിനും ഉപയോഗിക്കുന്നു. ആയുർവേദം സന്ധിവാതം, പേശി സംബന്ധമായ തകരാറുകൾ, കഫ ദോഷം (ചൊറിച്ചിൽ പ്രധാന ലക്ഷണം) വർദ്ധിക്കുന്നതുമൂലമുണ്ടാകുന്ന ചർമ്മരോഗങ്ങൾ എന്നിവയിൽ കടുകെണ്ണ നിർദ്ദേശിക്കുന്നു.

മുൻകരുതലുകൾ:

ചൂടും രൂക്ഷഗുണവും കൂടുതലായതിനാൽ തന്നെ പൈത്തികരോഗങ്ങളിൽ കടുകെണ്ണ ശുപാർശ ചെയ്യുന്നില്ല. കൂടാതെ, കടുകെണ്ണയ്ക്ക് രക്തദുഷ്ടി ഉണ്ടാക്കുവാനും ശുക്ലത്തിന്റെ അളവ് കുറയ്ക്കുവാനുമുള്ള പ്രവണതയുണ്ട്. അതിനാൽ കടുകെണ്ണയും കടുകും കുറഞ്ഞ അളവിൽ ജാഗ്രതയോടെ മാത്രം ഉപയോഗിക്കണം.

1. തലവേദനയ്ക്കും പല്ലുവേദനയ്ക്കും കടുക് പേസ്റ്റ്:

"

കർണാടകയിലെ തെക്കൻ ഭാഗങ്ങളിൽ സാധാരണയായി പ്രയോഗിച്ചു വരുന്ന ഒരു ഔഷധ സമ്പ്രദായമാണിത്.

ചുവപ്പ് അല്ലെങ്കിൽ കറുപ്പ് കടുക് അല്പം വെള്ളം ചേർത്ത് നന്നായി അരയ്ക്കുക. ഈ പേസ്റ്റ് നെറ്റിയിൽ പുരട്ടുന്നത് തലവേദനയ്ക്ക് പ്രതിവിധിയാണ്. പല്ലുവേദനയുണ്ടെങ്കിൽ, ഈ പേസ്റ്റ് അല്പം ഉപ്പ് കലർത്തി മോണയുടെ വേദനയുള്ള ഭാഗത്ത് കുറച്ച് നേരം പുരട്ടി വയ്ക്കുക.

2. ടോൺസിലൈറ്റിസിൽ നാരങ്ങ നീരും കടുക് പേസ്റ്റും:

2 ടീസ്പൂൺ കടുക് ഒരു ടീസ്പൂൺ നാരങ്ങ നീര് ചേർത്ത് നല്ല പേസ്റ്റ് രൂപത്തിലാക്കി തൊണ്ടയുടെ പുറത്ത് (ബാഹ്യമായി) ചർമ്മത്തിൽ പുരട്ടുന്നത് ടോൺസിലൈറ്റിസ് വേദനയും വീക്കവും ശമിപ്പിക്കുന്നു. 3-4 ദിവസം പുരട്ടണം. ലിംഫെഡെനിറ്റിസിലും ഇത് വീക്കം കുറയ്ക്കാൻ വളരെ ഫലപ്രദമാണ്.

3. അൾസർ, മുറിവുകൾ എന്നിവയയിൽ കടുക് പ്രയോഗം

4-5 ടീസ്പൂൺ കടുക് ഒരു മൺപാത്രത്തിൽ (സ്റ്റീൽ പ്ലേറ്റും ഉപയോഗിക്കാം) ചൂടാക്കി കത്തിക്കുക. ഇത് നന്നായി പൊടിച്ച് എള്ളെണ്ണ ചേർത്ത് നന്നായി ഇളക്കുക. ഈ പേസ്റ്റ് അൾസറുകളിലും ഉണങ്ങാത്ത മുറിവുകളിലും പ്രയോഗിക്കാം.

4. കടുകെണ്ണ നാസൽ പോളിപ്പിൽ (മൂക്കിലെ ദശ വളർച്ച)

25 മില്ലി കടുകെണ്ണ എടുത്ത് 2 നുള്ള് ഉപ്പ് ചേർത്ത് ചൂടാക്കുക. ഇത് തണുക്കുമ്പോൾ അരിച്ചെടുക്കുക. ഈ എണ്ണ 2-3 തുള്ളി മൂക്കിൽ ഇറ്റിക്കുന്നത് മൂക്കിലെ ദശ വളർച്ചയ്ക്ക് പ്രതിവിധിയാണ്.

അർശസിൽ പുറമേ പുരട്ടുന്നത് വേദനയും വീക്കവും കുറയ്ക്കാൻ സഹായിക്കുന്നു.

5. ചൊറിച്ചിൽ, തിണർപ്പ് എന്നിവയ്ക്ക് മഞ്ഞൾ ചേർത്ത കടുകെണ്ണ:

കടുകെണ്ണയിൽ അല്പം മഞ്ഞൾ ചേർത്ത് ചൂടാക്കുക. ഈ എണ്ണ ശരീരം മുഴുവൻ പുരട്ടുന്നത് ചൊറിച്ചിൽ ചുണങ്ങു എന്നിവ ശമിപ്പിക്കുന്നു.

കടുത്ത ജലദോഷവും വിറയലും ചൊറിച്ചിലും അനുഭവപ്പെടുന്നവർ ഈ എണ്ണ പുരട്ടി ഒരു മണിക്കൂറിന് ശേഷം ചെറുചൂടുള്ള വെള്ളത്തിൽ കുളിക്കുന്നത് നല്ലതാണ്.

(ശ്രദ്ധിക്കുക: പിത്ത ശരീര പ്രകൃതിക്കാർ ഇത് ഒഴിവാക്കണം)

6. കുട്ടികളിൽ ആവർത്തിച്ചുള്ള ജലദോഷത്തിൽ കടുക്, കുരുമുളക് പൊടി:
മുകളിൽ പറഞ്ഞ രണ്ട് ചേരുവകളും തുല്യ അളവിൽ എടുത്ത് നന്നായി പൊടിക്കുക. ഈ പൊടി ഒരു ചെറിയ തുണിയിൽ പൊതിഞ്ഞ് ഇത് തലയോട്ടിയുടെ മധ്യഭാഗത്ത് 30-45 മിനിറ്റ് നേരത്തേക്ക് വയ്ക്കുന്നത് കുട്ടികളിൽ ആവർത്തിച്ചുള്ള ജലദോഷം, മൂക്കൊലിപ്പ്, ചുമ, ടോൺസിലൈറ്റിസ് എന്നിവയ്ക്ക് പ്രതിവിധിയാണ്.

7. റൂമറ്റോയ്ഡ് ആർത്രൈറ്റിസിൽ കടുകെണ്ണ പ്രയോഗം:
റൂമറ്റോയ്ഡ് ആർത്രൈറ്റിസിൽ കടുകെണ്ണ ഒരു നുള്ള് ഇന്തുപ്പ് ചേർത്ത് ചൂടാക്കി സന്ധികളിൽ മൃദുവായി പുരട്ടുക. പതിവായി പ്രയോഗിക്കുന്നത് വേദനയും വീക്കവും കുറയ്ക്കാൻ സഹായിക്കുന്നു.

8. കടുകിന്റെ ഇല / ചെടി വീക്കത്തിനും കുരുവിനും
കടുകിന്റെ ചെടി മുഴുവനായോ അതിന്റെ ഇലയോ എടുത്ത് അല്പം മഞ്ഞൾപ്പൊടിയും ഇഞ്ചിയും ചേർത്ത് പേസ്റ്റ് ഉണ്ടാക്കുന്നു. ഇത് അൽപ്പം ചൂടാക്കി വീക്കത്തിലോ പഴുപ്പില്ലാത്ത കുരുകളിലോ പുരട്ടുന്നത് കുരു പൊട്ടി വീക്കം ശമിപ്പിക്കുന്നതിനും സഹായിക്കുന്നു.

9. സന്ധി വേദനയ്ക്കും പേശീവീക്കത്തിനും കടുക്, വെളുത്തുള്ളി, ഗ്രാമ്പൂ എന്നിവയുടെ പേസ്റ്റ്:
കടുക്, വെളുത്തുള്ളി, ഗ്രാമ്പൂ എന്നിവ തുല്യ അളവിൽ എടുത്ത് പേസ്റ്റ് ഉണ്ടാക്കുന്നു. ചതഞ്ഞോ ഉരഞ്ഞോ ഉണ്ടായ മുറിവുകളിൽ പ്രയോഗിക്കുന്നത് വേദന, നിറവ്യത്യാസം, വീക്കം എന്നിവ കുറയ്ക്കുന്നു.

10. വിട്ടുമാറാത്ത ചുമ, മൂക്കൊലിപ്പ് എന്നിവയിൽ കടുകുപൊടി തേനും ചേർത്ത്:
കടുക് പൊടിച്ച് ചെറുചൂടുള്ള പാത്രത്തിൽ വെച്ച് ചെറുതായി ചൂടാക്കുക. ഈ പൊടി 1-2 നുള്ള് തേനിൽ കലർത്തി നക്കുന്നത് കഫം, ചുമ, മൂക്കൊലിപ്പ് എന്നിവയ്ക്ക് പ്രതിവിധിയാണ്.

75

പ്രമേഹം, തലയിലെ പേൻ, പൊള്ളലേറ്റുണ്ടാകുന്ന മുറിവുകൾ എന്നിവയ്ക്ക് വെണ്ടക്ക ഉപയോഗിച്ചുള്ള പ്രതിവിധികൾ

ഡോ എം എസ് കൃഷ്ണമൂർത്തി എംഡി(ആയു), പിഎച്ച്ഡി

വെണ്ടക്ക പിത്ത വാത ദോഷങ്ങളെ സന്തുലിതമാക്കുന്നു. തണുപ്പാണ്. സാധാരണയായി ജലദോഷം, ചുമ, ദഹന കുറവ് തുടങ്ങിയ രോഗാവസ്ഥകളിൽ കഴിക്കാൻ പാടില്ല. വെണ്ടക്കയിൽ ഗണ്യമായ അളവിൽ നാരുകളും മ്യൂസിലേജും ഉള്ളതിനാൽ, അർശസ്, മൂത്രം പോകുമ്പോൾ ഉണ്ടാകുന്ന വേദന, പുകച്ചിൽ എന്നിവയുടെ ചികിത്സയിലും ഇത് ശുപാർശ ചെയ്യുന്നു.

വെണ്ടക്ക ഉപയോഗിച്ചുള്ള ലളിതവും ഫലപ്രദവുമായ വീട്ടുവൈദ്യങ്ങൾ -

1. ടൈപ്പ് II പ്രമേഹത്തിൽ വെണ്ടക്ക ജ്യൂസ്:

1-2 മൂത്ത വെണ്ടക്ക കഷണങ്ങളായി മുറിച്ച് ഇതിൽ 2 കപ്പ് വെള്ളം ചേർത്ത് നന്നായി അരച്ചെടുക്കുക. ഇത് രാവിലെ വെറും വയറ്റിൽ കഴിക്കുന്നത് രക്തത്തിലെ പഞ്ചസാരയുടെ അളവ് ഗണ്യമായി കുറയ്ക്കുന്നു.

2. പൊള്ളലേറ്റ മുറിവുകൾക്ക്

20 മില്ലി വെണ്ടക്ക ജ്യൂസും 100 മില്ലി കക്കാവെള്ളവും (നൂറ് / കാൽസ്യം കാർബണേറ്റ്) 6 ഭാഗം ജലത്തിൽ ലയിപ്പിച്ച് മുകളിലത്തെ ദ്രാവക ഭാഗം ശേഖരിക്കുന്നു. ഈ ജ്യൂസ് പൊള്ളലേറ്റ ഭാഗങ്ങളിൽ പ്രയോഗിക്കുന്നത്

പുകച്ചിൽ ശമിപ്പിക്കുന്നു.

3. പേൻ, താരൻ എന്നിവയ്ക്ക് വെണ്ടക്ക വിത്തിന്റെ ഓയിൽ:

30-40 ഉണങ്ങിയ വെണ്ടക്ക വിത്തുകൾ നന്നായി പൊടിച്ചെടുക്കുന്നു. ഇത് എള്ളെണ്ണയിലോ വെളിച്ചെണ്ണയിലോ ഒരു ദിവസം മുക്കിവയ്ക്കുക. അടുത്ത ദിവസം 5-10 മിനിറ്റ് തീയിൽ ചൂടാക്കുന്നു. തണുത്തതിനു ശേഷം അരിച്ച് സൂക്ഷിക്കുക. മഹാരാഷ്ട്രയിലും രാജസ്ഥാനിലും ഉള്ള ഗുണി ഗോത്രവർഗക്കാരുടെ പരമ്പരാഗത ചികിത്സാ മരുന്നാണിത്. ചുവന്ന നിറമുള്ള വെണ്ടക്കയാണ് ഇവിടെ ഉപയോഗിക്കുന്നത്.

76

മൂത്രാശയ കല്ല്, ഗ്യാസ്ട്രൈറ്റിസ്, മൂത്രമൊഴിക്കുമ്പോൾ പുകച്ചിൽ എന്നിവയ്ക്ക് വെള്ളരിക്ക

ഡോ എം എസ് കൃഷ്ണമൂർത്തി എംഡി(ആയു), പിഎച്ച്ഡി

വെള്ളരിക്ക മൂത്രത്തിന്റെ ഉല്പാദനം വർദ്ധിപ്പിക്കുന്നു. ചർമ്മത്തിന്റെ തിളക്കം വർദ്ധിപ്പിക്കുന്നു. നല്ലൊരു മോയ്സ്ചറൈസറായും പ്രവർത്തിക്കുന്നു. തണ്ണിമത്തനിലുള്ളതുപോലെ വെള്ളരിക്കയിലും ഉയർന്ന അളവിൽ ജലാംശം ഉള്ളതിനാൽ വേനൽക്കാലത്ത് ശരീരത്തിലെ ജലാംശം നിലനിർത്താൻ സഹായിക്കുന്നു. വിറ്റാമിൻ കെ, ബി1, ബി5, ബി7 എന്നിവയാൽ സമ്പുഷ്ടമാണിത്. കൂടാതെ ചെമ്പ്, പൊട്ടാസ്യം, വിറ്റാമിൻ സി, മാംഗനീസ്, ബീറ്റാ കരോട്ടിൻ, ക്വെർസെറ്റിൻ, കെംഫെറോൾ തുടങ്ങിയ ആന്റിഓക്സിഡന്റ് ഫ്ലേവനോയിഡുകൾ എന്നിവയെല്ലാം അടങ്ങിയിരിക്കുന്നു.

ആയുർവേദത്തിൽ വെള്ളരിക്ക ത്രപുസം എന്നാണ് അറിയപ്പെടുന്നത്. നീര്, തലവേദന, വയറുവീർപ്പ്, മൂത്രാശയ കല്ല്, മൂത്രമൊഴിക്കുമ്പോഴുണ്ടാകുന്ന പുകച്ചിൽ മുതലായവയുടെ ചികിത്സയിൽ ഉപയോഗപ്രദമാണ്. വെള്ളരി പച്ചക്കറിയായും ഉപയോഗിക്കുന്നു. ഇതിന്റെ ഇളം പഴങ്ങൾ സാലഡ് ആക്കി കഴിക്കാറുണ്ട്. പഴുത്ത പഴങ്ങളിൽ ജലാംശം ധാരാളമുണ്ട്. അതിനാൽ അവ മൂത്രത്തിന്റെ അളവ് വർദ്ധിപ്പിക്കും.

1. മൂത്രത്തിലെ കല്ലിന് വെള്ളരിക്കയുടെ ജ്യൂസ്:

6-10 വെള്ളരിക്ക കഷണങ്ങൾ നന്നായി ചതച്ച് ജ്യൂസ് എടുക്കുക. 1 കപ്പ്

ജ്യൂസിൽ, 3 - 5 ഗ്രാം പഞ്ചസാരയും ഒരു നുള്ള് ഏലക്കാപ്പൊടിയും ചേർത്ത് ദിവസത്തിൽ 2-3 തവണ, ഭക്ഷണത്തിന് 30 മിനിറ്റ് മുമ്പ് നൽകണം. ഇത് ദീർഘകാല ഉപയോഗത്തിന് സുരക്ഷിതമാണ്. ഇത് മൂത്രത്തിലെ ചെറിയ കല്ലുകൾ പുറന്തള്ളാൻ സഹായിക്കുന്നു. മൂത്രാശയ സംബന്ധമായ അസുഖങ്ങൾക്ക് മരുന്നു കഴിക്കുമ്പോൾ അനുപാനമായും ഇത് ഉപയോഗിക്കാം

2. ഗ്യാസ്ട്രൈറ്റിസ്, ക്ഷീണം എന്നിവയിൽ വെള്ളരിക്ക പൾപ്പ് ശർക്കര മിശ്രിതം:

മൂത്ത വെള്ളരി അതിന്റെ ഒറ്റത്ത് നിന്ന് മുറിച്ച് ഈ കഷ്ണങ്ങ ൾ ഏകദേശം 50 ഗ്രാം, 20-30 ഗ്രാം ശർക്കര ചേർത്ത് കഴിക്കാം. ചിലർ അര ടീസ്പൂൺ ഏലക്കയും കുരുമുളകും കൂടി ചേർക്കുന്നു. അല്ലെങ്കിൽ പൾപ്പിൽ ശർക്കര ചേർത്ത് മിക്സിയിലോ ഗ്രൈൻഡറിലോ നന്നായി അരച്ചെടുക്കാം. ഇത് വൈകുന്നേരങ്ങളിൽ, ഭക്ഷണത്തിന് മുമ്പ് കഴിക്കാം. ക്ഷീണം, ആസിഡ് പെപ്റ്റിക് ഡിസോർഡേഴ്സ് എന്നിവ ശമിപ്പിക്കുന്നു.

3. വെള്ളരി കുരു മോരിനൊപ്പം മൂത്രത്തിലെ പുകച്ചിലിന്

ഒരു പിടി വെള്ളരിക്കാ കുരു ശേഖരിച്ച് ഒരു രാത്രി മോരിൽ മുക്കി വയ്ക്കുക. പിറ്റേന്ന് രാവിലെ ഇത് മിക്സിയിലോ ഗ്രൈൻഡറിലോ നന്നായി അരച്ചെടുക്കുക. ഇതിലേക്ക് കുറച്ച് പഞ്ചസാര ചേർക്കാം. മൂത്രമൊഴിക്കുമ്പോൾ ഉണ്ടാകുന്ന പുകച്ചിൽ ശമിപ്പിക്കാൻ ഇത് സഹായിക്കുന്നു.

4. വെള്ളരിക്ക പേസ്റ്റ് കണ്ണുകൾക്ക് ചുറ്റും പുരട്ടുന്നത് പുകച്ചിലിന് പ്രതിവിധി

ഇളം വെള്ളരി പേസ്റ്റ് ആക്കി കണ്ണുകൾക്ക് ചുറ്റും പുരട്ടി 1-2 മണിക്കൂർ നേരം വയ്ക്കുക. ഇത് കണ്ണിലെ പുകച്ചിൽ കുറയ്ക്കാൻ സഹായിക്കുന്നു. ഇത് (അരിഞ്ഞ കഷണങ്ങൾ) സ്വാഭാവിക മോയ്സ്ചറൈസറായി ഉപയോഗിക്കാം. പ്രത്യേകിച്ച് മേക്കപ്പ് നീക്കം ചെയ്തതിന് ശേഷം. വെള്ളരി ഒരു പ്രകൃതിദത്ത ശീതീകരണമാണ്. വേനൽക്കാലത്ത് യാത്ര ചെയ്യുമ്പോൾ കെമിക്കലുകൾ അടങ്ങിയ കൂൾ ഡ്രിങ്ക്സ് തിരഞ്ഞെടുക്കുന്നതിന് പകരം വെള്ളരിക്ക അരിഞ്ഞത് കഴിക്കാവുന്നതാണ്.

77

ക്ഷീണം, അലർജി എന്നിവയ്ക്ക് അമുക്കുരം / അശ്വഗന്ധ അടങ്ങിയ വീട്ടുവൈദ്യങ്ങൾ:

ഡോ എം എസ് കൃഷ്ണമൂർത്തി എംഡി(ആയു), പിഎച്ച്ഡി

അറിയപ്പെടുന്ന രസായന വാജീകരണ ഗുണമുള്ള ആയുർവേദ ഔഷധസസ്യമാണ് അമുക്കുരം

സസ്യശാസ്ത്ര നാമം - വിതാനിയ സോംനിഫെറ . സോംനിഫെറ എന്ന വാക്കിന് ഉറക്കത്തെ പ്രേരിപ്പിക്കുന്ന പദാർത്ഥം എന്നർത്ഥം. അശ്വഗന്ധ എന്ന വാക്ക് കുതിരയുടെ ശരീരത്തിന് സമാനമായ മരുന്നിന്റെ ഗന്ധത്തെ സൂചിപ്പിക്കുന്നു. ലൈംഗിക ശക്തി വർദ്ധിപ്പിക്കുന്ന ഈ മരുന്നിടെ ഗുണത്തേയും പ്രതീകാത്മകമായി പ്രതിനിധീകരിക്കുന്നു. അശ്വഗന്ധ ഒരു വ്യക്തിക്ക്, അശ്വത്തിന്റെ (കുതിര) ലൈംഗികാസക്തി നൽകുന്നുവെന്ന് പറയപ്പെടുന്നു.

മരുന്നിന്റെ സോംനിഫെറിൻ എന്ന രാസഘടകം മയക്കം ഉണ്ടാക്കുന്ന, ഉത്കണ്ഠ കുറയ്ക്കുന്ന എന്നീ ഗുണങ്ങളെ സൂചിപ്പിക്കുന്നു. സെഡേറ്റീവ് ഗുണം കാരണം ഇതിന്റെ വേരുകൾ ഉത്കണ്ഠ, അസ്വസ്ഥത, ക്ഷീണം, തലകറക്കം, ബോധക്ഷയം, ഉറക്കക്കുറവ് തുടങ്ങിയവയ്ക്ക് പ്രതിവിധിയായി ഉപയോഗിക്കുന്നു. ഉത്കണ്ഠ കാരണം ശീഘ്രസ്ഖലനം ഉണ്ടാകുന്ന അവസ്ഥയ്ക്കും ഫലപ്രദമാണ്.

നിരവധി മരുന്നുകൾ തയ്യാറാക്കാൻ അശ്വഗന്ധം ഉപയോഗിക്കുന്നു, അവയിൽ ഏതാനും ചിലത് ഇവിടെ പരാമർശിച്ചിരിക്കുന്നു-

1. രസായന, വാജീകരണ ആവശ്യത്തിന് - അമുക്കുരം പാലിൽ:

അമുക്കുരത്തിന്റെ 4-5 വേരുകൾ (5-10 ഗ്രാം പൊടി ഉപയോഗിക്കാം) 200 മില്ലി

പാലും 400 മില്ലി വെള്ളവും ചേർത്ത് നന്നായി വേവിക്കുക. ഇത് അരിച്ചെടുത്ത് ഇളം ചൂടോടുകൂടി കഴിക്കാം. ഇത് ഓജസ്സ് വർദ്ധിപ്പിക്കുന്നു. പ്രത്യുല്പാദന ആരോഗ്യത്തിനും ഉത്തമമാണ്.

2. വാർദ്ധക്യത്തിലെ ക്ഷീണത്തിന് അശ്വഗന്ധ പ്രതിവിധി:

അമുക്കുരം, നായ്ക്കരണ, എള്ള് എന്നിവ നന്നായി പൊടിച്ച് യോജിപ്പിക്കുക. 5 ഗ്രാം അളവിൽ ഒരു കപ്പ് ചെറുചൂടുള്ള പാലിനൊപ്പം കഴിക്കാം. ക്ഷീണം, സന്ധിവാതം തുടങ്ങിയ വയോജന പ്രശ്നങ്ങൾ അകറ്റാൻ ഇത് ഉപയോഗപ്രദമാണ്.

3. അലർജി മൂലമുള്ള മൂക്കൊലിപ്പിന് അശ്വഗന്ധ:

മഞ്ഞൾ, ഇഞ്ചി, അമുക്കുരം എന്നിവയുടെ പൊടി തുല്യ അളവിൽ നന്നായി കലർത്തി 3 ഗ്രാം വീതം പൊടി രാവിലെയും വൈകുന്നേരവും ചെറുചൂടുള്ള വെള്ളത്തിലോ പാലിലോ ചേർത്ത് ഭക്ഷണത്തിന് മുമ്പ് കഴിക്കുക. അലർജി മൂലമുള്ള മൂക്കൊലിപ്പിന് ഉപയോഗപ്രദമാണ്.

4. പാലിൽ സംസ്കരിച്ച അശ്വഗന്ധ വേരിന്റെ പൊടി രസായനത്തിനും വെള്ളപോക്കിനും:

100 ഗ്രാം അശ്വഗന്ധ വേര് പശുവിൻ പാലിൽ മുക്കിവയ്ക്കുക. പിന്നീട് ഇത് പാലിൽ തിളപ്പിച്ച് സൂര്യപ്രകാശത്തിൽ ഉണക്കിയെടുക്കുക. ഈ പ്രക്രിയ 7 തവണ ആവർത്തിക്കുക.

ഈ പൊടി 2-3 ഗ്രാം ദിവസവും ഒരു ടീസ്പൂൺ നെയ്ക്കൊപ്പം കഴിക്കുക. ഇത് സ്ത്രീകളുടെയും പുരുഷന്മാരുടെയും പ്രത്യുത്പാദന ആരോഗ്യം മെച്ചപ്പെടുത്തുന്നു. വെള്ളപോക്കിന് പ്രതിവിധിയായും ഉപയോഗിക്കാം.

5. ബീജങ്ങളുടെ എണ്ണം കൂട്ടാൻ അശ്വഗന്ധ പൊടി നെയ്യിൽ ചേർത്തു കഴിക്കുക:

2-3 ഗ്രാം അശ്വഗന്ധ വേര് പൊടിച്ച് തേനും നെയ്യും കലർത്തി പതിവായി കഴിക്കുക. ഇത് വാർദ്ധക്യ വൈകല്യം, സെമിനൽ ഡിസോർഡേഴ്സ്, പ്രത്യേകിച്ച് ഒളിഗോസ്പെർമിയ (ബീജത്തിന്റെ എണ്ണത്തിൽ കുറവ് വരുന്ന അവസ്ഥ) എന്നിവയിൽ നിന്ന് മുക്തി നേടാൻ സഹായിക്കുന്നു.

ആയുർവേദത്തിൽ രസായന ഗുണമുള്ള ധാരാളം ഔഷധങ്ങൾ ഉണ്ട്. ഒരു ആയുർവേദ ഡോക്ടറുടെ സഹായത്തോടെ ഉചിതമായത് തിരഞ്ഞെടുക്കാം.

78

ബലം, ശരീര ഭാരം - കശുവണ്ടി

ഡോ എം എസ് കൃഷ്ണമൂർത്തി എംഡി (ആയു), പിഎച്ച്ഡി

കശുവണ്ടിപ്പരിപ്പ് കൊഴുപ്പ് കുറഞ്ഞ ഭക്ഷണമായി അറിയപ്പെടുന്നു. ഏകദേശം 82% കൊഴുപ്പ് അപൂരിത ഫാറ്റി ആസിഡുകളാണ്. ഈ ഫാറ്റി ആസിഡിന്റെ 66% ഹൃദയത്തിന് നല്ലതാണ്. മിക്ക ആളുകളും ഇഷ്ടപ്പെടുന്ന ഒന്നാണ് കശുവണ്ടി. കശുവണ്ടിയിൽ വിറ്റാമിൻ ബി2, ബി3, സി ഇ, മഗ്നീഷ്യം, പാന്റോതെനിക് ആസിഡ് എന്നിവ ധാരാളം അടങ്ങിയിട്ടുണ്ട്. കശുവണ്ടിപ്പരിപ്പിന് കാൻസർ പ്രതിരോധ ഗുണങ്ങളും ഉണ്ട്. കാൻസർ കോശങ്ങളെ കൂടുതൽ വിഭജിച്ച് ശരീരത്തിലുടനീളം വ്യാപിക്കുന്നത് തടയുന്ന ഫ്ലേവനോയ്ഡുകളുടെ ഒരു വിഭാഗമായ പ്രോആന്തോസയാനിഡിൻസ് കശുവണ്ടിയിൽ കാണപ്പെടുന്നു. കശുവണ്ടിയിൽ ചെമ്പിന്റെ അംശവും ധാരാളമുണ്ട്. ഇത് മുടിയുടെ കറുപ്പു നിറം വർദ്ധിപ്പിക്കുന്നു.

കശുവണ്ടി ഉപയോഗങ്ങൾ:

1. കശുവണ്ടി, ഉണക്കമുന്തിരി, ബദാം

കശുവണ്ടി, ഉണക്കമുന്തിരി, ബദാം എന്നിവ ദിവസവും കഴിക്കുന്നത് ശരീരത്തിന് കരുത്തും ചർമ്മത്തിന് തിളക്കവും നൽകുന്നു. 2-3 കശുവണ്ടിപ്പരിപ്പ്, 10-12 ഉണക്കമുന്തിരി, 1-2 ബദാം (ബദാം) രാത്രിയിലോ വൈകുന്നേരത്തോ കഴിക്കുന്നത് നല്ല ദഹനശക്തിയും ഉറക്കവും ലഭിക്കാൻ സഹായിക്കുന്നു. ഇത് ചർമ്മത്തിന് നല്ല തിളക്കം നൽകുകയും മുടിയുടെ വേരുകൾ ശക്തിപ്പെടുത്തുകയും ചെയ്യുന്നു.

2. കശുവണ്ടി പാൽ ലൈംഗിക ശക്തി വർദ്ധിപ്പിക്കുന്നു:

1 കപ്പ് കാച്ചിയ പാലിൽ 5-6 കശുവണ്ടിപ്പരിപ്പ് വേവിക്കുക അല്ലെങ്കിൽ ഇവ രണ്ടും മിക്സിയിൽ നന്നായി അരച്ചെടുക്കുക. ഇത് അവശ്യ പോഷകങ്ങളുടെ ദൈനംദിന ആവശ്യം നിറവേറ്റുകയും ശരീരത്തിന്റെ ശക്തിയും ലൈംഗിക ശേഷിയും മെച്ചപ്പെടുത്തുകയും ചെയ്യുന്നു.

3. ആരോഗ്യകരമായി ശരീരഭാരം വർദ്ധിപ്പിക്കാൻ കശുവണ്ടിപ്പൊടിയും നിലക്കടലയും

50 ഗ്രാം കശുവണ്ടിപ്പരിപ്പും 100 ഗ്രാം വറുത്ത നിലക്കടലയും നന്നായി പൊടിച്ചെടുക്കുക. ദിവസവും രാവിലെ ഇത് 10-15 ഗ്രാം അളവിൽ പാലിനൊപ്പം കഴിച്ചാൽ 15-20 ദിവസത്തിനുള്ളിൽ ശരീരഭാരം ഗണ്യമായി വർദ്ധിക്കും

4. കശുവണ്ടിപ്പൊടിയും നെയ്യും കുട്ടികളിൽ ഓർമ്മശക്തി വർദ്ധിപ്പിക്കുന്നു:

പഠനത്തിൽ മന്ദതയുള്ള കുട്ടികൾക്ക് ഇത് പ്രയോജനം ചെയ്യുന്നു. 2-3 കശുവണ്ടിപ്പരിപ്പ് എടുത്ത് നെയ്യിൽ വറുത്തെടുക്കുക. ഇത് നന്നായി പൊടിച്ച് അൽപം തേനോ ശർക്കരയോ ചേർത്ത് കഴിക്കുക. മീതേ പാൽ കുടിക്കാം.

5. ഓസ്റ്റിയോപൊറോസിസിൽ ഉറുമാമ്പഴത്തിനൊപ്പം കശുവണ്ടി:

5-6 കശുവണ്ടിപ്പരിപ്പ് ഉറുമാമ്പഴ നീരിനൊപ്പം ദിവസവും വൈകുന്നേരം കഴിക്കാം. വിളർച്ച, ക്ഷീണം, ഓസ്റ്റിയോപൊറോട്ടിക് പ്രശ്നങ്ങൾ എന്നിവ ഒഴിവാക്കാൻ ഇത് സഹായിക്കുന്നു.

79

ഈന്തപ്പഴം പഴം: മിൽക്ക് ഷേക്ക്, ലഡ്ഡു

ഡോ എം എസ് കൃഷ്ണമൂർത്തി എംഡി(ആയു), പിഎച്ച്ഡി

ഈന്തപ്പഴത്തിൽ ഇരുമ്പ് ധാരാളം അടങ്ങിയിട്ടുണ്ട്. പൊട്ടാസ്യം, പ്രോട്ടീൻ, ഡയറ്ററി ഫൈബർ, കാൽസ്യം, വൈറ്റമിൻ ബി, എ, സി എന്നിവയുടെ നല്ല സ്രോതസ്സും കൂടിയാണിവ. കൂടാതെ കോപ്പർ, മഗ്നീഷ്യം, മാംഗനീസ്, സെലിനിയം, സിങ്ക് തുടങ്ങിയവയും അടങ്ങിയിട്ടുണ്ട്.

സംസ്കൃതത്തിൽ ഇതിനെ ഖർജുര എന്ന് വിളിക്കുന്നു; ശരീരത്തിന്റെ ശക്തിയും ആരോഗ്യവും വർദ്ധിപ്പിച്ച് ഊർജസ്വലമായി നിലനിർത്തുന്നു. ഈന്തപ്പഴം പ്രതിരോധശേഷി വർദ്ധിപ്പിക്കുന്നു. രക്തകോശങ്ങളുടെ എണ്ണം വധിപ്പിച്ച് ശരീരത്തിന് ഊർജ്ജം പ്രദാനം ചെയ്യുന്നു. മദ്യത്തിന്റെ ലഹരി, രക്തസ്രാവം എന്നിവയുടെ ചികിത്സയ്ക്ക് ഉപയോഗപ്രദമാണ്.

ഈന്തപ്പഴ ഉല്പന്നങ്ങൾ

1. ഈന്തപ്പഴം മിൽക്ക് ഷേക്ക്:
10 ഈന്തപ്പഴം എടുത്ത് കുരു കളഞ്ഞ് ചെറിയ കഷ്ണങ്ങളാക്കി മുറിക്കുക.ഒരു കപ്പ് പാൽ ചേർത്ത് ഒരു ബ്ലെൻഡറിലോ മിക്സറിലോ അരച്ചെടുക്കുക. വിളർച്ച, ക്ഷീണം, നാഡീകളുടെ ശക്തി ക്ഷയം, ശരീരത്തിലെ പൊള്ളൽ തുടങ്ങിയവയ്ക്ക് ഇത് ഉപയോഗപ്രദമാണ്.

2. ഈന്തപ്പഴ ലഡ്ഡു -
കുരു കളഞ്ഞ ഈന്തപ്പഴത്തിൽ തുല്യ അളവിൽ പൊടിച്ച കശുവണ്ടിപ്പരിപ്പ്, നിലക്കടല, ഉണക്കമുന്തിരി എന്നിവ ഓരോ ഭാഗം വീതം ചേർക്കുക. ഇതിൽ

8 ഇരട്ടി ശർക്കര ചേർത്ത് മിക്സിയിൽ അടിച്ചെടുക്കുക. രുചിക്കായി അൽപം തേനോ നെയ്യോ ചേർക്കാം. ചെരുവകൾ എല്ലാം നന്നായി ഇളക്കി ലഡ്ഡു രൂപത്തിലാക്കി, ഫാനിന്റെ അടിയിൽ വച്ച് ഉണക്കി എടുക്കുക.

ഇത് ദിവസവും രാവിലെയും വൈകുന്നേരവും വളരുന്ന കുട്ടികൾക്ക് നൽകാം. ഇത് കുട്ടികളെ ആരോഗ്യമുള്ളവരും ഊർജ്ജസ്വലരും ഉന്മേഷമുള്ളവരുമാക്കാൻ സഹായിക്കുന്നു.

3. നെയ്യ്, തേന് എന്നിവയിൽ കുതിർത്ത ഈന്തപ്പഴം:

50 ഈന്തപ്പഴം എടുത്ത് കുരു കളയുക. 100 മില്ലി നെയ്യും 80 മില്ലി തേനും എടുത്ത് അതിൽ കുങ്കുമപ്പൂവും (8-10 കേസരങ്ങൾ) ചേർത്ത് ഇളക്കുക. അതിൽ ഈന്തപ്പഴം കുതിർത്തു വയ്ക്കുക

ഇപ്രകാരം അയ്യാറാക്കി വച്ച ഈന്തപ്പഴം 2 എണ്ണം വീതം ദിവസവും, കഴിക്കുന്നത് ഊർജ്ജം പ്രദാനം ചെയ്യുന്നു. ഗർഭിണികൾക്കും ആർത്തവവിരാമത്തോടടുക്കുന്ന സ്ത്രീകൾക്കും വളരെ ഉപയോഗപ്രദമാണ്.

4. ഗോതമ്പ് മാവിൽ ചുട്ടെടുത്ത ഈത്തപ്പഴം:

ജയ്പൂരിലെയും ഉദയ്പൂരിലെയും (രാജസ്ഥാൻ) പരമ്പരാഗത വൈദ്യന്മാരുടെ വീട്ടുവൈദ്യമാണിത്.

5-6 ഈന്തപ്പഴം എടുത്ത് കുരു കളയുക. ഗോതമ്പ് മാവ് കുഴച്ച് ഈത്തപ്പഴം ഈ മാവിന് ഇടയിൽ വച്ച് 3-5 മിനിറ്റ് തീയിൽ കാണിച്ച് ചുട്ടെടുക്കുക. ശേഷം മാവ് നീക്കം ചെയ്ത് ഈന്തപ്പഴം

ശേഖരിക്കുക. വാർദ്ധക്യ കാലത്തുണ്ടാകുന്ന സന്ധി വേദന, ഓസ്റ്റിയോ ആർത്രൈറ്റിസ് പോലുള്ള പ്രശ്നങ്ങൾക്ക് പ്രതിവിധിയായി ഉപയോഗിക്കാം.

5. ആട്ടിൻ പാലിൽ കുതിർത്ത ഈന്തപ്പഴം:

പുരുഷന്മാരിലെ ലൈംഗികശേഷി വർദ്ധിപ്പിക്കുന്നതിന് ഫലപ്രദമാണ്. 4-5 കുരുകളഞ്ഞ ഈന്തപ്പഴം തിളപ്പിച്ച് തണുപ്പിച്ച ആട്ടിൻ പാലിൽ രാത്രി മുഴുവൻ കുതിർത്ത് സൂക്ഷിക്കുന്നു. പിറ്റേന്ന് രാവിലെ ഇത് നന്നായി ഞെരടി ഭക്ഷണത്തിന് മുമ്പ് (രാവിലെയോ വൈകുന്നേരമോ) ഒരു ടീസ്പൂൺ തേനും ചേർത്ത് കഴിക്കണം.

80

വെള്ളപാണ്ട്, പൊണ്ണത്തടി, ചീത്ത കൊളസ്ട്രോൾ എന്നിവയ്ക്ക് മുള്ളങ്കി

ഡോ എം എസ് കൃഷ്ണമൂർത്തി എംഡി (ആയു), പിഎച്ച്ഡി

മുള്ളങ്കിക്ക് മധുരം കലർന്ന എരിവു രുചിയാണ്. ഇതിൽ നാരുകളും ധാരാളം അടങ്ങിയിട്ടുണ്ട്, അതിനാൽ മലബന്ധം, അർശസ് എന്നിവയുടെ ചികിത്സയിൽ വളരെ ഫലപ്രദമാണ്. ആയുർവേദത്തിൽ ഇത് മൂലകം എന്നാണ് അറിയപ്പെടുന്നത്.

സസ്യശാസ്ത്ര നാമം - റാഫാനസ് സാറ്റിവസ്
കുടുംബം - ബ്രാസിക്കെസിയെ.

ഇത് പച്ചയായി സാലഡ് രൂപത്തിൽ തന്നെ കഴിക്കാം. കറികൾ, സൂപ്പ്, സാമ്പാർ, അച്ചാർ മുതലായവയിലും ഉപയോഗിക്കാം. ഇതിന്റെ പൂക്കളും വിത്തുകളും ഇലകളും പോലും ധാരാളം ആരോഗ്യ ഗുണങ്ങൾ ഉള്ളവയാണ്.
മഞ്ഞപ്പിത്തം, അർശസ്, ദഹനക്കേട്, മലബന്ധം, മൂത്രാശയ വൈകല്യങ്ങൾ, ആസ്ത്മ, പ്രമേഹം, ത്വക്ക് രോഗങ്ങൾ, ഫാറ്റി ലിവർ തുടങ്ങിയവയിൽ ആയുർവേദത്തിലും ആധുനിക ശാസ്ത്രത്തിലും മുള്ളങ്കിയുടെ ഉപയോഗം ശുപാർശ ചെയ്യുന്നു. മൂലകാരിഷ്ടം, കാഞ്ചികം, മൂലകക്ഷാരം തുടങ്ങിയവയാണ് മുള്ളങ്കി പ്രധാന ചേരുവയായി അടങ്ങിയ ആയുർവേദ ഔഷധങ്ങൾ.

വീട്ടുവൈദ്യങ്ങൾ:

1. പൊണ്ണത്തടിയിൽ മുള്ളങ്കി വെള്ളം:

1-2 വലിയ മുള്ളങ്കി വേരുകൾ നന്നായി അരിഞ്ഞത് 3-4 കപ്പ് വെള്ളത്തിൽ ഇട്ട് 1-2 മണിക്കൂർ സൂക്ഷിക്കുക. പിന്നീട് ഇത് അരിച്ച് ദിവസം മുഴുവൻ ഈ വെള്ളം കുടിക്കാൻ ഉപയോഗിക്കുക. ഇത് ശരീരഭാരം കുറയ്ക്കാൻ സഹായിക്കുന്നു.

2. ചീത്ത കൊളസ്ട്രോളിന് നാരങ്ങയോടൊപ്പം മുള്ളങ്കി ഫ്രഷ് ജ്യൂസ്:

അര കപ്പ് മുള്ളങ്കി നീരിൽ തുല്യ അളവിൽ വെള്ളവും ഒരു സ്പൂൺ നാരങ്ങ നീരും ചേർക്കുക. ഇത് 30-40 ദിവസത്തേക്ക് ദിവസവും വെറും വയറ്റിൽ കഴിക്കണം. ഇത് ചീത്ത കൊളസ്ട്രോൾ കുറയ്ക്കാൻ സഹായിക്കുന്നു.

3. നേത്രസംരക്ഷണത്തിനും രാത്രി അന്ധതയ്ക്കും മുള്ളങ്കി ഇല നീര്:

മുള്ളങ്കിയുടെ പുതിയതും പച്ചയുമായ ഇലകൾ എടുത്ത് ചതച്ചാൽ ജ്യൂസ് ലഭിക്കും. ഈ ജ്യൂസ് ഭക്ഷണത്തിന് മുമ്പ് ദിവസത്തിൽ രണ്ടുതവണ 40-50 മില്ലി അളവിൽ കഴിക്കുക. ഇത് കണ്ണുകൾക്ക് നല്ലതാണ്. പുകച്ചിൽ, ചൊറിച്ചിൽ, കണ്ണിൽ നിന്നും വെള്ളം വരിക എന്നിവയ്ക്ക് പ്രതിവിധിയാണ്. രാത്രി അന്ധതയിലും ഇത് ഉപയോഗപ്രദമാണ്.

4. വെള്ളപാണ്ടിൽ മുള്ളങ്കി വിത്തിന്റെ എണ്ണ:

1-2 ടീസ്പൂൺ മുള്ളങ്കി കഷണങ്ങൾ, 50 മില്ലി മുള്ളങ്കി ജ്യൂസ് എന്നിവ 100 മില്ലി എള്ളെണ്ണ ചേർത്ത് പാകം ചെയ്യുന്നു. എണ്ണയിൽ നിന്ന് ഈർപ്പം മുഴുവൻ വറ്റുന്നതുവരെ പാകം ചെയ്യണം. ശേഷം അരിച്ച് സൂക്ഷിക്കുക. അനുയോജ്യമായ മറ്റു മരുന്നുകളോടൊപ്പം ഈ എണ്ണ പതിവായി പുരട്ടുന്നത് വെള്ളപാണ്ടിന്റെ ചികിത്സയിൽ ഉപയോഗപ്രദമാണ്.

5. ത്വക്കിന് - മുള്ളങ്കി പേസ്റ്റ്:

മുള്ളങ്കി 1-2 വേരുകൾ എടുത്ത് പേസ്റ്റ് ആക്കി ചർമ്മത്തിൽ പുരട്ടാൻ ഉപയോഗിക്കാം. 15-20 മിനിറ്റ് സൂക്ഷിച്ച് കഴുകി കളയുക. ഇത് ചർമ്മത്തിൽ അടഞ്ഞു കൂടുന്ന മാലിന്യങ്ങളെ നീക്കം ചെയ്ത് ചർമ്മത്തെ ശുദ്ധീകരിക്കുന്നു.

81

ചർമ്മത്തിന് തിളക്കം, ക്ഷീണം, വരണ്ട ചുമ, ശരീരവേദന എന്നിവയ്ക്ക് വാൽനട്ട് (അക്രോട്ട്)

ഡോ എം എസ് കൃഷ്ണമൂർത്തി എംഡി(ആയു) പിഎച്ച്ഡി.

അക്രോട്ട് അഥവാ വാൽനട്ട് ആന്റിഓക്സിഡന്റുകളാൽ സമ്പന്നമാണ് പ്രതിരോധശേഷിയും ഓർമ്മശക്തിയും വർദ്ധിപ്പിക്കുന്നു. നാഡികളെ ഉത്തേജിപ്പിക്കുന്നു. ഭാവപ്രകാശം, നിഘണ്ടു രത്നാകരം തുടങ്ങിയ ഗ്രന്ഥങ്ങളിൽ ഈ ഫലം അക്ഷോടകം അല്ലെങ്കിൽ അക്ഷോഡ എന്ന പേരിലാണ് പരാമർശിച്ചിട്ടുള്ളത്.

ഏറ്റവും ഉപയോഗപ്രദമായ ഭാഗം അതിന്റെ വിത്താണ്. ഇലയും തണ്ടും നാട്ടുവൈദ്യന്മാർ ഔഷധ ആവശ്യങ്ങൾക്കും ഉപയോഗിക്കുന്നു. ഹിമാലയൻ മലനിരകളിൽ ഈ മരങ്ങൾ ധാരാളമായി കാണപ്പെടുന്നു. കാശ്മീർ ഈ ചെടിയുടെ പ്രധാന ആവാസ കേന്ദ്രമാണ്. ഇതിന്റെ വിത്തിൽ ഓക്സാലിക് ആസിഡും ബേരിയവും അടങ്ങിയിട്ടുണ്ട്. ഫല മജ്ജ രുചിയിൽ മധുരമുള്ളതും ചൂടുള്ളതുമാണ്. ഇത് കഫ പിത്തദോഷങ്ങളെ വർദ്ധിപ്പിക്കുകയും വാതത്തെ സന്തുലിതമാക്കുകയും ചെയ്യുന്നു.

1. ചർമ്മത്തിന്റെ നിറം വർദ്ധിപ്പിക്കുന്നതിന് വാൽനട്ടിന്റെ പേസ്റ്റ്:
വാൽനട്ട് എടുത്ത് പശുവിൻ പാലിൽ ചേർത്ത് പേസ്റ്റ് ആക്കുക. ഇത് മുഖത്ത് പുരട്ടുന്നത് മുഖകാന്തി വർധിപ്പിക്കുന്നു.

2. ക്ഷീണം, ന്യൂറൈറ്റിസ്, ഡയബറ്റിക് ന്യൂറോപ്പതി, തളർച്ച തുടങ്ങിയവയ്ക്ക് - 3-4 വാൽനട്ട് എടുത്ത് നല്ല പൊടി / പേസ്റ്റ് ഉണ്ടാക്കുന്നു. ഇത് പശുവിൻ

പാലിൽ പാകം ചെയ്ത് ആവശ്യാനുസരണം പഞ്ചസാര ചേർത്ത് കഴിക്കാം. ക്ഷീണം, ന്യൂറൈറ്റിസ്, ഡയബറ്റിക് ന്യൂറോപ്പതി, ലൈംഗിക വൈകല്യം തുടങ്ങിയവയെ മറികടക്കാൻ ഇത് സഹായിക്കുന്നു. ഇത് ഉറക്കം മെച്ചപ്പെടുത്താൻ നല്ലതാണ്.

3. വരണ്ട ചുമയിൽ കൽകണ്ടം ചേർത്ത് വറുത്ത വാൽനട്ട് :

3-4 വാൽനട്ട് വറുത്ത് (എണ്ണ ചേർക്കാതെ) തുല്യ അളവിൽ പഞ്ചസാര ചേർത്ത് പൊടിച്ചെടുക്കുന്നു. ഇത് ഒരു ദിവസം 3-4 തവണ കഴിക്കുന്നത് വരണ്ട ചുമ ശമിപ്പിക്കുന്നു.

4. പൽപൊടിയായി - പുറംതൊലി:

തണ്ടിന്റെ പുറംതൊലി ശേഖരിച്ച് ഉണക്കുന്നു. ഇത് പൊടിച്ച് പൽപൊടിയായി ഉപയോഗിക്കുന്നു. ഇത് പല്ലുകളെയും മോണകളെയും ശക്തിപ്പെടുത്തുന്നു.

5. അലസത, ശരീരവേദന, പേശി വേദന എന്നിവയിൽ വാൽനട്ട്, ശർക്കര മിഠായി:

ശർക്കരയും വാൽനട്ട് പൊടിയും തുല്യ അളവിൽ എടുത്ത് അതിൽ ഗ്രാമ്പൂ അല്ലെങ്കിൽ ഏലക്ക ചേർത്ത് ലഡു ഉണ്ടാക്കുന്നു. ഇത് ദിവസവും വൈകുന്നേരം കഴിക്കാം. അലസത, ശരീരവേദന, പേശി വേദന എന്നിവ ശമിപ്പിക്കുന്നു. മുടിയെ ശക്തിപ്പെടുത്തുകയും മുടി കൊഴിച്ചിൽ തടയുകയും ചെയ്യുന്നു.

82

പിത്തസഞ്ചിയുമായി ബന്ധപ്പെട്ടുണ്ടാകുന്ന രോഗങ്ങൾ, കൺജക്റ്റിവിറ്റിസ്, ക്ഷീണം പരിഹാരങ്ങൾ

ഡോ എം എസ് കൃഷ്ണമൂർത്തി എംഡി(ആയു), പിഎച്ച്ഡി

ചുരയ്ക്ക (ബോട്ടിൽ ഗാർഡ്) - ആയുർവേദത്തിൽ ഇതിനെ അലാബു എന്നാണ് വിളിക്കുന്നത്. പുരാതന ആയുർവേദ ഗ്രന്ഥങ്ങളിൽ ഇതിന്റെ ഉപയോഗത്തെ സംബന്ധിക്കുന്ന പരാമർശങ്ങൾ ലഭ്യമാണ്.

ഗുണങ്ങൾ:

മധുര രുചിയാണ്. തണുപ്പാണ് ഇത് വാത പിത്ത ദോഷങ്ങളെ സന്തുലിതമാക്കുന്നു. അമിതമായി കഴിക്കുന്നത് കഫം വർദ്ധിപ്പിക്കും.

പ്രവർത്തനങ്ങൾ: സ്രോതസുകളെ തുറക്കാൻ സഹായിക്കുന്നു. കരളിന്റെ ആരോഗ്യം സംരക്ഷിക്കുന്നു. മലത്തിന്റെ അളവ് വർദ്ധിപ്പിക്കുന്നു.

- മഞ്ഞപ്പിത്തം (രുദ്ധപാത കമല),
- ഗൗട്ടി ആർത്രൈറ്റിസ് (വാതരക്തം),
- അരുചി (അനോറെക്സിയ),
- തലവേദന
- ഗ്രഹണി (ആഗിരണം ശരിയായി നടക്കാത്ത അവസ്ഥ) മുതലായ അവസ്ഥകളിൽ ഇത് ഉപയോഗപ്രദമാണ്.

1. തല, കണ്ണ്, നെഞ്ച് എന്നിവിടങ്ങളിലെ പുകച്ചിൽ ശമിപ്പിക്കാൻ -
ചുരയ്ക്ക കഴുകി പുറം തൊലി കളഞ്ഞ് 10-15 ചെറിയ കഷണങ്ങൾ (5-10 ഗ്രാം വലിപ്പം) ആക്കുക. ഇത് പച്ചയ്ക്ക് ഉപ്പും എരിവും ഒന്നും ചേർക്കാതെ കഴിക്കുക. മൂത്രമൊഴിക്കുമ്പോഴുണ്ടാകുന്ന പുകച്ചിൽ പോലുള്ള എല്ലാതരം പുകച്ചിലും ശമിപ്പിക്കും.

2. കൺജങ്ക്റ്റിവിറ്റിസിൽ ചുരയ്ക്ക ജ്യൂസ്:
2-3 മില്ലി ജ്യൂസ് രണ്ട് കണ്ണുകളിലും ഇറ്റിക്കുക. ഇത് കൺജങ്ക്റ്റിവിറ്റിസ് സമയത്ത് ഉണ്ടാകുന്ന പുകച്ചിലിന് ആശ്വാസം നൽകുന്നു. പഴുപ്പ്, പീളകെട്ടുക എന്നിവയ്ക്കും പ്രതിവിധിയാണ്. കണ്ണിൽ ഇറ്റിക്കാൻ മടിക്കുന്നുവെങ്കിൽ, ഇതിന്റ് പേസ്റ്റ് അടഞ്ഞ കണ്ണുകളിൽ പുരട്ടാം. ഇതും സമാനമായ ഗുണങ്ങൾ തരുന്നു.

3. കരൾ, പിത്താശയ രോഗങ്ങൾക്കുള്ള ചുരയ്ക്ക സൂപ്പ്:
ചുരയ്ക്ക ചെറിയ കഷ്ണങ്ങളാക്കി അല്പം വെള്ളം ചേർത്ത് പാകം ചെയ്യുന്നു. (ഉപ്പ് ചേർക്കാതിരിക്കുന്നതാണ് അഭികാമ്യം; കഴിക്കാൻ ബുദ്ധിമുട്ട് തോന്നുന്നുവെങ്കിൽ, ആവശ്യാനുസരണം ചേർക്കാവുന്നതാണ്). ആവശ്യമെങ്കിൽ അല്പം കുരുമുളക് ചേർക്കാം. മഞ്ഞപ്പിത്തം, പിത്താശയ വേദന മുതലായ സന്ദർഭങ്ങളിൽ ഈ സൂപ്പ് ചോറ് അല്ലെങ്കിൽ ചപ്പാത്തി എന്നിവയ്ക്കൊപ്പം കഴിക്കാം.

4. ക്ഷീണം, അലസത തുടങ്ങിയ അവസ്ഥകളിൽ ചുരയ്ക്ക പായസം:
ചുരയ്ക്ക കഷ്ണങ്ങളാക്കി പാൽ ചേർത്ത് വേവിക്കുന്നു. ശേഷം ശർക്കരയോ പഞ്ചസാരയോ ചേർത്ത് നന്നായി ഇളക്കുക. ഏലക്ക പൊടിയും ചേർത്ത് കഴിക്കാം.
ഇത് ക്ഷീണത്തിന് പ്രതിവിധിയാണ്. രസായനഗുണമുണ്ട്. ലൈംഗിക ശേഷി, ഓജസ്സ് എന്നിവ വർദ്ധിപ്പിക്കുന്നു.

5. ആസിഡ് പെപ്റ്റിക് രോഗത്തിന് (ആസിഡിറ്റി) ചുരയ്ക്ക പൂവ്
3-4 പൂക്കൾ എടുത്ത് നെയ്യിൽ ചെറുതായി വറുക്കുക. ഇത് മോരും 1-2 നുള്ള് കുരുമുളകും ചേർത്ത് നന്നായി ചതച്ചെടുക്കുന്നു. കുറച്ച് ഉപ്പ് ചേർത്ത് ഇത് ചോറിനൊപ്പം കഴിക്കാം. ഇത് കുടിക്കാനും ഉപയോഗിക്കാം. ഇത് ദഹനാഗ്നിയെ സമീകരിക്കുന്നു. രുചിയില്ലായ്മ, തലവേദന, ഓക്കാനം, ആസിഡ് പെപ്റ്റിക്

ഡിസോർഡേഴ്സ്, തുടങ്ങിയവയ്ക്ക് പ്രതിവിധിയാണ്. ചട്ണി ഉണ്ടാക്കാനും ഈ പൂവ് ഉപയോഗിക്കാം. (അരയ്ക്കുമ്പോൾ അൽപം വറുത്ത തേങ്ങയോ തേങ്ങാപ്പൊടിയോ ചേർക്കാം).

6. രുചി വർധിപ്പിക്കാൻ ചുരയ്ക്കയുടെ ഇളം വിത്ത് ഫ്രൈ:

അധികം മൂക്കാത്ത ചുരയ്ക്കയുടെ വിത്തുകൾ (മൃദുവായത്) അല്പം നെയ്യിൽ (അല്ലെങ്കിൽ എള്ളെണ്ണ) വറുത്തെടുക്കുന്നു. അല്പം കുരുമുളക് അല്ലെങ്കിൽ ഉപ്പ് എന്നിവ ചേർത്ത് ഇളം ചൂടോടുകൂടി കഴിക്കാം.

കുട്ടികൾ പ്രത്യേകിച്ച് ഇത്തരത്തിലുള്ള ആരോഗ്യകരമായ പച്ചക്കറി വിത്ത് ഫ്രൈ ഇഷ്ടപ്പെടുന്നു.

ചുരയ്ക്ക തൊലി ചട്ണിയും ഇതേ ഗുണങ്ങളുള്ളതാണ്. കയ്പേറിയ ചുരയ്ക്കയും ലഭ്യമാണ്, വയറിളക്കവും ഛർദിയും ഉണ്ടാക്കുമെന്നതിനാൽ അത്തരം ഇനങ്ങൾ ഉപയോഗിക്കുമ്പോൾ ശ്രദ്ധിക്കണം.

83

ചുണ്ടുകൾ വിണ്ടുകീറുന്നതിന് വെണ്ണ

ഡോ എം എസ് കൃഷ്ണമൂർത്തി എംഡി (ആയു), പിഎച്ച്ഡി

കൊഴുപ്പുകളുടെ രാജ്ഞിയാണ് വെണ്ണ. ശരീരത്തിന്റെയും മനസ്സിന്റെയും ശരിയായ പ്രവർത്തനത്തിന് ആവശ്യമായ വിറ്റാമിൻ എ, ഡി, ഇ, കെ എന്നിവയുടെ സമ്പന്നമായ ഉറവിടമാണിത്.

വിറ്റാമിൻ എ മറ്റ് സ്രോതസ്സുകളെ അപേക്ഷിച്ച് വെണ്ണയിൽ നിന്ന് എളുപ്പത്തിൽ ആഗിരണം ചെയ്യപ്പെടുകയും ഉപയോഗിക്കപ്പെടുകയും ചെയ്യുന്നു. മാംഗനീസ്, സിങ്ക്, ക്രോമിയം, സെലിനിയം, അയോഡിൻ തുടങ്ങിയ ഘടകങ്ങളും ഇതിൽ അടങ്ങിയിട്ടുണ്ട്. വെണ്ണയിൽ ഒരു പ്രത്യേക തരം ഫാറ്റി ആസിഡായ ഗ്ലൈക്കോ-സ്ഫിംഗോ-ലിപിഡുകൾ അടങ്ങിയിട്ടുണ്ട്. ഇത് നിരവധി അണുബാധകളിൽ നിന്ന് കുടലിനെ സംരക്ഷിക്കുന്നു.

വെണ്ണയെ ആളുകൾ ഭയപ്പെടുന്നത് അതിലുള്ള കൊഴുപ്പിന്റെ അളവ് ശരീര ഭാരം വർദ്ധിപ്പിക്കുകയും രക്തത്തിലെ കൊളസ്ട്രോളിന്റെ അളവ് വർദ്ധിപ്പിക്കുകയും ചെയ്യും എന്നതിനാലാണ്. വെണ്ണയുടെ മിതമായ ഉപയോഗം, (പ്രതിദിനം ഒന്നോ രണ്ടോ ടീസ്പൂൺ വീതം) എല്ലാവർക്കും ഗുണം ചെയ്യും.

1. വെണ്ണയും പഞ്ചസാര ലൈംഗിക ശേഷിക്ക്:
2 ടേബിൾസ്പൂൺ വെണ്ണയും 1 ടേബിൾസ്പൂൺ പഞ്ചസാരയും ചേർത്ത് നന്നായി ഇളക്കുക. ഇത് ദിവസത്തിൽ ഒരുതവണ കഴിക്കുന്നത് ബീജത്തിന്റെ എണ്ണവും ഗുണവും മെച്ചപ്പെടുത്തുന്നു.

2. വരണ്ട ചർമ്മത്തിനും ചുണ്ടുകൾക്കും

വിണ്ടുകീറിയ ചുണ്ടുകൾ, വായിലെ അൾസർ, ചൊറിച്ചിൽ, പുകച്ചിൽ, വരണ്ട ചർമ്മം എന്നിവ ശമിപ്പിക്കാൻ വെണ്ണ പുരട്ടാം.

3. ചർമ്മത്തിന് തിളക്കം ലഭിക്കാൻ കുങ്കുമം ചേർത്ത വെണ്ണ:

ഒരു നുള്ള് കുങ്കുമപ്പൂവ് അര സ്പൂൺ വെണ്ണയിൽ ലയിപ്പിച്ച് ദിവസവും കഴിക്കുക. പ്രത്യേകിച്ച് ഗർഭിണികളിൽ മൂന്നാം മാസം മുതൽ ഇത് കഴിക്കുന്നത് ഗർഭിണികൾക്ക് ചർമ്മത്തിന്റെ ആരോഗ്യത്തിനും ഗർഭപിണ്ഡത്തിന്റെ ഭാരം മെച്ചപ്പെടുത്താനും സഹായിക്കുന്നു.

4. തലയോട്ടിയിൽ വെണ്ണ പ്രയോഗം:

കഠിനമായ തലവേദന, ശിരോചർമ്മം, കണ്ണ് എന്നിവിടങ്ങളിലെ പുകച്ചിൽ എന്നിവയുള്ളപ്പോൾ അര സ്പൂൺ വെണ്ണ എടുത്ത് തലയുടെ മധ്യഭാഗത്ത് പുരട്ടുക (എരുമയുടെ വെണ്ണയാണ് നല്ലത്).

5. അർശസിൽ ശർക്കര ചേർത്ത വെണ്ണ:

വിട്ടുമാറാത്ത മൂലക്കുരുവിന് 1 ടീസ്പൂൺ വെണ്ണ ഒരു ടീസ്പൂൺ ശർക്കരയിൽ കലർത്തി അതിരാവിലെ വെറും വയറ്റിൽ കുടിക്കുക. ഇത് ശരീരത്തെ തണുപ്പിക്കാനും വിശപ്പ് മെച്ചപ്പെടുത്താനും രക്തസ്രാവമുള്ള അർശസുകൾ സുഖപ്പെടുത്താനും സഹായിക്കുന്നു.

6. വിട്ടുമാറാത്ത ചുമയിൽ തേൻ കലർത്തിയ വെണ്ണ:

വെണ്ണയും തേനും തുല്യ അളവിൽ കലർത്തി രോഗിയോട് അത് നക്കാൻ ആവശ്യപ്പെടുന്നു. പക്ഷാഘാതത്തിനു ശേഷം ഉണ്ടാകുന്ന വിട്ടുമാറാത്ത ചുമ, ശബ്ദത്തിന്റെ പരുക്കം, ശബ്ദ ഇടർച്ച എന്നിവ ശമിപ്പിക്കാൻ ഇത് സഹായിക്കുന്നു.

84

കഷണ്ടി, ഛർദ്ദി, തലവേദന എന്നിവയ്ക്കുള്ള പരിഹാരങ്ങൾ - കരിംജീരകം

ഡോ എം എസ് കൃഷ്ണമൂർത്തി എംഡി(ആയു), പിഎച്ച്ഡി

കരിം ജീരകം (സസ്യശാസ്ത്രനാമം- കാരം കാർവെ Carum carvi (Linn.) കൂടലിലെ വിരശല്യത്തിന് ഇത് ഫലപ്രദമാണ്. ദഹനശക്തി വർദ്ധിപ്പിക്കുന്നു. വയറുവീർപ്പ്, പനി, രുചിയില്ലായ്മ, വേദന, വീക്കം എന്നിവയ്ക്ക് പ്രതിവിധിയാണ്. ഇതിന് കയ്പ്പ് രുചിയാണ്. ചൂടുള്ളതുമാണ്. ഈ മരുന്ന് പല രോഗങ്ങൾക്കും വീട്ടുവൈദ്യമായി ഉപയോഗിക്കുന്നു. ഏതാനും ഉദാഹരണങ്ങൾ വിവരിക്കാം.

- 10 ഗ്രാം ചെറുതായി വറുത്ത കറുത്ത ജീരകം,
- 5 ഗ്രാം നല്ല ജീരകം,
- 5 ഗ്രാം ശർക്കര
- 3 ഗ്രാം പുളി

ഇവ ഒന്നിച്ച് ചേർത്ത് നന്നായി പൊടിച്ചെടുക്കുക. ഇത് 1 ഗ്രാം വീതം ഗുളികകളാക്കി (ബോലസ്) തണലിൽ ഉണക്കിയെടുക്കുന്നു. ഈ ഗുളിക ഛർദ്ദി, ഓക്കാനം, വയറുവേദന തുടങ്ങിയ അവസ്ഥകളിൽ ചവച്ച് കഴിക്കാം.

2. പിത്തരസം വർദ്ധിച്ചുണ്ടാകുന്ന തല വേദനയിൽ

2-3 ഗ്രാം കറുത്ത ജീരകം പൊടിച്ചത് വെണ്ണ മോര്, നാരങ്ങാ വെള്ളം, (5 മില്ലി നാരങ്ങാനീരും 100 മില്ലി വെള്ളവും) ചേർത്ത് കഴിക്കുന്നത് പിത്തത്തിന്റെ

വൃദ്ധി മൂലമുണ്ടാകുന്ന തലവേദന ശമിപ്പിക്കുന്നു. മഞ്ഞപ്പിത്തത്തിലും ഉപയോഗിക്കാം.

3. കരിംജീരക തൈലം - കഷണ്ടിയ്ക്ക്

ഇതിന്റെ എണ്ണ വിപണിയിൽ ലഭ്യമാണ്, ഇത് മുടി കൊഴിച്ചിലുള്ള ഭാഗത്ത് തേച്ചു പിടിപ്പിക്കുന്നത് മുടി വളരാൻ സഹായിക്കുന്നു. എണ്ണ വീട്ടിൽ നിർമ്മിക്കുകയുമാവാം. 50 ഗ്രാം കരിംജീരകം 100 മില്ലി എണ്ണയും വെള്ളവും ചേർത്ത് വെള്ളം പൂർണ്ണമായും ബാഷ്പീകരിക്കപ്പെടുന്നതുവരെ തിളപ്പിച്ച് എണ്ണ തയ്യാറാക്കാം.

4. വയറിളക്കത്തിൽ കരിംജീരക കഷായം:

വയറിളക്കത്തിന്, കരിംജീരക കഷായം 15 മില്ലി മണിക്കൂറിൽ 2-3 തവണ നൽകിയാൽ തൽക്ഷണ ആശ്വാസം ലഭിക്കും. വയറുവേദന, ഛർദ്ദി എന്നിവ ശമിക്കുകയും വിശപ്പ് ഉണ്ടാകുകയും ചെയ്യുന്നു.

5. വൃക്കകളുടെയും കരളിന്റെയും പ്രവർത്തന വൈകല്യങ്ങളിൽ

2-3 ഗ്രാം കരിംജീരക പൊടി തേൻ ചേർത്ത് വിട്ടുമാറാത്ത കരൾ തകരാറുകൾക്കും വൃക്കസംബന്ധമായ അസുഖങ്ങൾക്കും നൽകാറുണ്ട്. ഇത് അവയവങ്ങളെ ശക്തിപ്പെടുത്തുന്നു.

6. വിരശല്യത്തിന് പപ്പായ വിത്തും കരിംജീരക പൊടിയും:

മുകളിൽ പറഞ്ഞ രണ്ട് ഔഷധസസ്യങ്ങളും തുല്യ അളവിൽ എടുത്ത് നന്നായി പൊടിക്കുന്നു. ഇത് ദിവസവും വെറും വയറ്റിൽ 2-3 ഗ്രാം അളവിൽ ചെറുച്ചൂടുള്ള വെള്ളത്തോടൊപ്പം നൽകണം. കുട്ടികളിൽ ദീർഘകാലമായി നിലനിൽക്കുന്ന വിര ശല്യത്തിന് ഇത് ആശ്വാസം നൽകുന്നു. മുതിർന്നവരിൽ, മേൽപ്പറഞ്ഞ സസ്യങ്ങളുടെ കഷായം വച്ച് നല്കാം.

85

മൂത്രത്തിലെ പുകച്ചിൽ, മൂക്കിലൂടെയുള്ള രക്തസ്രാവം - കറുക പുല്ല്

ഡോ എം എസ് കൃഷ്ണമൂർത്തി എംഡി (ആയു), പിഎച്ച്ഡി

കറുക പുല്ല് (സൈനോഡൺ ഡാക്റ്റിലോൺ) ബർമുഡ ഗ്രാസ് എന്നും അറിയപ്പെടുന്നു. ഇത് ഒരു പുണ്യ സസ്യമായി കണക്കാക്കപ്പെടുന്നു. ഹിന്ദുക്കൾ ഈ പുല്ലുകൊണ്ട് ഗണപതിയെ ആരാധിക്കുന്നു. കാൽസ്യം, ഫോസ്ഫറസ്, ഫൈബർ, പൊട്ടാസ്യം, പ്രോട്ടീൻ, കാർബോഹൈഡ്രേറ്റ്, മഗ്നീഷ്യം തുടങ്ങിയവയാൽ സമ്പന്നമാണ് കറുക പുല്ല്. ഇത് രുചിയിൽ മധുരമുള്ളതും ഒരു ടോണിക്കായും പ്രവർത്തിക്കുന്നു. ഇലയുടെ നീര് സ്ഥിരമായി കഴിക്കുന്നത് വലിയ തോതിൽ പ്രതിരോധശേഷി വർദ്ധിപ്പിക്കുമെന്ന് പഠനങ്ങൾ വെളിപ്പെടുത്തുന്നു. ഇതിന് ആന്റിസെപ്റ്റിക് ഗുണവുമുണ്ട്, അതിനാൽ പല സ്ത്രീരോഗങ്ങളിലും ഉപയോഗപ്രദമാണ്.

1. മൂത്രം പുകച്ചിൽ മൂത്രനാളിയിൽ നിന്നുള്ള രക്തസ്രാവം, ആസിഡ് പെപ്റ്റിക് ഡിസോർഡേഴ്സ് തുടങ്ങിയവയിൽ - കറുക നീര്

ഒരു മുഷ്ടി നിറയെ ഇലയോ ചെടിയോ എടുത്ത് നന്നായി കഴുകുക. നന്നായി ചതച്ച് നീര് ശേഖരിക്കുക. ഇത് 5-10 മില്ലി എന്ന അളവിൽ ദിവസത്തിൽ മൂന്ന് തവണ നൽകപ്പെടുന്നു. എല്ലാ തരത്തിലുള്ള പുകച്ചിലുകൾക്കും, പിത്തസംബന്ധമായ അസുഖങ്ങൾക്കും ആസിഡിറ്റി എന്നിവയ്ക്കും പരിഹാരമാണ്.

2. പിത്താധിക്യം, തളർച്ച, ക്ഷീണം എന്നിവയിൽ കറുക കഷായം:

കറുക പുല്ലിന്റെ ചെടി ശേഖരിച്ച് കഴുകി പൊടിക്കുക. 1 ടേബിൾസ്പൂൺ

പൊടി 2 കപ്പ് വെള്ളത്തിൽ ചേർത്ത് തിളപ്പിച്ച് അര കപ്പായി കുറ ക്കുക. അരിച്ചെടുത്ത് സൂക്ഷിക്കാം. 30 - 50 മില്ലി എന്ന അളവിൽ അര ടീസ്പൂൺ പഞ്ചസാരയോ ശർക്കരയോ ചേർത്താണ് നൽകുന്നത്. തലവേദന, തളർച്ച, ക്ഷീണം എന്നിവയ്ക്ക് പ്രതിവിധിയാണ്.

3. ത്വക്ക് രോഗങ്ങളിലും താരനിലും ദുർവാ തൈലം:
25 ഗ്രാം കറുക പുല്ല് ചതച്ച് പേസ്റ്റ് ഉണ്ടാക്കുന്നു. ഇതിലേക്ക് 100 മില്ലി എള്ളെണ്ണയും തുല്യ അളവിൽ വെള്ളവും ചേർത്ത് 80 - 90 മില്ലി എണ്ണ മാത്രം ശേഷിക്കുന്നതുവരെ തിളപ്പിക്കുക. ഇത് അരിച്ചെടുത്ത് സൂക്ഷിക്കാം. ചർമ്മത്തിലെ ചൊറിച്ചിൽ, താരൻ, എക്സിമ തുടങ്ങിയവയ്ക്ക് ഈ എണ്ണ വളരെ ഉപയോഗപ്രദമാണ്.

4. ആസിഡിറ്റി, ഗ്യാസ്ട്രിക് അൾസർ എന്നിവയിൽ പാലിനൊപ്പം കറുക ജ്യൂസ്:
കറുകപുല്ല് പറിച്ചെടുത്ത് പശുവിൻ പാലിൽ നന്നായി ചതച്ച് നീര് അരിച്ചെടുക്കുക. ഭക്ഷണത്തിന് മുമ്പ് ദിവസത്തിൽ ഒന്നോ രണ്ടോ തവണ 10-20 മില്ലി എന്ന അളവിൽ വെറും വയറ്റിൽ കഴിക്കുന്നത് ഗ്യാസ്ട്രൈറ്റിസ്, ഹൈപ്പർ അസിഡിറ്റി, ആമാശയത്തിലെ അൾസർ, നെഞ്ചെരിച്ചിൽ എന്നിവയ്ക്കുള്ള പ്രതിവിധിയാണ്.

5. കുട്ടികളിലെ അലർജി തിണർപ്പുകൾക്ക് കറുക പുല്ല്:
ഒരു മുഷ്ടി നിറയെ കറുക പുല്ല് എടുത്ത് ചെറുതായി ചതച്ചെടുക്കുന്നു. ഇത് 1-2 മണിക്കൂർ വെള്ളത്തിൽ കുതിർത്ത് അരിച്ചെടുക്കുക. അലർജി തിണർപ്പ്, കൃമി, ചൊറിച്ചിൽ മുതലായ ചർമ്മ വൈകല്യങ്ങൾ ചികിത്സിക്കാൻ ഇത് 5 - 10 മില്ലി എന്ന അളവിൽ കുട്ടികൾക്ക് ദിവസത്തിൽ ഒന്നോ രണ്ടോ തവണ നൽകുന്നു.

6. മൂക്കിലൂടെയുള്ള രക്തസ്രാവത്തിൽ നെയ്യ് ചേർത്ത കറുക നീര്:
ഇലകൾ ചതച്ചാൽ കറുകയുടെ നീര് ലഭിക്കും. ഇത് അരിച്ചെടുത്ത് അല്പം നെയ്യ് ചേർത്ത് ഓരോ നാസാരന്ധ്രത്തിലേക്കും 2-5 തുള്ളി ഇറ്റിക്കുന്നത് മൂക്കിലെ രക്തസ്രാവം തടയാൻ ഉപയോഗപ്രദമാണ്.

86

ഫാറ്റി ലിവർ, കാലിലെ ആണി, പൊണ്ണത്തടി എന്നിവയ്ക്ക് ചേന ഉപയോഗിച്ചുള്ള പ്രതിവിധി

ഡോ എം എസ് കൃഷ്ണമൂർത്തി എംഡി (ആയു), പിഎച്ച്ഡി

പൈൽസ്, ചർദ്ദി, ആസ്തമ, ശ്വാസകോശത്തിലെ നീർക്കെട്ട്, പൊണ്ണത്തടി, കുടൽ തകരാറുകൾ, ചർദ്ദി, രക്തത്തിലൂടെ പകരുന്ന രോഗങ്ങൾ, ആർത്തവ ക്രമക്കേട്, വയറുവേദന തുടങ്ങിയ പല രോഗങ്ങൾക്കും ആയുർവേദം ചേന നിർദ്ദേശിക്കുന്നു. ചേനയുടെ പേസ്റ്റ് സന്ധിവാതത്തിലെ വേദന കുറയ്ക്കുന്നതിനും ചർമ്മത്തിലെ മുറിവുകൾ സുഖപ്പെടുത്തുന്നതിനും പുറമേ പുരട്ടാൻ ഉപയോഗിക്കുന്നു. ചേനയുടെ സസ്യശാസ്ത്ര നാമം അമോർഫോഫാലസ് കാമ്പനുലാറ്റസ് എന്നാണ്.

പൊട്ടാസ്യം, ഫോസ്ഫറസ്, മഗ്നീഷ്യം എന്നിവയാണ് ചേനയിൽ കാണപ്പെടുന്ന പ്രധാന ധാതുക്കൾ. സിങ്ക്, കോപ്പർ, കാൽസ്യം, സിങ്ക്, സെലിനിയം തുടങ്ങിയ ധാതുക്കളും ഇതിൽ അടങ്ങിയിട്ടുണ്ട്. ഇതിൽ ഒമേഗ -3 ഫാറ്റി ആസിഡുകൾ അടങ്ങിയിട്ടുണ്ട്, രക്തത്തിലെ നല്ല കൊളസ്ട്രോളിന്റെ അളവ് വർദ്ധിപ്പിക്കും. അതോടൊപ്പം ചീത്ത കൊളസ്ട്രോൾ കുറയ്ക്കുകയും ചെയ്യുന്നു. ഇതിൽ കാൻസർ വിരുദ്ധ ഗുണങ്ങളുള്ള ഡയോസ്ജെനിൻ എന്ന തന്മാത്രാ അടങ്ങിയിട്ടുണ്ട്. അമിതവണ്ണം, അർശസ്സ് , മലബന്ധം, ഫിസ്റ്റുല, എന്നിവയുടെ ചികിത്സയിൽ ഇത് വ്യാപകമായി ഉപയോഗിക്കുന്നു.

1. പൊണ്ണത്തടി, അമിത കൊളസ്ട്രോൾ എന്നിവയ്ക്ക് ചേന

വിശപ്പ് നിയന്ത്രിക്കാൻ കഴിയാത്ത അമിതവണ്ണമുള്ളവർ ഈ പച്ചക്കറി ഭക്ഷണത്തിൽ ഉപയോഗിക്കുന്നത് നല്ലതാണ്. ചേന നന്നായി വേവിച്ച്

അവയ്ക്ക് ആവശ്യാനുസരണം പുളിയും മഞ്ഞൾപ്പൊടിയും ഉപ്പും ചേർത്ത് സൂക്ഷിക്കുക. വിശപ്പ് തോന്നുമ്പോഴെല്ലാം, ഇത് ഒരു കപ്പ് മോരിനൊപ്പം കഴിക്കുക. ചീത്ത കൊളസ്ട്രോൾ കുറയ്ക്കാനും ഉപയോഗപ്രദമാണ്.

2. അർശസ്സ്, ഫിഷർ (മലദ്വാരത്തിലുണ്ടാകുന്ന മുറിവുകൾ) എന്നിവയ്ക്ക് ചേന ഉണക്കി പൊടിച്ചത്

മൂപ്പെത്തിയ ചേന എടുത്ത് നന്നായി കഴുകി അരിഞ്ഞ് തണലിൽ ഉണക്കി, പൊടിച്ച് വായു കടക്കാത്ത പാത്രത്തിൽ സൂക്ഷിക്കുക. ഇത് മഞ്ഞൾ വെള്ളത്തിലോ (1 ടേബിൾസ്പൂൺ മഞ്ഞൾ + 1 ഗ്ളാസ് വെള്ളം) മോരിലോ മുക്കി ഉണക്കിയെടുക്കാം. ഇത് പൊടിച്ച് പ്രതിദിനം 3-5 ഗ്രാം എന്ന അളവിൽ കഴിക്കാം. അർശസ്സ്, ഫിഷർ, മലബന്ധം എന്നിവ ഇല്ലാതാക്കാൻ ഇത് വളരെ ഉപയോഗപ്രദമാണ്.

3. പ്രോസ്റ്റേറ്റ് വീക്കത്തിന്:

ചേന- 100 ഗ്രാം, 2 കപ്പ് മോരും 2 കപ്പ് പുളി നീരും 1 ടീസ്പൂൺ മഞ്ഞൾപ്പൊടിയും ചേർത്ത് തിളപ്പിക്കുക. ബിപിഎച്ച് (പ്രോസ്റ്റേറ്റ് വീക്കം) ചികിത്സയ്ക്കായി 4-6 ആഴ്ച ഭക്ഷണത്തിന് മുമ്പ് ഇത് 2-3 ഗ്രാം, ദിവസത്തിൽ ഒന്നോ രണ്ടോ തവണ കഴിക്കുക.

4. ഫാറ്റി ലിവറിൽ ചേനപ്പൊടി:

ഫാറ്റി ലിവറിൽ ചേന പൊടി 3-5 ഗ്രാം അളവിൽ തേൻ അല്ലെങ്കിൽ ശർക്കര / ഈന്തപ്പന ശർക്കര എന്നിവയ്ക്കൊപ്പം നൽകണം.

5. കുരു, കാലിലെ ആണി, വീക്കം എന്നിവയിൽ ചേന പേസ്റ്റ്:

പാകമായ ചേന എടുത്ത് നന്നായി ചതച്ച് പേസ്റ്റ് ആക്കുക. പേസ്റ്റ് ഉണ്ടാക്കുമ്പോൾ കുറച്ച് ചുണ്ണാമ്പും ചേർക്കുക. ഈ പേസ്റ്റ് ദിവസവും വീക്കം, കാലിലെ ആണി, അരിമ്പാറ എന്നിവ ഉള്ളിടത്ത് പ്രയോഗിക്കുക. 4-6 ആഴ്ച തുടരാവുന്നതാണ്.

6. റൂമറ്റോയ്ഡ് ആർത്രൈറ്റിസിൽ, ഇഞ്ചി നീര് ചേർത്ത് പേസ്റ്റ് ഉണ്ടാക്കി പുരട്ടുക.

മുൻകരുതലുകൾ: ഗർഭിണികൾ ചേന വലിയ അളവിൽ കഴിക്കുന്നത് ഒഴിവാക്കണം. ചേന അലർജി ഉള്ള ആളുകളും ഇതിന്റെ ഉപയോഗം ഒഴിവാക്കണം.

87

യൂക്കാലിപ്റ്റസ് വീട്ടുവൈദ്യങ്ങൾ: തലവേദന, തൊണ്ടവേദന, സന്ധി വേദന

ഡോ എം എസ് കൃഷ്ണമൂർത്തി എംഡി (ആയു), പിഎച്ച്ഡി

യൂക്കാലിപ്റ്റസ് ഇലകളിൽ നിന്ന് വേർതിരിച്ചെടുക്കുന്ന അവശ്യ എണ്ണകൾ ശക്തമായ വേദനസംഹാരിയും വീക്കവും നീരും കുറയ്ക്കാൻ കഴിവുള്ളതുമാണ്.

- സസ്യശാസ്ത്ര നാമം: യൂക്കാലിപ്റ്റസ് റേഡിയേറ്റ് അല്ലെങ്കിൽ യൂക്കാലിപ്റ്റസ് ഗ്ലോബുലസ്.
- പൊതുനാമം: നീലഗിരി

ഇലകൾ, തണ്ട്, ഇലയിൽ നിന്നും വേർതിരിച്ചെടുക്കുന്ന എണ്ണ എന്നിവയ്ക്ക് നിരവധി ഔഷധമൂല്യങ്ങളുണ്ട്. ഒരു വീട്ടുവൈദ്യമെന്ന നിലയിൽ ഇത് ലോകമെമ്പാടും ഉപയോഗിക്കുന്നു. അവയിൽ ചിലത് വിവരിക്കാം.

1. തലവേദനയിൽ യൂക്കാലിപ്റ്റസ് ഇല പേസ്റ്റ് പ്രയോഗം:
ചെടിയുടെ ഇലകൾ ശേഖരിച്ച് അല്പം വെള്ളം ചേർത്ത് പേസ്റ്റ് ഉണ്ടാക്കി തലവേദനയുള്ള ഭാഗത്ത് പുരട്ടുക. 15-20 മിനിറ്റിനുള്ളിൽ ആശ്വാസം ലഭിക്കും.

2. വിട്ടുമാറാത്ത ചർമ്മ രോഗങ്ങൾ, ചൊറിച്ചിൽ എന്നിവയിൽ തണ്ടിന്റെ പുറംതൊലി കഷായം:
പുറംതൊലി 30 ഗ്രാം + 300 മില്ലി വെള്ളത്തിൽ, തിളപ്പിച്ച് 150 മില്ലി ആക്കി,

അരിച്ചെടുക്കുക. മുറിവുകൾ കഴുകാൻ ഈ കഷായം ഉപയോഗിക്കുന്നു. ഇത് ചൊറിച്ചിൽ കുറയ്ക്കുകയും വീക്കം ശമിപ്പിക്കുകയും ചെയ്യുന്നു.

3. ചൂടുവെള്ളത്തിൽ യൂക്കാലിപ്റ്റസ് ഓയിൽ ജലദോഷത്തിനും മൂക്കടപ്പിനും:
ഏതാനും തുള്ളി യൂക്കാലിപ്റ്റസ് ഓയിൽ ചൂടുവെള്ളത്തിൽ ഇട്ടു അതിന്റെ ആവി ശ്വസിക്കുക. മൂക്കടപ്പ്, ജലദോഷം, തലവേദന എന്നിവയ്ക്ക് മികച്ച പ്രതിവിധിയാണിത്.

4. തൊണ്ടവേദനയ്ക്ക് കവിൾ കൊള്ളുന്നതിന് -
2-5 മില്ലി യൂക്കാലിപ്റ്റസ് ഓയിൽ ചെറുചൂടുള്ള വെള്ളത്തിൽ ചേർത്ത് തൊണ്ടയിൽ കൊള്ളുക. ആവശ്യമെങ്കിൽ, അല്പം കല്ലുപ്പ്, മഞ്ഞൾപ്പൊടി എന്നിവയും ചേർക്കാം. ആവർത്തിച്ചുണ്ടാകുന്ന തൊണ്ടവേദന, ടോൺസിലൈറ്റിസ്, തുടങ്ങിയവ ശമിപ്പിക്കുന്നു.

5. ഓക്കാനത്തിന്
ഓക്കാനം, ഛർദ്ദി, തലവേദന, ക്ഷീണം, ഉത്കണ്ഠ തുടങ്ങിയവയുള്ളപ്പോൾ ഏതാനും തുള്ളി എണ്ണ ഒരു തൂവാലയിലാക്കി ശ്വസിക്കുക.

6. ശരീരവേദന, സന്ധി വേദന
യൂക്കാലിപ്റ്റസ് എണ്ണയിൽ ഒരു നുള്ള് ഉപ്പ് ചേർത്ത് ചെറുതായി ചൂടാക്കുക. ഇത് ശരീരഭാഗങ്ങളിലോ സന്ധികളിലോ തേച്ച് ചൂടുപിടിപ്പിക്കുന്നത് വേദനയും വീക്കവും കുറയ്ക്കുന്നു.

88

കൊളസ്ട്രോൾ, കടന്നൽ കുത്ത് എന്നിവയ്ക്ക് ചണ വിത്ത് (ഫ്ളാക്സ് സീഡ് / അതസി കുരു)

ഡോ എം എസ് കൃഷ്ണമൂർത്തി എം ഡി (ആയു), പിഎച്ച്ഡി

ഫ്ളാക്സ് സീഡ് (അതസി കുരു) 2,500 വർഷങ്ങൾക്ക് മുൻപു തന്നെ ഇന്ത്യക്കാർക്ക് പരിചിതമാണ്. ആയുർവേദ ഗ്രന്ഥങ്ങളിൽ ഇതിന്റെ ഉപയോഗത്തെ പറ്റി പരാമർശിച്ചിട്ടുണ്ട്.
ലിനം ഉസിറ്റാറ്റിസിമം എന്നാണ് ഇതിന്റെ സസ്യശാസ്ത്ര നാമം.

ഇതിൽ പ്രോട്ടീൻ ധാരാളമായി അടങ്ങിയിട്ടുള്ളതിനാൽ ഞരമ്പുകളെ ശക്തിപ്പെടുത്തുന്നതിനും പേശികളുടെ പോഷണത്തിനും സഹായിക്കുന്നു. ഹൃദയം, മസ്തിഷ്കം, ചർമ്മം, പ്രത്യുൽപാദന വ്യവസ്ഥ എന്നിവയുടെ ശരിയായ പ്രവർത്തനത്തിനും അതിസി നല്ലതാണെന്ന് കണ്ടെത്തിയിട്ടുണ്ട്.

വേദന, നീർവീക്കം, ചുമ, ദഹന കുറവ്, മൂത്രമൊഴിക്കാൻ ബുദ്ധിമുട്ട്, ഉയർന്ന കൊളസ്ട്രോൾ, രക്തത്തിലെ അമിത പഞ്ചസാര, മലബന്ധം, എന്നിവ കുറയ്ക്കാൻ അതസി ഉപയോഗപ്രദമാണെന്ന് ശാസ്ത്രീയ പഠനങ്ങൾ തെളിയിച്ചിട്ടുണ്ട്. ഇതിൽ ആന്റി ഓക്സിഡന്റുകൾ ധാരാളം അടങ്ങിയിട്ടുണ്ട്. കഫം പുറന്തള്ളാൻ സഹായിക്കുന്നു. രക്ത കുഴലുകളിൽ കൊഴുപ്പടിയുന്ന അവസ്ഥ, നടുവേദന, മലബന്ധം, അർശസ്, ഫിസ്റ്റുല, ചുമ, ന്യൂമോണിയ, ഗൊണോറിയ, സന്ധിവാതം, ഉയർന്ന കൊളസ്ട്രോൾ, പൊണ്ണത്തടി തുടങ്ങിയ നിരവധി രോഗങ്ങളുടെ ചികിത്സയിൽ അതസി കുരു ഫലപ്രദമായി കണക്കാക്കപ്പെടുന്നു.

പ്രധാനപ്പെട്ട ചില വീട്ടുവൈദ്യങ്ങളും അതിന്റെ ആരോഗ്യഗുണങ്ങളും ചുവടെ പരാമർശിച്ചിരിക്കുന്നു

1. മൂത്രാശയ സംബന്ധമായ അസുഖങ്ങളിൽ വെള്ളത്തിൽ കുതിർത്ത ചണ വിത്ത്: 1-2 ടീസ്പൂൺ ചണ വിത്ത് ഒരു കപ്പ് വെള്ളത്തിൽ ഒരു രാത്രി മുഴുവൻ കുതിർക്കുക. അടുത്ത ദിവസം അത് നന്നായി അരച്ച് അരിച്ചെടുക്കണം. മൂത്രമൊഴിക്കുമ്പോൾ ഉണ്ടാകുന്ന പുകച്ചിലിന് പ്രതിവിധിയായി ഭക്ഷണത്തിന് മുമ്പ് ഇത് കഴിക്കാം.

2. അമിതവണ്ണത്തിലും ഹൈപ്പർ കൊളസ്ട്രോളിലും ചെറുചൂടുള്ള വെള്ളത്തിൽ ലിൻസീഡ് ഓയിൽ (ചണ ഓയിൽ):
അതിരാവിലെ 2-3 മില്ലി ലിൻസീഡ് ഓയിൽ ഒരു കപ്പ് ചെറുചൂടുള്ള വെള്ളത്തിൽ ചേർത്ത് വെറും വയറ്റിൽ കഴിക്കുക. ഇത് കൊളസ്ട്രോളും അമിതവണ്ണവും കുറയ്ക്കാൻ സഹായിക്കുന്നു.

3. മുലപ്പാൽ വർദ്ധിപ്പിക്കുന്നതിന് ചണവിത്ത്, ജീരകം, ഉലുവ മിശ്രിതം:
ചണവിത്ത്, ജീരകം, ഉലുവ എന്നിവയുടെ വിത്ത് തുല്യ അളവിൽ എടുത്ത് നന്നായി പൊടിക്കുക. നന്നായി യോജിപ്പിച്ച് 5 ഗ്രാം എന്ന അളവിൽ പാലിനൊപ്പം ദിവസത്തിൽ രണ്ടുതവണ കഴിക്കുക. ഇത് മുലപ്പാൽ വർദ്ധിപ്പിക്കാൻ സഹായിക്കുന്നു.

4. അതസി ഇല നീര് കടന്നൽ കുത്തിന്:
അതസി ഇലകൾ ചതച്ചെടുത്ത് ലഭിക്കുന്ന നീര് അടിയന്തിര സാഹചര്യങ്ങളിൽ, പ്രഥമ ശുശ്രൂഷ എന്ന നിലയിൽ കടന്നൽ കുത്തേറ്റ ഭാഗത്ത് പ്രയോഗിക്കുന്നത് പുകച്ചിലും വേദനയും കുറയ്ക്കുന്നു.

5. തൊണ്ട വേദനയിൽ അതസി പൂവിന്റെ പേസ്റ്റ്:
2 - 3 പൂക്കൾ ശേഖരിച്ച് ഒരു നുള്ള് ഉപ്പ് ചേർത്ത് നന്നായി പേസ്റ്റ് ആക്കുന്നു. ഇത് തൊണ്ടയ്ക്ക് ചുറ്റും തേക്കുന്നത് തൊണ്ട വേദനയ്ക്ക് പ്രതിവിധിയാണ്.

6. സന്ധിവാതത്തിൽ മോരിൽ (പേസ്റ്റ്) കുതിർത്ത അതസി കുരു:
ഒരു മുഷ്ടി നിറയെ അതസി കുരു പുളിച്ച മോരിൽ കുതിർത്തു വയ്ക്കുക. ഇത് പേസ്റ്റാക്കി സന്ധികളിൽ തേക്കുക. ഒന്നോ രണ്ടോ ആഴ്ച ഉപയോഗിക്കുന്നത് സന്ധി വേദന ശമിപ്പിക്കുന്നു.

89

ശതാവരി പ്രയോഗം - ലൈംഗിക ശേഷിയ്ക്കും മൂത്രത്തിൽ അണുബാധ, ക്ഷീണം എന്നിവയ്ക്കും

ഡോ എം എസ് കൃഷ്ണമൂർത്തി എംഡി (ആയു), പിഎച്ച്ഡി

ശതാവരി വളരെ ഉപയോഗപ്രദവും സുരക്ഷിതവും ഏറെ ഗവേഷണങ്ങൾ നടന്നിട്ടുള്ളതുമായ ആയുർവേദ ഔഷധസസ്യമാണ്. ഇത് ശരീരത്തിന് തണുപ്പ് നല്കുന്നു, മുലപ്പാൽ വർദ്ധിപ്പിക്കുന്നു. പിത്ത വാത ദോഷങ്ങൾ സന്തുലിതമാക്കാൻ ആയുർവേദത്തിൽ ശതാവരി ഉപയോഗിക്കുന്നു. അമിത ഉപയോഗം കഫ ദോഷം വർദ്ധിപ്പിച്ചേക്കാം. ഇതിന്റെ ഔഷധഗുണങ്ങളെ പറ്റി കാര്യമായ അറിവില്ലാതെ പലരും ഈ സസ്യം പൂന്തോട്ടത്തിൽ നട്ടുപിടിപ്പിക്കാറുണ്ട്. ഇതിൽ ധാരാളം ആന്റി ഓക്സിഡന്റുകൾ അടങ്ങിയിട്ടുണ്ട്.

ശതാവരി ആരോഗ്യ ഗുണങ്ങൾ:

1. മുലയൂട്ടുന്ന അമ്മമാർക്ക് ശതാവരി ചേർത്ത പാൽ:
ശതാവരിയുടെ ഉണങ്ങിയ ഒന്നോ രണ്ടോ വേരുകൾ ഒരു കപ്പ് പാലിൽ ചേർത്ത് 5-10 മിനിറ്റ് വേവിച്ച് അരിച്ചെടുക്കുക. മുലയൂട്ടുന്ന അമ്മമാർക്ക് മുലപ്പാൽ ഉല്പാദനം മെച്ചപ്പെടുത്തുന്നതിന് രാവിലെ കഴിക്കാം. കന്നുകാലികളിൽപ്പോലും, പാൽ ഉല്പാദനം വർദ്ധിപ്പിക്കാൻ ശതാവരി വേര് കഴിക്കാൻ നൽകണമെന്ന് വെറ്ററിനറി ഡോക്ടർമാർ നിർദ്ദേശിക്കാറുണ്ട്.

2. ക്ഷീണം, അലസത, ലൈംഗിക ശേഷികുറവ് എന്നിവയ്ക്ക് ശതാവരി വേരിന്റെ പൊടി:

ശതാവരി വേരിന്റെ പൊടി 3-5 ഗ്രാം പൊടിച്ച പഞ്ചസാര ചേർത്ത് ദിവസത്തിൽ രണ്ടുതവണ നൽകണം. ഇത് ക്ഷീണം, അലസത, ലൈംഗിക ശേഷികുറവ് തുടങ്ങിയവയ്ക്ക് പ്രതിവിധിയാണ്.

3. ആവർത്തിച്ചുള്ള മൂത്രനാളി അണുബാധകളിൽ തേൻ ചേർത്ത ശതാവരി പൊടി:

5 ഗ്രാം ശതാവരി പൊടി രാത്രിയിൽ പതിവായി കഴിച്ചാൽ ആവർത്തിച്ചുണ്ടാകുന്ന മൂത്രത്തിലെ അണുബാധ, മൂത്രത്തിൽ രക്തം പോകുന്ന അവസ്ഥ (ഹെമറ്റൂറിയ) നടുവേദന എന്നിവ ശമിപ്പിക്കുന്നു.

4. പുകച്ചിലിനും മൂത്രനാളിയിൽ നിന്നുള്ള രക്തസ്രാവത്തിലും ശതാവരി ശീത കഷായം

ശതാവരി വേര് ചെറിയ കഷണങ്ങളായി മുറിച്ച് വെള്ളത്തിൽ കുതിർക്കുക. അല്ലെങ്കിൽ 5-10 ഗ്രാം പൊടി 300 മില്ലി വെള്ളത്തിൽ ചേർത്ത് രാത്രി മുഴുവൻ സൂക്ഷിക്കുക. ഇത് ഞെരടി അരിച്ചെടുക്കുക.

മൂത്രത്തിലെ പുകച്ചിൽ, മൂത്രനാളിയിൽ നിന്നുള്ള രക്തസ്രാവം എന്നിവയ്ക്ക് ഫലപ്രദമാണ്.

5. ബീജസംഖ്യ വർദ്ധിപ്പിക്കുന്നതിന് ശതാവരി - അമുക്കുരം പൊടി:

ശതാവരി, അമുക്കുരം, നായ്ക്കരുണ എന്നിവ തുല്യ അളവിൽ എടുത്ത് പൊടിച്ച് ഒന്നിച്ചു ചേർക്കുക. ഇത് 3-5 ഗ്രാം അളവിൽ കഴിക്കുക അല്ലെങ്കിൽ ഒരു കപ്പ് പാലിൽ 5 മിനിറ്റ് വേവിച്ച് അരിച്ചെടുത്ത് കഴിക്കുന്നു.

ലൈംഗിക ശേഷിയും ബീജങ്ങളുടെ എണ്ണവും വർദ്ധിപ്പിക്കുന്നു.

6. ശരീരഭാരം വർദ്ധിപ്പിക്കാൻ ശതാവരിയും തിപ്പലി പൊടിയും:

വടക്കൻ കർണാടകയിൽ പ്രചാരമുള്ള ലളിതവും ഫലപ്രദവുമായ ഒരു സമ്പ്രദായമാണിത്. ശതാവരിയും തിപ്പലിപൊടിയും തുല്യ അളവിൽ എടുത്ത് നന്നായി യോജിപ്പിക്കുക. ഇത് 3-5 ഗ്രാം എന്ന അളവിൽ രാത്രിയിലോ രാവിലെയോ വാഴപ്പഴം ജ്യൂസ്/ വാഴപ്പഴം മിൽക്ക് ഷേക്ക് എന്നിവയ്ക്കൊപ്പം കഴിക്കുക. 30-40 ദിവസം കൊണ്ട് ശരീര ഭാരം വർദ്ധിക്കും.

90

ബദാം - മുടി, ചർമ്മ ആരോഗ്യത്തിനും, ലൈംഗിക ശേഷിയ്ക്കും

ഡോ എം എസ് കൃഷ്ണമൂർത്തി എംഡി(ആയു), പിഎച്ച്ഡി

ബദാമിനെ എല്ലാവരും ഉണക്കപഴങ്ങളിൽ രാജാവായി കണക്കാക്കുന്നു. സംസ്കൃതത്തിൽ വാതാദാ എന്നാണ് ഇത് അറിയപ്പെടുന്നത്. ഇത് ശരീരകോശങ്ങളെ പുനരുജ്ജീവിപ്പിക്കയും, ലൈംഗികശേഷി വർദ്ധിപ്പിക്കുകയും ചെയ്യുന്നു. ആന്റി ഓക്സിഡന്റുകളുടെ കലവറയാണ്. ചർമ്മ സൗന്ദര്യം വർദ്ധിപ്പിക്കുന്നു.

മോണോ അൺസാച്ചുറേറ്റഡ് ഫാറ്റുകളുടെയും പോളി അൺസാച്ചുറേറ്റഡ് ഫാറ്റുകളുടെയും നല്ല ഉറവിടമാണ് ബദാം. അവ ശരീരത്തിലെ കൊളസ്ട്രോളിന്റെ അളവ് ആരോഗ്യകരമായി നിലനിർത്തുന്നു. മാംഗനീസ്, വിറ്റാമിൻ ഇ, റൈബോഫ്ലേവിൻ, കോപ്പർ എന്നിവയുടെ സമ്പന്നമായ ഉറവിടമായതിനാൽ ബദാമിൽ നിന്നും ദൈനംദിന ആവശ്യത്തിനുള്ള ഊർജ്ജം ലഭിക്കുന്നു. ബദാം പാലിൽ പൊട്ടാസ്യം ധാരാളമായി അടങ്ങിയിട്ടുണ്ട്, ഇത് ഓർമ്മശക്തി വർദ്ധിപ്പിക്കാൻ സഹായിക്കുന്നു.

കേശസംരക്ഷണത്തിന് പേരുകേട്ടതാണ് ബദാം. ഇതിൽ അടങ്ങിയിരിക്കുന്ന വിറ്റാമിൻ എ, ഡി, ബി 1, ബി 2, ബി 6 തുടങ്ങിയവ ചർമ്മത്തെയും മുടിയെയും പരിപാലിക്കുന്നു. ഈ പോഷകങ്ങൾ മുടിയുടെ വേരുകളിലേക്ക് തുളച്ചുകയറി മുടിക്ക് ആരോഗ്യവും മൃദുത്വവും നല്കുന്നു.

ബദാം ആരോഗ്യ ഗുണങ്ങൾ:

1. കേശ സംരക്ഷണം - ബദാം മിൽക്ക് ഷേക്ക്:

3-4 ബദാം 1-2 കപ്പ് പാലിൽ ചേർത്ത് മിക്സിയിൽ നന്നായി അരച്ച് അരിച്ചെടുക്കുക. ഇത് ദിവസത്തിൽ ഒന്നോ രണ്ടോ തവണ കഴിക്കാം. ആവശ്യാനുസരണം കുങ്കുമപ്പൂവോ അല്പം കശുവണ്ടിയോ ചേർക്കാം. ക്ഷീണം, പെരിഫറൽ ന്യൂറൈറ്റിസ് (നാഡീ സംബന്ധമായ അസുഖം), ചുളിവുകൾ എന്നിവയ്ക്കെതിരെ ഫലപ്രദമാണ്.

2. തിളങ്ങുന്ന മുഖത്തിന് ബദാം ഫേസ് സ്ക്രബ്:

ബദാം പൊടി അല്പം പാലിലോ വെള്ളത്തിലോ ചേർത്ത് പേസ്റ്റ് ഉണ്ടാക്കി ഇത് ഫേസ് സ്ക്രബ് ആയി ഉപയോഗിക്കാം. മുഖത്തെ മൃതകോശങ്ങളെ നീക്കം ചെയ്യാൻ സഹായിക്കുന്നു. മുഖത്തിന് നല്ല തിളക്കം നൽകുന്നു.

3. മുടി വളർച്ചയ്ക്ക് ബദാം ഓയിൽ:

ശുദ്ധമായ ബദാം എണ്ണ തലയിൽ പുരട്ടുന്നത് കട്ടിയുള്ളതും ആരോഗ്യമുള്ളതുമായ മുടി ലഭിക്കാൻ സഹായിക്കുന്നു. ഇത് മുടികൊഴിച്ചിൽ തടയുകയും ചെയ്യുന്നു.

4. ബദാം പൊടി ബർഫി കുട്ടികളുടെ വളർച്ചയ്ക്കും കരുത്തിനും:

1 കപ്പ് ബദാം പൊടി അരക്കപ്പ് ശർക്കരയോ പഞ്ചസാരയോ ചേർത്ത് 50 മില്ലി പാലിൽ നന്നായി വേവിക്കുക. അർദ്ധ ഖര സ്ഥിരത കൈവരിക്കുമ്പോൾ ഇത് പുറത്തെടുത്ത് ഒരു പ്ലേറ്റിൽ അമർത്തുന്നു. ഈ മധുരമുള്ള ബർഫി വളരുന്ന കുട്ടികൾക്ക് നൽകിയാൽ നല്ല ആരോഗ്യവും ഊർജവും ലഭിക്കുന്നതിന് സഹായിക്കുന്നു. പ്രതിദിനം 20-30 ഗ്രാം എന്ന അളവിൽ കുട്ടികൾക്ക് നല്കാം.

5. ഓർമ്മ ശക്തിക്ക് - കുതിർത്ത ബദാം:

2-3 ബദാം വിത്തുകൾ ഒരു രാത്രി വെള്ളത്തിൽ കുതിർത്ത് വച്ച് പിറ്റേന്ന് രാവിലെ വെറും വയറ്റിൽ പാലിനൊപ്പം കഴിക്കുക. ഊർജ്ജവും ആരോഗ്യവും നല്കുന്നു. രോഗപ്രതിരോധ ശേഷി വർദ്ധിപ്പിക്കാനും ഉത്തമമാണ്.

6. ലൈംഗികശേഷി വർദ്ധിപ്പിക്കാൻ ബദാം പായസം:

12-15 ബദാം പാലിൽ വേവിച്ച് നന്നായി അടിച്ചെടുക്കുക. ഈ പേസ്റ്റ് തേങ്ങാപ്പാലിൽ (400-500 മില്ലി) ചേർത്ത് വീണ്ടും വേവിക്കുക. പാചകം ചെയ്യുമ്പോൾ, 2- 3 ടീസ്പൂൺ പഞ്ചസാരയും ചേർക്കണം. കുങ്കുമമോ ഏലയ്ക്കയോ ചേർത്ത് അടുപ്പിൽ നിന്നും വാങ്ങി ഉപയോഗിക്കാം

91

നരച്ച മുടി, അമിതവണ്ണം, യാത്രയിൽ ഉണ്ടാകുന്ന ചർദ്ധി എന്നിവയ്ക്ക് - കറിവേപ്പില

ഡോ എം എസ് കൃഷ്ണമൂർത്തി എംഡി(ആയു), പിഎച്ച്ഡി

നിരവധി ആരോഗ്യ ഗുണങ്ങളുള്ള ഔഷധ സസ്യമാണ് കറിവേപ്പില. ഇത് ആഹാരത്തിന് രുചിയും മണവും നല്കുന്നു. കാർബോഹൈഡ്രേറ്റ്, കാൽസ്യം, ഫോസ്ഫറസ്, ഇരുമ്പ്, മഗ്നീഷ്യം, ചെമ്പ്, നിക്കോട്ടിനിക് ആസിഡ്, വിറ്റാമിൻ സി, വിറ്റാമിൻ എ, വിറ്റാമിൻ ബി, വിറ്റാമിൻ ഇ, ആന്റിഓക്സിഡന്റുകൾ, അമിനോ ആസിഡുകൾ, ഗ്ലൈക്കോസൈഡുകൾ തുടങ്ങി അനവധി ഘടകങ്ങൾ ഇതിൽ അടങ്ങിയിരിക്കുന്നു.

കൈഡര്യം എന്നാണ് ആയുർവേദത്തിൽ ഈ സസ്യം അറിയപ്പെടുന്നത്. പ്രമേഹം, കുടൽ വിരകൾ, അണുബാധ, നീർവീക്കം, കരൾ രോഗങ്ങൾ, താരൻ, വിശപ്പില്ലായ്മ, തേൾ കടി തുടങ്ങിയ രോഗങ്ങളുടെ ചികിത്സയ്ക്ക് കറിവേപ്പില ഉപയോഗിക്കുന്നു. കറിവേപ്പില കരളിനെ സംരക്ഷിക്കുന്നു. ദഹനശക്തി, ഭക്ഷണത്തിന്റെ രുചി എന്നിവ വർദ്ധിപ്പിക്കുന്നു.

കറിവേപ്പില ഉപയോഗങ്ങൾ:

1. ടൈപ്പ് II പ്രമേഹത്തിൽ കറിവേപ്പില പൊടി:
1-2 ഗ്രാം ഉണക്കിയ കറിവേപ്പില പൊടി ദിവസവും കഴിക്കുന്നത് രക്തത്തിലെ പഞ്ചസാരയുടെ അളവ് ഗണ്യമായി കുറയ്ക്കുന്നു. രോഗി കഴിക്കുന്ന ഏതെങ്കിലും പ്രമേഹ മരുന്നുകൾക്കൊപ്പം ഇത് സുരക്ഷിതമായി നൽകാം.

2. അകാല നരയിൽ കറിവേപ്പില ചേർത്ത എണ്ണ:

20 ഗ്രാം കറിവേപ്പില പേസ്റ്റ് ആക്കുക. ഇത് 100 മില്ലി വെളിച്ചെണ്ണയിൽ (അല്ലെങ്കിൽ എള്ളെണ്ണ) രാത്രി മുഴുവൻ ഇട്ടുവയ്ക്കുക. അടുത്ത ദിവസം, ഇതിലേക്ക് തുല്യ അളവിൽ വെള്ളം ചേർത്ത് ജലം പൂർണ്ണമായും ബാഷ്പീകരിക്കപ്പെടുന്നതുവരെ ഇളം തീയിൽ ചൂടാക്കുക. ഏകദേശം 80-90 മില്ലി എണ്ണ ലഭിക്കും. ഇത് അരിച്ചെടുത്ത് സൂക്ഷിക്കാം. ഈ എണ്ണ പതിവായി തലയിൽ പുരട്ടുന്നത് അകാല നര കുറയ്ക്കാൻ സഹായിക്കുന്നു. ഇത് മുടിയുടെ വളർച്ചയെ ത്വരിതപ്പെടുത്തുന്നു. താരന് പ്രതിവിധിയായും ഉപയോഗിക്കാം.

3. യാത്രയിൽ ഉണ്ടാകുന്ന ചർദ്ദി, ഭക്ഷ്യവിഷബാധ എന്നിവയ്ക്ക് കറിവേപ്പിലയും ഏലക്കാപ്പൊടിയും:

4 ടീസ്പൂൺ കറിവേപ്പില പൊടിച്ചത് 1 ടീസ്പൂൺ ഏലക്ക പൊടിച്ചതും നന്നായി കലർത്തി മിശ്രിതം തയ്യാറാക്കുക. യാത്രയ്ക്കിടെ, ഈ മിശ്രിതം (1-2 നുള്ള്) ഒരു കപ്പ് ചൂടുവെള്ളത്തിൽ ചേർത്ത് കഴിക്കുക. ഇത് ഭക്ഷ്യവിഷബാധയ്ക്കുള്ള സാധ്യത കുറയ്ക്കുകയും യാത്രാവേളയിൽ ദഹനനാളത്തെ ആരോഗ്യകരമായി നിലനിർത്തുകയും ചെയ്യുന്നു. വയറു വീർപ്പും ദഹനക്കേടും വായ് നാറ്റവും പോലും ശമിക്കും.

4. വായ്പ്പുണ്ണിൽ കറിവേപ്പില പൊടി തേൻ ചേർത്തത്:

കറിവേപ്പില പൊടിച്ച് തേനിൽ കലർത്തി വായ്പ്പുണ്ണിന് മുകളിൽ പുരട്ടുക. പുറമേയുള്ള മുറിവുകളിലും ഇത് പ്രയോഗിക്കാം.

5. അമിതവണ്ണത്തിൽ കറിവേപ്പില കഷായം:

5 ഗ്രാം കറിവേപ്പില പൊടി എടുത്ത് 200 മില്ലി ചൂടുവെള്ളത്തിൽ ചേർക്കുക. ഇത് നന്നായി ഇളക്കി, തണുക്കാൻ അനുവദിക്കുക, അരിച്ചെടുത്ത് ഉപയോഗിക്കാം. രാവിലെ വെറും വയറ്റിൽ കഴിക്കുന്നതാണ് നല്ലത്. 2-3 ആഴ്ച സ്ഥിരമായി ഉപയോഗിക്കുന്നത് അമിതവണ്ണവും കൊളസ്ട്രോളും കുറയ്ക്കാൻ സഹായിക്കുന്നു.

6. താരൻ, പേൻ എന്നിവയ്ക്കുള്ള കറിവേപ്പില മാസ്ക്:

കറിവേപ്പില ശേഖരിച്ച് അരച്ച് പേസ്റ്റ് ആക്കുക. ഇത് പുളിച്ച മോരിൽ ചേർത്ത് തലയോട്ടിയിൽ പുരട്ടുക. ഉണങ്ങുന്നത് വരെ വച്ച് പിന്നീട് നന്നായി കഴുകി

കളയുക. 1-2 ദിവസത്തെ ഇടവേളയിൽ 2-3 തവണ ചെയ്യുന്നത് താരൻ, പേൻ എന്നിവയിൽ നിന്ന് ആശ്വാസം നൽകുന്നു.

7. മുഖക്കുരുവിനും എണ്ണമയമുള്ള ചർമ്മത്തിനും കറിവേപ്പില പേസ്റ്റ്:
കറിവേപ്പിലയും മഞ്ഞളും ചേർത്ത് പേസ്റ്റ് ഉണ്ടാക്കുന്നു. ഇത് ഇത് മുഖത്ത് തേക്കുന്നത് മുഖക്കുരു, എണ്ണമയമുള്ള ചർമ്മം, കരിമങ്കല്യം എന്നിവയ്ക്ക് പരിഹാരമാണ്.

92

വായ് നാറ്റം, തൊണ്ടവേദന, വയറുവീക്കം - ഏലക്കയുടെ ഉപയോഗം

ഡോ എം എസ് കൃഷ്ണമൂർത്തി എംഡി(ആയു), പിഎച്ച്ഡി

ഇന്ത്യയിലെ നിത്യ ഹരിത വനങ്ങളാണ് ഏലത്തിന്റെ ജന്മദേശം. ആയുർവേദ ഔഷധങ്ങളിൽ ഇത് ധാരാളമായി ഉപയോഗിക്കുന്നു. Zingiberaceae കുടുംബത്തിൽ പെട്ട ഏലത്തിന്റെ ശാസ്ത്രീയ നാമം Elettaria Cardamom എന്നാണ്. ഏലയ്ക്കാ എണ്ണ മുറിവുണക്കുന്നതിനും (ആന്റിസെപ്റ്റിക്) , മൂത്രത്തിന്റെ അളവ് വർദ്ധിപ്പിക്കുന്നതിനും, കഫം പുറത്തേക്ക് കളയാനും (എക്സ്പെക്ടറന്റ്), ഉദര വേദനയ്ക്കും (ആൻറിസ്പാസ്മോഡിക്) , , ദഹനശക്തി വർദ്ധിപ്പിക്കുന്നതിനും, ടോണിക്ക് ആയും ഉപയോഗപ്രദമാണെന്ന് കണ്ടെത്തിയിട്ടുണ്ട്.

റൈബോഫ്ലേവിൻ, നിയാസിൻ, അസ്കോർബിക് ആസിഡ് തുടങ്ങി നിരവധി സുപ്രധാന വിറ്റാമിനുകളാൽ സമ്പന്നമാണ് ഏലയ്ക്ക. പല്ല്, മോണ അണുബാധകൾ, തൊണ്ടയിലെ പ്രശ്നങ്ങൾ, കഫക്കെട്ട് , ക്ഷയം, കൺപോളകളുടെ വീക്കം, ദഹനനാളത്തിലെ തകരാറുകൾ, ബലഹീനത, ഉദ്ധാരണക്കുറവ്, ശീഘ്രസ്ഖലനം, പിത്താശയ കല്ലുകൾ തുടങ്ങിയ രോഗങ്ങൾക്ക് പ്രതിവിധിയായി ആയുർവേദ വൈദ്യശാസ്ത്രത്തിൽ ഇത് ഉപയോഗിക്കുന്നു. പ്രധാനപ്പെട്ടതും ഫലപ്രദവുമായ ചില പ്രതിവിധികൾ ഇവിടെ പരാമർശിച്ചിരിക്കുന്നു

1. ഏലം കഷായം - വായ്നാറ്റം, തൊണ്ടവേദന എന്നിവയ്ക്ക്

2-3 ഗ്രാം ഏലക്കയോ അതിന്റെ പൊടിയോ 150-200 മില്ലി ചൂടുവെള്ളത്തിൽ ചേർത്ത് അൽപനേരം സൂക്ഷിക്കുക. ഈ വെള്ളം വായിൽ കവിൾ കൊള്ളുന്നത് ഓക്കാനം, രുചിയില്ലായ്മ, തൊണ്ടവേദന, വായിലെ ദുർഗന്ധം എന്നിവ ഇല്ലാതാക്കാൻ സഹായിക്കുന്നു.

2. ചുമ, തൊണ്ടവേദന, വായ വരൾച്ച തുടങ്ങിയവയ്ക്ക് ഏലക്കായും പഞ്ചസാരയും:

ഏലക്കായും പഞ്ചസാരയും 3:1 എന്ന അനുപാതത്തിൽ എടുത്ത് നന്നായി പൊടിച്ചെടുക്കുക. ഇത് 1-2 ഗ്രാം എന്ന അളവിൽ ഒരു ദിവസം 3-4 തവണ ചവയ്ക്കുന്നത് ജലദോഷം, ചുമ, തൊണ്ടവേദന, ആസ്ത്മ, വായ വരൾച്ച തുടങ്ങിയ അവസ്ഥകളിൽ ഫലപ്രദമാണ്.

3. വയറുവീർപ്പ്, ഭക്ഷ്യവിഷബാധ എന്നിവയ്ക്ക്:
ഏലയ്ക്ക, ഇന്തുപ്പ്, ഇഞ്ചി എന്നിവ തുല്യ അളവിൽ എടുത്ത് പൊടിക്കുക. ഇത് 1-2 ഗ്രാം എന്ന അളവിൽ ചെറുചൂടുള്ള വെള്ളത്തിൽ ചേർത്ത് ദിവസത്തിൽ രണ്ടോ മൂന്നോ തവണ കഴിക്കുക. ശ്വാസം മുട്ടൽ, വയറുവേദന, ഭക്ഷ്യവിഷബാധ എന്നിവ ശമിപ്പിക്കുന്നു.

4. ഏലക്കയുടെ പുറം തോടും വാഴയിലയുടെ ചാരവും എക്കിട്ടത്തിന്:
ഉണക്കിയ ഏലക്കയുടെ പുറം തോടും വാഴയിലയും എടുത്ത് ചാരമാക്കുക. ഇത് 2-3 ഗ്രാം അളവിൽ തേൻ ചേർത്ത് നക്കി കഴിക്കുക. എക്കിട്ടവും വയറുവേദനയും കുറയ്ക്കാൻ സഹായകരമാണ്.

5. യാത്രയിൽ ഉണ്ടാകുന്ന ചർദ്ദിക്കും ഓക്കാനത്തിനും ശർക്കരയിൽ ഏലക്കാപ്പൊടി:
ഏലയ്ക്ക നല്ല പൊടിയാക്കി വയ്ക്കുക. ഇത് അല്പം ശർക്കര ചേർത്ത് കഴിക്കുന്നത് യാത്രയിൽ ഉണ്ടാകുന്ന ചർദ്ദി, ഓക്കാനം എന്നിവയ്ക്ക് ഫലപ്രദമാണ്.

6. ഏലയ്ക്ക ചായ
ചായയിൽ ഏലക്ക ചേർത്ത് കഴിക്കുന്നത് തലവേദന, മാനസിക പിരിമുറുക്കം എന്നിവ കുറയ്ക്കാൻ സഹായിക്കുന്നു.

7. വായ് നാറ്റം മാറാൻ ഏലക്കാപ്പൊടി പല്ലിൽ പുരട്ടുക:

ഏലക്കായുടെ പൊടി പല്ലുകളിലും മോണകളിലും പുരട്ടുന്നത് വായയുടെ/ പല്ലിന്റെ ദുർഗന്ധത്തിന് പ്രതിവിധിയാണ്. ഇതിന് ആൻറി ഓക്സിഡന്റ് ഗുണങ്ങളുള്ളതിനാൽ , പ്രതിരോധശേഷി വർദ്ധിപ്പിക്കുന്നു.

അതിനാൽ തന്നെ ദൈനംദിന ഭക്ഷണത്തിൽ ഏലയ്ക്ക് ഉൾപ്പെടുത്താവുന്നതാണ്. കൂടാതെ, അതിന്റെ തനതായ സ്വാദും സൌരഭ്യവും കാരണം നിരവധി മധുര പദാർത്ഥങ്ങളിൽ കെമിക്കൽ ഉല്പന്നങ്ങൾക്ക് പകരം ഇത് ഉപയോഗിക്കാവുന്നതാണ്.

ഏലക്കായുടെ പൊടി പല്ലുകളിലും മോണകളിലും പുരട്ടുന്നത് വായയുടെ/ പല്ലിന്റെ ദുർഗന്ധത്തിന് പ്രതിവിധിയാണ്. ഇതിന് ആൻറി ഓക്സിഡന്റ് ഗുണങ്ങളുള്ളതിനാൽ , പ്രതിരോധശേഷി വർദ്ധിപ്പിക്കുന്നു.

അതിനാൽ തന്നെ ദൈനംദിന ഭക്ഷണത്തിൽ ഏലയ്ക്ക് ഉൾപ്പെടുത്താവുന്നതാണ്. കൂടാതെ, അതിന്റെ തനതായ സ്വാദും സൌരഭ്യവും കാരണം നിരവധി മധുര പദാർത്ഥങ്ങളിൽ കെമിക്കൽ ഉല്പന്നങ്ങൾക്ക് പകരം ഇത് ഉപയോഗിക്കാവുന്നതാണ്.

93

അകാല നര, മൂത്രമൊഴിക്കുമ്പോൾ വേദന, മഞ്ഞപ്പിത്തം - എന്നിവയ്ക്ക് മൈലാഞ്ചി

ഡോ എം എസ് കൃഷ്ണമൂർത്തി എംഡി(ആയു), പിഎച്ച്ഡി

ഹെന്ന / മെഹന്ദി അല്ലെങ്കിൽ മൈലാഞ്ചി മുടിയുടെ ആരോഗ്യത്തിന് ഉത്തമമാണ്. ഇത് മുടിയുടെ വേരുകളെ ബലപ്പെടുത്തുന്നു. ഇതിന് ആൻറി ഫംഗൽ, ആൻറി ബാക്ടീരിയൽ ഗുണങ്ങളും ഉണ്ട്. താരൻ, തലയോട്ടിയിലെ ഫംഗസ്, അണുബാധ എന്നിവയ്ക്കെതിരെ ഫലപ്രദമാണ്.

സസ്യശാസ്ത്ര നാമം - ലോസോണിയ ഇനെർമിസ്

കുടുംബം - ലിത്തറേസിയേ

ഉപയോഗ ഭാഗം - ഇലകൾ - ഇതിൽ 12-16% നിറം കൊടുക്കുന്ന ഘടകങ്ങൾ അടങ്ങിയിട്ടുണ്ട്.

ഇലകൾ തണുപ്പാണ്. പിത്ത, കഫ ദോഷങ്ങളെ ശമിപ്പിക്കുന്നു. വീക്കം, വേദന, നീര് തുടങ്ങിയവയ്ക്ക് പ്രതിവിധിയായും ആയുർവേദത്തിൽ ഈ സസ്യം ഉപയോഗിക്കാറുണ്ട്. ഈ സസ്യത്തിന് വിശപ്പു വർദ്ധിപ്പിക്കാനും വയറിളക്കാനുമുള്ള കഴിവുണ്ട്.

മൈലാഞ്ചി ഉപയോഗിച്ച് ചില വീട്ടുവൈദ്യങ്ങൾ:

1. ഹെന്ന / മൈലാഞ്ചി മുടിയിൽ പുരട്ടാൻ - മൂപ്പെത്തിയ ഇലകൾ അരച്ച്

പേസ്റ്റാക്കി അതിൽ ആവശ്യാനുസരണം ഇരട്ടി മധുരം, നീല അമരി, നെല്ലിക്ക തുടങ്ങിയവയും ചേർത്ത് തലയിൽ പുരട്ടാം. കെമിക്കൽ ഡൈ അലർജി ഉള്ളവർ മുടിക്ക് നിറം കൊടുക്കാൻ ഇത് ഉപയോഗിക്കാവുന്നതാണ്.
മുടിയുടെ വേരുകൾക്ക് ബലം നല്കി മുടി കൊഴിയുന്നത് തടയുന്നു.

2. മൂത്രം പുകച്ചിലിന് പഞ്ചസാര ചേർത്ത മൈലാഞ്ചിയില നീര്
10-15 മില്ലി മൈലാഞ്ചിയില നീര്
3-5 ഗ്രാം പഞ്ചസാര
കറുക നീര് - 10-15 മില്ലി
ഈ മിശ്രിതം 15 മില്ലി എന്ന അളവിൽ ഒരു ദിവസം 2 തവണ നൽകാം. മൂത്രമൊഴിക്കുന്നതിനുള്ള ബുദ്ധിമുട്ടുകൾക്കും, പുകച്ചിലിനും ഇത് ആശ്വാസം നൽകുന്നു.

3. മലബന്ധത്തിലും വയറുവീർപ്പിനും ഉണക്കമുന്തിരി, മൈലാഞ്ചി ഇല പേസ്റ്റ്:
5 - 10 ഗ്രാം മൈലാഞ്ചി ഇലയും 5 - 10 ഗ്രാം ഉണക്കമുന്തിരിയും എടുത്ത് പേസ്റ്റ് ഉണ്ടാക്കുക. ഇത് 10-20 ഗ്രാം എന്ന അളവിൽ ഭക്ഷണത്തിന് ശേഷം രാത്രിയിൽ കഴിക്കുന്നത് മലബന്ധത്തിനും വയറിലെ നീർക്കെട്ട് ഒഴിവാക്കുന്നതിനും സഹായിക്കുന്നു. ഗ്യാസിന്റെ ബുദ്ധിമുട്ടുള്ളവർക്ക് ഇതിൽ അര ടീസ്പൂൺ ഉലുവയും ജീരകവും ചേർത്ത് രാത്രി കഴിക്കാം.

4. തിളക്കമാർന്ന ഇടതൂർന്ന മുടിക്ക് മൈലാഞ്ചിയും ത്രിഫല പൊടിയും:
ത്രിഫലയും മൈലാഞ്ചിയും തുല്യ അളവിൽ എടുത്ത് നന്നായി പൊടിക്കുക. ഇത് 3-5 ഗ്രാം എന്ന അളവിൽ ദിവസത്തിൽ ഒന്നോ രണ്ടോ തവണ കഴിക്കുന്നത് മുടിക്ക് തിളക്കവും കറുപ്പു നിറവും നല്കുന്നു. കണ്ണുകളുടെ ആരോഗ്യത്തിനും നല്ലതാണ്.

5. പരു, തലയോട്ടിയിലെ ചൊറിച്ചിൽ, മുടി പിളരൽ എന്നിവയ്ക്ക് ഇരട്ടിമധുരം, മൈലാഞ്ചി പൊടി എന്നിവ ഉപയോഗിച്ച് മുടി കഴുകുക:
50 ഗ്രാം വീതം ഇരട്ടിമധുരവും മൈലാഞ്ചിയും 2 ലിറ്റർ തണുത്ത വെള്ളത്തിൽ മുക്കിവയ്ക്കുക. പിറ്റേന്ന് രാവിലെ നന്നായി അരച്ച് ഒരു തുണി ഉപയോഗിച്ച് അരിച്ചെടുക്കുക. ഈ വെള്ളം ഉപയോഗിച്ച് മുടി കഴുകുന്നത് ശിരോചർമ്മത്തിലെ കുമിളകൾ, തലയോട്ടിയിലെ ചൊറിച്ചിൽ, മുടി പിളരൽ എന്നിവയ്ക്ക് വളരെ ഫലപ്രദമാണെന്ന് കണ്ടെത്തിയിട്ടുണ്ട്.

6. മഞ്ഞപ്പിത്തത്തിന് മൈലാഞ്ചിയും കീഴാർ നെല്ലിയും

മുഷ്ടി നിറയെ മൈലാഞ്ചിയും കീഴാർ നെല്ലിയും എടുത്ത് 10 ഗ്രാം ജീരകം ചേർത്ത് ഞെരടി നീര് അരിച്ചെടുക്കുക. ഇത്, 1- 15 മില്ലി എന്ന അളവിൽ, രാവിലെ, വെറും വയറ്റിൽ മധുരമുള്ള മോരിനൊപ്പം നൽകുന്നത് ദഹനശക്തി വർദ്ധിപ്പിക്കുകയും, പിത്താശയത്തെ ഉദ്ധീപിപ്പിക്കുകയും മഞ്ഞപ്പിത്തത്തിന് ആശ്വാസം നൽകുകയും ചെയ്യുന്നു.

7. ഹെന്ന ചേർത്ത എണ്ണ മുടിക്ക്:

10 ഗ്രാം വീതം ഉലുവ, കുന്നിചെടിയുടെ ഇലകൾ, നെല്ലിക്ക, 30 ഗ്രാം മൈലാഞ്ചി (പുതിയ ഇല) എന്നിവ എടുത്ത് 200 മില്ലി എള്ളെണ്ണയിൽ നേരിയ തീയിൽ വേവിക്കുക. ഈ എണ്ണ പതിവായി തലയിൽ പുരട്ടാൻ ഉപയോഗിക്കാം.

94

തൊണ്ടവേദന, ഉപ്പൂറ്റി വേദന, പല്ലുവേദന എന്നിവയ്ക്ക് പരിഹാരമായി കല്ലുപ്പ്

ഡോ എം എസ് കൃഷ്ണമൂർത്തി എംഡി(ആയു), പിഎച്ച്ഡി

ആയുർവേദം നിത്യോപയോഗത്തിന് ഇന്തുപ്പാണ് നിർദ്ദേശിക്കുന്നത്. എന്നാൽ നാം പാചകത്തിന് കല്ലുപ്പാണ് സാധാരണയായി ഉപയോഗിക്കുന്നത്. എല്ലാ ഉപ്പുകൾക്കും അതിന്റേതായ ആരോഗ്യ ഗുണങ്ങളുണ്ട്.

1. ടോൺസിലൈറ്റിസ്, തൊണ്ടവേദന, രുചിയില്ലായ്മ - ഉപ്പുവെള്ളം വായിൽ കവിൾകൊള്ളുക:

നാം എല്ലാവരും ചെയ്യുന്ന ഒരു വീട്ടു വൈദ്യമാണ്. അര ടീസ്പൂൺ ഉപ്പ്, 2 നുള്ള് മഞ്ഞൾപ്പൊടി, തുളസി വിത്ത് പൊടി എന്നിവ ഒരു കപ്പ് ചൂടുവെള്ളത്തിൽ ചേർത്ത്, ദിവസത്തിൽ 3 - 4 തവണ, ഭക്ഷണത്തിന് ശേഷം കവിൾ കൊള്ളുന്നത് തൊണ്ടവേദനയ്ക്ക് പരിഹാരമാണ്.

2. രുചിയില്ലായ്മയ്ക്കും നാക്കിലെ വെള്ളനിറത്തിലുള്ള ആവരണം എന്നിവയ്ക്ക്

രുചിയില്ലായ്മ, നാക്കിലെ വെള്ളനിറത്തിലുള്ള ആവരണം എന്നിവയിൽ, ഒരു ടേബിൾസ്പൂൺ നാരങ്ങ നീരും അര ടീസ്പൂൺ ഉപ്പും 1 ഗ്ലാസ് വെള്ളത്തിൽ ചേർത്ത് കവിൾകൊള്ളുന്നതിനായ് ഉപയോഗിക്കാം.

3. കണംകാൽ വേദന, , കാൽക്കാനിയൽ സ്പർ, കാലിന്റെ അടിയിൽ ഉണ്ടാകുന്ന തരിപ്പ്

5 - 10 ടീസ്പൂൺ ഉപ്പ് ഒരു തുണിയിൽ കെട്ടി അതിൽ 1 - 2 ടീസ്പൂൺ എള്ളെണ്ണ നനയ്ക്കുക. ഇത് ഒരു ചൂടുള്ള ചട്ടിയിൽ വച്ച് ചൂടാക്കി വേദനയുള്ള സന്ധികളിലും മരവിപ്പുള്ള ഭാഗങ്ങളിലും 3-5 മിനിറ്റ് ചൂടുപിടിപ്പിക്കുക.

4. നീന്തൽ മൂലമുള്ള ക്ഷീണം, നടുവേദന, ഇടുപ്പ് വേദന മുതലായവയിൽ ഉപ്പുവെള്ളം ഉപയോഗിച്ച് ചൂടുപിടിപ്പിക്കുക:

ഒരു വലിയ കോട്ടൺ തുണി ഉപ്പ് ചേർത്ത ചൂടുവെള്ളത്തിൽ മുക്കി വേദനയുള്ള ഭാഗത്ത് പിടിപ്പിക്കുക. ഒരു ദിവസം 2-3 തവണ ആവർത്തിക്കാം.

നീന്തൽക്കാരിൽ ഇടയ്ക്കിടെ ഉണ്ടാകുന്ന കാലുവേദനയ്ക്ക് ഇത് വളരെ ഉപയോഗപ്രദമാണ്.

5. പല്ലുവേദനയ്ക്ക്:

ഉപ്പ് ചെറുതായി ചൂടാക്കി വേദനയുള്ള പല്ലിൻ്റെ ഭാഗത്ത് വയ്ക്കുക. ഇത് വേദനയുടെ തീവ്രത കുറയ്ക്കുന്നു.

6. ചെവിയിൽ പ്രാണി കയറിയാൽ - ഉപ്പ് വെള്ളം

ചെവിക്കുള്ളിൽ പ്രാണിയോ ഈച്ചയോ കയറിയാൽ ഉപ്പുവെള്ളം ചെവിയിൽ ഒഴിക്കുക. ഇത് കീടങ്ങളെ ചെവിയിൽ നിന്ന് പുറത്താക്കാൻ സഹായിക്കുന്നു.

7. ഉപ്പുവെള്ളം മൂക്കടെപ്പിന്:

5 ഗ്രാം ഉപ്പ് 40 മില്ലി വെള്ളത്തിൽ ലയിപ്പിച്ച് അരിച്ചെടുക്കുക. ഈ വെള്ളം മൂക്കിൽ ഇറ്റിക്കുന്നത് തലവേദനയ്ക്കും, മൂക്കടെപ്പിനും പ്രതിവിധിയാണ്.

95

ഉന്മേഷം, കരുത്ത്, സന്ധി വേദന എന്നിവയ്ക്കു ഉഴുന്ന്

ഡോ എം എസ് കൃഷ്ണമൂർത്തി എംഡി (ആയു), പിഎച്ച്ഡി

ഇരുമ്പ്, കാൽസ്യം, ഫോസ്ഫറസ്, പൊട്ടാസ്യം, മഗ്നീഷ്യം എന്നിവയുടെ സമ്പന്നമായ ഉറവിടമാണ് ഉഴുന്ന്. നിശ്ചിത അളവിൽ ഉഴുന്ന് പതിവായി കഴിക്കുന്നത് ശരീരത്തിന് ഊർജ്ജം പ്രദാനം ചെയ്യുന്നു. ശരീരത്തിന്റെ ഇരുമ്പിന്റെയും പ്രോട്ടീനിന്റെയും ആവശ്യകത നിറവേറ്റുകയും ചെയ്യുന്നു.

ഉഴുന്ന് ശരീരഭാരം വർദ്ധിപ്പിക്കുന്നതിനുള്ള ഏറ്റവും നല്ല ഭക്ഷണമായി കണക്കാക്കപ്പെടുന്നു. ധാരാളമായി നാരിന്റെ അംശം ഉള്ളതിനാൽ ദഹനം മെച്ചപ്പെടുത്തുന്നു. മലബന്ധം ഇല്ലാതാക്കുന്നു. ചരക സംഹിത രസായന ചികിത്സയിൽ ഉഴുന്നിനെ പറ്റി വിവരിക്കുന്ന പ്രത്യേക അധ്യായം തന്നെ ഉണ്ട്. ഇതിൽ പശുക്കൾക്ക് ഉഴുന്ന് കൊടുത്ത് പുഷ്ടിപ്പെടുത്തി അത്തരം പശുവിൻ പാൽ ദീർഘായുസ്സിനായി കുടിക്കാൻ പറഞ്ഞിരിക്കുന്നു. കൂടാതെ, പിത്യ കർമ്മത്തിൽ ഉഴുന്ന് കൊണ്ട് തയ്യാറാക്കുന്ന വിഭവങ്ങൾ നിർബന്ധമാണ്.

പയർവർഗ്ഗങ്ങളിൽ ഫോസ്ഫറസ് അടങ്ങിയിട്ടുണ്ട്. ഉഴുന്നിൽ മറ്റൊരു പയറുവർഗ്ഗങ്ങളേക്കാളും ഏകദേശം 8-10 മടങ്ങ് പ്രോട്ടീനും കാർബോഹൈഡ്രേറ്റും അടങ്ങിയിട്ടുണ്ട്. ഉഴുന്നിൽ അടങ്ങിയിട്ടുള്ള ഒരു പ്രത്യേക തരം പ്രോട്ടീൻ പേശികളെ ശക്തിപ്പെടുത്താൻ ഉത്തമമാണ്. ശുക്ല പുഷ്ടിക്കും, ലൈംഗികശേഷി വർദ്ധിപ്പിക്കുന്നതിനും, മുലപ്പാൽ വർദ്ധിപ്പിക്കുന്നതിനും, വാതദോഷത്തെ സന്തുലിതമാക്കുന്നതിനും ഉഴുന്ന് ഉത്തമമാണ്. അർശസ്, മലബന്ധം, പക്ഷാഘാതം, ആസ്ത്മ, പാർശ്വങ്ങളിലെ

വേദന തുടങ്ങിയ ബുദ്ധിമുട്ടുകളിൽ ഉഴുന്ന് കഴിക്കാൻ ആയുർവേദ ഗ്രന്ഥങ്ങളിൽ ശുപാർശ ചെയ്യുന്നു.

പേശി, സന്ധികളുടെ ശക്തി വർദ്ധിപ്പിക്കുന്നതിനും ഉഴുന്ന് പ്രധാന ഘടകമായ നിരവധി ആയുർവേദ എണ്ണകൾ ഉണ്ട്. ഉദാ: മഹാമാഷ തൈലം, മാഷ തൈലം തുടങ്ങിയവ

ഉഴുന്നുപയോഗിച്ച് ചില വീട്ടുവൈദ്യങ്ങൾ:

1. ഉഴുന്ന്, എള്ള്, ശർക്കര
ഉഴുന്ന്, എള്ള് എന്നിവ തുല്യ അളവിൽ എടുത്ത് ചെറുതായി വറുത്ത് നന്നായി പൊടിക്കുക. ഈ മിശ്രിതം 2-3 ഗ്രാം ഒരു ടീസ്പൂൺ ശർക്കരയിൽ ചേർത്ത് ദിവസവും പാലിനൊപ്പം ഭക്ഷണത്തിന് ശേഷം കഴിക്കുക. ശരീരത്തിനു ഊർജ്ജം നല്കുകയും
ലൈംഗികശേഷി മെച്ചപ്പെടുത്തുകയും ചെയ്യുന്നു. ഇത് 4-6 ആഴ്ച വരെ കഴിക്കാം. പ്രമേഹ രോഗികൾക്ക് അനുയോജ്യമല്ല.

2. ഉഴുന്ന് കൊണ്ട് തയ്യാറാക്കിയ എണ്ണ:
30 ഗ്രാം ഉഴുന്ന് 100 മില്ലി എള്ളെണ്ണയും 30 മില്ലി വെള്ളവും ചേർത്ത് പാകം ചെയ്ത് തയ്യാറാക്കുന്ന എണ്ണ പേൻ ശല്യത്തിന് പ്രതിവിധിയായി തലയോട്ടിയിൽ പുരട്ടാൻ ഉപയോഗിക്കാം. പ്രായമാകുമ്പോൾ ഉണ്ടാകുന്ന സന്ധിവേദനയെ ചെറുക്കാനും ഉത്തമമാണ്.
കുറിപ്പ്: വളർത്തുമൃഗങ്ങളുടെ കാര്യത്തിലും ഇത് നല്ല ഫലം നൽകുന്നു.

3. സന്ധി വേദനയിൽ ഉഴുന്ന് പേസ്റ്റ്:
ഉഴുന്ന് പൊടി അല്പം എള്ളെണ്ണ ചേർത്ത് പേസ്റ്റ് ആക്കുക. വീക്കവും വേദനയും കുറയ്ക്കാൻ ഈ പേസ്റ്റ് സന്ധികളിൽ പ്രയോഗിക്കാം. റൂമറ്റോയ്ഡ് ആർത്രൈറ്റിസ്, ഓസ്റ്റിയോ ആർത്രൈറ്റിസ് എന്നിവയിൽ ഉപയോഗപ്രദമാണ്.

4. ലൈംഗിക ശക്തിക്ക് മുളപ്പിച്ച ഉഴുന്ന്:
5-10 ഗ്രാം ഉഴുന്ന് വെള്ളത്തിൽ കുതിർക്കുക. ഇത് മുളപ്പിച്ച് (മുളപ്പിച്ച്) പാലിൽ പാകം ചെയ്ത് അരച്ച് ആവശ്യാനുസരണം പഞ്ചസാര ചേർത്ത് വൈകുന്നേരങ്ങളിൽ കഴിക്കുന്നത് പുരുഷന്മാരുടെ പ്രത്യുത്പാദന ആരോഗ്യം മെച്ചപ്പെടുത്തുന്നു.

5. മലബന്ധത്തിന് ഉഴുന്ന് പൊടി:

ഉഴുന്ന് വറുത്ത് നല്ല പൊടിയാക്കി പുളിപ്പിച്ച മോരിനൊപ്പം കഴിക്കുന്നത് മലബന്ധത്തിന് പ്രതിവിധിയാണ്.

6. ലൈംഗികാരോഗ്യത്തിന് പഞ്ചസാരയും ശർക്കരയും ചേർത്ത് ഉഴുന്ന് പൊടി:

ഉഴുന്ന് പൊടിച്ചത് ഏകദേശം 4-5 ഗ്രാം പഞ്ചസാരയോ ശർക്കരയോ ചേർത്ത് കഴിക്കുന്നത് ലൈംഗികാരോഗ്യത്തിന് മികച്ചതാണ്.

7. ശക്തിക്കും ഊർജത്തിനും ഉഴുന്ന് ലഡ്ഡു:

ഒറീസ, ഗുജറാത്ത്, മഹാരാഷ്ട്ര എന്നിവിടങ്ങളിൽ ഇത് ശൈത്യകാലത്തെ പ്രത്യേക മധുരപലഹാരമാണ്. ഉഴുന്ന് മാവ് നെയ്യിൽ വറുത്ത് പഞ്ചസാര / ശർക്കര സിറപ്പിൽ ചേർത്ത് ഉരുട്ടി സൂക്ഷിക്കുന്നു. തണുപ്പ് കാലത്ത് ഇത് ദിവസവും കഴിക്കുന്നത് ശരീരത്തിന് ബലം നൽകാനും തണുപ്പിനെ മറികടക്കാനും ഉപയോഗപ്രദമാണ്.

8. ഉഴുന്ന്, അമുക്കുരം, കുറുന്തോട്ടി എന്നിവയുടെ കഷായം നാഡീ രോഗങ്ങൾക്ക്

ഉഴുന്ന്, അമുക്കുരം, കുറുന്തോട്ടി എന്നീ മരുന്നുകൾ തുല്യ അളവിൽ പൊടിയാക്കി കഷായം ഉണ്ടാക്കുന്നു. വിശപ്പ് കുറവുള്ളവരിൽ ചെറിയ അളവിൽ ചുക്ക് ചേർത്ത് നല്കാം. ഈ കഷായം നാഡീ സംബന്ധമായ രോഗങ്ങൾ, നടുവേദന എന്നിവയ്ക്ക് പ്രതിവിധിയായി ദിവസത്തിൽ രണ്ടുതവണ കഴിക്കാം.

96

തലകറക്കം, ദഹന കുറവ്, ചർദ്ധി എന്നിവയ്ക്ക് പുനർപുളി

ഡോ എം എസ് കൃഷ്ണമൂർത്തി എംഡി(ആയു), പിഎച്ച്ഡി

ആയുർവേദത്തിൽ പുനർപുളി (ഗാർസീനിയ ഇൻഡിക്ക) വൃക്ഷാംള എന്ന പേരിൽ അറിയപ്പെടുന്നു. ഇവ ആന്റി ഓക്സിഡന്റുകളുടെയും നിരവധി മൈക്രോ ന്യൂട്രിയന്റുകളുടെയും മികച്ച ഉറവിടമാണ്. പിത്ത സംബന്ധമായ രോഗങ്ങളെ ശമിപ്പിക്കുന്നു. നാരുകൾ, വിറ്റാമിൻ സി എന്നിവയാൽ സമ്പുഷ്ടമാണ് പുനർപുളി. മഗ്നീഷ്യം, പൊട്ടാസ്യം, മാംഗനീസ് എന്നിവയും ഇതിൽ അടങ്ങിയിട്ടുണ്ട്. ഹൃദയ സംബന്ധമായ അസുഖങ്ങൾക്കും കരൾ രോഗങ്ങൾക്കും ഉപയോഗപ്രദമാണ്.

ഇതിൽ ഹൈഡ്രോക്സിസിട്രിക് ആസിഡ് (HCA) അടങ്ങിയിരിക്കുന്നു. ഇത് വിശപ്പ് കുറയ്ക്കുന്ന ഒരു വസ്തുവായി പ്രവർത്തിക്കുന്നു. അതുകൊണ്ടുതന്നെ ആസിഡ് പെപ്റ്റിക് ഡിസോർഡേഴ്സിൽ ഉപയോഗിക്കാവുന്ന ഒരു ഔഷധസസ്യമാണിത്. HCA കൊളസ്ട്രോൾ കുറയ്ക്കുകയും ചെയ്യുന്നു. ഇവയുടെ പഴങ്ങൾ കൂടാതെ, തണ്ട്, ഇളം ഇലകൾ, കായ് വിത്ത്, ഇല മുകുളങ്ങൾ എന്നിവയും വിവിധ രോഗാവസ്ഥകളിൽ ഉപയോഗപ്രദമാണ്.

പുനർപുളി ഉപയോഗിച്ച് ചില വീട്ടു വൈദ്യങ്ങൾ:

1. അസിഡിറ്റി മൂലമുണ്ടാകുന്ന തലവേദന, ദഹനക്കേട്, ഓക്കാനം, ചർദ്ധി, എന്നിവയിൽ പുനർപുളി ജ്യൂസ്:
10 മില്ലി ജ്യൂസ് 400 മില്ലി വെള്ളത്തിൽ കലർത്തി ഇതിലേക്ക് 15-20 ഗ്രാം പഞ്ചസാര ചേർക്കുക. ഇത് രാവിലെയും വൈകുന്നേരവും 100 - 200 മില്ലി

എന്ന് അളവിൽ കഴിക്കാം.

2. രുചിയില്ലായ്മയിൽ തളിരില ചട്ണി:

10-20 ഇല മുകുളങ്ങൾ എടുത്ത്, 1 ടീസ്പൂൺ ജീരകം, ഒരു കപ്പ് തേങ്ങാ ചിരവിയത് എന്നിവ ചേർത്ത് അരച്ചെടുക്കുക. ആവശ്യാനുസരണം ഉപ്പും കുരുമുളകും ചേർക്കാം. ഈ ചട്ണി വളരെ രുചികരവും ദഹനശേഷി മെച്ചപ്പെടുത്തുന്നതുമാണ്.

3. തല വേദനയിലും ദഹനക്കേടിലും ഇല സൂപ്പ്:

8-10 മൂപ്പെത്തിയ ഇലകൾ എടുത്ത് ഒരു കപ്പ് വെള്ളത്തിൽ നന്നായി വേവിക്കുക. അരിച്ചെടുത്ത് കിട്ടുന്ന വെള്ളത്തിൽ 2 നുള്ള് കുരുമുളക് പൊടി, ഇഞ്ചി, ജീരകം അല്പം ഉപ്പ് എന്നിവ ചേർത്ത് ചൂടാക്കി ഉപയോഗിക്കുക. തലവേദനയ്ക്കും ദഹനക്കേടിനും ഈ സൂപ്പ് ഫലപ്രദമാണ്.

4. മുറിവുകൾ കഴുകാൻ തണ്ടിന്റെ പുറംതൊലി കഷായം:

20 ഗ്രാം തണ്ടിന്റെ പുറംതൊലി 5 കപ്പ് വെള്ളം ചേർത്ത് തിളപ്പിച്ച് അര കപ്പാക്കി അരിച്ചെടുക്കുക. ഈ കഷായം മുറിവുകൾ കഴുകാൻ ഉപയോഗിക്കാം.

5. വിത്തിന്റെ എണ്ണ പൊള്ളലിൽ:

പൊള്ളലിൽ വിത്തിന്റെ എണ്ണ വളരെ ഫലപ്രദമാണ്. പതിവായി പ്രയോഗിക്കുന്നത് പൊള്ളലേറ്റ പാടുകൾ നീക്കം ചെയ്യാൻ സഹായിക്കുന്നു.

6. തലവേദനയ്ക്കും തലകറക്കത്തിനും പുനർപുളി പഴത്തിന്റെ തൊലി പേസ്റ്റ്:

പഴത്തിന്റെ തൊലി പേസ്റ്റാക്കുക. (ഉണങ്ങിയ പഴം ആണെങ്കിൽ തൊലി വെള്ളത്തിൽ കുതിർത്ത ശേഷം പേസ്റ്റ് ആക്കാം) ഇത് തലയോട്ടിയുടെ മധ്യഭാഗത്ത് തേക്കുന്നത് തലയോട്ടിയിലെ പുകച്ചിൽ, തലകറക്കം, തലവേദന, എന്നിവയ്ക്ക് പ്രതിവിധിയാണ്.

7. ദഹനക്കേട്, ഹൈപ്പർ അസിഡിറ്റി, വായുക്ഷോഭം, രുചിക്കുറവ് എന്നിവയിൽ പുനർപുളി തൊലി സൂപ്പ്:

പുനർപുളി തൊലി വെള്ളത്തിൽ കുതിർത്ത് രാത്രി മുഴുവൻ സൂക്ഷിക്കുന്നു. ഇത് നന്നായി അരച്ച് പഞ്ചസാര ചേർത്ത് കഴിക്കുക. ദഹനക്കേട്, ഹൈപ്പർ അസിഡിറ്റി, വായുക്ഷോഭം, രുചിയില്ലായ്മ തുടങ്ങിയ അവസ്ഥകളിൽ

ഗുണകരമാണ്.

8. പുളിക്ക് പകരം

പ്രത്യേകിച്ച് മാംസം പാകം ചെയ്യുമ്പോൾ പുളിക്ക് പകരമായി പുനർപുളി ഉപയോഗിക്കാം. പുനർപുളി പല ആരോഗ്യ പ്രശ്നങ്ങളിലും ബാഹ്യവും ആന്തരികവുമായി പ്രയോഗിക്കാൻ പറ്റുന്ന ഒരു ഔഷധ സസ്യമാണ്.

പ്രത്യേകിച്ച് മാംസം പാകം ചെയ്യുമ്പോൾ പുളിക്ക് പകരമായി പുനർപുളി ഉപയോഗിക്കാം. പുനർപുളി പല ആരോഗ്യ പ്രശ്നങ്ങളിലും ബാഹ്യവും ആന്തരികവുമായി പ്രയോഗിക്കാൻ പറ്റുന്ന ഒരു ഔഷധ സസ്യമാണ്.

97

കൊളസ്ട്രോൾ, പ്രമേഹം, ഗ്യാസ്ട്രൈറ്റിസ് എന്നിവയ്ക്ക് ഉലുവ

ഡോ എം എസ് കൃഷ്ണമൂർത്തി എംഡി(ആയു), പിഎച്ച്ഡി

ഉലുവ പല ഭക്ഷ്യ വിഭവങ്ങളിലും ഉപയോഗിക്കുന്നു. വിറ്റാമിൻ സി, നിയാസിൻ, പൊട്ടാസ്യം, ലൈസിൻ, എൽ-ട്രിപ്റ്റോഫാൻ, ഇരുമ്പ്, ചെമ്പ്, മാംഗനീസ്, മഗ്നീഷ്യം, ഫോസ്ഫറസ് തുടങ്ങിയ നിരവധി ഘടകങ്ങൾ ഇതിൽ അടങ്ങിയിരിക്കുന്നു. സന്ധിവാതം, ആസ്ത്മ, ബ്രോങ്കൈറ്റിസ്, ദഹന സംബന്ധമായ തകരാറുകൾ, പൗരുഷകുറവ്, ചർമ്മരോഗങ്ങൾ, തൊണ്ടവേദന, ആസിഡ് റിഫ്ലക്സ്, ഹോർമോൺ തകരാറുകൾ, ടൈപ്പ് 2 പ്രമേഹം തുടങ്ങിയവയുടെ ചികിത്സയ്ക്കായി ഇത് ഉപയോഗിക്കുന്നു.

വളരുന്ന കുട്ടികളിലും ഗർഭകാലത്തും മുലയൂട്ടുന്ന സമയത്തും പോഷക സപ്ലിമെന്റായി ഉലുവ ഉപയോഗിച്ച് നിർമ്മിക്കുന്ന പൊടി, ഔഷധ പാൽ, പലഹാരങ്ങൾ തുടങ്ങിയവ ഉപയോഗിക്കുന്നു.

ഉലുവ വീട്ടുവൈദ്യങ്ങൾ:

1. കൊളസ്ട്രോളിന് ഉലുവ:
10 ഗ്രാം ഉലുവ പൊടിച്ചത് ചെറുചൂടുള്ള വെള്ളത്തോടൊപ്പം (അല്ലെങ്കിൽ മോരിനൊപ്പം) ദിവസവും നൽകാം.
5 ഗ്രാം വീതം ദിവസം 2 തവണയായും നൽകാം. 20-30 ദിവസം ഇത് ഉപയോഗിക്കുന്നത് കൊളസ്ട്രോൾ ഗണ്യമായി കുറയ്ക്കുന്നു.

2. ഉലുവ - മഞ്ഞൾ പ്രമേഹത്തിനുള്ള പ്രതിവിധി (ടൈപ്പ് 2 ഡിഎം):
ഉലുവയും മഞ്ഞളും തുല്യ അളവിൽ എടുത്ത് പൊടിയാക്കുക. ഇത് ദിവസേന 5 ഗ്രാം എന്ന അളവിൽ വെറും വയറ്റിൽ വെള്ളത്തോടൊപ്പം നൽകാം. ടൈപ്പ് 2 പ്രമേഹ ചികിത്സയിൽ ഇത് ഫലപ്രദമാണ്.

3. ഹൈപ്പർ അസിഡിറ്റി, ഗ്യാസ്ട്രൈറ്റിസ് എന്നിവയിൽ ഉലുവ പേസ്റ്റ്:
3-5 ഗ്രാം വിത്തുകൾ ഒരു രാത്രി വെള്ളത്തിൽ കുതിർത്തു വയ്ക്കുക. പിറ്റേന്ന് രാവിലെ നന്നായി അരച്ച് പേസ്റ്റ് ആക്കുക. ഇതിൽ മ്യൂസിലേജ് അടങ്ങിയിരിക്കുന്നതിനാൽ, ആമാശയത്തിലും കുടലിലും ആവരണമായി പ്രവർത്തിച്ച് ദഹനനാളത്തിന്റെ വീക്കം ശമിപ്പിക്കാൻ സഹായിക്കുന്നു. അരച്ചെടുത്ത് അതേപടി ഭക്ഷണത്തിന് 30 മിനിറ്റ് മുമ്പ് കഴിക്കാം. അല്ലെങ്കിൽ അര കപ്പ് വെള്ളം ചേർത്തും കഴിക്കാം. ഇത് ദഹനരസം മുകളിലേക്ക് കയറുന്ന അവസ്ഥ, ഗ്യാസ്ട്രൈറ്റിസ് എന്നിവയ്ക്ക് പ്രതിവിധിയാണ്.

4. കുടലിനെ ശക്തിപ്പെടുത്തുന്നതിന് ഉലുവ ചായ
ഉലുവ അൽപം വറുത്ത് പാലിൽ നന്നായി വേവിക്കുക. ആവശ്യമെങ്കിൽ കുറച്ച് പഞ്ചസാര ചേർത്ത് ചായക്കോ കാപ്പിക്കോ പകരമായി കഴിക്കാം. ഇത് കുടലിന് ബലം നൽകുകയും ദഹനശേഷി മെച്ചപ്പെടുത്തുകയും ചെയ്യുന്നു.

5. മുലയൂട്ടുന്ന അമ്മമാർക്ക് ഉലുവയുടെ ഔഷധ പാൽ:
5-8 ഗ്രാം ഉലുവ ഒരു രാത്രി മുഴുവൻ വെള്ളത്തിൽ കുതിർക്കുക. അടുത്ത ദിവസം ഇത് 200 മില്ലി പാലിൽ നന്നായി വേവിക്കുക. അല്പം ശർക്കര ചേർത്ത് കഴിക്കാം. ഇത് മുലപ്പാൽ ഉത്പാദനം വർദ്ധിപ്പിക്കാൻ സഹായിക്കുന്നു.

6. ഉലുവ കഷായം നെയ്യ് ചേർത്ത് - മലബന്ധം, മൂലക്കുരു എന്നിവയ്ക്ക്:
5-10 ഗ്രാം വിത്ത് ഒരു കപ്പ് വെള്ളത്തിൽ നന്നായി വേവിച്ച് കഷായം ഉണ്ടാക്കുന്നു. ഇത് ഇളം ചൂടോടുകൂടി അര സ്പൂൺ നെയ്യും ചേർത്ത് കഴിക്കാം. മലബന്ധം ഒഴിവാക്കുകയും അർശസിന് പ്രതിവിധിയുമാണ്.

7. മുടി കൊഴിച്ചിലിന് ഉലുവ എണ്ണ:
30-40 ഗ്രാം ഉലുവ നന്നായി പൊടിച്ച് ഒരു സ്റ്റീൽ പാത്രത്തിൽ എടുക്കുക. ഇതിലേക്ക് 150 മില്ലി വെളിച്ചെണ്ണയോ എള്ളെണ്ണയോ ചേർത്ത് 6 ദിവസം വെയിലിൽ വയ്ക്കുക. ഈ എണ്ണ അരിച്ചെടുത്ത് പതിവായി തലയിൽ

പുരട്ടുന്നത് മുടിയുടെ ആരോഗ്യം മെച്ചപ്പെടുത്തുന്നു.

8. ഹെയർ കണ്ടീഷണറായി ഉലുവ പേസ്റ്റ്:

8-10 ഗ്രാം ഉലുവ വെള്ളത്തിൽ കുതിർത്ത് ഒരു രാത്രി സൂക്ഷിക്കുക. ഇത് പേസ്റ്റാക്കി തലയോട്ടിയിൽ ഹെയർ മാസ്കായി പുരട്ടുക. 30-45 മിനിറ്റ് സൂക്ഷിച്ചതിനുശേഷം കഴുകി കളയാം. ഇത് മുടിക്ക് പ്രകൃതിദത്തമായ കണ്ടീഷണറായി പ്രവർത്തിക്കുന്നു.

98

പുളി ഇല, പഴങ്ങൾ, പുളിങ്കുരു 8 പരമ്പരാഗത വീട്ടുവൈദ്യങ്ങൾ

ഡോ എം എസ് കൃഷ്ണമൂർത്തി എം ഡി (ആയു), പിഎച്ച്ഡി

പുളിങ്കുരു, പുളിയില, പുറംതൊലി, പൂക്കൾ എന്നിവ പല രോഗങ്ങൾക്കും വീട്ടുവൈദ്യമെന്ന നിലയിൽ വിവിധ രൂപങ്ങളിൽ ഉപയോഗപ്രദമാണ്. ഇന്ത്യയിൽ പുളിയില്ലാത്ത ഒരു വിഭവമോ കറിയോ സങ്കൽപ്പിക്കാൻ പ്രയാസമാണ്.

1. ശരീരത്തിലുണ്ടാകുന്ന കുരുക്കളിൽ - പുളി പേസ്റ്റ്:

പുളി പൾപ്പ് 1 ഭാഗം (ഭാഗികമായോ പൂർണ്ണമായോ പഴുത്ത പുളിയോ പഴയ പുളിയോ ഉപയോഗിക്കാം), ¼ ഭാഗം ചുണ്ണാമ്പ് എന്നിവ ചേർത്ത് പേസ്റ്റ് ഉണ്ടാക്കുന്നു. ഇത് കുരുവിന് മുകളിൽ പുരട്ടുന്നത് കുരു പെട്ടെന്ന് പഴുത്ത് പഴുപ്പ് പുറത്തുവരാൻ സഹായിക്കുന്നു.

2. സന്ധി വേദനയിൽ ഇല പേസ്റ്റ്:

1-2 പിടി പാകമായ ഇലകൾ അരച്ച് പേസ്റ്റ് ആക്കുക. ഇത് സന്ധികളിൽ തേച്ച് ഒരു തുണി ഉപയോഗിച്ച് പൊതിഞ്ഞ് വയ്ക്കുക. സന്ധികളുടെ വീക്കവും വേദനയും കുറയ്ക്കുന്നു.

3. തൊലിയിലെ വെളുത്ത പാടുകളിൽ പുറംതൊലി ചാരം:

മരത്തിന്റെ പുറംതൊലി ഇരുമ്പ് ചട്ടിയിൽ എടുത്ത് കത്തിച്ച് ചാരമാക്കുന്നു. ഇത് നന്നായി അരിച്ചെടുത്ത് ലഭിക്കുന്ന ചാരം ശേഖരിച്ച് സൂക്ഷിക്കുന്നു. ഇത് അല്പം എള്ളെണ്ണയിൽ കലർത്തി ഫംഗസ് അണുബാധ കാരണം ഉണ്ടാകുന്ന വെളുത്ത പാടുകളിൽ പുരട്ടുന്നത് എക്സിമ (ത്വക്ക് രോഗം) ചികിത്സയിൽ

ഉപയോഗപ്രദമാണ്. 5-6 ദിവസത്തെ ഉപയോഗം കൊണ്ട് ഫലം ലഭിക്കുന്നു.

4. ശീഘ്രസ്ഖലനത്തിൽ പുളിങ്കുരുവിന്റെ പുറം തോട്:

എളുപ്പത്തിൽ തോട് കളയാൻ പുളിങ്കുരു ചട്ടിയിൽ അല്പം വറുത്തെടുക്കുക. ഇത് പൊടിയാക്കി 250-500 മില്ലിഗ്രാം എന്ന അളവിൽ കഴിക്കുന്നത് ശീഘ്രസ്ഖലത്തിന് പ്രതിവിധിയായി നൽകാറുണ്ട്. വെള്ളപോക്ക് രോഗത്തിനും ഇതിന്റെ ഉപയോഗം ഗുണകരമായി കണ്ടിട്ടുണ്ട്.

5. ഓക്കാനം, രുചിക്കുറവ്, വയറുവേദന എന്നിവയിൽ പുഷ്പത്തിന്റെ കഷായം:

ഒരു പിടി പുളി പൂക്കൾ (പുതിയത്) ശേഖരിച്ച് അതിന്റെ കഷായം ഉണ്ടാക്കുക. ഇതിലേക്ക് വറുത്ത ജീരകം ചേർത്ത് 50-60 മി.ലി എന്ന അളവിൽ ദിവസേന രണ്ടോ മൂന്നോ തവണ കഴിക്കുന്നത് ഓക്കാനം, രുചിയില്ലായ്മ, വയറുവേദന, വയറിളക്കം, എന്നിവ ഒഴിവാക്കുന്നു.

6. സന്ധി വേദനയിൽ ഇലയുടെ നീര് ചേർത്ത എണ്ണ:

ഇലയുടെ നീര് 100 മില്ലി (ഇലയുടെ കഷായവും ഉപയോഗിക്കാം) 200 മില്ലി എള്ളെണ്ണയും ചേർത്ത് ഇളം തീയിൽ എണ്ണ തയ്യാറാക്കി പുറമേ പുരട്ടുന്നത് തേയ്മാനം മൂലമുണ്ടാകുന്ന സന്ധിവേദനയിൽ ഫലപ്രദമാണ്.

7. പേശീവേദനയിൽ പുളി പൾപ്പ് സംസ്കരിച്ച എണ്ണ:

മുകളിൽ പറഞ്ഞ രീതിയിൽ എണ്ണ പുളിയുടെ പൾപ്പ് ഉപയോഗിച്ചും തയ്യാറാക്കാം. 50 ഗ്രാം പഴത്തിന്റെ പൾപ്പ്, 200 മില്ലി എള്ളെണ്ണ, 800 മില്ലി വെള്ളം എന്നിവ ചേർത്ത് എണ്ണ തയ്യാറാക്കാം. പേശി വേദനയ്ക്ക് ഈ എണ്ണ ഉപയോഗപ്രദമാണ്. ചില ഇന്ത്യൻ ഗ്രാമങ്ങളിൽ ഈ എണ്ണ പ്രസവശേഷം സ്ത്രീകൾക്ക് പുരട്ടാൻ ഉപയോഗിക്കുന്നു.

8. പുളിയില നീര് സൂപ്പ് ദഹനശക്തിക്കും, വായുവിനും

ഇലകൾ അല്പം ഉപ്പും കുരുമുളക് പൊടിയും ചേർത്ത് നന്നായി വേവിക്കുക (ഇഞ്ചിപ്പൊടി, വെളുത്തുള്ളി പേസ്റ്റ്, ജീരകം, മല്ലിയില എന്നിവയും ചേർക്കാം). ഇത് ഉച്ചഭക്ഷണ സമയത്ത് സൂപ്പ് രൂപത്തിൽ കഴിക്കാം.

99

കരൾ രോഗങ്ങൾ, സൈനസൈറ്റിസ്, ആർത്തവ വേദന എന്നിവയ്ക്ക് ശർക്കര

ഡോ എം എസ് കൃഷ്ണമൂർത്തി എംഡി(ആയു), പിഎച്ച്ഡി

നിരവധി ഔഷധ/ആരോഗ്യ ഗുണങ്ങളുള്ള പ്രകൃതിദത്ത മധുരപലഹാരങ്ങളിൽ ഒന്നാണ് വെല്ലം. ശർക്കര എന്നത് ശുദ്ധീകരിക്കാത്ത പഞ്ചസാരയാണ്. അസംസ്കൃതവും സാന്ദ്രീകൃതവുമായ കരിമ്പിൻ ജ്യൂസ് തിളപ്പിച്ചാണ് ഇത് തയ്യാറാക്കുന്നത്. ശർക്കര മലബന്ധം ഇല്ലാതാക്കുന്നു. മൂത്രത്തിന്റെ അളവ് വർദ്ധിപ്പിക്കുന്നു. ആന്റി ഏജിംഗ്, കാർഡിയാക് ടോണിക്ക് ആയും പ്രവർത്തിക്കുന്നു. ശർക്കര അധികമായി കഴിക്കുന്നത് ശരീരഭാരവും കഫ ദോഷവും വർദ്ധിക്കുന്നതിന് കാരണമാകുന്നു. ആയുർവേദത്തിൽ ശർക്കര ചേർത്ത് നിർമ്മിക്കുന്ന നിരവധി ലേഹ്യങ്ങളും, ഗുളികകളും, അരിഷ്ടങ്ങളും ഉണ്ട്.

ശർക്കരയിൽ പൊട്ടാസ്യം, മഗ്നീഷ്യം, ഇരുമ്പ്, സിങ്ക്, സെലിനിയം, കാൽസ്യം, ഫോസ്ഫറസ്, തുടങ്ങിയ നിരവധി പ്രധാന വിറ്റാമിനുകളും ധാതുക്കളും അടങ്ങിയിട്ടുണ്ട്. ശർക്കര ചേർത്ത് നിർമ്മിക്കുന്ന ആയുർവേദ മരുന്ന് ഉദാ - ഗുഡ ഹരീതകി

ശർക്കര ചേർത്ത് ചില വീട്ടുവൈദ്യങ്ങൾ:

1. ദഹനക്കേടിനും വായുക്ഷോഭത്തിനും ജീരകം ചേർത്ത ശർക്കര: ശർക്കരയും ജീരകവും തുല്യ അളവിൽ എടുത്ത് നന്നായി പൊടിച്ച് ഒന്നിച്ചു

ചേർക്കുക. ഇത് വായു കടക്കാത്ത പാത്രങ്ങളിൽ സൂക്ഷിക്കാം. ദഹനക്കേട്, വായുക്ഷോഭം, പുളിച്ചുതികട്ടൽ തുടങ്ങിയ അവസ്ഥകളിൽ ഇത് 3-5 ഗ്രാം എന്ന അളവിൽ ദിവസത്തിൽ ഒന്നോ രണ്ടോ തവണ ചെറുചൂടുവെള്ളത്തിൽ ഭക്ഷണത്തിന് മുമ്പ് കഴിക്കാം.

2. വിട്ടുമാറാത്ത ചുമയ്ക്കും ജലദോഷത്തിനും ഇഞ്ചി നീരും ശർക്കരയും:

5 മില്ലി ഇഞ്ചി നീര് ശർക്കരയിൽ കലർത്തി ദിവസം രണ്ടോ മൂന്നോ തവണ നക്കി കഴിക്കുന്നത് വിട്ടുമാറാത്ത ചുമയ്ക്കും ജലദോഷത്തിനും പരിഹാരമാണ്.

3. ശർക്കരയും നെയ്യും ടോണിക്ക് ആയി:

ഈ രണ്ട് ചേരുവകളും ഒന്നിച്ച് ചേർത്ത് ചപ്പാത്തി, ദോശ, ഇഡ്‌ലി തുടങ്ങിയ പ്രഭാതഭക്ഷണത്തോടൊപ്പം കഴിക്കുന്നത് ശരീരത്തിന് ഊർജ്ജവും ശക്തിയും നൽകുന്നു. ലൈംഗികശേഷി മെച്ചപ്പെടുത്താൻ മുൻകാലങ്ങളിൽ ആളുകൾ ശർക്കര, നെയ്യ്, തേങ്ങ എന്നിവ ചേർത്ത് കഴിക്കാറുണ്ടായിരുന്നു.

4. കുരുമുളകും ഉപ്പും ചേർത്ത ശർക്കര വെള്ളം ക്ഷീണത്തിലും തളർച്ചയിലും:

5-10 ഗ്രാം ശർക്കര ചെറുചൂടുള്ള/ചൂടുവെള്ളത്തിൽ ലയിപ്പിക്കുന്നു. ഇതിലേക്ക് പൊടിച്ച കുരുമുളക് ചേർത്ത് നന്നായി ഇളക്കുക. പരമ്പരാഗത സമ്പ്രദായത്തിൽ ഇതിനെ പാനകം എന്ന് വിളിക്കുന്നു, ഇത് വേനൽക്കാലത്തും ശൈത്യകാലത്തും ഉണ്ടാകുന്ന ക്ഷീണം അകറ്റാൻ ഉത്തമമാണ്.

5. സൈനസൈറ്റിസ്-തലവേദനയിൽ നസ്യത്തിന് ഇഞ്ചി നീരും ശർക്കരയും:

ഇഞ്ചി നീര് ശർക്കരയിൽ കലർത്തി ഒരു തുണിയിലൂടെ അരിച്ചെടുക്കുന്നു. സൈനസൈറ്റിസുമായി ബന്ധപ്പെട്ട തലവേദനയിൽ ഇത് മൂക്കിൽ ഇറ്റിക്കാം.

6. മഞ്ഞപ്പിത്തത്തിൽ ശർക്കര ചേർത്ത കടുകരോഹിണി പൊടി:

2-3 ഗ്രാം കടുകരോഹിണി (Picrorrhiza kurroa) പൊടിച്ചത് ശർക്കരയോടൊപ്പം കഴിക്കുന്നത് പിത്താശയത്തിലെ തടസം മൂലമുണ്ടാകുന്ന മഞ്ഞപ്പിത്തത്തിൽ ഗുണം ചെയ്യും.

7. ശർക്കരയും കടുകെണ്ണയും ശ്വാസകോശ സംബന്ധമായ അസുഖങ്ങളിൽ:

ശർക്കരയും കടുകെണ്ണയും തുല്യ അളവിൽ എടുത്ത് നന്നായി ഇളക്കുക. ആസ്ത്മ യുമായി ബന്ധപ്പെട്ടുണ്ടാകുന്ന ബുദ്ധിമുട്ടിൽ ഇത് കഴിക്കുന്നത് തൽക്ഷണം ആശ്വാസം നൽകുന്നു.

8. കല്ലുപ്പും ശർക്കരയും പുളിച്ചു തികട്ടലിൽ:

1-2 നുള്ള് പൊടിച്ച ഉപ്പ് 10 ഗ്രാം ശർക്കരയോടൊപ്പം ചേർത്ത് നന്നായി ഇളക്കുക. വയറു വീർപ്പ്, ഗ്യാസ് എന്നിവ ഉള്ളപ്പോൾ ഇത് കഴിക്കുന്നത് ബുദ്ധിമുട്ട് കുറയ്ക്കാൻ സഹായിക്കും.

9. ആർത്തവ വേദനയിൽ ശർക്കരയ്ക്കൊപ്പം എള്ള് പൊടി:

കറുത്ത എള്ളും ശർക്കരയും തുല്യ അളവിൽ (10 ഗ്രാം വീതം) എടുത്ത് ദിവസവും രണ്ടുതവണ കഴിക്കുന്നത് ആർത്തവവേദനയ്ക്ക് പ്രതിവിധിയാണ്. ഇത് ആർത്തവത്തെ ക്രമപ്പെടുത്തുന്നതിനും വിളർച്ച ഒഴിവാക്കുന്നതിനും സഹായിക്കുന്നു.

100

അമിതവണ്ണം, ടോൺസിലൈറ്റിസ്, മണമില്ലായ്മ എന്നിവയ്ക്ക് ചതുരപുളി

ഡോ എം എസ് കൃഷ്ണമൂർത്തി എംഡി (ആയു), പിഎച്ച്ഡി

നാരുകൾ, വിറ്റാമിൻ സി, കരോട്ടിൻ എന്നിവയുടെ ഉറവിടമാണ് ചതുരപുളി. വയറുമായി ബന്ധപ്പെട്ടുണ്ടാകുന്ന രോഗങ്ങളുടെ ചികിത്സയിൽ ഇത് പലപ്പോഴും ഉപയോഗിക്കുന്നു. ആയുർവേദത്തിൽ വാതസംബന്ധമായ അസുഖങ്ങളിലും, ദഹന ശക്തി വർദ്ധിപ്പിക്കുന്നതിനും ഉപയോഗിക്കുന്നു. വൈറ്റമിൻ സി ധാരാളമായി അടങ്ങിയിരിക്കുന്നതിനാൽ ഇരുമ്പ് ആഗിരണം ചെയ്യുന്ന പ്രക്രിയ എളുപ്പമാക്കുന്നു. അനീമിയ ചികിത്സയിൽ ഇത് ഗുണം ചെയ്യും.

ഉണക്കിയ ചതുരപുളി സുഗന്ധവ്യഞ്ജനമായും ഉപയോഗിക്കുന്നു. മാംസം പാചകം ചെയ്യുമ്പോൾ, ചെറിയ കഷ്ണം ചതുരപുളി ചേർക്കുന്നത് മാംസം എളുപ്പത്തിൽ വെന്തുകിട്ടുന്നതിനും ശരിയായി ദഹിപ്പിക്കുന്നതിനും സഹായിക്കുന്നു.

ഏതാനും വീട്ടു വൈദ്യങ്ങൾ

1. അമിതവണ്ണത്തിൽ തേൻ ചേർത്ത ജ്യൂസ്
ഒരു കപ്പ് ഇളം ചൂടുവെള്ളത്തിൽ 5-6 മില്ലി ചതുരപുളി ജ്യൂസും ഒരു സ്പൂൺ തേനും ചേർത്ത് വെറും വയറ്റിൽ പതിവായി കഴിക്കുന്നത് ശരീരഭാരവും ചീത്ത കൊളസ്ട്രോളും കുറയ്ക്കാൻ സഹായിക്കുന്നു.

2. ജലദോഷം, മൂക്കൊലിപ്പ്, ഗന്ധം തിരിച്ചറിയാനുള്ള കഴിവില്ലായ്മ

ഏകദേശം 5 ഗ്രാം ചതുരപുളി, 1-2 ഗ്രാം പൊടിച്ച കുരുമുളകുമായി കലർത്തി ഒരു കനം കുറഞ്ഞ തുണിയിൽ പൊതിഞ്ഞ് തലയോട്ടിയുടെ നടുവിൽ 20 - 30 മിനിറ്റ് നേരം വയ്ക്കുക. 1-2 ആഴ്ച ഇപ്രകാരം ചെയ്യുന്നത് ജലദോഷം, മൂക്കൊലിപ്പ്, മണം അറിയായ്ക എന്നിവയ്ക്ക് പ്രതിവിധിയാണ്.

3. മൂക്കൊലിപ്പ്, ടോൺസിലൈറ്റിസ് എന്നിവയ്ക്ക് ഇഞ്ചി നീരിനൊപ്പം ഉണക്കിയ ചതുരപുളിപൊടി:

ചതുരപുളി ഉണക്കി പൊടിച്ചത് 5 ഗ്രാം ഒരു ടീസ്പൂൺ ഇഞ്ചി നീരിൽ ചേർത്ത് കഴിക്കുക. ഇത് തൊണ്ടവേദന, ടോൺസിലൈറ്റിസ്, വിട്ടുമാറാത്ത ചുമ എന്നിവ ഒഴിവാക്കുന്നു.

4. ചൊറിച്ചിലിന് ഇല പൊടി:

മൂപ്പെത്തിയ ഇലകൾ എടുത്ത് നന്നായി പൊടിക്കുക. മുറിവുകളിലും ചൊറിച്ചിലുള്ള സ്ഥലങ്ങളിലും ഈ പൊടി ഇടുന്നത് ഗുണം ചെയ്യും.

5. രുചിക്കുറവും ദഹനക്കേടും ചട്ണി:

ഒരു മുഷ്ടി നിറയെ പൂക്കൾ ശേഖരിച്ച് അൽപ്പം തേങ്ങയും ചേർത്ത് ചട്ണി ഉണ്ടാക്കുക. ഇത് വിശപ്പില്ലായ്മയ്ക്കും ദഹനക്കേടിനും പരിഹാരമായി ഉപയോഗിക്കാം.

6. ശരീരവേദനയ്ക്ക് പഴത്തിന്റെ പൾപ്പ് ഉപയോഗിച്ച് തയ്യാറാക്കിയ എണ്ണ:

പാകമായ പഴത്തിന്റെ പൾപ്പ് ശേഖരിച്ച് ഇതിൽ 4-6 ഭാഗം എള്ളെണ്ണയും 10-12 ഇരട്ടി വെള്ളവും ചേർത്ത് ജലം പൂർണ്ണമായും ബാഷ്പീകരിക്കപ്പെടുന്നതുവരെ ചെറു തീയിൽ ചൂടാക്കുക. ഈ എണ്ണ ശരീരഭാഗങ്ങളിലും സന്ധികളിലും പുരട്ടാൻ ഉപയോഗിക്കുന്നു. ഇത് സന്ധിവാതം, ശരീരവേദന, പേശി വേദന മുതലായവയ്ക്ക് ഉപയോഗപ്രദമാണ്

7. ദഹനക്കേടിന് ശർക്കര ചേർത്ത ചതുരപുളി കഷായം:

പഴങ്ങൾ കഷ്ണങ്ങളാക്കി സൂര്യപ്രകാശത്തിൽ ഉണക്കുന്നു. ഈ ഉണങ്ങിയ പഴങ്ങൾ അൽപം ശർക്കരയോ പഞ്ചസാരയോ ചേർത്ത് നേർത്ത സിറപ്പ് ഉണ്ടാക്കുന്നു. ഇത് 10-15 മില്ലി എന്ന അളവിൽ ദിവസത്തിൽ രണ്ടുതവണ കഴിക്കുന്നത് ദഹനക്കേട്, വിശപ്പില്ലായ്മ, വയർ വീർപ്പ് തുടങ്ങിയ സന്ദർഭങ്ങളിൽ ഫലപ്രദമാണ്.

മാംസാഹാരം കഴിച്ചതുമൂലമുണ്ടാകുന്ന ദഹനക്കേടിൽ ഇത് ഉപയോഗപ്രദമാണ്.

[കഷായം തയ്യാറാക്കുന്നതിനുള്ള പൊതു രീതി - 1 ടേബിൾസ്പൂൺ പൊടി 2 കപ്പ് വെള്ളത്തിൽ ചേർത്ത് തിളപ്പിച്ച് 1 കപ്പാക്കി വറ്റിച്ച് അരിച്ചെടുക്കുന്നു.]

8. ഒരു നുള്ള് ഉപ്പും നെയ്യും ചേർത്ത പഴച്ചാറ് – തലയോട്ടിയിൽ പുരട്ടുന്നത്:

ഫ്രഷ് ഫ്രൂട്ട് ജ്യൂസ് അല്ലെങ്കിൽ പൾപ്പ് എടുത്ത് ഒരു നുള്ള് ഉപ്പും അര സ്പൂൺ നെയ്യും ചേർക്കുക. ഇത് തലയോട്ടിയുടെ മധ്യഭാഗത്ത് രാത്രിയിൽ, ഉറങ്ങാൻ പോകുന്നതിന് 30 മിനിറ്റ് മുമ്പ് പുരട്ടുന്നത് പിത്തരസത്തിന്‍റെ ആധിക്യം മൂലമുണ്ടാകുന്ന തലവേദനയ്ക്കും ഉറക്കമില്ലായ്മയ്ക്കും പരിഹാരമാണ്.

9. ഇല അല്ലെങ്കിൽ തണ്ടിന്‍റെ പുറംതൊലി കാൽമുട്ടിന് പുരട്ടുക:

ഇലയോ തണ്ടിന്‍റെ തൊലിയോ എടുത്ത് നല്ല പേസ്റ്റ് ഉണ്ടാക്കുന്നു. ഇത് സന്ധികളിലോ മുറിവുകളിലോ പ്രയോഗിക്കുന്നത്.വേദനയും വീക്കവും ഒഴിവാക്കാൻ ഉപകാരപ്രദമാണ്.

101

പൈനാപ്പിൾ ഉപയോഗങ്ങൾ: ക്രമരഹിതമായ ആർത്തവം, വിര ശല്യം, ചുമ

1493-ൽ കരീബിയൻ ദ്വീപായ ഗ്വാഡലൂപ്പിൽ നിന്ന് യൂറോപ്യന്മാർ പൈനാപ്പിൾ കണ്ടെത്തിയതായി പറയപ്പെടുന്നു. ബ്രോമിലിയേസി കുടുംബത്തിൽ പെട്ടതാണ് പൈനാപ്പിൾ. പഴങ്ങൾ കൂടാതെ ഇതിന്റെ, ഇലകളും ഔഷധ ആവശ്യങ്ങൾക്ക് ഉപയോഗിക്കുന്നു.

പൈനാപ്പിളിൽ അടങ്ങിയിരിക്കുന്ന പ്രധാന രാസഘടകമാണ് ബ്രോമെലിൻ. പൊട്ടാസ്യം, കോപ്പർ, മാംഗനീസ്, കാൽസ്യം, മഗ്നീഷ്യം, ബീറ്റാ കരോട്ടിൻ, തയാമിൻ, അസ്കോർബിക് ആസിഡ് തുടങ്ങി നിരവധി ഔഷധ ഘടകങ്ങൾ ഇതിൽ അടങ്ങിയിട്ടുണ്ട്.

പഴുത്ത പൈനാപ്പിൾ പതിവായി കഴിക്കുന്നത് അമിതവണ്ണം, രക്തചംക്രമണ പ്രശ്നങ്ങൾ, ഹൃദ്രോഗങ്ങൾ എന്നിവയ്ക്കുള്ള സാധ്യത കുറയ്ക്കുമെന്ന് പഠനങ്ങൾ തെളിയിച്ചിട്ടുണ്ട്. ഇത് ചൂടാണെന്ന് ആളുകൾ വിശ്വസിക്കുന്നുണ്ടെങ്കിലും, യഥാർത്ഥത്തിൽ തണുപ്പാണെന്നും വാതത്തെയും പിത്ത ദോഷത്തെയും സന്തുലിതമാക്കുന്നുവെന്നും ഗ്രന്ഥങ്ങളിൽ പരാമർശിക്കുന്നു. എന്നാൽ അധികമായി കഴിക്കുന്നത് നല്ലതല്ല. പഴുക്കാത്ത പൈനാപ്പിൾ വാതവും പിത്തദോഷവും വർദ്ധിപ്പിക്കുന്നു

പഴുക്കാത്ത പഴങ്ങൾ ഗർഭാശയ ഉത്തേജകവും മുലപ്പാൽ ഉല്പാദനം വർദ്ധിപ്പിക്കുന്നതുമായതിനാൽ ഗർഭകാലത്ത് ഇതിന്റെ ഉപയോഗം പാടില്ല.

പൈനാപ്പിൾ ഉപയോഗിച്ചുള്ള ചില വീട്ടുവൈദ്യങ്ങൾ -

1. ലൈക്കൺ പ്ലാനസിന്റെ മുറിവുകൾ കഴുകാൻ പൈനാപ്പിൾ ഇല കഷായം:
ഇലകൾ ചേർത്ത് കഷായം ഉണ്ടാക്കി ത്വക്കിലുണ്ടാകുന്ന മുറിവുകൾ കഴുകാൻ ഉപയോഗിക്കാം. ഇത് ചൊറിച്ചിലും കുമിളകളും ശമിപ്പിക്കുന്നു.

കഷായം തയ്യാറാക്കുന്നതിനുള്ള പൊതു രീതി -

1 ടേബിൾസ്പൂൺ (10 ഗ്രാം) പച്ചമരുന്നിന്റെ പൊടി 2 കപ്പ് വെള്ളത്തിൽ ചേർക്കുന്നു. 1 കപ്പായി കുറയുന്നത് വരെ ചെറുതീയിൽ തിളപ്പിക്കുക. ഇത് അരിച്ചെടുത്ത് ചെയ്ത് ഉപയോഗിക്കുന്നു.

ഇലനീര് കുരുമുളക് പൊടിയും തേനും കലർത്തി - കഫം കളയാൻ:
5-10 മില്ലി ഇലയുടെ നീര് 1 ഗ്രാം കുരുമുളക് പൊടിയും ഒരു ടീസ്പൂൺ തേനും ചേർത്ത് നക്കുന്നത് കഫം പുറത്തേക്ക് കളയാൻ ഉത്തമമാണ്. ചുമ, തൊണ്ടവേദന എന്നിവയ്ക്ക് പ്രതിവിധിയാണ്.

മഞ്ഞപ്പിത്തത്തിൽ പഴച്ചാറ്:
മഞ്ഞപ്പിത്തത്തിൽ 100-200 മില്ലി പഴച്ചാർ കുടിക്കാൻ കൊടുക്കുന്നു. ഇത് ഒരു നല്ല വിശപ്പുണ്ടാക്കുന്നു. കരൾ ഉത്തേജകവുമാണ്.

ക്രമരഹിതമായ ആർത്തവചക്രങ്ങളിൽ - വയമ്പ് ചേർത്ത പൈനാപ്പിൾ ഇല നീര്
കർണാടക സംസ്ഥാനത്തെ തുംകൂറിലെ സോളിഗാസ് ഗോത്രവർഗക്കാർ പൈനാപ്പിളിന്റെ ഇലയുടെ നീരിൽ വയമ്പ് പൊടി ചേർത്ത് നൽകുന്നു. ഇത് ആർത്തവ ക്രമക്കേടുകൾ ശരിയാക്കുമെന്ന് അവർ അവകാശപ്പെടുന്നു.

വിരകൾക്ക് കൈതച്ചക്ക ഇല നീരിൽ കടുക് പൊടിച്ചതും ചേർത്ത്:
5-10 മില്ലി പൈനാപ്പിളിന്റെ ഇലയുടെ നീരിൽ ഒരു നുള്ള് കടുക് പൊടി ചേർത്ത് കുട്ടികൾക്ക് നൽകുന്നത് വിരശല്യത്തിനും മലദ്വാരത്തിലെ ചൊറിച്ചിൽ ശമിപ്പിക്കാനും ഉത്തമമാണ്.

102

നീർമരുത് വീട്ടുവൈദ്യങ്ങൾ: പ്രമേഹം, മുടി സംരക്ഷണം, ഓസ്റ്റിയോപൊറോസിസ്

ഡോ എം എസ് കൃഷ്ണമൂർത്തി എംഡി(ആയു), പിഎച്ച്ഡി

ഹൃദയ സംരക്ഷണത്തിനുള്ള പ്രശസ്തമായ ആയുർവേദ ഔഷധസസ്യമാണ് നീർമരുത് (ടെർമിനലിയ അർജുന). ഇത് കാൽസ്യത്തിന്റെ നല്ല ഉറവിടമാണ്. വത്സനാഭി സസ്യ വിഷബാധയുടെ ചികിത്സയിലും ഇത് ഉപയോഗിക്കുന്നു. എ ഡി പത്താം നൂറ്റാണ്ടിൽ തന്നെ ആചാര്യ ചക്രപാണി ദത്തൻ ഒടിവുകൾ സുഖപ്പെടുത്തുന്നതിന് ഈ സസ്യത്തിന്റെ പ്രയോജനത്തെ പറ്റി പ്രതിപാദിച്ചിട്ടുണ്ട്.

പരമ്പരാഗതമായി തണ്ടിന്റെ പുറംതൊലിയാണ് ഉപയോഗിക്കുന്നതെങ്കിലും, ഇലകളും പഴങ്ങളും ചികിത്സയ്ക്കായി ഉപയോഗിക്കാറുണ്ട്. നീർമരുത് പുറംതൊലി പാൽ കഷായമാക്കി കുടിക്കുന്നത് ഹൃദയ സംബന്ധമായ അസുഖങ്ങളിൽ വളരെ ഫലപ്രദമാണ്. ആരോഗ്യമുള്ള ആളുകൾക്കും ഹൃദ്രോഗങ്ങൾ തടയുന്നതിനും ഹൃദയത്തിന്റെ പ്രവർത്തനം ശക്തിപ്പെടുത്തുന്നതിനും നീർമരുത് പാൽ കഷായം ഉപയോഗിക്കാം.

നീർമരുത് ചേർത്ത് നിർമ്മിക്കുന്ന വീട്ടു വൈദ്യങ്ങൾ-

1. ഓസ്റ്റിയോപൊറോസിസ്, വാർദ്ധക്യത്തിലെ ക്ഷീണം എന്നിവയിൽ നീർമരുത് പുറംതൊലി കഷായം:

10 ഗ്രാം നീർമരുതിൻ പുറംതൊലി പൊടിച്ച് 2 കപ്പ് വെള്ളത്തിൽ ചേർത്ത്

തിളപ്പിച്ച് അര കപ്പായി കുറച്ച് അരിച്ചെടുക്കുക. ഈ കഷായം അര ടീസ്പൂൺ ശർക്കരയും ഒരു ടീസ്പൂൺ തേനും ചേർത്ത് കഴിക്കുക. വാർദ്ധക്യത്തിൽ ഉണ്ടാകുന്ന എല്ല് തേയ്മാനം, ക്ഷീണം എന്നിവയുടെ ചികിത്സയ്ക്ക് ഉപയോഗപ്രദമാണ്.

2. നീർമരുത് ഇല കഷായം - മുടി കഴുകുന്നതിനുള്ള ഷാംപൂ:

നീർമരുതിന്റെ മൂപ്പെത്തിയ പച്ച ഇലകൾ വെള്ളത്തിൽ കുതിർത്ത് കൈകൾ കൊണ്ട് നന്നായി അരച്ചെടുക്കുന്നു. ഈ മിശ്രിതം മുടി കഴുകാൻ ഉപയോഗിക്കാം. ഇത് നനഞ്ഞ മുടിയിൽ പുരട്ടുകയും 10 മിനിറ്റിനു ശേഷം കഴുകി കളയുകയും ചെയ്യുക. മുടിയുടെ തിളക്കവും ആരോഗ്യവും മെച്ചപ്പെടുത്തുന്നു.

3. വിരലുകൾക്കിടയിൽ ഉണ്ടാകുന്ന ചൊറിച്ചിൽ, അണുബാധ നീർമരുതിൻ കായ് കഷായം:

മൂപ്പെത്തിയ ഇരുണ്ട തവിട്ടുനിറത്തിലുള്ള പഴങ്ങൾ/വിത്തുകൾ ശേഖരിച്ച് കഷായം തയ്യാറാക്കി ഈ കഷായം മുറിവുകൾ കഴുകാൻ ഉപയോഗിക്കാം. കർണാടകയിലെ സോളിഗാസ്-ആദിവാസി നാട്ടുവൈദ്യന്മാർക്കിടയിൽ ഈ നാട്ടുവൈദ്യം പ്രചാരത്തിലുണ്ട്. സ്രവങ്ങളോടു കൂടിയ മുറിവുകൾ/അൾസർ എന്നിവയിൽ അവർ നീർമരുതിൻ പുറംതൊലി പൊടിച്ചത് ഇട്ടുകൊടുക്കാറുണ്ട്.

4. പ്രമേഹം, സന്ധി, മസിൽ വേദനയ്ക്ക്:

നീർമരുത്, വേങ്ങ, കൂവളം എന്നീ മരങ്ങളുടെ പുറംതൊലി തുല്യ അളവിൽ എടുത്ത് നന്നായി പൊടിക്കുക .

ടൈപ്പ് II പ്രമേഹവുമായി ബന്ധപ്പെട്ടുണ്ടാകുന്ന പെരിഫറൽ ന്യൂറിറ്റിസ് അല്ലെങ്കിൽ കൈകാലുകളിൽ മരവിപ്പ് പോലുള്ള അവസ്ഥകളിൽ 3-4 നുള്ള് (ഏകദേശം 2-3 ഗ്രാം) ഒരു കപ്പ് വെള്ളത്തിൽ ചേർത്ത് വെറും വയറ്റിൽ കഴിക്കുക.

103

ഓർമ്മക്കുറവ്, ഗ്യാസ്ട്രൈറ്റിസ്, കിഡ്നി സ്റ്റോൺ ഇളവൻ കുമ്പളം

ഡോ എം എസ് കൃഷ്ണമൂർത്തി എംഡി (ആയു), പിഎച്ച്ഡി

വള്ളിച്ചെടികളിൽ വളരുന്ന പച്ചക്കറികളിൽ ഏറ്റവും മികച്ചതായാണ് കുമ്പളങ്ങയെ ആയുർവേദത്തിൽ വിശേഷിപ്പിച്ചിരിക്കുന്നത്. ഓർമ്മ ശക്തി, മൂത്രത്തിന്റെ അളവ്, ലൈംഗികശേഷി എന്നിവ വർദ്ധിപ്പിക്കാൻ കുമ്പളങ്ങ മികച്ചതാണ്. എല്ലാ പ്രായക്കാർക്കും ഇത് സുരക്ഷിതമായി ഉപയോഗിക്കാം. പലതരം മധുരപലഹാരങ്ങൾ തയ്യാറാക്കാനും ഇത് ഉപയോഗിക്കുന്നു.

കുമ്പളങ്ങ ചേർത്ത് നിർമ്മിക്കാവുന്ന ചില വീട്ടുവൈദ്യങ്ങൾ

1. ഡിസ്യൂറിയ (മൂത്രമൊഴിക്കാനുള്ള ബുദ്ധിമുട്ട്)
100 മില്ലി നീരിൽ 10 ഗ്രാം പഞ്ചസാര ചേർത്ത് ഒരു ദിവസം 3-4 തവണ കഴിക്കാം. പുകച്ചിലിന് പെട്ടെന്ന് തന്നെ ആശ്വാസം ലഭിക്കും.

2. ഓർമ്മക്കുറവ്, ഉറക്കക്കുറവ്, ക്ഷീണം, പേശീവലിവ് തുടങ്ങിയവയിൽ
50 മില്ലി ഫ്രഷ് ജ്യൂസിൽ ഒരു ടീസ്പൂൺ നെയ്യും ഒരു നുള്ള് ഇരട്ടി മധുര പൊടിയും ചേർക്കണം. പ്രാധമിക കർമ്മങ്ങൾക്ക് ശേഷം രാവിലെ വെറും വയറ്റിൽ കഴിക്കാം. ഇത് 2-3 മാസത്തേക്ക് ഉപയോഗിക്കാം. ഒരു മാസത്തിന് ശേഷം രണ്ട്, മൂന്ന് ദിവസത്തെ ഇടവേള ഇട്ട് വീണ്ടും കഴിക്കാം. അപസ്മാരം പോലുള്ള രോഗചികിത്സയിൽ ഇത് കഴിക്കുന്നത് അത്തരം മരുന്നുകളുടെ ദോഷഫലങ്ങളെ മറികടക്കാൻ സഹായിക്കുന്നു.

3. നെഞ്ച്, തൊണ്ട, കൈകാലുകൾ എന്നിവിടങ്ങളിലെ പുകച്ചിൽ

കുമ്പളങ്ങ നന്നായി പാകം ചെയ്ത് ഞെരടി ജ്യൂസ് (കഷായം) എടുക്കുക. ഇതിലേക്ക് 5 ഗ്രാം ശർക്കരയും ഒരു നുള്ള് ഏലക്കായും ചേർത്ത് നന്നായി ഇളക്കുക. ഇത് (100 മില്ലി) ദിവസത്തിൽ രണ്ടുതവണ കഴിക്കം. (പ കൽ സമയത്ത് ഉപയോഗിക്കുക.)

4. മൂത്രത്തിലെ കല്ലിനും പുകച്ചിലിനും (കുമ്പളങ്ങ കുരു)

50-60 കുമ്പളങ്ങ വിത്തുകൾ തൊലി നീക്കം ചെയ്ത് മോരിൽ ചേർത്ത് (200 മില്ലി) നന്നായി ഞെരടി എടുക്കുക. തുല്യ അളവിൽ വെള്ളം ചേർത്ത് ദിവസത്തിൽ രണ്ടുതവണ കുടിക്കാം. 5-6 ദിവസത്തെ ഉപയോഗം കൊണ്ടുതന്നെ മികച്ച ഫലം ലഭിക്കും. കൂടാതെ നല്ല വിശപ്പും ഭക്ഷണത്തിന് രുചിയും ലഭിക്കുന്നു. വയറു വീർക്കുന്ന അവസ്ഥയ്ക്കും പ്രതിവിധിയായി ഉപയോഗിക്കാം.

5. മാസ്റ്റൈറ്റിസ് (സ്തനങ്ങളിലെ നീര്, വേദന, ലിംഫഡെനിറ്റിസ് (കുമ്പളങ്ങ പുഷ്പം)

കുമ്പളങ്ങയുടെ പൂവ് 5-6 ശേഖരിച്ച് പേസ്റ്റ് ഉണ്ടാക്കുന്നു. ഇതിലേക്ക് മഞ്ഞൾ, പുളിയുടെ ഇല (5 ഗ്രാം വീതം) എന്നിവ ചേർത്ത് നന്നായി അടിച്ചെടുക്കുക. ചിലർ വറുത്ത കായവും ചേർക്കുന്നു. ഈ പേസ്റ്റ് പുറമേ പുരട്ടുന്നത് നീര്, വീക്കം എന്നിവ കുറയ്ക്കാൻ ഫലപ്രദമാണ്. 3-4 ദിവസത്തെ ഉപയോഗം കൊണ്ട് തന്നെ മികച്ച ഫലം ലഭിക്കുന്നു.

104

ബാർലി: ശരീരവണ്ണം, സന്ധി വേദന, വയറിളക്കം എന്നിവയ്ക്ക്

ഡോ എം എസ് കൃഷ്ണമൂർത്തി എംഡി(ആയു) പിഎച്ച്ഡി.

യവം എന്നാണ് ബാർലിയുടെ സംസ്കൃത നാമം. ഇതിന്റെ ചെടി കാലിത്തീറ്റയായി ഉപയോഗിക്കുന്നു.

ശാസ്ത്രീയ നാമം Hordeum vulgare Linn

ഉത്തർപ്രദേശിലാണ് പൊതുവെ കൃഷി ചെയ്യുന്നത്. പഞ്ചാബ്, ഒഡീഷ, ബീഹാർ എന്നിവിടങ്ങളിലും ഇത് വലിയ തോതിൽ കാണപ്പെടുന്നു. ഭക്ഷ്യ വ്യവസായത്തിൽ ബാർലിക്ക് ഒരു പ്രധാന സംഭാവനയുണ്ട്. മാൾട്ട്, സ്റ്റാർച്ച് എന്നിവ തയ്യാറാക്കാൻ ഇത് ഉപയോഗിക്കുന്നു. ഗോതമ്പ് പൊടിയിൽ കലർത്തി റൊട്ടിയും ചപ്പാത്തിയും തയ്യാറാക്കാനും ഇത് ഉപയോഗിക്കുന്നു.

ബാർലിയുടെ മില്ലറ്റിൽ ഏകദേശം 70% കാർബോഹൈഡ്രേറ്റും 10% പ്രോട്ടീനും 1-2% ധാതുക്കളും അടങ്ങിയിരിക്കുന്നു. ബാർലി ധാന്യങ്ങൾ ദഹനത്തിന് എളുപ്പമാണ്. ബാർലിക്ക് മധുര കഷായ രുചിയാണ്. തണുപ്പാണ്. കൊഴുപ്പിനെ ദ്രവീകരിക്കാനുള്ള കഴിവുണ്ട്. അതിനാൽ പൊണ്ണത്തടി, അൾസർ എന്നിവയിൽ ഇത് ഉപയോഗപ്രദമാണ്. അസംസ്കൃത രൂപത്തിലുള്ള ബാർലി ത്വക്ക്, തൊണ്ട രോഗങ്ങൾക്ക് നല്ലതായി കണക്കാക്കപ്പെടുന്നു. മൂക്കൊലിപ്പ്, ജലദോഷം, ചുമ, മുതലായവയിലും ഇത് ഗുണം ചെയ്യും.

ബാർലി ചേർത്ത ലളിതവും ഫലപ്രദവുമായ ചില പാചകക്കുറിപ്പുകൾ ചുവടെ വിശദീകരിച്ചിരിക്കുന്നു-

1. ദഹനക്കേടിനും വയറിളക്കത്തിനും വറുത്ത ബാർലി കഞ്ഞി:

നല്ല ഇനം യവം എടുത്ത് ചെറുതായി വറുക്കുക. ഇത് നന്നായി പാകം ചെയ്ത് കഞ്ഞി രൂപത്തിലാക്കുക. വയറിളക്കത്തിൽ ഇതിൽ അല്പം ഉപ്പ് ചേർത്ത് നൽകാം.

2. വയറുവീർപ്പ്, പുളിച്ചുതികട്ടൽ, ഗ്യാസ് എന്നിവയ്ക്ക് ബാർലി വെള്ളം:
തൊലി കളഞ്ഞ ബാർലി വെള്ളം ചേർത്ത് നന്നായി വേവിക്കുക. ഇതിലേക്ക് അല്പം ഉപ്പ് നാരങ്ങ നീര് (അല്ലെങ്കിൽ ഇഞ്ചിപ്പൊടി) എന്നിവ ചേർത്ത് നന്നായി ഇളക്കുക. ഇത് 50-80 മില്ലി എന്ന അളവിൽ ദിവസത്തിൽ രണ്ടുതവണ നൽകാം. ആമാശയത്തിലെ അസ്വസ്ഥതകളും വയറുവേദനയും ശമിപ്പിക്കുന്നു.

3. ആമാശയ അസ്വസ്ഥതകൾക്കും പുളിച്ചു തികട്ടലിനും മോര് അല്ലെങ്കിൽ തൈരിൽ വേവിച്ച ബാർലി:
ഒരു മുഷ്ടി നിറയെ ബാർലി, 200 മില്ലി മോര് അല്ലെങ്കിൽ 100 മില്ലി തൈര്, 200 മില്ലി വെള്ളം എന്നിവ ചേർത്ത് നന്നായി വേവിക്കുക അല്ലെങ്കിൽ വേവിച്ച ബാർലി മോരിലോ തൈരിലോ ചേർത്ത് അൽപ്പം തിളപ്പിക്കുക. ആവശ്യാനുസരണം ഉപ്പോ കുരുമുളക് പൊടിയോ ചേർക്കാം. ഇത് ഭക്ഷണത്തോടൊപ്പം നൽകുന്നത് ആമാശയത്തിലെ അസ്വസ്ഥതകൾ കുറക്കാൻ സഹായിക്കുന്നു.

4. പേശി വേദനയ്ക്കും സന്ധി വേദനയ്ക്കും ബാർലിയുടെ പേസ്റ്റ്:
തൊലി കളഞ്ഞ ബാർലി പൊടി എടുത്ത് ചെറുനാരങ്ങാനീരിലോ പുളിച്ച മോരിലോ കലർത്തി മാവ് ഉണ്ടാക്കുന്നു. ഇത് അൽപ്പം ചൂടാക്കി പേശീവേദന, സന്ധിവേദന എന്നിവയുള്ള ഭാഗത്ത് പ്രയോഗിക്കുന്നു. 3-4 ദിവസത്തിനുള്ളിൽ വേദന കുറയ്ക്കുന്നു. ബാർലി വെള്ളം ഒരു സാധാരണക്കാരന്റെ വിലകുറഞ്ഞതും സ്വാദിഷ്ടവുമായ ഭക്ഷണമായി കണക്കാക്കപ്പെടുന്നു. എളുപ്പത്തിൽ ദഹിപ്പിക്കാവുന്നതിനാൽ മിക്ക രോഗാവസ്ഥകളിലും ഇതിന്റെ ഉപയോഗം സൂചിപ്പിച്ചിരിക്കുന്നു. അത്തരം തിനകളും ധാന്യങ്ങളും കൂടുതൽ ജനകീയമാക്കേണ്ടതുണ്ട്. ഭാവിയിൽ ജൈവരീതിയിൽ കൃഷി ചെയ്യുന്ന ബാർലിക്ക് ലോകമെമ്പാടും വലിയ വിപണി ലഭിക്കും.

105

കരിംജീരകം: ആർത്തവ വേദന, പല്ലുവേദന, വയറിളക്കം എന്നിവയ്ക്ക്

ഡോ എം എസ് കൃഷ്ണമൂർത്തി എംഡി(ആയു), പിഎച്ച്ഡി

കരിംജീരകം അല്ലെങ്കിൽ സ്യഹജീരകം സംസ്കൃതത്തിൽ കൃഷ്ണജീരക എന്നും അറിയപ്പെടുന്നു. Apiaceae കുടുംബത്തിൽ പെട്ട ഇതിന്റെ സസ്യശാസ്ത്ര നാമം Carum carvi എന്നാണ്. പടിഞ്ഞാറൻ ഏഷ്യ, യൂറോപ്പ്, വടക്കേ ആഫ്രിക്ക എന്നിവിടങ്ങളാണ് ഇതിന്റെ ജന്മദേശം.

വിത്തുകൾ/പഴങ്ങൾ പ്രധാനമായും ബേക്കിംഗ് വ്യവസായം, സുഗന്ധദ്രവ്യങ്ങൾ, മരുന്നുകൾ, പാനീയങ്ങൾ എന്നിവ തയ്യാറാക്കാൻ ഉപയോഗിക്കുന്നു. ഇതിന്റെ എണ്ണ പ്രധാനമായും വൈനുകൾ, സോപ്പുകൾ, ടൂത്ത് പേസ്റ്റുകൾ, സൗന്ദര്യവർദ്ധക വസ്തുക്കൾ എന്നിവയ്ക്ക് സുഗന്ധം നൽകാൻ ചേർക്കാറുണ്ട്. വിത്തുകളിൽ നിന്ന് ലഭിക്കുന്ന അവേശ്യ എണ്ണയ്ക്ക് ഇളം മഞ്ഞ നിറമാണ്. ശക്തമായ മണം ഉണ്ട്.

കരിംജീരകം ചേർത്ത് ഏതാനും വീട്ടുവൈദ്യങ്ങൾ ഇവിടെ പരാമർശിച്ചിരിക്കുന്നു

1. വയറിളക്കം, വയറുവേദന, ഛർദ്ദി എന്നിവയിൽ കഷായം:
5-10 ഗ്രാം കരിംജീരകം ചെറുതായി വറുക്കുക. ഇത് 2 കപ്പ് വെള്ളം ചേർത്ത് തിളപ്പിച്ച് അര കപ്പായി കുറച്ചു, അരിച്ചെടുക്കുക. ഈ കഷായം 20-30 മില്ലി എന്ന അളവിൽ ദിവസേന രണ്ടോ മൂന്നോ തവണ നൽകാറുണ്ട്. ഇത്

വയറിളക്കം, വയറുവേദന, ഛർദ്ദി എന്നിവ കുറയ്ക്കാൻ സഹായിക്കുന്നു.

2. ശരീരവേദന, പല്ലുവേദന, വിരലുകൾക്കിടയിലെ അണുബാധ എന്നിവയിൽ കരിംജീരകം എണ്ണ:

25-20 ഗ്രാം കരിംജീരകം വെള്ളത്തിൽ കുതിർത്ത് അടുത്ത ദിവസം നന്നായി പേസ്റ്റ് ആക്കുക. ഇതിലേക്ക് 100 മില്ലി വീതം എള്ളെണ്ണയും വെള്ളവും ചേർത്ത് ഇളം ചൂടിൽ നന്നായി തിളപ്പിക്കുക. ഈ എണ്ണ ശരീരഭാഗങ്ങളിൽ പുരട്ടാൻ ഉപയോഗിക്കുന്നു. ഇത് സന്ധി വേദന, ശരീരവേദന, വിരലുകൾക്കുള്ളിലെ അണുബാധ മുതലായവ ഒഴിവാക്കുന്നു. പല്ലുവേദനയുണ്ടെങ്കിൽ ഈ എണ്ണയുടെ 3-4 തുള്ളി പല്ലിന്റെ അടിഭാഗത്തോ മോണയിലോ പുരട്ടി തിരുമ്മുക.

3. ആർത്തവ വേദനയിൽ ശർക്കര ചേർത്ത കരിംജീരകം:

10 ഗ്രാം വീതം കരിംജീരക പൊടി ശർക്കര ചേർത്ത് നന്നായി ഇളക്കുക. ആർത്തവത്തിന് 10-12 ദിവസം മുൻപ് തുടങ്ങി ഈ പൊടി ദിവസത്തിൽ രണ്ടുതവണ എടുക്കാം. ആർത്തവം ക്രമപ്പെടുത്താനും ആർത്തവ വേദന ഒഴിവാക്കാനും ഇത് സഹായിക്കുന്നു.

4. കരിംജീരകം വയറു വീർപ്പ്, ഓക്കാനം തുടങ്ങിയവയ്ക്കുള്ള പ്രതിവിധി:

ജീരകം, കരിംജീരകം, ഇന്തുപ്പ് എന്നിവയുടെ നേർത്ത പൊടി എടുത്ത് നന്നായി ഇളക്കുക. ഇത് 1 ടീസ്പൂൺ ചെറുചൂടുള്ള വെള്ളത്തിനൊപ്പം കഴിക്കുന്നത് വയറുവേദന, ദഹനപ്രശ്നങ്ങൾ, രുചിയില്ലായ്മ, ഓക്കാനം, വയറു വീർക്കൽ തുടങ്ങിയ സന്ദർഭങ്ങളിൽ ഫലപ്രദമാണ്.

5. ത്വക്ക് രോഗങ്ങൾക്കും കടന്നൽ കുത്തേറ്റാലും ഇലയുടെ പേസ്റ്റ്:

ത്വക്കിലെ ചൊറിച്ചിൽ, അട്ടകളുടെ കടിയേറ്റാൽ, കടന്നൽ കുത്ത് എന്നീ അവസ്ഥകളിൽ ഇലയുടെ നീര് പുരട്ടുന്നത് ഫലപ്രദമാണ്.

7. മോണയിലെ രക്തസ്രാവം പരിഹരിക്കുന്നതിന് ഇന്തുപ്പും കരിംജീരകവും വറുത്തത്:

വറുത്ത കരിംജീരകം, ഇന്തുപ്പ് എന്നിവ 3:1 എന്ന അനുപാതത്തിൽ എടുത്ത് നന്നായി പൊടിച്ച് ഇളക്കുക. ഇത് മോണയിൽ പുരട്ടുന്നത് രക്തസ്രാവം നിർത്താൻ സഹായിക്കും.

106

ആവണക്കെണ്ണ വീട്ടുവൈദ്യങ്ങൾ: മഞ്ഞപ്പിത്തം, നടുവേദന, സന്ധിവാതം

ഡോ എം എസ് കൃഷ്ണമൂർത്തി എംഡി(ആയു), പിഎച്ച്ഡി

ആവണക്ക് വാത ശമന ഔഷധസസ്യമായാണ് അറിയപ്പെടുന്നത്. വെള്ള, ചുവപ്പ് എന്നിങ്ങനെ രണ്ട് ഇനങ്ങളിൽ ഈ ചെടി കാണപ്പെടുന്നു. ചുവന്ന ഇനം ഗുണം കൂടുതൽ ഉള്ളതും ശക്തമായ വിരേചന ഔഷധവുമാണ്.

ആവണക്കിൻ വിത്തിൽ ഏകദേശം 45-47% എണ്ണ അടങ്ങിയിരിക്കുന്നു. വിത്തുകളിൽ റെസിൻ എന്ന രാസഘടകം അടങ്ങിയിട്ടുണ്ട്. കൂടുതൽ അളവിൽ ഇത് വിഷമാണ്. വേരും വിത്തും ഇലകളുമാണ് ഈ ചെടിയുടെ ഉപയോഗയോഗ്യമായ ഭാഗങ്ങൾ. വേരുകൾക്ക് വാജീകരണ ഗുണമുണ്ട്. ആവണക്കിന്റെ പ്രധാനപ്പെട്ട ചില വീട്ടുവൈദ്യങ്ങൾ ഇവിടെ ചർച്ച ചെയ്യാം.

1. മഞ്ഞപ്പിത്തത്തിൽ ആവണക്കിന്റെ തളിരില പൊടി പേസ്റ്റ്:
ചുവപ്പ് നിറത്തിലുള്ള ഇളം ഇലകൾ ശേഖരിച്ച് പേസ്റ്റ് ഉണ്ടാക്കുന്നു. രാവിലെ വെറും വയറ്റിൽ ഇത് കഴിക്കുന്നത് മഞ്ഞപ്പിത്തത്തിൽ പിത്തരസം കുറയ്ക്കാൻ സഹായിക്കുന്നു.

2. വീക്കത്തിന് പാകമായ ഇല പേസ്റ്റ്:
മൂത്ത ഇലകൾ ശേഖരിച്ച് നല്ല പേസ്റ്റ് ഉണ്ടാക്കുന്നു. ഇതിലേക്ക് അൽപം ഉപ്പ് ചേർത്ത് ചൂടാക്കുന്നു. ഈ പേസ്റ്റ് പേശികളുടെ വീക്കവും വേദനയും കുറയ്ക്കാൻ സഹായിക്കുന്നു

3. നടുവേദന, സയാറ്റിക്ക, മലബന്ധം എന്നിവയിൽ ആവണക്കിൻ വേര്
കഷായം:
20-25 ഗ്രാം ഉണങ്ങിയ വേരുകൾ എടുത്ത് അതിന്റെ കഷായം അല്ലെങ്കിൽ പാൽ
കഷായം തയ്യാറാക്കി 40 മില്ലി എന്ന അളവിൽ ദിവസേന കഴിക്കുന്നത്
നടുവേദന, മലബന്ധം എന്നിവയ്ക്ക് പ്രതിവിധിയാണ്.

4. സന്ധിവാതത്തിൽ എള്ളെണ്ണ പുരട്ടിയ ആവണക്കില:
ആവണക്കിന്റെ ഇലയിൽ എള്ളെണ്ണ പുരട്ടി ചെറുതായി ചൂടാക്കുക.
ആർത്രൈറ്റിസ് ബാധിച്ച സന്ധികളിൽ ഇത് വയ്ക്കുക. ഒരാഴ്ച പതിവായി
ഉപയോഗിക്കുന്നത് സന്ധികളിലെ വേദനയും വീക്കവും ശമിപ്പിക്കുന്നു.

5. വിരശല്യത്തിൽ പലാശ വിത്ത് പൊടിയും ആവണക്കെണ്ണയും:
പലാശ (Butea monosperma) വിത്തുകൾ നന്നായി പൊടിക്കുക. ഈ പൊടി
1-2 നുള്ള് ആവണക്കെണ്ണയിൽ ചേർത്ത് വെറും വയറ്റിൽ കഴിക്കുക. ഈ
മരുന്നിന്റെ 3-4 ദിവസത്തെ ഉപയോഗം വിരശല്യത്തിന് ആശ്വാസം ലഭിക്കും.
ആവണക്കെണ്ണ പരമ്പരാഗതമായി വയറിളക്കാൻ ഉപയോഗിക്കുന്ന
ഔഷധമാണ്. കഴിക്കാൻ പലർക്കും ബുദ്ധിമുട്ടാണെങ്കിലും ആരോഗ്യകരവും
സുരക്ഷിതവുമായ ഒരു ഔഷധമാണിത്.

107

പരുത്തി ചെടി: മൂത്രകടച്ചിൽ, വെള്ളപ്പോക്ക്

ഡോ എം എസ് കൃഷ്ണമൂർത്തി എംഡി (ആയു), പിഎച്ച്ഡി.

ഇന്ത്യൻ പരുത്തി ചെടി - ഇതിന്റെ വിത്തുകൾ, എണ്ണ, ചെടിയുടെ വേര്, പുറംതൊലി എന്നിവ വിവിധ ഔഷധങ്ങളിൽ ഉപയോഗിക്കുന്നു. സസ്യശാസ്ത്ര നാമം - ഗോസിപിയം ഹെർബേസിയം

വിത്തുകളിലും വേരുകളിലും ഡൈഹൈഡ്രോക്സി ബെൻസോയിക് ആസിഡ്, സാലിസിലിക് ആസിഡ്, ഫാറ്റി ആസിഡുകൾ, ബീറ്റൈൻ, ഫൈറ്റോ സ്റ്റിറോയിഡുകൾ തുടങ്ങിയവ അടങ്ങിയിട്ടുണ്ട്. പരുത്തി കുരു ചൂടുള്ളതാണ്. ഇത് മുലപ്പാൽ വർദ്ധിപ്പിക്കുന്നു. ശ്വാസനാളത്തിൽ നിന്നും കഫം പുറന്തള്ളാൻ സഹായിക്കുന്നു. തലച്ചോറിനെയും നാഡീവ്യൂഹങ്ങളെയും ഉത്തേജിപ്പിക്കുന്നു. ഗർഭാശയവുമായി ബന്ധപ്പെട്ട രോഗങ്ങളിൽ വേരിന്റെ പുറംതൊലി ഉപയോഗപ്രദമാണ്.

ഉപയോഗങ്ങൾ

മുലപ്പാൽ വർദ്ധിപ്പിക്കാൻ പരുത്തി കുരു ചേർത്ത പാൽ:
3-5 ഗ്രാം ഉണങ്ങിയ പരുത്തി കുരു നന്നായി ചതച്ചെടുക്കുക. ഇത് 150-200 മില്ലി പശുവിൻ പാലിൽ പാകം ചെയ്ത് അരിച്ചെടുക്കുക. ഈ പാൽ മുലയൂട്ടുന്ന അമ്മമാർ കഴിക്കുന്നത് മുലപ്പാൽ ഉല്പാദനം മെച്ചപ്പെടുത്തുന്നു.

മൂത്രം ഒഴിക്കുമ്പോൾ ഉള്ള പുകച്ചിൽ, ശരീരത്തിലെ പുകച്ചിൽ എന്നിവയ്ക്ക് - തളിരില പേസ്റ്റ്:

തളിരില ശേഖരിച്ച് പേസ്റ്റ് ആകുക. ഇത് 1 ടീസ്പൂൺ ഇളനീർ വെള്ളം അല്ലെങ്കിൽ ചെറുചൂടുള്ള പാലിനൊപ്പം നൽകപ്പെടുന്നു. മൂത്രം ഒഴിക്കുമ്പോൾ ഉള്ള പുകച്ചിൽ, എരിച്ചിൽ എന്നിവയ്ക്ക് പ്രതിവിധിയായി ഉപയോഗിക്കാം.

വെള്ളപോക്കിന് വേരിന്റെ പേസ്റ്റ് അരി കഴുകിയ വെള്ളം ചേർത്ത:
ആവണക്കിൻ വേരിന്റെ പേസ്റ്റ് ഉണ്ടാക്കി, ഇത് 2-3 ഗ്രാം എന്ന അളവിൽ ദിവസത്തിൽ രണ്ടുതവണ നൽകപ്പെടുന്നു. ഇത് വയറിളക്കവും വെള്ളപോക്കും കുറയ്ക്കുന്നു.

മുറിവുകൾക്കും സ്രവത്തിനും പരുത്തി ചാരം
20-30 ഗ്രാം പരുത്തി ചെടി കത്തിച്ച് മുറിവുകളിൽ വിതറുന്നത് മുറിവുകൾ ഉണങ്ങാൻ സഹായിക്കുന്നു.

സന്ധി വേദനയ്ക്കും പേശി വേദനയ്ക്കും പരുത്തി കുരു എണ്ണ:
പരുത്തി കുരു എള്ളെണ്ണയും വെള്ളവും ചേർത്ത് തൈല കല്പനാ വിധി പ്രകാരം പാകം ചെയ്ത് തയ്യാറാക്കുന്ന എണ്ണ അല്പ ഉപ്പ് ചേർത്ത് സന്ധികളിലും വേദനയുള്ള സ്ഥലത്തും പുരട്ടുന്നത് സന്ധികളിലെ വേദനയും വീക്കവും കുറയ്ക്കുന്നു.

പരുത്തി എണ്ണയ്ക്ക് ബീജത്തെ നശിപ്പിക്കാനുള്ള ഫലമുണ്ടെന്ന് സമീപകാല പഠനങ്ങൾ തെളിയിച്ചിട്ടുണ്ട്. അതിനാൽ, ശരിയായ അന്വേഷണത്തിലും ഗവേഷണത്തിലും വരും കാലങ്ങളിൽ ഗർഭനിരോധന മാർഗ്ഗത്തിലും അതിന്റെ പ്രയോഗം കണ്ടെത്തിയേക്കാം.

108

വയറുവീർപ്പ്, സന്ധി വേദന, തൊണ്ടവേദന എന്നിവയ്ക്ക് ചതകുപ്പ

ഡോ എം എസ് കൃഷ്ണമൂർത്തി എം ഡി (ആയു), പിഎച്ച്ഡി

ചതകുപ്പ പണ്ടുകാലം തൊട്ടേ നാം ഉപയോഗിച്ച് വരുന്ന സുഗന്ധവ്യഞ്ജനമാണ്. ലോകത്തിന്റെ മിക്ക ഭാഗങ്ങളിലും ഇത് ധാരാളമായി ഉപയോഗിക്കുന്നു. ഇതിന്റെ എണ്ണയും, ചെടി മുഴുവനായും പാചക ഔഷധ ആവശ്യങ്ങൾക്കായി ഉപയോഗിക്കുന്നു.

ബൊട്ടാണിക്കൽ നാമം - Anethum sowa ഇത് ദഹന ശക്തി വർദ്ധിപ്പിക്കുന്നു. വേദനയും വീക്കവും കുറയ്ക്കാനും ശരീര കോശങ്ങളെ പുനരുജ്ജീവിപ്പിക്കാനുമുള്ള കഴിവുണ്ട്.

റെസ്റ്റോറന്റുകളിലും ഹോട്ടലുകളിലും വായ്നാറ്റം ഒഴിവാക്കാൻ (മൗത്ത് ഫ്രഷ്നർ) ആയി ഇതിന്റെ വിത്തുകൾ നൽകാറുണ്ട്. ദീപാവലി, ഹോളി, മകര സംക്രാന്തി തുടങ്ങിയ ആഘോഷങ്ങളിൽ ദൈവത്തിനും അതിഥികൾക്കും ചതകുപ്പ സമർപ്പിക്കുന്ന ആചാരം നമ്മുടെ നാട്ടിലുണ്ട്. ഇത് വീടിന് ഐശ്വര്യം നൽകുമെന്നാണ് വിശ്വാസം.

ചതകുപ്പ ചേർത്ത് ഏതാനും വീട്ടു വൈദ്യങ്ങൾ:

1. വയറുവീർപ്പ്, പുളിച്ചുതികട്ടൽ, വയറിന് ഭാരം അനുഭവപ്പെടുക എന്നിവയിൽ ശതപുഷ്പ കഷായം:

10 ഗ്രാം ശതപുഷ്പ വിത്ത് 1 കപ്പ് ചൂടുവെള്ളത്തിൽ ഇട്ടുവയ്ക്കുക. അരമണിക്കൂറിനു ശേഷം ഇത് അരിച്ചെടുത്ത് കഴിക്കുന്നത് വയറുവീർപ്പ്, പുളിച്ചു തികട്ടൽ, വയറുവേദന, രുചിയില്ലായ്മ മുതലായവ ഒഴിവാക്കുന്നു.

2. കുട്ടികളുടെ വയറുവേദന, വിര ശല്യം എന്നിവയിൽ ശതപുഷ്പ ചൂർണം:
2-3 ഗ്രാം ചതകുപ്പ വിത്ത് ഒരു നുള്ള് ഉപ്പ് ചേർത്ത് ചെറുചൂടുള്ള വെള്ളത്തിലോ മോരിലോ കൊടുക്കുന്നത് കുട്ടികളിൽ കണ്ടുവരുന്ന വിരശല്യം, വയറുവേദന, മലദ്വാരത്തിലെ ചൊറിച്ചിൽ എന്നിവയ്ക്ക് പ്രതിവിധിയാണ്.

3. ക്രമരഹിതമായ ആർത്തവത്തിലും തലവേദനയിലും ചതകുപ്പയും ശർക്കരയും
ശർക്കരയും ചതകുപ്പയും തുല്യ അളവിൽ എടുത്ത് നന്നായി പൊടിച്ച് 2-5 ഗ്രാം വീതമുള്ള ഉരുളകളാക്കുക. ആർത്തവത്തിന്റെ 1 ആഴ്ച മുമ്പ് മുതൽ ഇത് ദിവസവും രാത്രി ഉറങ്ങുന്നതിനു മുൻപ് കഴിക്കുന്നത് ക്രമരഹിതമായ ആർത്തവവും ആർത്തവ കാലത്തെ തലവേദനയും ഫലപ്രദമായി നിയന്ത്രിക്കുന്നു.

4. സന്ധി വേദനയിൽ ചതകുപ്പ സമൂലം പേസ്റ്റ്:
പുതിയ ചെടി പറിച്ചെടുത്ത് പേസ്റ്റ് ആക്കുക. ഇത് ചെറുതായി ചൂടാക്കി സന്ധികളിൽ പുരട്ടുന്നത് സന്ധികളിൽ ഉണ്ടാകുന്ന വീക്കവും വേദനയും ഒഴിവാക്കാൻ സഹായിക്കുന്നു. 5-6 ദിവസത്തെ ഉപയോഗം കൊണ്ട് ഫലം ലഭിക്കും.

5. ഓസ്റ്റിയോ ആർത്രൈറ്റിസ്/ സന്ധി വേദനയ്ക്ക് ശതകുപ്പ ഓയിൽ:
ശതകുപ്പ ഓയിൽ (എള്ളെണ്ണയുമായി കലർത്തി) സന്ധികളിൽ പുരട്ടുന്നത് സന്ധി വേദനയെ ഗണ്യമായി ശമിപ്പിക്കുന്നു.

6. ചുമയിലും തൊണ്ടവേദനയിലും പഞ്ചസാരയും ശതകുപ്പയും:
3 ഗ്രാം ചതകുപ്പ വിത്തും പഞ്ചസാരയും എടുത്ത് 3-5 മിനിറ്റ് ചവച്ചരച്ച് കഴിക്കുക. ഒരു ദിവസം 4-5 തവണ ആവർത്തിക്കാം. ഇത് ചുമ, ജലദോഷം, തൊണ്ടവേദന എന്നിവയ്ക്ക് പ്രതിവിധിയാണ്.

109

മുരിങ്ങ വിവിധ ഉപയോഗങ്ങൾ, വീട്ടുവൈദ്യങ്ങൾ

ഡോ എം എസ് കൃഷ്ണമൂർത്തി എംഡി (ആയു), പിഎച്ച്ഡി

എണ്ണിയാൽ ഒടുങ്ങാത്തത്ര ഗുണങ്ങൾ ഉള്ള ഒരു ഔഷധ വൃക്ഷമാണ് മൊറിംഗ ഒലിഫെറ അറിയപ്പെടുന്ന മുരിങ്ങ. ഇത് വാത, കഫ ദോഷങ്ങളെ ശമിപ്പിക്കുന്നു. കണ്ണിന്റെ കാഴ്ച മെച്ചപ്പെടുത്തുന്നതിനും ലൈംഗികശേഷി വർദ്ധിപ്പിക്കുന്നതിനും ഉത്തമമാണ്. ഭക്ഷ്യവസ്തുവായി ഉപയോഗിക്കുന്നതു കൂടാതെ, നിരവധി മരുന്നുകളിലും മുരിങ്ങ ഒരു ഘടകമാണ്. ഇതിന്റെ ഇലകളും പൂക്കളും, കായും വളരെയധികം ആരോഗ്യ ഗുണങ്ങളുള്ളതാണ്.

ഇലകളിൽ ചെമ്പ്, മാംഗനീസ്, കാൽസ്യം, സിങ്ക്, സെലിനിയം, മഗ്നീഷ്യം, പിറിഡോക്സിൻ (വിറ്റാമിൻ-ബി6), തയാമിൻ (വിറ്റാമിൻ ബി1), റൈബോഫ്ലേവിൻ, പാൻടോതെനിക് ആസിഡ്, ഇരുമ്പ്, ഫോസ്ഫറസ്, നിയാസിൻ എന്നിവ ധാരാളം അടങ്ങിയിട്ടുണ്ട്. പൂക്കളിൽ വിറ്റാമിൻ ബി 1 , വിറ്റാമിൻ ബി 2, വിറ്റാമിൻ ബി 3, വിറ്റാമിൻ സി, വിറ്റാമിൻ എ എന്നിവ ഗണ്യമായ അളവിൽ ഉണ്ട്.

മുരിങ്ങ ചേർത്ത ലളിതവും ഫലപ്രദവുമായ ചില വീട്ടുവൈദ്യങ്ങൾ വിവരിക്കാം.

1. രക്താതിമർദ്ദം, അലസത, ലൈംഗിക താത്പര്യകുറവ് എന്നിവയ്ക്ക് മുരിങ്ങ കായ് കഷായം:

1 മുരിങ്ങകായ കഷ്ണങ്ങളാക്കി നുറുക്കി കഷായം ഉണ്ടാക്കി അല്പം ഉപ്പ് ചേർത്ത് ദിവസവും വൈകുന്നേരങ്ങളിൽ ഭക്ഷണത്തിന് മുമ്പ് കഴിക്കുന്നത്

ബിപി കുറയ്ക്കാനും, ഉയർന്ന കൊളസ്ട്രോൾ, ലൈംഗിക ശേഷി കുറവ് മുതലായവയിലും ഗുണം ചെയ്യും. കൊഴുപ്പിന്റെ ചയാപചയം നിയന്ത്രിക്കാനും ഉപയോഗപ്രദമാണ്.

2. കണ്ണുരോഗത്തിന് ഇല നീര്:

ഒരു പിടി ഇലകൾ പിഴിഞ്ഞ് അതിന്റെ നീര് 2 തുള്ളി വീതം കണ്ണിൽ ഇറ്റിക്കുന്നത് കണ്ണുരോഗത്തിൽ ഫലപ്രദമാണ്. കണ്ണുകൾക്ക് ചുറ്റും വീക്കമുള്ള സന്ദർഭങ്ങളിൽ, ഇല ചതച്ച പേസ്റ്റ് കണ്ണുകൾക്ക് ചുറ്റും പുരട്ടാം.

3. മുരിങ്ങ ഇല കഷായം ആർത്തവ വയറുവേദന, നടുവേദന, മുഖക്കുരു എന്നിവയ്ക്ക്:

ഇത് വാതത്തെയും കഫ ദോഷത്തെയും സന്തുലിതമാക്കുന്നു. 50-60 മില്ലി എന്ന അളവിൽ മുരിങ്ങ ഇല കഷായം ദിവസവും രണ്ടു നേരം കഴിക്കുന്നത് നടുവേദന, ആർത്തവ കാലത്തെ വയറുവേദന എന്നിവയ്ക്ക് പ്രതിവിധിയാണ്. രക്തം ശുദ്ധീകരിക്കുന്നതിനും ഈ ഔഷധം നല്ലതാണ്.

4. വയറു വീർപ്പിലും രുചിയില്ലായ്മയിലും മുരിങ്ങ പൂ കറി അല്ലെങ്കിൽ പൊടി:

ഒരു പിടി മുരിങ്ങപ്പൂക്കൾ ശേഖരിച്ച് ഉപ്പും കുരുമുളകും (അല്ലെങ്കിൽ വെളുത്തുള്ളിയും ഇഞ്ചിപ്പൊടിയും) ചേർത്ത് നന്നായി വേവിക്കുക. ഇത് ചോറിനോടൊപ്പം കഴിക്കുന്നത് വയറുവേദന രുചിയില്ലായ്മ, വയറുവീർപ്പ് എന്നിവ കുറയ്ക്കുന്നതിന് ഫലപ്രദമാണ്. ഉണങ്ങിയ പുഷ്പം നെയ്യിൽ വറുത്ത് അല്പം കുരുമുളക് പൊടിയും ഉപ്പും ചേർത്ത് കഴിക്കുന്നത് ഗർഭകാലത്തുണ്ടാകുന്ന ഛർദ്ധിയിലും രുചിയില്ലായ്മയിലും ഗുണം ചെയ്യും.

5. മുരിങ്ങയില ചെറുനാരങ്ങാനീര് പേസ്റ്റ്:

ഇല പേസ്റ്റ് ആക്കി നാരങ്ങ നീര് ചേർത്ത് മുഖത്ത് പുരട്ടാം. ബ്ലാക്ക് ഹെഡ്സ്, മുഖക്കുരു എന്നിവ തടയുന്നു.

6. മുരിങ്ങ കായ സൂപ്പ്:

കരൾ, പ്ലീഹ, പാൻക്രിയാസ് തുടങ്ങിയ അവയവങ്ങളുമായി ബന്ധപ്പെട്ടുണ്ടാകുന്ന രോഗങ്ങളിൽ മുരിങ്ങ കായ സൂപ്പ് വളരെ ഉപയോഗപ്രദമാണ്. ഇതൊരു വാജീകരണ ഔഷധം കൂടിയാണ്. ഇത് എല്ലുകളേയും സന്ധികളേയും ശക്തിപ്പെടുത്തുകയും ചെയ്യുന്നു.

110

ആശാളി: സന്ധിവാതം, വെള്ളപോക്ക്

ഡോ എം എസ് കൃഷ്ണമൂർത്തി എംഡി(ആയു), പിഎച്ച്ഡി.

ആയുർവേദത്തിൽ നിരവധി ഔഷധക്കൂട്ടുകളിൽ ആശാളി ഉപയോഗിക്കുന്നു. അയോഡിൻ, ഫോസ്ഫറസ്, പൊട്ടാസ്യം എന്നിവയുടെ സമ്പന്നമായ ഉറവിടങ്ങളാണിവ. വിത്തുകളിൽ അടങ്ങിയിരിക്കുന്ന ഗ്ലൂക്കോട്രോപിയോലിൻ എന്ന ഘടകം വാർദ്ധക്യത്തെ പ്രതിരോധിക്കുന്നു വാജീകരണ ഔഷധമായും ഉപയോഗിക്കാം.

ആയുർവേദത്തിൽ ഇതിനെ ചന്ദ്രശൂര എന്ന് വിളിക്കുന്നു.

സസ്യശാസ്ത്ര നാമം - Lepidium sativum Linn

ക്രൂസിഫെറ കുടുംബം

ഇംഗ്ലീഷ് നാമം - Common cress, Garden Pepper Cress, Garden Cress

ഇതിന്റെ വിത്തിന് അല്പം വഴുവഴുപ്പുണ്ട്. കഫത്തെയും വാതത്തെയും സന്തുലിതമാക്കുന്നു. ബാഹ്യമായും ഉള്ളിലേക്ക് കഴിക്കാനും ഉപയോഗിക്കാം. എക്കിട്ടം, വയറിളക്കം, സന്ധിവാതം മുതലായ രോഗങ്ങളിൽ അതിന്റെ ഉപയോഗം പറഞ്ഞിരിക്കുന്നു. ദഹനശക്തി വർദ്ധിപ്പിക്കുന്നു. മൂത്രത്തിന്റെ അളവ് വർദ്ധിപ്പിക്കുന്നു. മുലപ്പാൽ ഉല്പാദനം മെച്ചപ്പെടുത്തുന്നു, ആർത്തവ രക്തപ്രവാഹം വർദ്ധിപ്പിക്കുന്നു.

ആശാളി - ഏതാനും വീട്ടുവൈദ്യങ്ങൾ:

സന്ധിവാതത്തിൽ ആശാളി, ജീരകം എന്നിവയുടെ പേസ്റ്റ്:

ആശാളി, ജീരകം എന്നിവ നന്നായി പൊടിച്ച് വെള്ളമോ നാരങ്ങാനീരോ ചേർത്ത് നല്ല പേസ്റ്റ് ഉണ്ടാക്കുന്നു. വീക്കവും വേദനയും ഉള്ള സന്ധികളിൽ ഇത്

"

പുരട്ടാൻ ഉപയോഗിക്കാം.

എക്കിട്ടം, ഗ്യാസ്‌ട്രൈറ്റിസ് എന്നിവയിൽ കഷായം

ഒരു ടീസ്പൂൺ പൊടി 1 കപ്പ് ചൂടുവെള്ളത്തിൽ കുറച്ചുനേരം കുതിർക്കുക. ഇത് അരിച്ചെടുത്ത് തണുക്കുമ്പോൾ കഴിക്കുന്നത് എക്കിട്ടം, വയറുവീർപ്പ്, ഗ്യാസ്‌ട്രൈറ്റിസ് എന്നിവയിൽ ഫലപ്രദമാണ്.

ശർക്കരയോ നെയ്യോ ചേർത്ത് ആശാളി പൊടി - ദഹന കുറവിനും ഓക്കാനത്തിനും :

ആശാളി വിത്ത് നല്ല പൊടിയാക്കി ശർക്കരയോ നെയ്യോ രണ്ടും ചേർത്തോ കഴിക്കുന്നത് വിശപ്പ് മെച്ചപ്പെടുത്താനും, നീർവീക്കം, ഓക്കാനം എന്നിവ കുറയ്ക്കാനും സഹായിക്കുന്നു.

മുലപ്പാൽ വർദ്ധിപ്പിക്കുന്നതിന് ആശാളി ചേർത്ത ഔഷധ പാൽ:

ഒരു ടേബിൾ സ്പൂൺ വിത്ത് പൊടി ഒരു കപ്പ് പാലിൽ പാകം ചെയ്യുക. ഇതിൽ അൽപം നെയ്യോ പഞ്ചസാരയോ ചേർത്ത് ദിവസവും ഒരു നേരം രാത്രിയിൽ, ഭക്ഷണത്തിന് മുമ്പ് കഴിക്കുന്നത് ശരീര പുഷ്ടിക്കും മുലപ്പാൽ വർദ്ധിപ്പിക്കുന്നതിനും സഹായിക്കുന്നു.

വെള്ളപോക്കിനും നടുവേദനയ്ക്കും ശർക്കര വെള്ളത്തിൽ കുതിർത്ത ആശാളി വിത്ത് പേസ്റ്റ്:

വിത്തുകൾ ശർക്കര വെള്ളത്തിൽ കുതിർത്ത് നല്ല പേസ്റ്റ് ഉണ്ടാക്കുന്നു. ഇത് വൈകുന്നേരങ്ങളിൽ 1 ടീസ്പൂൺ വീതം കഴിക്കുന്നത് നടുവേദന, വെള്ളപോക്ക്, ആർത്തവത്തിന് മുമ്പുള്ള തലവേദന മുതലായവ കുറയ്ക്കാൻ സഹായിക്കുന്നു.

പ്രായപൂർത്തിയാകുന്ന സമയത്ത് കുട്ടികളുടെ ശാരീരിക വളർച്ചയും ഉയരവും വർദ്ധിപ്പിക്കുന്നതിന് ആശാളിവിത്ത് ഫലപ്രദമാണെന്ന് സമീപകാല പഠനങ്ങൾ തെളിയിച്ചിട്ടുണ്ട്. ചില രാജ്യങ്ങളിൽ ആളുകൾ സ്കർവി, മോണവീക്കം എന്നിവയുടെ ചികിത്സയിൽ ഇതിന്ടെ ഇലകൾ ഉപയോഗിക്കുന്നു.

111

ചെറുപയർ: ത്വക്കിന്റെ ആരോഗ്യത്തിനും, ശരീരത്തിന് ഊർജ്ജം ലഭിക്കുന്നതിനും ശോധനയ്ക്കും

ഡോ എം എസ് കൃഷ്ണമൂർത്തി എംഡി(ആയു), പിഎച്ച്ഡി.

ആയുർവേദ പ്രകാരം പയറുവർഗങ്ങളിൽ ഏറ്റവും മികച്ചതായി കണക്കാക്കുന്നത് ചെറുപയറിനെയാണ്. മറ്റ് പയറുവർഗ്ഗങ്ങളിൽ നിന്ന് വ്യത്യസ്തമായി, ചെറുപയർ മൂന്ന് ദോഷങ്ങളെയും സന്തുലിതമാക്കുന്നു. സംസ്കൃതത്തിൽ മുദ്ഗ എന്നും ഹിന്ദിയിൽ മൂങ്ഗ് എന്നും ഇത് അറിയപ്പെടുന്നു.

Phaseolus aures Roxb എന്നാണ് ഇതിന്റെ സസ്യശാസ്ത്ര നാമം. ഇത് എളുപ്പം ദഹിക്കുന്നതും ആഗിരണം ചെയ്യപ്പെടുന്നതുമാണ്.തണുപ്പാണ്. കാർബോഹൈഡ്രേറ്റ് (54-56%), പ്രോട്ടീൻ (20-22%) എന്നിവയാൽ സമ്പന്നമാണ് പയറുവർഗ്ഗങ്ങൾ.

ചെറുപയർ ഉപയോഗിച്ച് ലളിതവും ഫലപ്രദവുമായ ചില പ്രതിവിധികൾ ഇവിടെ വിശദീകരിക്കുന്നു-

1. കോശങ്ങളെ പുനരുജ്ജീവിപ്പിക്കുന്നതിനും ചർമ്മത്തിലെ വിഷാംശം ഇല്ലാതാക്കുന്നതിനും ചെറുപയറ് പൊടി:

തൊലി കളഞ്ഞ ചെറുപയർ നന്നായി പൊടിച്ച് അല്പം വെള്ളം ചേർത്ത് പേസ്റ്റ് ഉണ്ടാക്കുക. ഇത് ഫേസ് പാക്ക് ആയി മുഖത്ത് തേച്ച് ഉണങ്ങി വരുമ്പോൾ കഴുകി കളയുക.

ഇത് ചർമ്മത്തിലെ മൃതകോശങ്ങളെ നീക്കി ചർമ്മം വൃത്തിയാക്കുന്നു.

2. അമിത ദാഹം, ചർമ്മത്തിന്റെ വരൾച്ച, ശരിയായ ശോധന എന്നിവയ്ക്ക് ചെറുപയർ സൂപ്പ്:

അല്പ ഉപ്പും കുരുമുളകും ചേർത്തുണ്ടാക്കുന്ന ചെറുപയർ സൂപ്പ് പതിവായി കഴിക്കുന്നത് വിശപ്പ് മെച്ചപ്പെടുത്തുന്നു, ദാഹം ശമിപ്പിക്കുന്നു. ചർമ്മം വരണ്ടുണങ്ങുനതിനു പ്രതിവിധിയായും ഉപയോഗിക്കാം.

3. ശരിയായ ദഹനത്തിന് മോരിൽ വേവിച്ച ചെറുപയർ:

തോലോടു കൂടിയ ചെറുപയർ മോരിൽ നന്നായി വേവിച്ചെടുക്കുക. ഇതിൽ അല്പ കുരുമുളക്, ചുക്ക്, ഉപ്പ് എന്നിവ ചേർത്ത് ഞെരടി അരച്ച് ദിവസം ഒരുതവണ (വൈകുന്നേരങ്ങളിൽ) കഴിക്കാം. ഇത് ദഹനശേഷി മെച്ചപ്പെടുത്തുന്നു. കുടലിനെ ശക്തിപ്പെടുത്തുന്നു. കൂടാതെ, മലവിസർജ്ജനം സുഗമമാക്കുന്നു.

4. എനർജി ഡ്രിങ്ക് ആയി ചെറുപയർ വേരിന്റെ കഷായം അല്ലെങ്കിൽ ഔഷധ പാൽ:

പുതിയ വേരുകൾ എടുത്ത് പശുവിൻ പാലിൽ പാകം ചെയ്യുന്നു അല്ലെങ്കിൽ അതിന്റെ കഷായം ഉണ്ടാക്കുന്നു. ഇതിലേക്ക് അല്പ ശർക്കര ചേർത്ത് കഴിക്കുന്നത് ശരീരത്തിന് ഊർജ്ജം നല്കുന്നു.

ചെറിയ അളവിൽ (30-40 ഗ്രാം) മുളപ്പിച്ച ചെറുപയർ തുല്യ അളവിൽ ഉറുമാമ്പഴത്തോടൊപ്പം കഴിക്കുന്നത് കുടലിന്റെ ആരോഗ്യത്തിന് നല്ലതാണ്. മുളപ്പിച്ചതോ കുതിർത്തതോ ആയ ചെറുപയർ പച്ചക്കറികൾക്കൊപ്പം ചേർത്ത് സാലഡ് രൂപത്തിൽ ആരോഗ്യ സംരക്ഷണത്തിന് ഉത്തമമാണ്. 7-10 ദിവസത്തിനുള്ളിൽ വ്യത്യാസം അനുഭവപ്പെടും.

112

ദോഷവും രോഗങ്ങളും അനുസരിച്ച് കടുക്ക ഉപയോഗം

ഡോ എം എസ് കൃഷ്ണമൂർത്തി എംഡി(ആയു), പിഎച്ച്ഡി.

നിരവധി ആയുർവേദ മരുന്നുകളിൽ ഉപയോഗിക്കുന്ന ഔഷധ സസ്യമാണ് കടുക്ക. ആന്റി ഓക്സിഡന്റുകളാൽ സമ്പന്നമാണിത്. അതിനാൽ തന്നെ കോശങ്ങളെ പുനരുജ്ജീവിപ്പിക്കാനുള്ള കഴിവുണ്ട്.

കടുക്കയെ പറ്റിയുള്ള വിശദീകരണം ഗ്രന്ഥങ്ങളിൽ -

മൂപ്പെത്തിയ കടുക്ക ചവച്ചരച്ച് കഴിക്കുന്നത് ദഹനശക്തി വർദ്ധിപ്പിക്കുന്നു. ഇത് വെള്ളത്തിൽ കുഴച്ച് പേസ്റ്റ് രൂപത്തിൽ കഴിക്കുന്നത് ചെറിയ രീതിയിൽ വയറിളകി പോകാൻ സഹായിക്കുന്നു. പഴങ്ങൾ ആവിയിൽ വേവിച്ചോ പാചകം ചെയ്തോ കഴിക്കുന്നത് കുടലിൽ അധികമായി ഉള്ള വെള്ളം ആഗിരണം ചെയ്യാൻ സഹായിക്കുന്നു. വറുത്ത് കഴിക്കുന്നത് മൂന്ന് ദോഷങ്ങളേയും സന്തുലിതമാക്കുന്നു. അതല്ലെങ്കിൽ, ദോഷങ്ങളെ ശമിപ്പിക്കാൻ കഴിവുള്ള അതാത് എണ്ണകളോ നെയ്യോ ഉപയോഗിച്ച് വറുത്തും ഉപയോഗിക്കാം. വാത സംബന്ധമായ അവസ്ഥകളിൽ എള്ള്/ആവണക്കെണ്ണ, പിത്തത്തിൽ നെയ്യ്, കഫത്തിൽ കടുകെണ്ണ എന്നിവ ചേർത്ത് വറുത്തെടുക്കാം.

കടുക്ക

ചവച്ചരച്ച് കഴിക്കുന്നത് --> ദഹനശക്തി മെച്ചപ്പെടുത്തുന്നു
പേസ്റ്റ് ആക്കി കഴിക്കുന്നത് --> വയറിളകി പോകാൻ സഹായിക്കുന്നു
പാചകം ചെയ്ത ശേഷം കഴിക്കുന്നത് --> വെള്ളത്തെ ആഗിരണം ചെയ്യുന്നു
എണ്ണ / നെയ്യ് ഇവയിൽ വറുത്തത് --> എല്ലാ ദോഷങ്ങളേയും സന്തുലിതമാക്കുന്നു

ഭക്ഷണത്തോടൊപ്പം കടുക്ക-> ദോഷങ്ങളെ പുറന്തള്ളുന്നു

ഭക്ഷണത്തിനു ശേഷം -> ഭക്ഷ്യ വിഷബാധയിൽ ഉപയോഗപ്രദമാണ്

ഇന്തുപ്പ് ചേർത്ത് -> കഫ ദോഷത്തിൽ

പഞ്ചസാര ചേർത്ത് -> പിത്ത ദോഷത്തിൽ

നെയ് ചേർത്ത് -> വാത ദോഷത്തിൽ

യുക്തി:

കടുക്ക ചവച്ച് കഴിക്കുമ്പോൾ ഉമിനീരുമായും മറ്റു പല ദഹന രസങ്ങളുമായും സമ്പർക്കത്തിൽ വരുന്നു. ഇത് ദഹനാഗ്നി വർദ്ധിപ്പിക്കുന്നു. കടുക്ക പേസ്റ്റ് ആക്കുമ്പോൾ അത് ഭാഗികമായി വെള്ളത്തിൽ കലരുകയും കുറഞ്ഞ സമയത്തിനുള്ളിൽ അത് താഴേക്ക് നീങ്ങി ആമാശയത്തിലും ചെറുകുടലിലും അതിന്റെ പ്രവർത്തനം ഉണ്ടാക്കുന്നു. പഴങ്ങൾ പാകം ചെയ്യുമ്പോൾ, ചില പോഷക തത്വങ്ങൾ കുറയുകയും അതിൽ അടങ്ങിയിരിക്കുന്ന ടാനിൻ എന്ന രാസതത്വം കാരണം വെള്ളം കൂടുതലായി ആഗിരണം ചെയ്യുകയും ചെയ്യുന്നു.

ചികിത്സാ പ്രയോഗം:

വാത കഫജമായ ത്വക്ക് രോഗമുള്ള രോഗിക്ക് ദഹനശേഷി കുറവായിരിക്കും ഈ അവസ്ഥയിൽ ത്രിഫല ചൂർണ രൂപത്തിൽ കഴിക്കാം. വായിലെ അൾസറിനും ഇത് ഫലപ്രദമാണ്. നന്നായി പാകം ചെയ്ത് ഉപയോഗിക്കുന്ന കടുക്കയ്ക്ക് കുടലിന്റെ ചലനം നിയന്ത്രിക്കാനുള്ള കഴിവുണ്ട്. വയറുവേദന, ദഹനക്കേട്, ഐ ബി എസ് മുതലായ രോഗാവസ്ഥകളിൽ ദശമൂല ഹരിതകി, ധാത്ര്യവലേഹ തുടങ്ങിയ മരുന്നുകൾ ഫലപ്രദമാണ്. അനുചിതമായ ഭക്ഷണവും മറ്റു ശീലങ്ങളും, വിട്ടുമാറാത്ത രോഗങ്ങൾ, പോഷകാഹാരക്കുറവ്, എന്നീ വാത പിത്ത ദോഷങ്ങൾ ആധിപത്യം പുലർത്തുന്ന അവസ്ഥകളിൽ ആവണക്കെണ്ണയിൽ വറുത്തെടുത്ത കടുക്ക ഉപയോഗിക്കാം.

സീസൺ അനുസരിച്ച് കടുക്കയുടെ ഉപയോഗം

വർഷ ഋതു - മഴക്കാലത്ത് ഇന്തുപ്പിനൊപ്പം കഴിക്കണം

ശരത് ഋതു - ശരത്കാലത്ത് പഞ്ചസാര ചേർത്തും

ഹേമന്ത ഋതു - ശൈത്യകാലത്തിന്റെ തുടക്കത്തിൽ, ഇഞ്ചി ചേർത്തും

ശിശിര ഋതു - മഞ്ഞുകാലത്ത് തിപ്പലിയോടൊപ്പവും

വസന്ത ഋതു - വസന്തകാലത്ത്, തേനിനൊപ്പവും

ഗ്രീഷ്മ ഋതു - വേനൽക്കാലത്ത് ശർക്കര ചേർത്തും കഴിക്കണം.

113

കണ്ണുരോഗം, മുറിവുകൾ, അൾസർ എന്നിവയിൽ പിച്ചി (മുല്ല)

ഡോ എം എസ് കൃഷ്ണമൂർത്തി എംഡി(ആയു), പിഎച്ച്ഡി.

പിച്ചി (മുല്ല) ആയുർവേദത്തിൽ ജാതി എന്നറിയപ്പെടുന്നു. ഇന്ത്യയിലുടനീളം ഈ ചെടി സാധാരണയായി കാണപ്പെടുന്നു. ഇത് മൂന്ന് ദോഷങ്ങളെയും സന്തുലിതമാക്കുന്നു.

ബൊട്ടാണിക്കൽ നാമം - ജാസ്മിനം ഗ്രാൻഡിഫ്ലോറം

മുല്ലപ്പൂ ഉപയോഗിച്ച് ഏതാനും വീട്ടു വൈദ്യങ്ങൾ:
വായിലെ അൾസറിന്

4-5 ഇളം ഇല മുകുളങ്ങൾ ദിവസവും രണ്ടോ മൂന്നോ തവണ ചവയ്ക്കുന്നത് അൾസറിന്റെ തീവ്രത കുറയ്ക്കുന്നു. വായ്പുണ്ണ് വരുന്നത് തടയാനും ഇത് ഫലപ്രദമാണ്.

മുറിവുകൾ കഴുകുന്നതിന് ഇല കഷായം:
മൂപ്പെത്തിയ പച്ച ഇലകൾ എടുത്ത് കഷായം ഉണ്ടാക്കുക. മുറിവുകളും വ്രണങ്ങളും കഴുകാൻ ഈ കഷായം ഉപയോഗിക്കാം.

കഷായം തയ്യാറാക്കുന്നതിനുള്ള പൊതു രീതി - 1 ടേബിൾസ്പൂൺ പൊടി 2 കപ്പ് വെള്ളത്തിൽ ചേർത്ത് തിളപ്പിച്ച് 1 കപ്പാക്കി വറ്റിച്ച് അരിച്ചെടുക്കുക.

മുലപ്പാൽ ഉല്പാദനം തടയാൻ മുല്ലപ്പൂ പേസ്റ്റ്/മാല പ്രയോഗം:

ഇതൊരു സവിശേഷമായ നാട്ടു വൈദ്യമാണ്. പൂക്കൾ മാലകളാക്കി കെട്ടിവയ്ക്കുക. അല്ലെങ്കിൽ പൂക്കളുടെ പേസ്റ്റ് മുലക്കണ്ണുകൾക്ക് ചുറ്റും പുരട്ടുക. മുലപ്പാൽ തടയാൻ ഇത് ഫലപ്രദമാണെന്ന് പറയപ്പെടുന്നു.

വിട്ടുമാറാത്ത ത്വക്ക് രോഗങ്ങൾക്ക് ഇല എണ്ണ:

ഇല നന്നായി പേസ്റ്റ് ആക്കി വെളിച്ചെണ്ണയോ എള്ളെണ്ണയോ ചേർത്ത് എണ്ണ പാകം ചെയ്യുന്നു. ഈ എണ്ണ പലതരം ത്വക്ക് രോഗങ്ങളിൽ ഫലപ്രദമാണ്. സ്റ്റിറോയിഡ് ഉപയോഗിക്കുന്ന ചർമ്മരോഗങ്ങളിൽ പോലും ഈ ലളിതമായ എണ്ണ ഫലപ്രദമാണ്.

കൺജങ്ക്റ്റിവിറ്റിസിന് ഇല ഇടിച്ച് പിഴിഞ്ഞ നീര്:

കൺജങ്ക്റ്റിവിറ്റിസിൽ (കണ്ണു ചുവപ്പ്) ഇല മുകുളങ്ങളിൽ നിന്ന് ലഭിക്കുന്ന നീര് കണ്ണുകളിൽ ഇറ്റിക്കുക. എല്ലാ പ്രായത്തിലുള്ളവർക്കും എല്ലാ സീസണുകളിലും ഇത് ഉപയോഗിക്കാവുന്നതാണ്. മുല്ലപ്പൂക്കൾ പൂജയ്ക്ക് ഉപയോഗിക്കാറുണ്ട്. കൂടാതെ അരോമ തെറാപ്പിയിലും വാജീകരണ ദ്രവ്യമായും ഉപയോഗിക്കുന്നു.

114

തിപ്പലി - സ്പ്ലെനോമെഗാലി, ചുമ, ഒച്ചയടപ്പ്

ഡോ എം എസ് കൃഷ്ണമൂർത്തി എം ഡി (ആയു), പിഎച്ച്ഡി

ദഹന സംബന്ധമായ പ്രശ്നങ്ങൾക്കും കരൾ പ്ളീഹ രോഗങ്ങൾക്കും പ്രശസ്തമായ ഔഷധമാണ് തിപ്പലി. സസ്യശാസ്ത്ര നാമം - പൈപ്പർ ലോംഗം ലിൻ Piperaceae കുടുംബം.

പിപ്പലി ആയുർവേദത്തിലെ പല ഔഷധങ്ങളുടെ നിർമ്മാണത്തിനും ഉപയോഗിക്കുന്നുണ്ട്. അടുക്കളകളിൽ ഈ സസ്യത്തിന്റെ ഉപയോഗം താരതമ്യേന കുറവാണ്. ഏതാനും ലളിതമായ വീട്ടുവൈദ്യങ്ങൾ ഇവിടെ ചർച്ച ചെയ്യാം.

ചുമ, ജലദോഷം, തൊണ്ടവേദന എന്നിവയ്ക്ക് തേൻ ചേർത്ത് തിപ്പലി പൊടി:
തിപ്പലി പൊടിച്ചത് 2-3 ഗ്രാം തേനിൽ കലർത്തി നക്കുക. ഇത് ചുമ, ജലദോഷം, തൊണ്ടവേദന മുതലായവ ശമിപ്പിക്കാൻ സഹായിക്കുന്നു.

തൊണ്ടവേദന, ആവർത്തിച്ചുള്ള ടോൺസിലൈറ്റിസ് എന്നിവയിൽ പിപ്പലി കഷായം:
തിപ്പലി പൊടി 1 ഭാഗം 4 ഇരട്ടി ചൂടുവെള്ളത്തിൽ കുതിർത്ത് വയ്ക്കുക. ഇതിൽ 1 ടീ സ്പൂൺ നെയ്യ് ചേർത്ത് ദിവസേന രണ്ടുതവണ 30-50 മില്ലി അളവിൽ കഴിക്കാം. തൊണ്ടവേദന, ഇസിനോഫീലിയ, ടോൺസിലൈറ്റിസ് മുതലായവയിൽ ഫലപ്രദമാണ്.

ദഹനക്കേട്, ജലദോഷം, ഒച്ചയടപ്പ് തുടങ്ങിയവയ്ക്ക് തിപ്പലി കഷായം:

ദഹനക്കുറവ്, വിശപ്പില്ലായ്മ, ജലദോഷം, മൂക്കൊലിപ്പ് മുതലായവയിൽ 10-20 മില്ലി തിപ്പലി കഷായം ദിവസവും രണ്ടോ മൂന്നോ തവണ നൽകാം.

കുടൽ വിരകൾക്ക് തിപ്പലി:
തിപ്പലി, ജീരകം കുരുമുളക്, വിഴാലരി എന്നിവ തുല്യ അളവിൽ എടുത്ത് പൊടിക്കുക. ഇത് 3-5 ഗ്രാം എന്ന അളവിൽ ദിവസത്തിൽ രണ്ടോ മൂന്നോ തവണ നൽകുന്നത് വിരശല്യം, വയറു വേദന എന്നിവയ്ക്ക് ഫലപ്രദമാണ്.

വയറിളക്കം, സ്പ്ളീനോമെഗാലി എന്നിവയ്ക്ക് നാരങ്ങാനീര് ചേർത്ത തിപ്പലി:
ഉണക്കിയ തിപ്പലി ചെറുനാരങ്ങാ നീരിൽ മുക്കി പൂർണ്ണമായി ഉണങ്ങുന്നത് വരെ തണലിൽ ഉണക്കുക. ഇത് 3 തവണ ആവർത്തിക്കുക. ഇത് പൊടിച്ചെടുത്ത് 1-2 ഗ്രാം എന്ന അളവിൽ ദിവസേന രണ്ടോ മൂന്നോ തവണ നൽകുന്നത് ദഹനക്കുറവ്, വയറിളക്കം, പനി, ശക്തിക്ഷയം, പ്ലീഹവൃദ്ധി, വിശപ്പില്ലായ്മ എന്നിവയിൽ ഗുണം ചെയ്യും.

115

ചെറുപുന്ന (ജ്യോതിഷ്മതി) റൂമറ്റോയ്ഡ് ആർത്രൈറ്റിസ്, ഓർമ്മ കുറവ് എന്നിവയിൽ

ഡോ എം എസ് കൃഷ്ണമൂർത്തി എംഡി(ആയു), പിഎച്ച്ഡി.

ഓർമശക്തി വർദ്ധിപ്പിക്കുന്ന ഔഷധസസ്യങ്ങളെ സംബന്ധിക്കുന്ന ധാരാളം ഗവേഷണങ്ങൾ ഇന്ന് നടന്നുകൊണ്ടിരിക്കുന്നുണ്ട്. അത്തരത്തിലുള്ള ഒരു ഔഷധസസ്യമാണ് ജ്യോതിഷ്മതി. ഇതിന്റെ വിത്തുകൾ, ഇലകൾ, വിത്തിൽ നിന്നും ലഭിക്കുന്ന എണ്ണകൾ എന്നിവ ഔഷധമേഖലയിൽ ഉപയോഗിക്കാറുണ്ട്.

വിത്തുകളും വിത്ത് എണ്ണകളും രുചിയിൽ കയ്പ്പും ചൂടുള്ളതുമാണ്. ഇത് കഫ, വാത ദോഷങ്ങളെ ശമിപ്പിക്കുന്നു, പിത്തത്തെ വർദ്ധിപ്പിക്കുന്നതിനാൽ തന്നെ വേനൽക്കാലത്തും പിത്താധിക്യമുള്ള വ്യക്തികളിലും ഇതിന്റെ ഉപയോഗം പരിമിതപ്പെടുത്തണം. ഇത് വിയർപ്പിന്റെ ഉല്പാദനം ത്വരിതപ്പെടുത്തുന്നു. ഓർമ്മ ശക്തി വർദ്ധിപ്പിക്കുന്നു. നാഡികളുടെ ശക്തിയും ആരോഗ്യവും പുനസ്ഥാപിക്കുന്നു.

അമിത അളവിൽ ഉപയോഗിക്കുന്നത് അസിഡിറ്റി, അൾസർ തുടങ്ങിയവയ്ക്ക് കാരണമാകും. അതിനാൽ ഇത് സാധാരണയായി പാൽ അല്ലെങ്കിൽ മറ്റേതെങ്കിലും ദ്രാവകത്തോടൊപ്പമാണ് നല്കാറ്.

വീട്ടുവൈദ്യങ്ങൾ

1. റൂമറ്റോയ്ഡ് ആർത്രൈറ്റിസിൽ ചെറുപുന്നയരി (വിത്ത്) കഷായം:
ഒരു ടേബിൾ സ്പൂൺ വിത്ത് 4 ഇരട്ടി വെള്ളം ചേർത്ത് തിളപ്പിച്ച് ഭക്ഷണത്തിന് ശേഷം 20-30 മില്ലി എന്ന അളവിൽ കഴിക്കുന്നത് റൂമറ്റോയ്ഡ് ആർത്രൈറ്റിസുമായി ബന്ധപ്പെട്ടുണ്ടാകുന്ന ലക്ഷണങ്ങൾക്ക് പ്രതിവിധിയാണ്.

2. ഉണങ്ങാത്ത മുറിവുകൾക്ക് വിത്ത് പേസ്റ്റ്:
വിത്തുകൾ മഞ്ഞൾ കലക്കിയ വെള്ളത്തിൽ 2-3 മണിക്കൂർ മുക്കിവയ്ക്കുക. ഇത് നന്നായി പേസ്റ്റ് ആക്കി, ഉണങ്ങാത്ത മുറിവിൽ പതിവായി പുരട്ടുക. 5-8 ദിവസത്തെ ഉപയോഗത്തിലൂടെ മുറിവുകൾ ഉണക്കാൻ തുടങ്ങുന്നു.

3. ഓർമ്മശക്തി വർധിപ്പിക്കുന്നതിന് ചെറുപുന്നയരി എണ്ണ പാലിനൊപ്പം:
3-5 തുള്ളി ജ്യോതിഷ്മതി തൈലം ഒരു കപ്പ് പാലിൽ ചേർത്ത് രാത്രിയിൽ കുട്ടികൾക്ക് നൽകുക. 20-30 ദിവസത്തെ ഉപയോഗം ഓർമ്മശക്തിയും ബുദ്ധിശക്തിയും മെച്ചപ്പെടുത്താൻ സഹായിക്കുന്നു. ഈ മരുന്ന് കഴിക്കുമ്പോൾ എരിവുള്ള ഭക്ഷണം നിയന്ത്രിക്കുക.

4. പേശീവേദനയ്ക്ക് ഇല പേസ്റ്റ്:
ഒരു മുഷ്ടി നിറയെ മൂപ്പെത്തിയ ഇലകൾ എടുത്ത് പേസ്റ്റ് ആക്കി വീക്കവും വേദനയും ഉള്ളിടത്ത് പ്രയോഗിക്കുന്നത് വേദന കുറയ്ക്കാൻ സഹായിക്കുന്നു.

116

പാരിജാതം: രുചിയില്ലായ്മ, പനി എന്നിവയ്ക്ക്

ഡോ എം എസ് കൃഷ്ണമൂർത്തി എം ഡി (ആയു), പിഎച്ച്ഡി.

പാരിജാതം ഭഗവാൻ കൃഷ്ണന് പ്രിയപ്പെട്ടതെന്ന് പറയപ്പെടുന്ന സസ്യമാണ്. ആയുർവേദ പ്രകാരം ഗ്രന്ഥി വീക്കം, സന്ധി വേദന, ഇടയ്ക്കിടെയുള്ള പനി എന്നിവയിൽ ഇത് ഈ സസ്യം ഫലപ്രദമാണ്.

സസ്യശാസ്ത്ര നാമം - Nyctanthes arbor-tristis

ഇംഗ്ലീഷ് പേര് - നൈറ്റ് ജാസ്മിൻ

പൂക്കൾ ദൈവത്തിന് അർച്ചിക്കാൻ ഉപയോഗിക്കാറുണ്ട്. വിത്തും ഇലകളും പുറംതൊലിയുമാണ് ചികിത്സാ ആവശ്യത്തിനായി ഉപയോഗിക്കുന്നത്. ഇന്ത്യയിലെ ഒട്ടുമിക്ക ഭാഗങ്ങളിലും സസ്യം കാണപ്പെടുന്നു. കഫ വാത ദോഷത്തെ സന്തുലിതമാക്കുന്നു. ഇത് പിത്തത്തെ കുറയ്ക്കുന്നു.

പാരിജാതം വീട്ടുവൈദ്യങ്ങൾ:

കുടൽ വിരകളിലും വൻകുടൽ രോഗത്തിനും വിത്ത് പൊടി:

ഉണങ്ങിയ വിത്തുകൾ നന്നായി പൊടിക്കുക. ഈ പൊടിയുടെ 1-2 ഗ്രാം ചെറുചൂടുള്ള വെള്ളത്തോടൊപ്പമോ ജീരക കഷായത്തിലോ നൽകണം. കുടൽ വിരകൾ, ആമാശയം, വൻകുടൽ രോഗങ്ങൾ, ഐബിഎസ് മുതലായവയിൽ ഇത് ഫലപ്രദമാണ്.

ചുമ,തൊണ്ടയിലെ വേദന എന്നിവയ്ക്ക് ഇല അല്ലെങ്കിൽ പുറംതൊലി പൊടി:
ഉണങ്ങിയ ഇല, പുറംതൊലി എന്നിവ നന്നായി പൊടിയാക്കുക. ഇത് 1-2 ഗ്രാം അളവിൽ 1-2 ടീസ്പൂൺ തേൻ ചേർത്ത് നൽകുന്നത് ചുമ, ജലദോഷം,

തൊണ്ടയിലെ അസ്വസ്ഥത എന്നിവയ്ക്ക് പരിഹാരമാണ്.

കരൾ തകരാറുകൾക്കും വിശപ്പില്ലായ്മയ്ക്കും ഇല നീര്:
ഇലയുടെ നീര് - 5 മില്ലി 1 ഗ്രാം കുരുമുളക് അല്ലെങ്കിൽ തിപ്പലി പൊടി ഇവയിൽ ഏതെങ്കിലും ഒന്നിനൊപ്പം ചേർത്ത് നൽകുന്നത് കരൾ തകരാറുകൾ, വിശപ്പില്ലായ്മ തുടങ്ങിയ അവസ്ഥകളിൽ ഫലപ്രദമാണെന്ന് കണ്ടെത്തിയിട്ടുണ്ട്.

മൂത്രമൊഴിക്കുമ്പോൾ ഉണ്ടാകുന്ന വേദന, വിട്ടുമാറാത്ത പനി എന്നിവയ്ക്ക് തേൻ ചേർത്ത പാരിജാത ഇല കഷായം:
ഇല കഷായം വച്ച് അല്പം തേൻ ചേർത്ത് രാവിലെ ഭക്ഷണത്തിന് മുമ്പ് കഴിക്കുന്നത് ഇത്
മൂ ത്രമൊഴിക്കുമ്പോൾ ഉണ്ടാകുന്ന വേദന, വിട്ടുമാറാത്ത പനി, തുടങ്ങിയയ്ക്ക് പ്രതിവിധിയാണ്.
(1 ടേബിൾസ്പൂൺ പൊടി 2 കപ്പ് വെള്ളം ചേർത്ത് തിളപ്പിച്ച് 1/2 കപ്പ് ആയി കുറച്ച് അരിച്ചെടുക്കുക)

സന്ധി വേദനയ്ക്ക് പുറംതൊലി കഷായം:
തണ്ടിന്റെ പുറംതൊലി (അല്ലെങ്കിൽ വേരുകൾ) കഷായം ഉണ്ടാക്കി ദിവസേന രണ്ടുതവണ 30 മില്ലി എന്ന അളവിൽ കഴിക്കുന്നത് സന്ധി വേദന, കാൽമുട്ടിന്റെ സ്ഥാന ചലനം, ലിഗമെന്റ് തേയ്മാനം മുതലായവ സുഖപ്പെടുത്തുന്നു.

117

കുസുംഭ പുഷ്പം: മഞ്ഞപ്പിത്തം, മൂക്കൊലിപ്പ്, അർശസ്, മലബന്ധം തുടങ്ങിയവയ്ക്ക്

ഡോ എം എസ് കൃഷ്ണമൂർത്തി എം ഡി (ആയു), പിഎച്ച്ഡി.

കരൾ രോഗങ്ങൾ, ജലദോഷം, ചുമ, മലബന്ധം, വയറുവേദന തുടങ്ങിയ രോഗങ്ങളുടെ ചികിത്സയ്ക്കായി ഉപയോഗിക്കുന്ന ആയുർവേദ സസ്യമാണ് കുസുംഭ പുഷ്പം.

സംസ്കൃത നാമം - കുസുംഭ ബീജം / കുസുംബ തൈലം
മറ്റ് ഇംഗ്ലീഷ് പേരുകൾ - Parrot seed, Bastard saffron
ബൊട്ടാണിക്കൽ നാമം - Carthamus tinctorius Linn.

കുസുംഭ പുഷ്പം സാധാരണയായി കഫ, പിത്ത രോഗാവസ്ഥകളിൽ ഉപയോഗപ്രദമാണ്. കുസുംഭ പുഷ്പത്തിന്റെ വിത്തും എണ്ണയും പോഷകഗുണമുള്ളതും മൂത്രത്തിന്റെ അളവ് വർദ്ധിപ്പിക്കുന്നതുമാണ്. എന്നാൽ അമിതമായി കഴിക്കുന്നത് പിത്തത്തെ വർദ്ധിപ്പിക്കുന്നു. ഇത് കഷായ രൂപത്തിൽ നൽകുന്നത് മൂത്രാശയ സംബന്ധമായ രോഗാവസ്ഥകളിൽ ഫലപ്രദമാണ്.

വീട്ടു വൈദ്യങ്ങൾ -
പിത്തരസത്തിന്റെ ഒഴുക്ക് തടസപ്പെടുന്നതു മൂലമുണ്ടാകുന്ന മഞ്ഞപ്പിത്തത്തിൽ ഉണക്കിയ കുസുംഭ പുഷ്പം :
1-2 ഗ്രാം ഉണങ്ങിയ പൂക്കൾ നന്നായി പൊടിക്കുക. ഇത് ഒരു കപ്പ് ശർക്കര വെള്ളം (ഒരു ടീസ്പൂൺ ശർക്കര ഒരു കപ്പ് വെള്ളത്തിൽ ലയിപ്പിച്ചത്)

അല്ലെങ്കിൽ 30 മില്ലി നിലനെല്ലി കഷായം എന്നിവയ്ക്കൊപ്പം നൽകണം. 10-12 ദിവസത്തെ ഉപയോഗം ഗണ്യമായ ഗുണം നൽകുന്നു.

ജലദോഷത്തിനും മൂക്കൊലിപ്പിനും ഇളം ഇല കറി അല്ലെങ്കിൽ ഫ്രഷ് ജ്യൂസ്:
ഇളം ഇലകൾ കറിയായി ഉപയോഗിക്കുന്നു. ജലദോഷം, ആസ്ത്മ, മൂക്കൊലിപ്പ്, തലവേദന മുതലായവയിൽ ഉപയോഗപ്രദമാണ്.

മലബന്ധത്തിനും അർശസിനും പാലിനൊപ്പം വിത്ത് എണ്ണ:
വിത്തിൽ നിന്നും വേർതിരിച്ചെടുക്കുന്ന എണ്ണ 2-3 മില്ലി ഒരു കപ്പ് ചെറുചൂടുള്ള പാലിനൊപ്പം നൽകപ്പെടുന്നു. മൂലക്കുരു, മലബന്ധം എന്നിവയിൽ ഇത് വളരെ ഫലപ്രദമാണെന്ന് പറയപ്പെടുന്നു. എന്നാൽ വിത്ത് എണ്ണ അമിതമായി കഴിക്കരുത്.

മലബന്ധം, വയറുവേദന എന്നിവയ്ക്ക് ശർക്കര ചേർത്ത വിത്ത് പൊടി:
1-2 ഗ്രാം വിത്ത് പൊടി ഒരു ടീസ്പൂൺ ശർക്കരയിൽ കലർത്തി അതിരാവിലെ നൽകുന്നത് മലബന്ധം, വയറുവേദന, മുതലായവയിൽ ഫലപ്രദമാണ്.

118

ചുന്നാമുക്കി ചേർന്ന വീട്ടുവൈദ്യങ്ങൾ: വയറുവീർപ്പ്, മലബന്ധം, ത്വക്ക് രോഗങ്ങൾ

ഡോ എം എസ് കൃഷ്ണമൂർത്തി എംഡി(ആയു) പിഎച്ച്ഡി.

ചുന്നാമുക്കി (ഇന്ത്യൻ സെന്ന) വയറിളക്കാൻ മികച്ചതാണ്. ആയുർവേദത്തിൽ ഇതിനെ മാർക്കണ്ടി എന്ന് വിളിക്കുന്നു. ലെഗുമിനേസിയെ കുടുംബത്തിൽ പെടുന്ന ഇതിന്റെ സസ്യ ശാസ്ത്ര നാമം കാസിയ അങ്കുസ്റ്റിഫോളിയ എന്നാണ്. ഇന്ന് വിപണിയിൽ രണ്ട് തരം ചുന്നാമുക്കി ലഭ്യമാണ്.

അലക്സാന്ത്രിയൻ സെന്ന - കാസിയ അക്യൂട്ടിഫോളിയ

ഇറ്റാലിയൻ സെന്ന - കാസിയ ഒബോവറ്റ

ഇവയിൽ ഇന്ത്യൻ സെന്നയാണ് മികച്ചതായി കണക്കാക്കപ്പെടുന്നത്. ഇലകളാണ് ചെടിയുടെ പ്രധാന ഉപയോഗയോഗ്യമായ ഭാഗങ്ങൾ.

ചുന്നാമുക്കി വീട്ടുവൈദ്യങ്ങൾ:

1. വായുക്ഷോഭം, വയറു വീർപ്പ്, പുളിച്ചു തികട്ടൽ, മലബന്ധം

ചുന്നാമുക്കിയും ജീരകവും 4:1 എന്ന അനുപാതത്തിൽ എടുത്ത് പൊടി ആക്കുക. ഇത് 1 ഗ്രാം എന്ന അളവിൽ ദിവസത്തിൽ രണ്ടുതവണ കഴിക്കുന്നത് വായുക്ഷോഭം, വയറു വീർപ്പ്, മലബന്ധം എന്നിവയ്ക്ക് പ്രതിവിധിയാണ്. ഓക്കാനം, രുചിക്കുറവ് എന്നിവയുണ്ടെങ്കിൽ ചെറിയ അളവിൽ ഇന്തുപ്പ് ചേർക്കാവുന്നതാണ്.

2. ചുന്നാമുക്കി, ഉണക്കമുന്തിരി കഷായം നെഞ്ചെരിച്ചിൽ, വയറു വീർപ്പ് എന്നിവയ്ക്ക്:

ചുന്നാമുക്കി, ഉണക്കമുന്തിരി എന്നിവ 1:10 അനുപാതത്തിൽ എടുത്ത് തിളപ്പിക്കുകയോ ഫാണ്ട കഷായം (ചൂടുവെള്ളത്തിൽ നിശ്ചിത സമയം ഇട്ടു വച്ച് എടുക്കുന്നത്) ഉണ്ടാക്കുകയോ ചെയ്യുക. ഇത് ആവശ്യമുള്ളപ്പോൾ അല്പാലം കഴിക്കുന്നത് നെഞ്ചെരിച്ചിൽ, വയറു വീർപ്പ് എന്നിവ കുറയ്ക്കാൻ സഹായിക്കുന്നു.

കഷായം (കഷായ) തയ്യാറാക്കുന്നതിനുള്ള പൊതു രീതി - 1 ടേബിൾസ്പൂൺ പൊടി 2 കപ്പ് വെള്ളത്തിൽ ചേർത്ത് തിളപ്പിച്ച് 1/4 കപ്പാക്കി ചുരുക്കി അരിച്ചെടുക്കുന്നു.

3. കഫക്കെട്ടിനും, വിട്ടുമാറാത്ത ചുമയ്ക്കും ചുന്നാമുക്കി കഷായം തേൻ ചേർത്ത്:

1-2 നുള്ള് ചുന്നാമുക്കി അര കപ്പ് ചൂടുവെള്ളത്തിൽ ചേർത്ത് അൽപനേരം സൂക്ഷിക്കുക. പിന്നീട് ഇതിലേക്ക് 1 സ്പൂൺ തേൻ ചേർത്ത് നന്നായി ഇളക്കുക. കഫക്കെട്ട്, വിട്ടുമാറാത്ത ചുമ എന്നിവ ഉള്ള അവസ്ഥയിൽ ഇത് ഇടയ്ക്കിടയ്ക്ക് കുടിക്കുന്നത് ഫലപ്രദമാണ്. ചുന്നാമുക്കി ലാക്സേറ്റീവ് (വയറിളക്കാൻ കഴിവുള്ള) സസ്യമാണ്, അതിനാൽ മലബന്ധത്തിന് പ്രതിവിധിയായുള്ള മിക്ക മരുന്നുകളിലും ഇത് ഒരു പ്രധാന ഘടകമാണ്.

എന്നാൽ കുട്ടികൾക്കും ഗർഭിണികൾക്കും പ്രായമായവർക്കും ഈ മരുന്ന് നൽകുമ്പോൾ ശ്രദ്ധിക്കണം, കാരണം ചിലപ്പോൾ വയറു വേദനയ്ക്ക് കാരണമാകും. പഞ്ചസാര, ഇരട്ടി മധുരം, നാരങ്ങ നീര് എന്നിവ ചേർത്തുപയോഗിക്കുന്നത് മരുന്നിന്റെ തീവ്രത കുറയ്ക്കാൻ സഹായിക്കുന്നു.

.

119

സീതാഫലം ഉപയോഗങ്ങൾ

ഡോ എം എസ് കൃഷ്ണമൂർത്തി എംഡി(ആയു) പിഎച്ച്ഡി

സീതാഫലം നിരവധി പോഷകങ്ങളാൽ സമ്പന്നമാണ്. കസ്റ്റാർഡ് ആപ്പിൾ എന്നാണ് ഇത് പൊതുവെ അറിയപ്പെടുന്നത്. തലയിലെ പേൻ, താരൻ എന്നിവയ്ക്ക് പ്രതിവിധിയായും ലൈംഗിക ശേഷികുറവിനും ഉപയോഗപ്രദമാണ്.

സസ്യശാസ്ത്ര നാമം - അന്നോണ സ്ക്വാമോസ.
പഴങ്ങൾ, ഇലകൾ, പുറംതൊലി, വിത്തുകൾ എന്നിവ ഔഷധ ആവശ്യങ്ങൾക്കായി ഉപയോഗിക്കുന്നു.

ഔഷധ ഗുണങ്ങൾ:

- പഴത്തിന്റെ പൾപ്പ് ചെറുതായി വയറിളക്കാൻ സഹായിക്കുന്നു.
- ലൈംഗിക ശേഷികുറവിനും പ്രതിവിധിയാണ്
- ഇലകളും വിത്തുകളും കൃമി രോഗത്തിന് ഫലപ്രദമാണ്.
- തണ്ടിന്റെ പുറംതൊലിക്ക് മുറിവ് ഉണക്കാനുള്ള കഴിവുണ്ട്.

ഔഷധ ഗുണങ്ങൾ:
പഴങ്ങൾ രുചിയിൽ മധുരവും വീര്യത്തിൽ തണുത്തതുമാണ്.
വാതത്തെയും പിത്തത്തെയും സന്തുലിതമാക്കുന്നു.

വീട്ടുവൈദ്യങ്ങൾ:
ലൈംഗിക ശക്തിക്ക് ശർക്കരയും ഏലക്കായും ചേർത്ത പഴത്തിന്റെ പൾപ്പ്:

സ്വാഭാവികമായി പാകമായ പഴത്തിന്റെ പൾപ്പ് - 1/2 കപ്പ്.
ഇതിലേക്ക് കാൽ കപ്പ് ശർക്കരയും 2 നുള്ള് ഏലക്കാപ്പൊടിയും ചേർത്ത് 15-20 ദിവസം നിത്യേന സേവിക്കുക. ഇത് ലൈംഗികശേഷി കുറവിന് ഉത്തമമാണ്.

തലയിൽ പേനിന് വിത്ത് പൊടി:
വിത്തുകൾ നന്നായി ചതച്ച് പൊടിയാക്കുക. ഇത് തലയോട്ടിയിൽ പുരട്ടി കോട്ടൺ തുണി കൊണ്ട് പൊതിഞ്ഞു വയ്ക്കുക. 1-2 മണിക്കൂറിന് ശേഷം കഴുകികളയുക. ഇത് 2 - 3 ദിവസത്തിലൊരിക്കൽ 1 -2 ആഴ്ച വരെ ഉപയോഗിക്കാം. പേൻ, താരൻ എന്നിവ പൂർണമായും ഇല്ലാതാക്കാൻ സഹായിക്കുന്നു.

മുറിവ് ഉണക്കുന്നതിന് തണ്ടിന്റെ പുറംതൊലി കഷായം:
തണ്ടിന്റെ പുറംതൊലി പൊടിച്ച് 4 ഇരട്ടി വെള്ളത്തിൽ ചേർത്ത് നിർമ്മിക്കുന്ന കഷായം വിട്ടുമാറാത്ത വ്രണങ്ങളും മുറിവുകളും ഉണങ്ങാൻ സഹായിക്കുന്നു.

താരൻ, തലയോട്ടിയിലെ ചൊറിച്ചിൽ എന്നിവയ്ക്ക് ഇല കഷായം:
ഇല ചേർത്ത് നിർമ്മിക്കുന്ന കഷായത്തില് അല്പം ടങ്കണ ഭസ്മം ചേർക്കുക. ഇത് മുടി/തലയോട്ടി കഴുകാൻ ഉപയോഗിക്കാം. 3-4 ദിവസം പതിവായി അല്ലെങ്കിൽ ഒന്നിടവിട്ട ദിവസങ്ങളിൽ ഒരാഴ്ചക്കാലം ഉപയോഗിക്കുന്നത് താരൻ, തലയോട്ടിയിലെ ചൊറിച്ചിൽ എന്നിവയ്ക്ക് പ്രതിവിധിയാണ്.

120

തേയില / ചായയുടെ ഗുണങ്ങൾ തലവേദന, ഛർദ്ദി, നേത്ര സംരക്ഷണം എന്നിവയ്ക്ക്

ഡോ എം എസ് കൃഷ്ണമൂർത്തി എം ഡി (ആയു), പിഎച്ച്ഡി

തേയിലച്ചെടിയുടെ ഇലകളാണ് പ്രധാന ഉപയോഗ ഭാഗം. ചിലർ പൂക്കളും ഉപയോഗിക്കുന്നു. സംസ്കരണ രീതിയെ അടിസ്ഥാനമാക്കിയാണ് ചായയ്ക്ക് പേര് നൽകിയിരിക്കുന്നത്.

1. തലവേദനയ്ക്കും വായ് നാറ്റത്തിനും

ഒരു ടീസ്പൂൺ ചായപ്പൊടി ഒരു കപ്പ് ചെറുചൂടുള്ള വെള്ളത്തിൽ ചേർത്ത് അൽപനേരം സൂക്ഷിക്കുക. അര സ്പൂൺ നാരങ്ങ നീര് കലർത്തി ആവശ്യമെങ്കിൽ കുറച്ച് പഞ്ചസാരയും ചേർത്ത് കുടിക്കുന്നത് തലവേദനയും വായിലെ ദുർഗന്ധവും ഒഴിവാക്കുന്നു.

2. മുറിവ് കഴുകുന്നതിന് :

ഒരു ടേബിൾസ്പൂൺ ചായപ്പൊടി 4 കപ്പ് വെള്ളത്തിൽ കലക്കി തിളപ്പിച്ച് 2 കപ്പായി വറ്റിക്കുക. ഇത് അരിച്ചെടുത്ത് മുറിവുകളും വ്രണങ്ങളും കഴുകാൻ ഉപയോഗിക്കാം. വായ്പുണ്ണ്, മോണവീക്കം എന്നിവയിൽ വായ കഴുകാൻ ഉപയോഗിക്കാം.

3. ഛർദ്ദി, ഓക്കാനം എന്നിവയ്ക്ക്:

ഒരു കപ്പ് ചൂടുവെള്ളത്തിൽ 1 ടീസ്പൂൺ ചായപ്പൊടി 5 കഷണം ലെമൺ ഗ്രാസ് എന്നിവ ചേർത്ത് അൽപനേരം സൂക്ഷിക്കുക. പിന്നീട് ഇതിലേക്ക് അരക്കപ്പ് പുനർപുളി ജ്യൂസ് ചേർത്ത് നന്നായി ഇളക്കുക. ആവശ്യാനുസരണം

പഞ്ചസാരയോ ശർക്കരയോ ചേർക്കാം. ഓക്കാനം, യാത്രയിൽ ഉണ്ടാകുന്ന ചർദ്ദി, മുതലായവയ്ക്ക് പ്രതിവിധിയാണ്.

ഡോസ് - അര കപ്പ് 2-3 തവണ, ഭക്ഷണത്തിന് മുമ്പ്.

4. വായിൽ പുണ്ണിന്:

ചായയുടെ ഇളം ഇലകൾ ചവയ്ക്കുന്നത് വായ്പ്പുണ്ണുമായി ബന്ധപ്പെട്ട വേദന തൽക്ഷണം ഇല്ലാതാക്കാൻ സഹായിക്കുന്നു.

5. കണ്ണുകൾക്ക് ഇല പേസ്റ്റ്:

തേയിലയുടെ ഇളം ഇലകൾ ശേഖരിച്ച് പേസ്റ്റ് രൂപത്തിലാക്കുക. ആവശ്യമെങ്കിൽ കുറച്ച് റോസ് വാട്ടർ ചേർക്കാം. ഇത് കൺ പോളകളിൽ പുരട്ടുന്നത് കണ്ണുകൾക്കുണ്ടാകുന്ന ക്ഷീണം അകറ്റാൻ സഹായിക്കുന്നു. ശ്രദ്ധിക്കുക: ലേപനങ്ങൾ ഉണങ്ങുന്നതിന് മുമ്പ് നീക്കം ചെയ്യണം.

6. യാത്രാ ജന്യ അസുഖങ്ങൾക്കും ജലദോഷത്തിനും ചുമയ്ക്കും ഗ്രീൻ ടീ:

പഞ്ചസാര ചേർക്കാത്ത ഗ്രീൻ ടീയിൽ ഒരു നുള്ള് ഇഞ്ചിപ്പൊടിയും 3-4 തുളസി ഇലകളും ചേർത്ത് 2-3 മിനിറ്റ് സൂക്ഷിക്കുന്നു. ഇതിൽ കാൽ ടേബിൾ സ്പൂൺ നാരങ്ങ നീര് ചേർത്ത് ഇളക്കി അരിച്ചെടുത്ത് ഉപയോഗിക്കുന്നത് അലർജി മൂലമുണ്ടാകുന്ന ചുമ, ജലദോഷം, തൊണ്ടവേദന മുതലായവയ്ക്ക് പ്രതിവിധിയാണ്. കഫത്തിന്റെ ബുദ്ധിമുട്ടുണ്ടെങ്കിൽ അര സ്പൂൺ തേനും ചേർക്കാം.

121

മുടിയുടെ അറ്റം പിളരൽ, തലവേദന, യാത്രചെയ്യുമ്പോൾ ഉണ്ടാകുന്ന ചർദ്ധി - വാനില

ഡോ എം എസ് കൃഷ്ണമൂർത്തി എം ഡി (ആയു), പിഎച്ച്ഡി

ആഹാരത്തിന്റെ സ്വാദും മണവും രുചിയും വർദ്ധിപ്പിക്കാനാണ് ഇത് സാധാരണയായി ഉപയോഗിക്കാറുള്ളത്.

വാനിലയുടെ സത്തിൽ ഉയർന്ന അളവിൽ അവശ്യ എണ്ണകൾ, വിറ്റാമിനുകൾ, ധാതുക്കൾ എന്നിവ അടങ്ങിയിരിക്കുന്നു. ഇതിലെ പ്രധാന രാസ ഘടകം വാനിലിൻ ആണ്. വാനില സത്തിൽ നിയാസിൻ, പാന്റോതെനിക് ആസിഡ്, തയാമിൻ, റൈബോഫ്ലേവിൻ, വിറ്റാമിൻ ബി 6 തുടങ്ങിയവയും കാത്സ്യം, മഗ്നീഷ്യം, പൊട്ടാസ്യം, മാംഗനീസ്, ഇരുമ്പ്, സിങ്ക് തുടങ്ങിയ ധാതുക്കളും അടങ്ങിയിട്ടുണ്ട്. വാനില വളരെ നല്ല ആന്റി-ഇൻഫ്ലമേറ്ററി, ആന്റി അൾസറേറ്റീവ്, വേദനസംഹാരി ഗുണങ്ങളുള്ള സസ്യമാണ്.

വീട്ടുവൈദ്യങ്ങൾ:

1. ഒരു ആന്റാസിഡായി സംസ്കരിച്ച വാനില ബീൻസ് ഫാണ്ട കഷായം:
ഉണക്കി പൊടിച്ച വാനില കായ്കൾ ചൂടുവെള്ളത്തിൽ ഇട്ട് ഇളക്കാതെ സൂക്ഷിക്കുക. തണുത്തതിനുശേഷം അരിച്ചെടുത്ത് അതിരാവിലെ കഴിക്കുന്നത് ആസിഡ് പെപ്റ്റിക് ഡിസോർഡേഴ്സിൽ ഉപയോഗപ്രദമാണ്.
ശ്രദ്ധിക്കുക: തുടർച്ചയായി ഉപയോഗിക്കുന്നത് വയറിൽ പുകച്ചിലിന് കാരണമാകും.

2. മുടി പിളരുന്നതിനും തലവേദനയ്ക്കും വാനില ഓയിൽ:

100 മില്ലി വെളിച്ചെണ്ണ, 200 മില്ലി വെള്ളവും 20 ഗ്രാം ഉണക്കിയ വാനില പേ സ്റ്റാക്കിയതും ചേർത്ത് നന്നായി ഇളക്കുക. ജലാംശം ബാഷ്പീകരിക്കപ്പെടുന്നതുവരെ നേരിയ തീയിൽ എണ്ണ പാകം ചെയ്ത് അരിച്ചെടുക്കുക.

മുടിയുടെ അറ്റം പിളരുന്നതിനും മുടി കൊഴിച്ചിലിനും തലവേദനയ്ക്കും എണ്ണ പതിവായി പുരട്ടാവുന്നതാണ്. ഇത് മുടിക്ക് നല്ല സൗരഭ്യം നൽകുന്നു.

3. തൊണ്ട വേദനയ്ക്ക് - ഉണങ്ങിയ വാനില

2-3 നുള്ള് ഉണങ്ങിയ വാനില നന്നായി ചതച്ചെടുക്കുക. ഇത് വായക്കുള്ളിൽ വയ്ക്കുകയോ ചവച്ചരയ്ക്കുകയോ അൽപം വെള്ളത്തിൽ ചേർത്ത് വായിൽ കവിളുകയോ ചെയ്യുന്നത്

തൊണ്ടവേദനയ്ക്കും വിട്ടുമാറാത്ത ചുമയിലും ഉപയോഗപ്രദമാണ്.

4. ഓക്കാനം, യാത്രാ ജന്യ രോഗങ്ങൾ എന്നിവയിൽ വാനില ചേർത്ത ചായ

മനസ്സിനെ ശാന്തമാക്കാൻ സഹായിക്കുന്ന ഗന്ധം വാനിലയ്ക്കുണ്ട്. അതിനാൽ, ഗ്രീൻ ടീ അല്ലെങ്കിൽ ചായയിൽ ഒരു നുള്ള് വാനില (അസംസ്കൃത വാനില ബീൻസ് പൊടി) ചേർക്കുന്നത് ഛർദ്ദി, ഓക്കാനം, യാത്രാ രോഗങ്ങൾ എന്നിവ തടയാൻ സഹായിക്കുന്നു. വയറ്റിലെ അസ്വസ്ഥതകൾക്കും ഫലപ്രദമാണ്.

122

താന്നിക്ക: വായിലെ അൾസർ, ആർത്തവത്തിനു മുമ്പുള്ള തലവേദന എന്നിവയ്ക്ക് പ്രതിവിധി

ത്രിഫലയിലെ ചേരുവകളിൽ ഒന്നാണ് വിഭീതകി. രോഗഭയം ഇല്ലാതാക്കാൻ സഹായിക്കുന്നത് എന്നാണ് വിഭീതകി എന്ന വാക്കിന്റെ അർത്ഥം. ടെർമിനലിയ ബെല്ലിറിക്ക എന്നാണ് ഇതിന്റെ സസ്യശാസ്ത്ര നാമം. ഈ സസ്യത്തിന് ഉഷ്ണഗുണമാണ്. ഇത് കഫ വാത ദോഷങ്ങളെ സന്തുലിതമാക്കുന്നു. പിത്തത്തെ ചെറുതായി വർദ്ധിപ്പിക്കും.കശുവണ്ടിയുടെ പോലുള്ള പ്രത്യേക രുചി കാരണം ഇതിന്റെ പൾപ്പ് കുട്ടികൾ ഇഷ്ടപ്പെടും. അമിതമായി കഴിക്കുന്നത് ഛർദ്ദി, ഓക്കാനം, മുതലായവയ്ക്ക് കാരണമാകാം. കുട്ടികൾ ഇതിന്റെ വിത്ത് കഴിക്കുന്നത് ഒഴിവാക്കണം.

വീട്ടുവൈദ്യങ്ങൾ:

1. വായ്പ്പുണ്ണിന് താന്നിക്ക പുറംതൊലി കഷായം :

തണ്ടിന്റെ പുറംതൊലി ചുരണ്ടി ചതച്ച് കഷായം ഉണ്ടാക്കുക. വായിൽ പുണ്ണിന് ഈ കഷായം കൊണ്ട് കവിൾ കൊള്ളാം.

കഷായം തയ്യാറാക്കുന്നതിനുള്ള പൊതു രീതി

1 ടേബിൾസ്പൂൺ (10 ഗ്രാം) പൊടി 2 കപ്പ് വെള്ളത്തിൽ ചേർത്ത് 1 കപ്പായി കുറയുന്നത് വരെ തിളപ്പിക്കുക. ഇത് അരിച്ചെടുത്ത് ഉപയോഗിക്കാം.

2. വിരലുകൾക്കിടയിലുണ്ടാകുന്ന ചൊറിച്ചിലിനും അണുബാധയ്ക്കും

താന്നിക്ക ഇല കഷായം:

താന്നിക്ക മരത്തിന്റെ ഇല കഷായം ഉപയോഗിച്ച് കഴുകുന്നത് വിരലുകൾക്കിടയിലുണ്ടാകുന്ന ചൊറിച്ചിലിന് വളരെ പ്രയോജനകരമാണ്. 50 മില്ലി എന്ന അളവിൽ ദിവസത്തിൽ ഒന്നോ രണ്ടോ തവണ ഭക്ഷണത്തിന് മുമ്പ് ഉള്ളിലേക്ക് കഴിക്കാനും ഉപയോഗിക്കാം.

3. ആർത്തവത്തിന് മുമ്പുള്ള തലവേദനയ്ക്ക് പഴത്തിന്റെ പുറം തോട് കഷായം ജീരകത്തോടൊപ്പം:

പഴത്തിന്റെ പുറം തോട് പൊടിച്ച് ചൂടു വെള്ളത്തിൽ നിശ്ചിത സമയം ഇട്ടു വച്ച് അരിച്ചെടുത്ത് ലഭിക്കുന്ന കഷായത്തിൽ 2 ഗ്രാം ജീരകപ്പൊടി ചേർത്ത് 50-60 മില്ലി എന്ന അളവിൽ കഴിക്കുന്നത് ആർത്തവത്തിന് മുമ്പുള്ള തലവേദനയ്ക്ക് പ്രതിവിധിയാണ്

4. രക്തസ്രാവം തടയാൻ പഴത്തിന്റെ പുറം തോട് പേസ്റ്റ്:

അടിയന്തിര സാഹചര്യങ്ങളിൽ, പഴത്തിന്റെ പുറം തോട് പേസ്റ്റ് ആക്കി രക്തസ്രാവമുള്ള ഭാഗങ്ങളിൽ പുരട്ടുന്നത് തൽക്ഷണം രക്തസ്രാവം തടയാൻ സഹായിക്കുന്നു.

5. ഒലിച്ചിറങ്ങുന്ന വ്രണങ്ങളിൽ പഴത്തിന്റെ പുറം തോട് പൊടിച്ചെടുക്കുക:

പഴത്തിന്റെ പുറം തോട് പൊടിച്ചത് സ്രവത്തോടുകൂടിയ മുറിവുകളിൽ വിതറുന്നത് വ്രണം പെട്ടെന്ന് ഉണങ്ങാൻ സഹായിക്കുന്നു.

6. അകാല നരയ്ക്ക് താന്നിക്ക വിത്ത് എണ്ണ:

വിത്തിന്റെ മജ്ജ ശേഖരിച്ച് പേസ്റ്റ് ആക്കുക. ഇതിലേക്ക് 200 മില്ലി എള്ളെണ്ണ ചേർത്ത് 10-12 ദിവസം സൂര്യപ്രകാശത്തിൽ വയ്ക്കുക. ദിവസവും നന്നായി ഇളക്കി കൊടുക്കണം. പിന്നീട് അരിച്ചെടുത്ത് ഉപയോഗിക്കാം. അകാല നരയിൽ ഫലപ്രദമാണ്.

123

കാട്ടുമഞ്ഞൾ (കസ്തൂരി മഞ്ഞൾ): തലവേദന, ത്വക്ക് അലർജി, പനി

ഡോ എം എസ് കൃഷ്ണമൂർത്തി എം ഡി (ആയു), പിഎച്ച്ഡി.

കാട്ടുമഞ്ഞൾ എന്നറിയപ്പെടുന്ന വനഹരിദ്ര അഥവാ ആരണ്യ ഹരിദ്ര പ്രാണികളുടെ കടി, തലവേദന, പനി, ചുമ, അലർജി മുതലായവയിൽ ഉപയോഗ പ്രദമാണ്.

പനിക്കും ചുമയ്ക്കും തേൻ ചേർത്ത് പൊടിച്ച കാട്ടുമഞ്ഞൾ:
ഉണക്കിയ കാട്ടുമഞ്ഞൾ നല്ല പൊടിയാക്കി 1-2 ഗ്രാം അളവിൽ ഒരു ടീസ്പൂൺ തേൻ ചേർത്ത് ഉപയോഗിക്കുന്നത് ശ്വാസകോശ സംബന്ധമായ രോഗങ്ങൾക്ക് പ്രതിവിധിയാണ്.

മൂക്കൊലിപ്പ്, ടോൺസിലൈറ്റിസ് എന്നിവയിൽ ആവി കൊള്ളാൻ
ഒരു കഷ്ണം കാട്ടുമഞ്ഞൾ എടുത്ത് കത്തിച്ച് 1-2 മിനിറ്റ് പുക ശ്വസിക്കുക. മൂക്കൊലിപ്പ്, ടോൺസിലൈറ്റിസ് എന്നിവയിൽ ഉപയോഗപ്രദമാണ്.
ലിംഫഡെനിറ്റിസിൽ കാട്ടുമഞ്ഞളിന്റെ പേസ്റ്റ് പ്രയോഗം:
മഞ്ഞൾ അല്പം കുമ്മായം ചേർത്ത് ഗ്രന്ഥി വീക്കത്തിൽ പ്രയോഗിക്കുന്നത് വേദനയും വീക്കവും കുറയ്ക്കാൻ സഹായകരമാണ്.

ലിംഫഡെനിറ്റിസിൽ കാട്ടുമഞ്ഞളിന്റെ പേസ്റ്റ് പ്രയോഗം:
മഞ്ഞൾ അല്പം കുമ്മായം ചേർത്ത് ഗ്രന്ഥി വീക്കത്തിൽ പ്രയോഗിക്കുന്നത് വേദനയും വീക്കവും കുറയ്ക്കാൻ സഹായകരമാണ്.

124

ജീരകം, ആർത്തവ വേദന - പരിഹാരം

ഡോ എം എസ് കൃഷ്ണമൂർത്തി എംഡി(ആയു), പിഎച്ച്ഡി

പാചകാവശ്യത്തിന് സാധാരണയായി ഉപയോഗിക്കുന്ന സുഗന്ധവ്യഞ്ജനങ്ങളിൽ ഒന്നാണ് ജീരകം.

വീട്ടു വൈദ്യങ്ങൾ

1. വറുത്ത ജീരകവും ഇഞ്ചിപ്പൊടിയും വായുമുട്ടലിന് (ഗ്യാസ്):

ജീരകത്തിന്റെ 4 ഭാഗം ചുക്ക് 2 ഭാഗം, ഇന്തുപ്പ് 1 ഭാഗം എന്നിങ്ങനെ എടുത്ത് പൊടി ആക്കുക. ഭക്ഷണത്തിന് 1/2 മണിക്കൂർ മുൻപ് അര സ്പൂൺ അളവിൽ ചെറുചൂടുള്ളത്തിൽ ചേർത്ത് കഴിക്കുന്നത് ഗ്യാസ്, വയറുവേദന എന്നിവ ഒഴിവാക്കാൻ സഹായിക്കുന്നു. ദഹനശക്തി വർദ്ധിപ്പിക്കുകയും ചെയ്യുന്നു.

2. ദഹനക്കേട്, രുചിയില്ലായ്മ, പുളിച്ചു തികട്ടൽ എന്നിവയ്ക്ക് ജീരക വെള്ളം:

20 ഗ്രാം വറുത്ത ജീരകം 200 മില്ലി ചൂടുവെള്ളത്തിൽ ചേർത്ത് ഇളം ചൂടോടുകൂടി ദിവസത്തിൽ രണ്ടുതവണ കഴിക്കുന്നത് ദഹനക്കേട്, രുചിയില്ലായ്മ പോലുള്ള അവസ്ഥകൾക്ക് പ്രതിവിധിയാണ്. പ്രത്യേകിച്ച് കുട്ടികളിൽ.

3. ആർത്തവ വേദനയ്ക്ക് ജീരക ശർക്കര പ്രതിവിധി:

50 ഗ്രാം ജീരക പൊടി വറുത്തെടുക്കുക.

ഇത് 25 ഗ്രാം ശർക്കരയിൽ ചേർത്ത് നന്നായി യോജിപ്പിക്കുക.

ഇത് 5 ഗ്രാം വലിപ്പമുള്ള ഗുളികകളാക്കി ഉരുട്ടി എടുക്കുക.

ആർത്തവം തുടങ്ങുന്നതിന് 1-2 ദിവസം മുമ്പ് ഈ ഗുളിക കഴിക്കുക. കഴിച്ച

ശേഷം ഒരു കപ്പ് വെള്ളമോ മോരോ കഴിക്കാം.

ആർത്തവത്തിന്ടെ 2-3 ദിവസം വരെ ഇത് തുടരാം. ഇത് ആർത്തവ സമയത്ത് ഉണ്ടാകുന്ന വേദനയും അസ്വസ്ഥതയും കുറയ്ക്കാൻ സഹായിക്കുന്നു. ആയുർവേദത്തിലെ ജീരക രസായനത്തിന് പകരമായി ഇത് ഉപയോഗിക്കാം. ദഹനശക്തി മെച്ചപ്പെടുത്താനും ഇത് കഴിക്കാം.

4. ക്ഷീണത്തിനും അമിത ദാഹത്തിനും ജീരക ഔഷധ പാൽ:

5 ഗ്രാം ജീരകം

200 മില്ലി പാല്

400 മില്ലി വെള്ളം

തിളപ്പിച്ച് അത് പാലിന്റെ അളവിലോ ഏകദേശം 200-250 മില്ലി ആയോ വറ്റിക്കുന്നു. ഇതിലേക്ക് 1 - 2 ടീസ്പൂൺ പഞ്ചസാരയോ ശർക്കരയോ ചേർക്കാം. കാപ്പിയ്ക്കും ചായയ്ക്കും പകരമായി കഴിക്കുന്നത് ക്ഷീണവും ദാഹവും കുറയ്ക്കുന്നു. ഗർഭിണി ഛർദ്ദിയിലും ഇത് ഉപയോഗപ്രദമാണ്.

5. ജീരകവും പഞ്ചസാരയും കഫ ശമനമായി:

2 ഗ്രാം വീതം ജീരകവും പഞ്ചസാരയും 3-5 മിനിറ്റ് വായിൽ വച്ച് ചവച്ച് സാവധാനം വിഴുങ്ങുക. ഇത് ഒരു ദിവസം 5-6 തവണ ആവർത്തിക്കാം. 10-15 മിനിറ്റിന് ശേഷം കഫം പുറത്തുവരാൻ തുടങ്ങും. വരണ്ട ചുമ, തൊണ്ടവേദന, തുടങ്ങിയവയ്ക്ക് ഇത് ഉപയോഗപ്രദമാണ്.

125

നാരങ്ങയുടെ കുരു, തൊലി, ഇല, തണ്ടിന്റെ പുറംതൊലി എന്നിവ ഉപയോഗിച്ച് 4 വീട്ടുവൈദ്യങ്ങൾ

ഡോ എം എസ് കൃഷ്ണമൂർത്തി എംഡി(ആയു), പിഎച്ച്ഡി

പല ആയുർവേദ മരുന്നുകളിലും അവയുടെ പ്രവർത്തനം ത്വരിതപ്പെടുത്താൻ നാരങ്ങ ഉപയോഗിക്കുന്നു. ഇത് രക്തചംക്രമണവും ദഹനശക്തിയും മെച്ചപ്പെടുത്തുന്നു. ഹൃദയ സംരക്ഷണത്തിന് ഉത്തമമാണ്.
വയറുവേദന , കൊളസ്ട്രോൾ എന്നിവയ്ക്ക് പ്രതിവിധിയായി ഉപയോഗിക്കാം.

നാരങ്ങ ഉപയോഗങ്ങൾ:
വയറിളക്കത്തിന് നാരങ്ങ തൊലിയുടെ ചാരം:
നീര് പിഴിഞ്ഞ നാരങ്ങ തൊലി 3-4 എണ്ണം എടുത്ത് നന്നായി ഉണക്കുക. ഇത് കത്തിച്ച് ചാരം ശേഖരിക്കുന്നു.
കാൽ ടീസ്പൂൺ (500 മില്ലിഗ്രാം - 1 ഗ്രാം) ചാരത്തിൽ അര കപ്പ് തൈര് ചേർത്ത് ഒരു ദിവസം 2-3 തവണ കഴിക്കുന്നത് വയറിളക്കം തടയാൻ സഹായിക്കുന്നു. വയറ്റിലെ ഗ്യാസ്, വയറുവേദന, എന്നിവയിൽ ഇത് ഫലപ്രദമാണ്. സാധാരണയായി ഇത് വെള്ളത്തിലോ മോരിലോ ചേർത്താണ് കഴിക്കേണ്ടത്.

ആർത്തവ വേദനയ്ക്ക് നാരങ്ങ കുരു :
5-8 നാരങ്ങ കുരു ചതച്ച് പേസ്റ്റോ പൊടിയോ ഉണ്ടാക്കുക. ഇതിൽ ഒരു ടീസ്പൂൺ പൊടി ഒരു ടീസ്പൂൺ നെയ്യും ഒരു നുള്ള് (1 ഗ്രാം) ഉപ്പും ചേർത്ത് ചൂടുവെള്ളത്തോടൊപ്പം കഴിക്കുന്നത് ആർത്തവ സമയത്തെ വേദനയ്ക്ക് പ്രതിവിധിയാണ്.

ഡോസ് - അര ടീസ്പൂൺ മുതൽ ഒരു ടീസ്പൂൺ വരെ ദിവസത്തിൽ ഒന്നോ രണ്ടോ തവണ, ഭക്ഷണത്തിന് മുമ്പോ ശേഷമോ 1 ആഴ്ച ഉപയോഗിക്കണം.

ഛർദ്ദി, ഗ്യാസ് ട്രബിൾ എന്നിവയ്ക്കുള്ള നാരങ്ങ ഇല സൂപ്പ്:
നാരങ്ങയുടെ ഇലകൾ ഒരു കപ്പ് ചൂടുവെള്ളത്തിൽ മുക്കി ഇതിലേക്ക് ഒരു നുള്ള് മഞ്ഞൾപ്പൊടി, ഉപ്പ്, അര ടീസ്പൂൺ ജീരകം, ശർക്കര എന്നിവ ചേർത്ത് സൂപ്പ് തയ്യാറാക്കുന്നു. ഈ സൂപ്പ് ചെറിയ അളവിൽ ഇടയ്ക്കിടയ്ക്ക് കുടിക്കുന്നത് ഗർഭിണികളിലെ ഓക്കാനം, ഛർദ്ദി, രുചിയില്ലായ്മ, ദഹനക്കേട്, വയറുവീർപ്പ് എന്നിവയിൽ ഉപയോഗപ്രദമാണ്.

ഓക്കാനം, ഛർദ്ദി എന്നിവയ്ക്ക് നാരങ്ങ തണ്ടിന്റെ പുറംതൊലി:
നാരങ്ങ മരത്തിന്റെ തണ്ട് പുറംതൊലി - 1 ടേബിൾസ്പൂൺ 2 കപ്പ് വെള്ളത്തിൽ ചേർത്ത് തിളപ്പിച്ച് 1 കപ്പായി കുറയ്ക്കുക. ഇത് അരിച്ചെടുത്ത് ഈ കഷായത്തിൽ ഒരു നുള്ള് ഉപ്പ് ചേർത്ത് കവിൾ കൊള്ളുന്നത് ഗർഭാവസ്ഥയിൽ ഉണ്ടാകുന്ന ഓക്കാനം, ഛർദ്ദി എന്നിവ ശമിപ്പിക്കും.

126

വാഴയുടെ പഴം, തണ്ട്, ഇല, പൂവ് എന്നിവ ഉപയോഗിച്ചു ചെയ്യാവുന്ന വീട്ടുവൈദ്യങ്ങൾ

ഡോ എം എസ് കൃഷ്ണമൂർത്തി എംഡി (ആയു), പിഎച്ച്ഡി

ജലദോഷത്തിനും അലർജിക്കും വാഴപ്പഴം:
തൊലി കളഞ്ഞ പഴത്തിന്റെ ഒരു ഭാഗം മുറിച്ച് അതിൽ 2-3 നീളമുള്ള തിപ്പലി അല്ലെങ്കിൽ 10-12 കുരുമുളക് വച്ച് പൊതിയുക. ഇത് ഒരു പാത്രത്തിൽ വച്ച് ചന്ദ്രന്റെ വെളിച്ചത്തിൽ (പ്രത്യേകിച്ച് പൗർണ്ണമി ദിനത്തിൽ) തുറന്നു വയ്ക്കുക. അടുത്ത ദിവസം രാവിലെ, ഇത് വെറും വയറ്റിൽ കഴിക്കുക. 10-12 ദിവസം ആവർത്തിക്കുക. ഇത് കാലാവസ്ഥ വ്യതിയാനം കൊണ്ടുണ്ടാകുന്ന ജലദോഷം, മൂക്കൊലിപ്പ്, ചുമ മുതലായവ കുറയ്ക്കാൻ സഹായിക്കുന്നു. മഹാരാഷ്ട്രയിലെ ചില ഗോത്രവർഗങ്ങൾ ഈ നാട്ടുവൈദ്യം പ്രയോഗിക്കാറുണ്ട്.

പഴുപ്പോടു കൂടിയ കുരുവിന് വാഴത്തോൽ:
വാഴപ്പഴത്തിന്റെ തൊലി ചുണ്ണാമ്പു വെള്ളം (കാൽസ്യം ഹൈഡ്രോക്സൈഡ്) ചേർത്ത് പാകം ചെയ്ത് നന്നായി അരച്ചെടുക്കുക. ഈ പേസ്റ്റ് കുരുവിന് മുകളിൽ തേക്കുന്നത് കുരു എളുപ്പത്തിൽ പൊട്ടി പഴുപ്പ് പുറത്ത് കളയാൻ സഹായിക്കുന്നു.

ചിക്കൻപോക്സിന്റെ പാടുകൾ മാറാൻ പഴുക്കാത്ത വാഴപ്പഴം:
പഴുക്കാത്ത പഴത്തിന്റെ തൊലി എടുത്ത് കത്തിക്കുക. ഇപ്രകാരം ലഭിക്കുന്ന ചാരത്തിൽ അല്പം മഞ്ഞളും ചേർത്ത് പുരട്ടുന്നത് ചിക്കൻ പോക്സ്

മൂലമുണ്ടായ പാടുകൾ മാറാൻ നല്ലതാണ്.

വയറെരിച്ചിലിന് വാഴപ്പൂ:

ഒരു മുഷ്ടി പൂവ് എടുത്ത് 1 കപ്പ് വെള്ളം ചേർത്ത് ചതച്ചോ മിക്സിയിൽ ഇട്ടോ നീര് എടുക്കുക.

ഇതിലേക്ക് 1 ടേബിൾ സ്പൂൺ തേൻ ചേർത്ത് അതിരാവിലെ കഴിക്കുക. ഇത് ഗ്യാസ്ട്രൈറ്റിസ്, വയറുവീർപ്പ് എന്നിവ കുറയ്ക്കുന്നു. രുചിയില്ലായ്മ പോലുള്ള ബുദ്ധിമുട്ട് ഉണ്ടെങ്കിൽ ഈ ജ്യൂസിൽ അല്പം ജീരകം ചേർത്ത് ഉപയോഗിക്കാം.

മൂത്രാശയ കല്ലിന് വാഴ കാമ്പ്:

ദിവസവും 15 - 20 മില്ലി വാഴ കാമ്പ് നീര് കഴിക്കുന്നത് മൂത്രത്തിൽ കല്ല് ഉണ്ടാകാനുള്ള സാധ്യത കുറയ്ക്കുന്നു. മൂത്രം പുകച്ചിലിനും പ്രതിവിധിയാണ്.

വെള്ളപോക്കിന് വാഴ കാണ്ഡം

വാഴ കാണ്ഡം (വേരുഭാഗം) - 100 ഗ്രാം, 50 ഗ്രാം ശർക്കര ചേർത്തു നന്നായി വേവിച്ചു പേസ്റ്റാക്കുക. ഈ പേസ്റ്റിലേക്ക്, ഒരു ടീസ്പൂൺ നെയ്യ് ചേർത്ത്, ഇളം ചൂടിൽ നിരന്തരം ഇളക്കുക. തണുക്കുമ്പോൾ അല്പം തേനും ചേർത്ത് വീണ്ടും ഇളക്കുക. ഇത് 2-3 മാസം വരെ സൂക്ഷിക്കാം. 5-10 ഗ്രാം ദിവസവും ഭക്ഷണത്തോടൊപ്പം കഴിക്കാം. വെള്ളപോക്കിൽ ഇത് ഫലപ്രദമാണ്.

ഗർഭിണി ചർദ്ദി പ്രതിവിധി:

മൂപ്പെത്തിയ ഇല കത്തിച്ച് ചാരമാക്കുക. ഈ ചാരം തുല്യ അനുപാതത്തിൽ തേനുമായി കലർത്തി അര ടീസ്പൂൺ ഗർഭിണികൾക്ക് നല്കുന്നത് ചർദ്ദി, എക്കിട്ടം എന്നിവ കുറയ്ക്കുന്നു.

ഗ്യാസ്ട്രൈറ്റിസിന് വാഴയില

ഇളം ഇലയിൽ നെയ്യ് പുരട്ടി ചൂടുള്ള ഭക്ഷണം അതിൽ വിളമ്പുക. ചൂടാറുന്നതിനു മുൻപ് ഈ ഭക്ഷണം കഴിക്കുക. വൻകുടൽ ചെറുകുടൽ പുണ്ണുള്ള രോഗികൾക്കുണ്ടാകുന്ന അസ്വസ്ഥതകൾ ശമിപ്പിക്കുന്നു.

127

അർശസ്സിന് മോര്

പൈൽസ് രോഗികളോട് നിത്യവും ഭക്ഷണത്തിൽ മോര് ഉൾപ്പെടുത്താൻ ആയുർവേദ ഡോക്ടർമാർ നിർദ്ദേശിക്കാറുണ്ട്. വേദനയും ചൊറിച്ചിലും കഫ സ്രവണവും ഉള്ള അർശസിന് മോരിനെക്കാൾ മികച്ച പ്രതിവിധിയില്ല. കൊടുവേലി കിഴങ്ങ് 2-3 നുള്ള് പൊടി 100 മില്ലി മോരിൽ ചേർത്ത് 2-3 മണിക്കൂർ സൂക്ഷിക്കുക, തുടർന്ന് അരിച്ചെടുത്ത് ഉപയോഗിക്കാം. മോരിനു പകരം തൈരും ഉപയോഗിക്കാം.

എങ്ങനെ കഴിക്കാം?

10 മില്ലി ഒരു ദിവസം ഒന്നോ രണ്ടോ തവണ ഭക്ഷണത്തിനു ശേഷം കഴിക്കാം. ഭക്ഷണത്തിൽ സാധാരണ മോരിനു പകരം ഇത് ഉപയോഗിക്കാം.

ശ്രദ്ധിക്കേണ്ട കാര്യങ്ങൾ

വേനൽക്കാലത്ത് ഇത് ഒഴിവാക്കുന്നതാണ് നല്ലത്. ഗ്യാസ്ട്രൈറ്റിസ്, പിത്ത പ്രകൃതി ക്കാർ എന്നിവർ ഇത് ഒഴിവാക്കണം. അല്ലെങ്കിൽ ആയുർവേദ ഡോക്ടറുമായി കൂടിയാലോചിച്ച ശേഷം ഈ പ്രതിവിധിയിൽ തൈര് ഒഴിവാക്കുകയോ മോരിനു പകരം തൈര് ഉപയോഗിക്കുകയോ ചെയ്യുന്നതാണ് നല്ലത്. രക്തസ്രാവത്തിൽ ഇത് ഫലപ്രദമാകണമെന്നില്ല.

എങ്ങനെ പ്രവർത്തിക്കുന്നു?

അർശസിനുള്ള ഏറ്റവും മികച്ച വീട്ടുവൈദ്യങ്ങളിൽ ഒന്നാണിത്.
കൊടുവേലിയും മോരും - രണ്ടും ഉഷ്ണമാണ്. ദഹന എൻസൈമുകളുടെ ഉല്പാദനം വർദ്ധിപ്പിക്കാനും കരളിന്റെ പ്രവർത്തനം മെച്ചപ്പെടുത്താനും അവ സഹായിക്കുന്നു. ഇത് പൈൽസിന്റെ വലിപ്പവും വേദനയും കുറയ്ക്കാൻ സഹായിക്കുന്നു.

128

മോര് - വയറു വീർപ്പ്, ഗ്യാസ് ട്രബിൾ എന്നിവയ്ക്ക്

വയറു വീർപ്പ്, മലബന്ധം, ദഹന കുറവ് എന്നിവയ്ക്ക് പ്രതിവിധിയായ പുരാതന ആയുർവേദ വീട്ടു വൈദ്യമാണ് ഇവിടെ വിവരിക്കുന്നത്.

ചേരുവകൾ:
ഇന്തുപ്പ് - 1 നുള്ള്

കടുക്ക - പൊടിച്ചത്

മോര് - 100 മില്ലി: മോര് ദഹനത്തിന് നല്ലതാണ്. രാത്രിയിലും ഇതിന്റെ ഉപയോഗം നിഷേധിക്കുന്നില്ല.

എങ്ങനെ ഉണ്ടാക്കാം?
1 നുള്ള് ഇന്തുപ്പ്, ഒരു സ്പൂൺ കടുക്ക പൊടി എന്നിവ മോരിൽ ചേർത്ത് നന്നായി ഇളക്കുക. ദിവസത്തിൽ ഒന്നോ രണ്ടോ തവണ ഭക്ഷണത്തിന് ശേഷം ഇത് കഴിക്കാവുന്നതാണ്.

ഗുണങ്ങൾ
1-2 ആഴ്ച കൊണ്ട് വയറു വീർപ്പിൽ നിന്നും ആശ്വാസം ലഭിക്കും. ദഹനം മെച്ചപ്പെടുത്തുന്നു. മലബന്ധം ഒഴിവാക്കുന്നു

ഉപയോഗിക്കാൻ പാടില്ലാത്തവർ
ഉപ്പ് അടങ്ങിയിരിക്കുന്നതിനാൽ ബിപി കൂടുതൽ ഉള്ളവർ ഇതിന്റെ ഉപയോഗം ഒഴിവാക്കണം. നിങ്ങളുടെ ഡോക്ടറുമായി ആലോചിച്ചതിനുശേഷം ഈ വീട്ടുവൈദ്യം ഉപയോഗിക്കുന്നതാണ് നല്ലത്.

129

കറുവപ്പട്ട, തേൻ എന്നിവയുടെ ഗുണങ്ങൾ

തേൻ, കറുവപ്പട്ട എന്നിവയുടെ ഔഷധ ഗുണങ്ങൾ

1. ക്രിയാറ്റിൻ അളവ് കുറയ്ക്കാൻ - ക്രിയാറ്റിന്റെ അളവ് കുറയ്ക്കുന്നതിന് ഫലപ്രദമായ അപൂർവ സസ്യങ്ങളിൽ ഒന്നാണ് കറുവപ്പട്ട. ഇതിനായി, കറുവപ്പട്ട പൊടി - 1-2 ഗ്രാം തേനിനൊപ്പം നൽകാം. മരുന്നിന്റെ ആഗിരണവും പ്രവർത്തനവും വേഗത്തിലാക്കാൻ തേൻ സഹായിക്കുന്നു.

2. കറുവപ്പട്ടയും തേനും മുറിവ് ഉണക്കാൻ - കറുവപ്പട്ടയ്ക്ക് മുറിവുകളിലെ അണുബാധയെ പ്രതിരോധിക്കാനുള്ള കഴിവുണ്ട്. തേനും മുറിവുണക്കാൻ സഹായിക്കുന്നു. അതിനാൽ, മുറിവുകൾ വേഗത്തിൽ സുഖപ്പെടുത്താൻ തേനും കറുവപ്പട്ടയും ചേർത്ത് പുരട്ടുന്നത് ഉപയോഗപ്രദമാണ്.

3. ത്വക്ക് ചൊറിച്ചിലിന് - കറുവപ്പട്ട ചർമ്മത്തിലെ ചൊറിച്ചിൽ ശമിപ്പിക്കുന്നു. കറുവപ്പട്ട പേസ്റ്റ്, തേൻ ചേർത്ത് അലർജി ബാധിച്ച ചർമ്മ ഭാഗത്ത് പുരട്ടുന്നത് ചർമ്മത്തിലെ ചൊറിച്ചിലിന് പ്രതിവിധിയാണ്

4. ദഹനക്കേടിന് - കറുവപ്പട്ടയും തേനും വാതത്തെയും കഫത്തെയും സന്തുലിതമാക്കുന്നു, കൂടാതെ രുചിയില്ലായ്മ, ദഹനക്കേട് എന്നിവ പരിഹരിക്കുന്നു.

5. ശരീരഭാരം കുറയ്ക്കാൻ കറുവാപ്പട്ടയും തേനും - ഒരു നുള്ള് കറുവപ്പട്ടയും ഒരു ടീസ്പൂൺ തേനും, ചെറുചൂടുള്ള വെള്ളത്തിൽ, അതിരാവിലെ, വെറും വയറ്റിൽ കഴിക്കുന്നത് ശരീരഭാരം കുറയ്ക്കാൻ സഹായിക്കുന്നു. ഇത് കഴിച്ച് അര മണിക്കൂറിനു ശേഷം മാത്രം ആഹാരം കഴിക്കുക.

130

ആരോഗ്യമുള്ള മുടിക്കും ചുളിവുകളില്ലാത്ത ചർമ്മത്തിനും നെല്ലിക്ക പൊടി

ആയുർവേദ പ്രകാരം, നെല്ലിക്ക ഏറ്റവും മികച്ച രസായന ഗുണമുള്ള (ആന്റി-ഏജിംഗ് മെഡിസിൻ, ഇമ്മ്യൂണിറ്റി മോഡുലേറ്റർ) സസ്യമാണ്. പതിവായി കഴിക്കുന്നത് പ്രതിരോധശേഷി വർദ്ധിപ്പിക്കാനും രോഗങ്ങൾ തടയാനും ഉത്തമമാണ്.

ബാഹ്യ പ്രയോഗത്തിനും ഉള്ളിലേക്ക് കഴിക്കാനും ഉപയോഗിക്കാറുണ്ട്. ഇത് ചർമ്മത്തിനും മുടിക്കും നല്ലതാണ്. നെല്ലിക്ക അടങ്ങിയ നിരവധി എണ്ണകൾ, ഷാംപൂകൾ, ഹെയർ വാഷുകൾ, സോപ്പുകൾ എന്നിവ ഇന്ന് വിപണിയിലുണ്ട്. ഇത് ചർമ്മത്തിന്റേയും മുടിയുടേയും കേടുപാടുകൾ പരിഹരിക്കുന്നു. ത്വക്കിലെ മൃതകോശങ്ങളെ നീക്കം ചെയ്യാൻ സ്ക്രബ്ബറായും ഉപയോഗിക്കാം. നെല്ലിക്കയുടെ ഉപയോഗം, ചൂട്, അന്തരീക്ഷ മലിനീകരണം, കെമിക്കലുകൾ എന്നിവയിൽ നിന്ന് ചർമ്മത്തിനും തലയോട്ടിക്കും ദീർഘകാല സംരക്ഷണം നൽകുന്നു.

നെല്ലിക്ക ഉപയോഗിച്ച് തലമുടി കഴുകുന്നതുകൊണ്ടുള്ള ഗുണങ്ങൾ

ഇത് മുടിയുടെ വേരുകളെ ശക്തിപ്പെടുത്തി മുടിയുടെ വളർച്ച ത്വരിതപ്പെടുത്തുകയും മുടി കൊഴിയുന്നതു തടയുകയും ചെയ്യുന്നു. അകാല നര തടയുന്നു. പ്രകൃതിദത്ത ഹെയർ കണ്ടീഷണറായി ഉപയോഗിക്കാം. വിറ്റാമിൻ-സി ധാരാളം അടങ്ങിയിരിക്കുന്നതിനാൽ ചർമ്മത്തിന് മൃദുത്വവും തിളക്കവും നല്കുന്നു. ചുളിവുകൾ വരുന്നത് തടയുന്നു.

കുറിപ്പ് -

നെല്ലിക്ക ഉള്ളിലേക് കഴിക്കുന്നത് മലം അയഞ്ഞ് പോകാൻ സഹായിക്കുന്നു. ആഴ്ച്ചയിലൊരിക്കലെങ്കിലും ഇതിന്റെ ഉപയോഗം ശരീരത്തിൽ അടിഞ്ഞു കൂടുന്ന വിഷാംശം പുറത്തേക്ക് കളയാൻ സഹായിക്കും. ഇവയുടെയെല്ലാം ഉപയോഗത്തിന് മുൻപ് നിങ്ങളുടെ ആയുർവേദ ഡോക്ടറുടെ അഭിപ്രായം സ്വീകരിച്ച് ഓരോരുത്തരുടേയും ശരീര പ്രകൃതിക്ക് അനുയോജ്യമായത് തിരഞ്ഞെടുക്കുക.

ബാഹ്യ പ്രയോഗത്തിന് നെല്ലിക്ക എങ്ങനെയൊക്കെ ഉപയോഗിക്കാം?

രീതി 1:

നെല്ലിക്ക പൊടി വെള്ളത്തിൽ കലർത്തി ഈ വെള്ളം ഉപയോഗിച്ച് തലയും ദേഹവും കഴുകാം."

രീതി 2:

നെല്ലിക്ക പേസ്റ്റ് ശരീരത്തിലും തലയോട്ടിയിലും പുരട്ടി കഴുകി കളയാം.

രീതി 3:

നെല്ലിക്ക പേസ്റ്റ് ആക്കി ശരീരത്തിലും തലയോട്ടിയിലും പുരട്ടി നെല്ലിക്ക ചേർത്ത വെള്ളത്തിൽ കുളിക്കുക.

എത്ര കാലം ഉപയോഗിക്കാം ?

എത്രകാലം വേണമെങ്കിലും ഉപയോഗിക്കാം.

നെല്ലിക്കയുടെ പ്രത്യേക ഗുണങ്ങൾ:

വൈറ്റമിൻ സി, ആന്റി ഓക്സിഡന്റ് എന്നിവ ധാരാളം അടങ്ങിയിരിക്കുന്നതിനാൽ കോശങ്ങളുടെ കേടുപാടുകൾ പരിഹരിക്കുകയും രോഗ പ്രതിരോധത്തിനും ഉത്തമമാണ്. ശരീരത്തിൽ അടിഞ്ഞു കൂടുന്ന വിഷാംശം നീക്കം ചെയ്യുന്നു. വൈറ്റമിൻ സി ധാരാളം ഉള്ളതിനാൽ തന്നെ കുടലിൽ നിന്നും ആഗിരണം ചെയ്യാൻ സഹായിക്കുന്നു. അതിനാൽ അനീമിയ ഉള്ളവരിലും നെല്ലിക്കയുടെ പതിവായ ഉപയോഗം ഗുണം ചെയ്യും. ബുദ്ധി, ഒർമ്മ ശക്തി എന്നിവ വർദ്ധിപ്പിക്കാനും തലച്ചോറിന്റെ പ്രവർത്തനങ്ങളെ ഉദ്ധീപിപ്പിക്കാനും ഉത്തമമാണ്. ഹൃദയ സംബന്ധമായ അസുഖങ്ങളെ ചെറുക്കുന്നു. മഞ്ഞപ്പിത്തം പോലുള്ള കരൾ രോഗങ്ങൾക്കും പ്രതിവിധിയാണ്. അകാരണമായ ക്ഷീണം, ശ്വാസം മുട്ടൽ, അസിഡിറ്റി, ഇടയ്ക്കിടെയുണ്ടാകുന്ന ജലദോഷം, പനി എന്നിവയെല്ലാം നെല്ലിക്കയുടെ പതിവ് ഉപയോഗത്തിലൂടെ തടുക്കാൻ സാധിക്കും.

131

മൂത്രാശയ സംബന്ധമായ രോഗങ്ങൾക്ക് നെല്ലിക്ക മഞ്ഞൾ എന്നിവ ചേർന്ന വീട്ടുവൈദ്യം

മൂത്രാശയ സംബന്ധ അണുബാധയ്ക്കും മൂത്രം പോകുന്നതിനുള്ള ബുദ്ധിമുട്ടുകൾക്കും മൂന്ന് ചേരുവകൾ ചേർത്ത പ്രതിവിധി

ചേരുവകൾ:

നെല്ലിക്ക - 1 എണ്ണം / 10 ഗ്രാം

മഞ്ഞൾപ്പൊടി - 5 ഗ്രാം

തേൻ - 1-2 ടീസ്പൂൺ.

തയ്യാറാക്കുന്ന രീതി:

നെല്ലിക്ക കഴുകി ചെറിയ കഷ്ണങ്ങളാക്കുക. ഇത് ചതച്ച് നീര് എടുക്കുക. ഒരു നെല്ലിക്കയിൽ നിന്നും 1-2 ടീസ്പൂൺ ജ്യൂസ് ലഭിക്കും. മുകളിൽ പറഞ്ഞ അളവിൽ മഞ്ഞൾപ്പൊടിയും തേനും ചേർത്ത് നന്നായി ഇളക്കുക.

ഡോസ് - ഭക്ഷണത്തിന് മുമ്പ് 1-2 ടീസ്പൂൺ ദിവസം 2 തവണ 10-15 ദിവസത്തേക്ക് കഴിക്കാം. ആവശ്യമെങ്കിൽ 2-3 മാസം ഉപയോഗിക്കാം. ദീർഘകാല ഉപയോഗം ദോഷം ചെയ്യില്ല.

നിയമങ്ങൾ: തയ്യാറാക്കി 5- 6 മണിക്കൂറിനുള്ളിൽ ഉപയോഗിച്ചു തീർക്കണം.

പ്രയോജനങ്ങൾ:

മൂത്രം ഒഴിക്കുമ്പോൾ ഉള്ള പുകച്ചിൽ, വേദന

മൂത്രമൊഴിക്കാനുള്ള ബുദ്ധിമുട്ട്, ആവർത്തിച്ചുള്ള മൂത്രനാളി അണുബാധ, അടി വയർ വേദന (മൂത്രാശയ വേദന)

പ്രോസ്റ്റയ്റ്റിസ്, സിസ്റ്റയ്റ്റിസ് എന്നിവയിൽ ഉപയോഗപ്രദമാണ്

പുതിയ നെല്ലിക്കയ്ക്ക് പകരം ഉണക്കിയ പൊടി ഉപയോഗിക്കാമോ?

അതെ. 1 ടീസ്പൂൺ (5-6 ഗ്രാം) നെല്ലിക്ക പൊടി ഉപയോഗിക്കാം.

ഡോസ് - 5 ഗ്രാം ഭക്ഷണത്തിന് മുമ്പ് ഒന്നോ രണ്ടോ തവണ കഴിക്കാം. ഉണങ്ങിയ നെല്ലിക്ക പൊടി ഉപയോഗിച്ചാണ് തയ്യാറാക്കുന്നതെങ്കിൽ,1-2 മാസം സൂക്ഷിക്കാം.

പ്രമേഹരോഗികളിൽ ഇത് ഉപയോഗിക്കാമോ?

രക്തത്തിലെ പഞ്ചസാരയുടെ അളവ് നിയന്ത്രണത്തിലാണെങ്കിൽ, പ്രമേഹരോഗികൾക്ക് ഇത് ഉപയോഗിക്കാം.

അല്ലാത്ത പക്ഷം തേൻ ഒഴിവാക്കി ഉപയോഗിക്കാം. ജ്യൂസ് പിഴിഞ്ഞെടുത്ത ശേഷം അവശേഷിക്കുന്ന നെല്ലിക്ക കഷണങ്ങൾ കഴിക്കാവുന്നതാണ്.

ത്രിദോഷത്തിന്റെ പ്രഭാവം:

ത്രിദോഷങ്ങളെ സന്തുലിതമാക്കുമെന്നതിനാൽ ഏത് പ്രകൃതിക്കാർക്കും ഇത് ഉപയോഗിക്കാം.

ഇതെങ്ങനെ പ്രവർത്തിക്കുന്നു?

മഞ്ഞളും നെല്ലിക്കയും വളരെ നല്ല ആന്റി ഓക്സിഡന്റ്, ആന്റി മൈക്രോബയൽ ഗുണങ്ങളുള്ള ഔഷധങ്ങളാണ്. ആയുർവേദ മരുന്നായ നിശമാലകി ചൂർണവും ഇതെ ഔഷധ കൂട്ടാണ്.

പാർശ്വഫലങ്ങളും മുൻകരുതലുകളും:

ഈ മരുന്ന് 1 വയസ്സിന് മുകളിലുള്ള കുട്ടികൾക്ക് കൊടുക്കാം. ഗുണനിലവാരമുള്ള തേൻ ഉപയോഗിക്കുക. ഗർഭകാലത്തും മുലയൂട്ടുന്ന സമയത്തും കഴിക്കുന്നത് സുരക്ഷിതമാണ്. യോഗ്യതയുള്ള ഒരു ആയുർവേദ ഡോക്ടറെ സമീപിച്ചതിനുശേഷം മാത്രം ഇത് അല്ലെങ്കിൽ മറ്റേതെങ്കിലും വീട്ടുവൈദ്യം പിന്തുടരുന്നതാണ് നല്ലത്.

132

വാർദ്ധക്യ രോഗങ്ങളെ ചെറുക്കുന്നതിന് ത്രിഫല

ത്രിഫല - നെല്ലിക്ക, താന്നിക്ക, കടുക്ക എന്നിവ ചേർന്നതാണ് കടുക്ക. ആയിരക്കണക്കിന് വർഷങ്ങൾക്കുമുൻപ് രചിക്കപ്പെട്ട ചരക സുശ്രുത സംഹിതകളിൽ ത്രിഫലയുടെ വിവിധ ഉപയോഗങ്ങൾ പരാമർശിച്ചിട്ടുണ്ട്. ഏത് ആയുർവേദ സ്റ്റോറിലും ത്രിഫല ചൂർണം നിങ്ങൾക്ക് ലഭിക്കും.

വീട്ടിൽ എങ്ങനെ നിർമ്മിക്കാം?

100 ഗ്രാം ത്രിഫല പൊടിച്ച് അല്പം വെള്ളം ചേർത്ത് പേസ്റ്റ് ആക്കുക. വൃത്തിയുള്ള ഇരുമ്പ് പാത്രത്തിൽ ഈ പേസ്റ്റ് പുരട്ടി 24 മണിക്കൂർ ഉണങ്ങാൻ വയ്ക്കുക. പൂർണ്ണമായി ഉണങ്ങിയശേഷം പേസ്റ്റ് ചുരണ്ടിയെടുത്ത് ഉണങ്ങിയ പാത്രത്തിൽ സൂക്ഷിക്കാം.

എങ്ങനെ കഴിക്കാം?

ത്രിഫല പൊടി 5 - 10 ഗ്രാം ഒരു ടീസ്പൂൺ തേൻ ചേർത്ത് പേസ്റ്റ് ആക്കി ഭക്ഷണത്തിന് ശേഷം ഒരു കപ്പ് വെള്ളത്തിനൊപ്പം കഴിക്കാം. ഇത് രാവിലെയാണ് കഴിക്കുന്നതെങ്കിൽ, വൈകുന്നേരം കുറഞ്ഞത് 5 ഗ്രാം നെയ്യോ എള്ളെണ്ണയോ കഴിക്കണം. രാത്രിയിൽ കഴിക്കുന്നവർ, അടുത്ത പ്രഭാതഭക്ഷണത്തിൽ 5 ഗ്രാം നെയ്യ് അല്ലെങ്കിൽ എള്ളെണ്ണ ഉൾപ്പെടുത്തണം.

പ്രയോജനങ്ങൾ:

ഒരു വർഷം തുടർച്ചയായി ഉപയോഗിക്കുന്നത് വാർദ്ധക്യ രോഗങ്ങളെ ചെറുക്കാനും ആരോഗ്യം വീണ്ടെടുക്കാനും സഹായിക്കുമെന്ന് ചരക സംഹിതയിൽ വിശദീകരിച്ചിരിക്കുന്നു.

ഇതിന്റെ പ്രവർത്തനം എപ്രകാരമാണ്?

ആയുർവേദ പ്രകാരം, പാചകം ചെയ്യുന്നതും സൂക്ഷിക്കുന്നതുമായ പാത്രത്തിന്റെ സ്വഭാവം പദാർത്ഥത്തിന് അതിന്റേതായ ഔഷധമൂല്യം നൽകുന്നു. ത്രിഫല നിർമ്മിക്കുന്നതിന് ഇരുമ്പ് പാത്രമാണ് ഉപയോഗിക്കുന്നത്.

ഇരുമ്പിന്റെ ചില ഗുണങ്ങൾ ഇവയാണ്-

ഇരുമ്പിന് മാലിന്യങ്ങളെ ഉരച്ചു കളയാനുള്ള കഴിവുണ്ട്. അതിനാൽ ഹൃദയ സംബന്ധമായ അസുഖങ്ങളിൽ ഇത് ഉപയോഗപ്രദമാണ്. ഇത് പ്രതിരോധശേഷി, ചർമ്മത്തിന്റെ ഘടന, നിറം, ഓർമ്മശക്തി, ബുദ്ധി, ദഹനശക്തി എന്നിവ മെച്ചപ്പെടുത്തുകയും പ്രകൃതിദത്ത വാജീകരണ ഔഷധമായി പ്രവർത്തിക്കുകയും ചെയ്യുന്നു.

കണ്ണുകൾ, പ്ലീഹ, കരൾ, രക്തക്കുഴലുകൾ എന്നിവയുടെ ആരോഗ്യത്തിനും ത്രിഫല നല്ലതാണ്, വളരെ നല്ല ആന്റി ഓക്സിഡന്റാണ്.

മുൻകരുതലുകൾ:

പ്രമേഹരോഗികൾ തേൻ ഉപയോഗിക്കുന്നതിന് മുമ്പ് ഡോക്ടറെ സമീപിക്കേണ്ടതാണ്. രക്തത്തിലെ പഞ്ചസാരയുടെ അളവ് നിയന്ത്രണത്തിലാണെങ്കിൽ മാത്രം, പ്രതിദിനം 2 - 5 ഗ്രാം തേൻ ഉപയോഗിക്കാം, അല്ലാത്തപക്ഷം, പാടില്ല. ഗർഭകാലത്ത് ഇതിന്റെ ഉപയോഗം ഒഴിവാക്കാം.

നെയ്യോ എള്ളെണ്ണയോ കഴിക്കാൻ പറയുന്നതിനു പിന്നിലെ കാരണം?

ത്രിഫലയും തേനും ശരീരത്തിന്റെ രൂക്ഷത (വരൾച്ച) വർദ്ധിപ്പിക്കുന്നു. അതിനെ പ്രതിരോധിക്കാൻ, ദഹനത്തിന് ശേഷം, നെയ്യ് / എള്ളെണ്ണ നിർദ്ദേശിക്കപ്പെടുന്നു.

ത്രിഫല ചൂർണ്ണം എത്ര കാലം കേടുകൂടാതെ സൂക്ഷിക്കാം?

ത്രിഫല ചൂർണം 1-2 മാസം സൂക്ഷിക്കാം. കഴിയുന്നതും തയ്യാറാക്കി ഒരു മാസം വരെ ഉപയോഗിക്കുക.

അവലംബം: ചരക സംഹിത, ചികിത്സ സ്ഥാനം, ഒന്നാം അദ്ധ്യായം.

133

തേൻ ചേർത്ത വെള്ളം - ഭാരം കുറയ്ക്കാൻ

ശരീരഭാരം കുറയ്ക്കാൻ നിരവധി ആയുർവേദ വീട്ടുവൈദ്യങ്ങളുണ്ട്.

അര സ്പൂൺ തേൻ അര ഗ്ലാസ് ഇളം ചൂട് വെള്ളത്തിൽ കലർത്തി അതിരാവിലെ വെറും വയറ്റിൽ കുടിക്കുന്നത് ശരീരഭാരം കുറയ്ക്കാൻ സഹായിക്കുന്നു. കുറഞ്ഞത് 15 മിനിറ്റെങ്കിലും കഴിഞ്ഞതിനുശേഷം മാത്രം ആഹാരം കഴിക്കുക.

എത്ര കാലം കഴിക്കണം?

പ്രമേഹം ഇല്ലാത്തവർക്ക് ശരീരഭാരം കുറയ്ക്കാൻ ഈ പാനീയം 4-6 മാസം കഴിക്കാം.

പ്രമേഹരോഗികൾക്ക് ഇത് കഴിക്കാമോ?

പ്രമേഹ രോഗികൾ ഇതിന്റെ ഉപയോഗം ഒഴിവാക്കണം.

സാധാരണ വെള്ളത്തിന് പകരം ചൂടുവെള്ളം ഉപയോഗിക്കാമോ?

ആയുർവേദ തത്വ പ്രകാരം തേൻ ചൂടാക്കുകയോ ചൂടാക്കിയ ഭക്ഷണ പദാർത്ഥങ്ങളിൽ ചേർത്ത് ഉപയോഗിക്കാനോ ശുപാർശ ചെയ്യുന്നില്ല. ലേഹങ്ങളിലും മറ്റും നിർമ്മാണത്തിന്റെ അവസാനം ചൂടാറിയ ശേഷമാണ് ചേർക്കുന്നത്. അതിനാൽ, ചൂടുവെള്ളത്തിനു പകരം, ചെറുചൂടുള്ളതോ തിളപ്പിച്ച് തണുത്തതോ ആയ വെള്ളം ഉപയോഗിക്കാം.

ചോദ്യം: ഗർഭിണികൾ രാവിലെ ചെറുചൂടുള്ള വെള്ളത്തിൽ നാരങ്ങയും തേനും കുടിക്കുന്നത് സുരക്ഷിതമാണോ?

ചൂടുവെള്ളം, നാരങ്ങ നീര്, തേൻ എന്നിവയുടെ സംയോജനം ശരീരം

ശുദ്ധീകരിക്കുന്നതിനും വിഷാംശം ഇല്ലാതാക്കുന്നതിനും ശരീരഭാരം കുറയ്ക്കുന്നതിനും ഉത്തമമാണ്. ഇത് ശരീരത്തിന് ശോഷണം ഉണ്ടാക്കുന്നു. ഗർഭാവസ്ഥയിൽ, ശരീര പോഷണമാണ് ആവശ്യം. അതിനാൽ, ഗർഭകാലത്ത് ഇതിന്റെ ഉപയോഗം ആവശ്യമില്ല.

• 289 •

ചോദ്യം : തേൻ + നാരങ്ങ നീര് ചേർത്ത വെള്ളം എങ്ങനെ കഴിക്കാം?
അതെ. തേനും നാരങ്ങ നീരും നന്നായി യോജിപ്പിച്ച് ഇളം ചൂടുവെള്ളത്തിൽ ചേർത്ത് കഴിക്കുന്നത് ശരീരഭാരം കുറയ്ക്കാൻ നല്ലതാണ്.1 ടീസ്പൂൺ നാരങ്ങാനീര് + 1 ടീസ്പൂൺ തേൻ അര കപ്പ് വെള്ളത്തിൽ, രാവിലെ വെറും വയറ്റിൽ 5-6 മാസം കഴിക്കാം.

134

മുഖത്തെ അമിത രോമ വളർച്ച പ്രതിവിധി

വാക്സിംഗ്, ബ്ലീച്ചിംഗ്, ത്രെഡിംഗ്, ഇലക്ട്രോലിസിസ്, ലേസർ തുടങ്ങിയ മുഖത്തെ രോമങ്ങൾ നീക്കം ചെയ്യുന്നതിനുള്ള സാങ്കേതിക വിദ്യകൾ ഇന്ന് ലഭ്യമാണെങ്കിലും മുഖത്തെ രോമം നീക്കം ചെയ്യുന്നതിന് നിങ്ങൾക്ക് വീട്ടിൽ തന്നെ പരീക്ഷിക്കാവുന്ന ഏതാനും വീട്ടുവൈദ്യങ്ങൾ വിവരിക്കാം

1. കടല മാവ്, മഞ്ഞൾ എന്നിവ ചേർത്ത് പേസ്റ്റ് ആക്കി പുരട്ടുക, പതിനഞ്ച് മിനിറ്റിനു ശേഷം കഴുകി കളയാം .
പണ്ടു കാലങ്ങളിൽ സ്ത്രീകൾ മുഖത്ത് മഞ്ഞൾ ഉപയോഗിക്കാറുണ്ടായിരുന്നതിന്റെ കാരണവും ഇതുതന്നെയാണ്.

2. ഉഴുന്ന്, മഞ്ഞൾ, കടുകെണ്ണ എന്നിവയുടെ മിശ്രിതം സ്ക്രബ്ബിംഗിനായി ഉപയോഗിക്കാം.

3. മഞ്ഞൾ പാലിൽ ചേർത്ത് പേസ്റ്റ് ആക്കി പുരട്ടാം

രോമങ്ങൾ നീക്കം ചെയ്തതിനുശേഷം (എപ്പിലേഷൻ) മഞ്ഞൾ പുരട്ടുന്നത് മുഖത്തെ രോമവളർച്ചയെ തടസ്സപ്പെടുത്തുമോ?
അതെ, രോമം നീക്കം ചെയ്യുന്ന ചികിത്സയ്ക്ക് ശേഷം, മുഖത്ത് മഞ്ഞൾപ്പൊടി പുരട്ടി 10-15 മിനിറ്റെങ്കിലും വയ്ക്കുന്നത് നല്ലതാണ്. മുഖത്തെ രോമവളർച്ച കുറയ്ക്കുന്നതിനു പുറമേ, എപ്പിലേഷൻ സമയത്ത് ഉണ്ടാകാനിടയുള്ള ചർമ്മത്തിലെ ചെറിയ മുറിവുകൾ സുഖപ്പെടുത്തുകയും ചെയ്യുന്നു. ഒരു പരിധിവരെ, മുഖത്തെ രോമവളർച്ച തടയുന്നതിനോ അല്ലെങ്കിൽ കുറഞ്ഞത് കാലതാമസം വരുത്തുന്നതിനോ ഇത് ഉപയോഗപ്രദമാണ്.

135

ഗ്യാസ്ട്രൈറ്റിസ്, വയറ്റിലെ അൾസർ, നെഞ്ചെരിച്ചിൽ എന്നിവയ്ക്ക് ഇരട്ടി മധുരം

ഡോ വൈഎസ് രഘുറാം എംഡി (ആയു)

ഇരട്ടി മധുരം പാലിൽ ചേർത്തു ക്ഷീരപാക വിധി പ്രകാരം തയ്യാറാക്കുന്ന പാൽ കഷായം ഗ്യാസ്ട്രൈറ്റിസിന് പ്രതിവിധിയാണ്.

ചേരുവകൾ:

ഇരട്ടി മധുരം പൊടിച്ചത്- 3 ഗ്രാം

പാൽ - 25 മില്ലി

വെള്ളം - 100 മില്ലി

ഒരു നേരം കഴിക്കാനുള്ള പാൽ കഷായത്തിനുള്ള അളവാണിത്.

എങ്ങനെ തയ്യാറാക്കാം?

- ഇരട്ടി മധുരം പൊടിച്ചത് 3 ഗ്രാം (ഏകദേശം അര ടീസ്പൂൺ) ഒരു പാത്രത്തിൽ എടുക്കുക.
- ഇതിലേക്ക് 25 മില്ലി (ഇരട്ടി മധുരത്തിന്റെ ഏകദേശം 8 മടങ്ങ്) അളവിൽ പാൽ ചേർക്കുക.
- 100 മില്ലി അളവിൽ വെള്ളവും ചേർക്കുക. അതായത് പാലിന്റെ 4 മടങ്ങ്).
- പാത്രത്തിൽ വെള്ളം ചേർക്കുന്നതിന് മുമ്പ് പാലിന്റെ അളവ് ഏകദേശം ശ്രദ്ധിക്കുക
- ചേരുവകൾ നന്നായി ഇളക്കി മിതമായ ചൂടിൽ തിളപ്പിച്ച് പാലളവായി വറ്റിക്കുക. അതായത്, ചേർത്ത വെള്ളം മുഴുവൻ ബാഷ്പീകരിക്കപ്പെടണം.

ഒടുവിൽ 25 മില്ലി പാൽ അവശേഷിക്കും.

- പാൽ കഷായമാക്കി കഴിക്കുന്നത് വഴി ഇരട്ടി മധുര പൊടി തനിയേ കഴിക്കുമ്പോൾ ഉണ്ടാകുന്ന ചർദ്ദി പോലുള്ള പാർശ്വ ഫലങ്ങൾ കുറയ്ക്കാൻ സഹായിക്കുന്നു.
- ഇത് അരിച്ചെടുത്ത് ഇളം ചൂടോടു കൂടി കഴിക്കാം.

അളവ്:

25 മില്ലി രാവിലെ അല്ലെങ്കിൽ ഡോക്ടറുടെ അഭിപ്രായ പ്രകാരം കഴിക്കാം.

12 വയസ്സിന് താഴെയുള്ള കുട്ടികളിൽ, 5 - 10 മില്ലി, ദിവസത്തിൽ ഒന്നോ രണ്ടോ തവണ കൊടുക്കാം.

ഗ്യാസ്ട്രൈറ്റിസ്, ആമാശയ സംബന്ധമായ അസുഖങ്ങൾ എന്നിവയിൽ ഇത് ഭക്ഷണത്തിന് മുമ്പ് കഴിക്കുന്നതാണ് നല്ലത്. ഭക്ഷണത്തിനു ശേഷവും ഉപയോഗിക്കാം. യോഗ്യരായ ആയുർവേദ ഡോക്ടർ രോഗത്തെയും രോഗബാധിതരെയും സൂക്ഷ്മമായി പരിശോധിച്ച ശേഷം തീരുമാനമെടുക്കണം.

എത്ര കാലം കഴിക്കണം?

ഡോക്ടറുടെ ഉപദേശം അനുസരിച്ച് 2 മുതൽ 8 ആഴ്ച വരെ ഇത് ഉപയോഗിക്കാം.

കാലാവധി:

ഓരോ തവണയും പുതുതായി തയ്യാറാക്കിയത് ഉപയോഗിക്കണം. ഫ്രിഡ്ജിൽ സൂക്ഷിച്ച് വീണ്ടും ഉപയോഗിക്കരുത്. ഇത് ഔഷധഗുണങ്ങൾ നഷ്ടപ്പെടുന്നതിന് കാരണമാകും.

ആരോഗ്യ ഗുണങ്ങൾ:

- ഗ്യാസ്ട്രൈറ്റിസ്, പെപ്റ്റിക് അൾസർ മറ്റ് ഉദരരോഗങ്ങൾ എന്നിവയ്ക്ക് ഉപയോഗപ്രദമാണ്. ആമാശയത്തിലെ ആസിഡിന്റെ അളവ് കുറയ്ക്കുന്നു, അൾസർ ഉണ്ടാകുന്നത് തടയുന്നു.
- ഇരട്ടി മധുരത്തിൽ അടങ്ങിയിരിക്കുന്ന രാസവസ്തുക്കൾ വയറിലെ കോശങ്ങളിൽ ഉണ്ടാകുന്ന വീക്കം കുറച്ച് കേടുപാടുകൾ പരിഹരിക്കുന്നു. അൾസർ സുഖപ്പെടുത്തുന്ന രാസവസ്തുക്കളുടെ ഉല്പാദനം

ത്വരിതപ്പെടുത്തുന്നു.

- എച്ച്.പൈലോറി അണുബാധ ഒഴിവാക്കാനും ഇത് ഉപയോഗപ്രദമാണ്.
- ദഹന ശക്തി വർദ്ധിപ്പിക്കുന്നു. നെഞ്ചെരിച്ചിൽ കുറയ്ക്കുന്നു.
- കരൾ തകരാറുകൾ സുഖപ്പെടുത്തുന്നു, ഇത് പിത്തരസത്തിന്റെ ഒഴുക്ക് വർദ്ധിപ്പിക്കുന്നു, ദഹനത്തെ സഹായിക്കുന്നു, കൊളസ്ട്രോളിന്റെ അളവ് കുറയ്ക്കുന്നു
- സമ്മർദ്ദം കുറയ്ക്കാൻ സഹായിക്കുന്നു.
- പാലും ഇരട്ടി മധുരവും - ഇവ രണ്ടും കോശങ്ങളെ പുനരുജ്ജീവിപ്പിക്കാൻ കഴിവുള്ളതും വാർദ്ധക്യ രോഗങ്ങളെ തടുക്കുവാനും കഴിവുള്ള ഔഷധങ്ങളാണ്.

ആമാശയ രോഗങ്ങളെ എങ്ങനെ സുഖപ്പുത്തുന്നു?

പാലും , ഇരട്ടി മധുരവും രസായന ഗുണമുള്ള ഔഷധങ്ങളാണ്. രസായനം എന്നാൽ ശരീരത്തിനും മനസ്സിനും, ഇന്ദ്രിയങ്ങൾക്കും ഒരുപോലെ ഗുണം ചെയ്യും. നല്ല ആരോഗ്യവും രോഗ പ്രതിരോധശേഷിയും നൽകുന്നു. ഇരട്ടി മധുരം പാലിൽ പാകം ചെയ്യുമ്പോൾ ഇരട്ടി മധുരത്തിന്റെ ശരീരത്തിലെ പ്രവർത്തനം വേഗത്തിലാവുന്നു. പാലിലൂടെ ഔഷധഗുണങ്ങൾ കോശങ്ങളിലേക്ക് വേഗത്തിൽ എത്തപ്പെടുന്നു. ഇരട്ടി മധുരം തനിയേ കഴിക്കുന്നത് ഛർദ്ദി ഉണ്ടാകുന്നതിനു കാരണമായേക്കാം. പാലിൽ പാകം ചെയ്യുമ്പോൾ ഈ ബുദ്ധിമുട്ടും ഒഴിവായി കിട്ടും

136

സൈനസൈറ്റിസ്, അലസത, കഫം എന്നിവയ്ക്ക് ത്രികടു, ഇന്തുപ്പ്

കഫദോഷ വർദ്ധനവ് സൈനസൈറ്റിസ്, അലസത, തലയിൽ ഭാരം, രുചിയില്ലായ്മ മുതലായവയ്ക്ക് കാരണമാകുന്നു. ഇത്തരം രോഗാവസ്ഥകൾക്ക് പൊതുവേ സുഗന്ധവ്യഞ്ജനങ്ങൾ ഉള്ളിലേക്ക് കഴിക്കാൻ കൊടുക്കാറുണ്ട്. എന്നാൽ ഇത് വയറ്റിൽ പുകച്ചിൽ പോലുള്ള അവസ്ഥകൾ ഉണ്ടാക്കുമെന്നതിനാൽ പലർക്കും കഴിക്കാൻ സാധിച്ചെന്നുവരില്ല. അത്തരക്കാർക്ക് വായിൽ കവിൾ കൊള്ളാൻ ഒരു ഔഷധ കൂട്ട് വിവരിക്കാം.

ആവശ്യമായ വസ്തുക്കൾ
ഒരു കഷണം ഇഞ്ചി - 5 മില്ലി ജ്യൂസ്
ത്രികടു - 1 നുള്ള് (അര മുതൽ ഒരു ഗ്രാം വരെ)
ഇന്തുപ്പ് (സൈന്ധവ ലവണം) - 1 നുള്ള് (അര മുതൽ ഒരു ഗ്രാം വരെ)

എങ്ങനെ ഉണ്ടാക്കാം?
ഇഞ്ചി തൊലി കളഞ്ഞ് ജ്യൂസ് പിഴിഞ്ഞെടുക്കുക.
അതിലേക്ക് ഓരോ നുള്ള് ത്രികടു, ഇന്തുപ്പ് എന്നിവ ചേർത്ത് നന്നായി ഇളക്കുക.

എങ്ങനെ ഉപയോഗിക്കാം?
രാവിലെ, പല്ല് തേച്ച ഉടൻ ഈ ദ്രാവക മിശ്രിതം 5 മില്ലി അര മുതൽ ഒരു മിനിറ്റ് വരെ വായിൽ കവിൾ കൊള്ളുക. ഇത് 2-3 തവണ ആവർത്തിക്കാം.

പ്രയോജനങ്ങൾ എന്തൊക്കെയാണ്?

- സൈനസുകളിൽ നിന്ന് കഫം പുറന്തള്ളാൻ ഇത് സഹായിക്കുന്നു
- നാവിലെ ആവരണം, വിശപ്പില്ലായ്മ എന്നിവയ്ക്ക് പ്രതിവിധിയാണ്
- രുചി മെച്ചപ്പെടുത്തുന്നു.
- പനിയുമായി ബന്ധപ്പെട്ടു വരുന്ന രുചിയില്ലായ്മയ്ക്ക് പരിഹാരമായി ഉപയോഗിക്കാം.
- കഫ ദോഷത്തെ സന്തുലിതമാക്കാൻ സഹായിക്കുന്നു.
- ചുമ, ജലദോഷം, സൈനസൈറ്റിസ് എന്നിവയുമായി ബന്ധപ്പെട്ട തലവേദനയും തലയ്ക്കുണ്ടാകുന്ന ഭാരവും കുറയ്ക്കുന്നു.
- ഛർദ്ദി പോലുള്ള അവസ്ഥകളിലും ഉപയോഗിക്കാം.
- സീസൺ മാറുമ്പോൾ തണുപ്പ് കാലത്തിന്റെ തുടക്കത്തിലും മഴക്കാലത്തിന്റെ തുടക്കത്തിലും ഇതുപയോഗിക്കാം.

എങ്ങനെയാണ് പ്രവർത്തിക്കുന്നത്?

ആയുർവേദ പ്രകാരം, മേൽപ്പറഞ്ഞ എല്ലാ ലക്ഷണങ്ങളും / രോഗങ്ങളും കഫ ദോഷ വർദ്ധിനവ് മൂലമാണ്.

കഫ ദോഷത്തെ ദ്രവീകരിക്കാൻ ഇന്തുപ്പ് സഹായിക്കുന്നു. ത്രികടു വളരെ നല്ല ആന്റി-ഇൻഫ്ലമേറ്ററി മിശ്രിതമാണ്.

എത്ര കാലം കഴിക്കാം?

ഒന്നു മുതൽ രണ്ടാഴ്ച വരെ ഇത് തുടരാം.

കുട്ടികൾക്ക് സുരക്ഷിതമാണോ?

7 വയസ്സിന് മുകളിലുള്ള കുട്ടികൾക്ക് ഇത് സുരക്ഷിതമാണ്. വായ കഴുകുന്നതിന് 1- 2 മില്ലി മതിയാവും.

ഗർഭകാലത്തും മുലയൂട്ടുന്ന സമയത്തും?

ഗർഭിണികളിൽ മറ്റു കുഴപ്പങ്ങളൊന്നും ഇല്ലാത്തവർക്ക് 2 - 3 ദിവസം ഹ്രസ്വകാലത്തേക്ക് ഉപയോഗിക്കാം. ഗർഭിണികളിൽ കൂടുതൽ കാലം ഉപയോഗിക്കാൻ ശുപാർശ ചെയ്യുന്നില്ല. മുലയൂട്ടുന്ന കാലയളവിൽ ഇത് ഉപയോഗിക്കുന്നത് തികച്ചും സുരക്ഷിതമാണ്.

എന്തെങ്കിലും പാർശ്വഫലങ്ങൾ?

വായിലെ അൾസർ ഉള്ളവർക്കും പിത്ത പ്ര കൃതിയുള്ളവർക്കും ഇത്

ഉപയോഗിക്കാൻ പാടില്ല.

മരുന്ന് ഇറക്കി പോയാൽ എന്ത് സംഭവിക്കും?
പ്രത്യേകിച്ച് ബുദ്ധിമുട്ടുകളൊന്നും ഉണ്ടാകില്ല. എന്നാൽ എരിവ് സഹിക്കാൻ ബുദ്ധിമുട്ടുവരിലും, ഗ്യാസ്ട്രൈറ്റിസ്, ഉയർന്ന രക്ത സമ്മർദ്ധം എന്നിവ ഉള്ളവരും മരുന്ന് ഇറങ്ങി പോവാതെ ശ്രദ്ധിക്കണം.

137

അർശസ്, ഫിസ്റ്റുല എന്നിവയ്ക്ക് ത്രിഫല ഗുഗ്ഗുലു

അർശസ്, ഫിസ്റ്റുല എന്നിവയ്ക്ക് ത്രിഫല ഗുഗ്ഗുലു മികച്ച ഔഷധമാണ്. പുരാതനമായ ആയുർവേദ ഔഷധങ്ങളിൽ ഒന്നാണിത്.
റഫറൻസ്: ശാരംഗ്ധര സംഹിത മാധ്യമ ഖണ്ഡ 7/52-53

ഉപയോഗങ്ങൾ:
പൈൽസ്, ഫിസ്റ്റുല എന്നിവയുടെ ചികിത്സയ്ക്കായി ഇത് ഉപയോഗിക്കുന്നു. മുറിവ് വേഗത്തിൽ സുഖപ്പെടുത്താൻ സഹായിക്കുന്നു. കൂടാതെ എളുപ്പത്തിൽ വയറിളകി പോകാൻ സഹായിക്കുന്നു.

ത്രിഫല ഗുഗ്ഗുലു ഗുളിക ചേരുവകൾ
നെല്ലിക്ക - 1 ഭാഗം

കടുക്ക - 1 ഭാഗം

താന്നിക്ക - 1 ഭാഗം

തിപ്പലി - 1 ഭാഗം

ഗുഗ്ഗുലു - 5 ഭാഗം

നിർമ്മാണ രീതി:
തീ ഉപയോഗിക്കാതെ തയ്യാറാക്കുന്ന മരുന്നിന് ഉദാഹരണമാണിത്. പറഞ്ഞ അളവിലുള്ള ചേരുവകൾ ഗുഗ്ഗുലുവിനൊപ്പം നന്നായി ചേർത്ത് അടിച്ച് യോജിപ്പിച്ച് ഗുളികകളാക്കി ഉരുട്ടുന്നു.

പൈൽസിലും ഫിസ്റ്റുലയിലും ത്രിഫല ഗുഗ്ഗുലു എങ്ങനെ ഗുണം ചെയ്യും?
കടുക്ക, നെല്ലിക്ക, താന്നിക്ക എന്നീ മൂന്ന് ഔഷധങ്ങൾ ചേർന്നതാണ് ത്രിഫല.

ഇത് മലം അയഞ്ഞ് പോകാൻ സഹായിക്കുന്നു. തിപ്പലി കരളിനെ ഉത്തേജിപ്പിച്ച് ദഹനവും ആഗിരണവും വേഗത്തിലാക്കുന്നു.

ഗുഗ്ഗുലു - വീക്കവും വേദനയും അണുബാധയും കുറയ്ക്കാൻ ഉപയോഗപ്രദമാണ്.

ഡോസ്

1-2 ഗുളികകൾ ദിവസത്തിൽ രണ്ടോ മൂന്നോ തവണ ഭക്ഷണത്തിന് ശേഷം അല്ലെങ്കിൽ നിങ്ങളുടെ ആയുർവേദ വിദഗ്ധൻ നിർദ്ദേശിച്ച പ്രകാരം കഴിക്കാം.

പാർശ്വ ഫലങ്ങൾ:

3-4 മാസത്തിൽ കൂടുതൽ ഈ മരുന്നിന്റെ ഉപയോഗം ഒഴിവാക്കണം

കുട്ടികൾക്ക് സുരക്ഷിതമാണോ?

അതെ. അഞ്ച് വയസ്സിന് മുകളിലുള്ള കുട്ടികളിൽ ഇത് ഉപയോഗിക്കാം. ഗർഭകാലത്തും മുലയൂട്ടുന്ന സമയത്തും ഇത് ഒഴിവാക്കുന്നതാണ് നല്ലത്.

138

അസിഡിറ്റിക്കും ഗ്യാസ്ട്രബിളിനും ആയുർവേദ വീട്ടുവൈദ്യങ്ങൾ

അസിഡിറ്റിക്കും ഗ്യാസ്ട്രബിളിനും വളരെ ലളിതവും തയ്യാറാക്കാൻ എളുപ്പമുള്ളതുമായ ചില ആയുർവേദ വീട്ടുവൈദ്യങ്ങൾ ഇതാ.

ആമുഖം:

"അസിഡിറ്റി" എന്ന പദം ഗ്യാസ്ട്രൈറ്റിസ് അവസ്ഥയെ സൂചിപ്പിക്കാൻ സാധാരണയായി ഉപയോഗിക്കുന്നു. അസിഡിറ്റി എന്നത് ഹൈപ്പർ അസിഡിറ്റിയെ സൂചിപ്പിക്കുന്നു. അതായത് ആമാശയത്തിലെ ഹൈഡ്രോക്ലോറിക് ആസിഡ് സ്രവണം വർദ്ധിക്കുന്നത് ആമാശയത്തിന്റെ ആന്തരിക പാളിയെ പ്രകോപിപ്പിക്കും.

പ്രതിവിധികൾ:

- ഛർദ്ദിയും വയറു വീർപ്പും ഒഴിവാക്കാൻ നാരങ്ങ നീര് സഹായിക്കുന്നു.
- ശർക്കര ചേർത്തു വേവിച്ച ഇളവൻ കുമ്പളങ്ങ, അസിഡിറ്റി, ഗ്യാസ്ട്രൈറ്റിസ് എന്നിവയുമായി ബന്ധപ്പെട്ട വയറിലെ വീക്കവും എരിച്ചിലും ഒഴിവാക്കുന്നു.
- ഒരു ടേബിൾസ്പൂൺ ത്രിഫല പൊടി ഒരു ഗ്ലാസ് വെള്ളത്തിൽ ചേർത്ത് തിളപ്പിച്ച് അര ഗ്ലാസ് ആക്കി അരിച്ചെടുക്കുക. ഈ കഷായം ഒരു ടേബിൾസ്പൂൺ തേനോ നെയ്യോ ചേർത്ത് കഴിക്കുന്നത് ഗ്യാസ്ട്രൈറ്റിസിന് പ്രതിവിധിയാണ്.
- ഭക്ഷണത്തിനു ശേഷം അര ടീസ്പൂൺ ഉലുവ പതിവായി ചവയ്ക്കുന്നത് ദഹനത്തിനും ഗ്യാസ്ട്രബിളിനും നല്ലതാണ്.

- അര ഗ്ലാസ് മോരിൽ, ഒരു നുള്ള് കായം, മഞ്ഞൾ, അര ടീ സ്പൂൺ ഉലുവ എന്നിവ ചേർത്ത് രാത്രിയിൽ കുടിക്കുന്നത് ഗ്യാസ്ട്രൈറ്റിസ് ഫലപ്രദമാണ്

- ജീരകം നന്നായി പൊടിക്കുക. ഒരു ലിറ്റർ വെള്ളത്തിൽ അര ടീ സ്പൂൺ ജീരകം ചേർക്കുക. രണ്ട് മിനിറ്റ് വെള്ളം തിളപ്പിച്ച് അരിച്ചെടുക്കുക. ഈ വെള്ളം ദിവസവും കുടിക്കാൻ ഉപയോഗിക്കുക. ഒരു ദിവസം തിളപ്പിച്ചത് അടുത്ത ദിവസം ഉപയോഗിക്കരുത്. ദിവസവും പുതിയത് ഉണ്ടാക്കണം. ഗ്യാസ്ട്രൈറ്റിസിനുള്ള പ്രകൃതിദത്ത പ്രതിവിധിയാണിത്.

ഇഞ്ചി - 5 ഗ്രാം.

പാൽ - 100 മില്ലി

വെള്ളം - 100 മില്ലി എന്നിവ ഒന്നിച്ച് ചേർത്ത് തിളപ്പിച്ച് പാലളവായി (80 - 100 മില്ലിലിറ്റർ മാത്രം ശേഷിക്കുന്നത് വരെ) വറ്റിക്കുക. ഈ മിശ്രിതം അരിച്ചെടുത്ത് കുടിക്കുന്നത് ഗ്യാസ്ട്രൈറ്റിസിന് ഫലപ്രദമാണ്.

139

പല്ലുവേദനയ്ക്ക് ആയുർവേദ പ്രതിവിധി:

ഡോ എം എസ് കൃഷ്ണമൂർത്തി എംഡി(ആയു), പിഎച്ച്ഡി

പല്ലുവേദന കാരണമുണ്ടാകുന്ന വേദനയും വീക്കവും കുറയ്ക്കാൻ ചുവടെ പറഞ്ഞിരിക്കുന്ന ആയുർവേദ വീട്ടുവൈദ്യങ്ങൾ നിങ്ങളെ സഹായിക്കും.

1. പല്ലുവേദനയ്ക്കുള്ള പരമ്പരാഗത എണ്ണ:

5 ഗ്രാം വീതം ബേക്കിംഗ് സോഡ, ഉപ്പ്, കുരുമുളക് എന്നിവ നന്നായി പൊടിക്കുക. ഇത് 25 മില്ലി കടുകെണ്ണയിൽ ചേർത്ത് 2-3 മിനിറ്റ് ചൂടാക്കുക. പത പ്രത്യക്ഷപ്പെടുമ്പോൾ പാത്രം അടുപ്പിൽ നിന്ന് പുറത്തെടുത്ത് എണ്ണ അരിച്ചെടുത്ത് സൂക്ഷിക്കുക. ഈ എണ്ണ 1 - 2 മില്ലി ഒരു പഞ്ഞിയിൽ ഇറ്റിച്ച് 5-10 മിനിറ്റ് മോണയിൽ വയ്ക്കുക. ഉടനടി വേദനയിൽ നിന്നും ആശ്വാസം ലഭിക്കും.

2. പൽ പൊടി:

കുരുമുളക് - 20,

മുളക് കുരു - 10,

ഗ്രാമ്പൂ - 5 ഒപ്പം

കടുക് - 1 സ്പൂൺ

ഇവ നന്നായി പൊടിച്ച് ഒന്നിച്ചു ചേർക്കുക. ഈ പൊടി അൽപം ഉപ്പുവെള്ളത്തിൽ കലക്കി പേസ്റ്റ് ആക്കി പല്ലു വേദനയുള്ള ഭാഗത്ത് തേച്ചു കൊടുക്കാം. പരുത്തിയോ കനം കുറഞ്ഞ തുണിയോ ഉപയോഗിച്ചും പുരട്ടാം.

മുന്നറിയിപ്പ്: കുട്ടികളിൽ ഇത് ഉപയോഗിക്കരുത്. ഇത് വിഴുങ്ങുന്നത്

ഒഴിവാക്കുക.

3. വെളുത്തുള്ളി പേസ്റ്റ്:

വെളുത്തുള്ളിയുടെ 1-2 അല്ലി എള്ളെണ്ണയിൽ വറുത്തെടുക്കുക. ഇതിലേക്ക് 1-2 കുരുമുളകും അല്ലെങ്കിൽ തിപ്പലി, ഒരു ഗ്രാമ്പു എന്നിവ ചേർത്ത് നന്നായി ഞെരടി പിഴിഞ്ഞെടുക്കുക. ഇപ്രകാരം ലഭിക്കുന്ന എണ്ണമയമുള്ള പദാർത്ഥം പഞ്ഞിയിൽ തേച്ച് വേദനയുള്ള പല്ലുകളിൽ വയ്ക്കാം.

140

അമിത ദാഹത്തിന് തേനും മല്ലിയിലയും ചേർത്ത പ്രതിവിധികൾ

ഡോ എം എസ് കൃഷ്ണമൂർത്തി എം ഡി (ആയു), പിഎച്ച്ഡി

ദാഹം എല്ലാവരിലും ഉള്ള ഒരു സ്വാഭാവിക പ്രേരണയാണ്. എന്നാൽ ഇത് അമിതമായി അനുഭവപ്പെടുകയാണെങ്കിൽ, അത് പ്രമേഹം പോലുള്ള രോഗങ്ങളുടെ ലക്ഷണമായി കണക്കാക്കാം. ആൻറി ഡിപ്രസൻറുകൾ പോലുള്ള മരുന്നുകളുടെ പാർശ്വഫലമായും വായ വരൾച്ച കാണപ്പെടുന്നു.

ആയുർവേദ പാഠപുസ്തകങ്ങൾ അമിത ദാഹത്തെ ഒരു അസുഖമായി വിശദീകരിക്കുന്നു.

പരിഹാരങ്ങൾ

1. തണുത്ത വെള്ളവും തേനും: ഒരു കപ്പ് വെള്ളം എടുത്ത് ഇതിലേക്ക് ഒരു ടീസ്പൂൺ തേൻ ചേർക്കുക. ഇത് നന്നായി ഇളക്കി 5 മിനിറ്റ് സൂക്ഷിക്കുക. വീണ്ടും അതിൽ മറ്റൊരു ടീസ്പൂൺ തേൻ ചേർത്ത് നന്നായി ഇളക്കി 5 മിനിറ്റ് സൂക്ഷിക്കുക. ഈ പ്രക്രിയ 2-3 തവണ തുടരുക.

അമിത ദാഹം മൂലം ബുദ്ധിമുട്ടുന്നവർ ഈ വെള്ളം ഇടയ്ക്കിടെ കുടിക്കാൻ ഉപയോഗിക്കാം.

ഇത് ദാഹം ഗണ്യമായി കുറയ്ക്കുകയും പതിവായി മൂത്രമൊഴിക്കാനുള്ള പ്രവണത ഒഴിവാക്കുകയും ചെയ്യുന്നു.

2. ഞാവൽ, മാവ്, ഉറുമാമ്പഴംഇല :

ഞാവൽ, മാവ്, ഉറുമാമ്പഴം എന്നിവയുടെ ഇളം ഇലകൾ ശേഖരിച്ച് പൊടിച്ച് പേസ്റ്റ് തയ്യാറാക്കുക. ഈ പേസ്റ്റ് ½ മുതൽ 1 ടീസ്പൂൺ ഒരു കപ്പ് മോരിൽ

കലർത്തി ദിവസത്തിൽ ഒന്നോ രണ്ടോ തവണ, ഭക്ഷണത്തിന് ശേഷം, 1 - 2 ആഴ്ച കഴിക്കാം.

3. മല്ലി ശീത കഷായം

5 ഗ്രാം മല്ലി വിത്തുകൾ പൊടിച്ച് ഒരു കപ്പ് വെള്ളത്തിൽ ചേർത്ത് രാത്രി മുഴുവൻ സൂക്ഷിക്കുക. പിറ്റേന്ന് രാവിലെ ഇത് നന്നായി ഞെരടി അരിച്ചെടുത്ത് ഒരു നുള്ള് പഞ്ചസാരയോ ശർക്കരയോ ചേർത്ത് കഴിക്കാം.

ധാന്യക ഹിമം എന്നാണ് ഇത് അറിയപ്പെടുന്നത്. പുകച്ചിൽ പോലുള്ള അവസ്ഥകൾക്ക് പ്രതിവിധിയായി ഇത് ഉപയോഗിക്കാം.

141

മോണയിൽ നിന്നും രക്തസ്രാവം പ്രതിവിധി

ഡോ എം എസ് കൃഷ്ണമൂർത്തി എംഡി (ആയു), പിഎച്ച്ഡി.

പിത്തദോഷം പ്രബലരായ ആളുകളിലും വൈറ്റമിൻ സിയുടെ കുറവിലും മോണയിൽ നിന്നും രക്തസ്രാവം സാധാരണയായി കാണപ്പെടാറുണ്ട്. ചില ലളിതമായ പ്രതിവിധികൾ ഇവിടെ വിവരിക്കാം.

പേരയില മുകുളങ്ങൾ:

പേരക്ക, പുളി, മാങ്ങ എന്നിവയുടെ ഇളം ഇല മുകുളങ്ങൾ എടുത്ത് (5 ഗ്രാം വീതം) പേസ്റ്റ് ആക്കുക. പഴുപ്പ് പോലുള്ള അനുബന്ധ ലക്ഷണങ്ങൾ ഉണ്ടെങ്കിൽ, ഒരു നുള്ള് മഞ്ഞളും കറിവേപ്പിലയും കൂടി ചേർക്കാം. ഈ പേസ്റ്റ് 5-8 മിനിറ്റ് മോണയിൽ പുരട്ടി വയ്ക്കുക. 12-14 ദിവസത്തെ ഉപയോഗം ഫലം ചെയ്യും.

മാങ്ങ ഇല:

10 മൂപ്പെത്തിയ മാവിലകൾ

പ്ലാവിലയുടെ നടുവിലുള്ള സിര - 10 എണ്ണം

5-10 ഗ്രാം തേങ്ങയുടെ നാരുകൾ

1 ഗ്രാം (5-8 വിത്തുകൾ) ഏലം

ഇവ ഒരു മൺ ചട്ടിയിൽ എടുത്ത് കത്തിക്കുക. ലഭിക്കുന്ന ചാരത്തിൽ ഒരു നുള്ള് ഉപ്പ് ചേർത്ത് നന്നായി പൊടിക്കുക. ആവശ്യമെങ്കിൽ അരിച്ചെടുക്കാം. ഈ പൊടി ദിവസവും രാവിലെയും വൈകുന്നേരവും മോണയിൽ പുരട്ടുക, ശേഷം വെള്ളം കൊണ്ട് വായ കഴുകുക. മോണയിൽ രക്തസ്രാവം, മോണവീക്കം എന്നിവയ്ക്ക് പ്രതിവിധിയാണ്.

ഔഷധ പൊടി

10 ഉണങ്ങിയ നെല്ലിക്ക

1 ടീസ്പൂൺ ചായപ്പൊടി,

1 ടീസ്പൂൺ ഉപ്പ്

1 ടീസ്പൂൺ മഞ്ഞൾ പൊടി

ഇവ നന്നായി പൊടിച്ചെടുക്കുന്നു. ദിവസവും രാത്രി ഉറങ്ങാൻ പോകുന്നതിനു മുമ്പ് ഈ പൊടി 1 ടീസ്പൂൺ വായിൽ വച്ച് ക്രമേണ ചവച്ച് ഇറക്കുക. 10-15 ദിവസം പതിവായി ഉപയോഗിക്കുന്നത് മോണയിൽ രക്തസ്രാവം, മോണവീക്കം, വായ്നാറ്റം, തൊണ്ടവേദന എന്നിവയ്ക്ക് ആശ്വാസം നൽകുന്നു.

142

അമിത ആർത്തവ രക്തസ്രാവത്തിന് ആയുർവേദ പരിഹാരങ്ങൾ

ഡോ എം എസ് കൃഷ്ണമൂർത്തി എംഡി (ആയു), പിഎച്ച്ഡി

ഏറ്റവും സാധാരണമായ ആർത്തവ പ്രശ്നമാണ് അമിത രക്തസ്രാവം. ഹോർമോൺ ഗുളികകളുടെ അമിത ഉപയോഗം പല പാർശ്വ ഫലങ്ങൾക്കും കാരണമാകും. കൂടാതെ, ചിലവേറിയതുമാണ്. അമിതമായ ആർത്തവ സ്രാവത്തിന് ലളിതവും സുരക്ഷിതവുമായ ചില വീട്ടുവൈദ്യങ്ങൾ ഇതാ-

1.തൊട്ടാവാടി

തൊട്ടാവാടി ചെടി സമൂലം ഒരു മുഷ്ടി മുഴുവൻ എടുത്ത് ചെറിയ കഷണങ്ങളായി മുറിക്കുന്നു. ഇത് 200 മില്ലി (1 വലിയ കപ്പ്) വെള്ളത്തിൽ ചേർത്ത് 50 മില്ലി മാത്രം ശേഷിക്കുന്നതുവരെ തിളപ്പിച്ച് അരിച്ചെടുക്കണം. ഈ കഷായം ഭക്ഷണത്തിന് 10 മിനിറ്റ് മുമ്പ് ഒരു ദിവസം 2 തവണ കഴിക്കണം. 2-3 പ്രാവശ്യം ഉപയോഗിക്കുമ്പോൾ തന്നെ ഫലം ലഭിക്കും.

2. രാമച്ച വേര്, ചെമ്പരത്തി പൂവ്(വെളുത്ത നിറമുള്ളത്) - ഇവ ഓരോ ടേബിൾസ്പൂൺ വീതം എടുത്ത് 200 മില്ലി (1 വലിയ കപ്പ്) വെള്ളത്തിൽ ചേർത്ത് തിളപ്പിച്ച് 50 മില്ലി ആക്കി അരിച്ചെടുക്കുക. ഇത് ഒരു ടീസ്പൂൺ ശർക്കരയോ പഞ്ചസാരയോ ചേർത്ത് ദിവസത്തിൽ 2-3 നേരം ഭക്ഷണത്തിന് 10 മിനിറ്റ് മുമ്പ് രക്തസ്രാവം നിൽക്കുന്നത് വരെ കഴിക്കുക.

3. രക്ത ചന്ദനം റോസ് വാട്ടറിലോ അരി കഴുകിയ വെള്ളത്തിലോ

ചാലിച്ചെടുത്ത് അൽപം തേനും ചേർത്ത് കഴിക്കാം.

4. ജാതിക്കയും കുങ്കുമപ്പൂവും പൊടിയാക്കി (അര നുള്ള് വീതം) ഇതിലേക്ക് അല്പ പഞ്ചസാരയും ചേർത്ത് ദിവസം 2-3 തവണ കഴിക്കുന്നത് അമിത രക്തസ്രാവത്തിന് പ്രതിവിധിയാണ്.

143

തലയോട്ടി പുകച്ചിലിന് - 4
വീട്ടുവൈദ്യങ്ങൾ

ഡോ എം എസ് കൃഷ്ണമൂർത്തി എംഡി (ആയു), പിഎച്ച്ഡി

തലയോട്ടിയിൽ പുകച്ചിൽ ഏതെങ്കിലും രോഗങ്ങളുടെ ലക്ഷണമാകാം. പ്രധാന രോഗത്തിന് ചികിത്സ നല്കുക എന്നതാണ് ഇതിൽ നിന്നും മോചനം നേടാനുള്ള ആത്യന്തിക പോംവഴി. ഇതിന് ചിലപ്പോൾ ആഴ്ചകളും മാസങ്ങളും തന്നെ വേണ്ടി വന്നേക്കാം. അതിനാൽ താത്കാലിക ശമനത്തിന് പാർശ്വ ഫലങ്ങൾ ഇല്ലാതെ വീട്ടുവൈദ്യങ്ങൾ പരീക്ഷിക്കാം. സുരക്ഷിതമായ ഏതാനും പ്രതിവിധികൾ ഇവിടെ വിവരിക്കാം. മറ്റു രോഗങ്ങൾക്ക് മരുന്നുകൾ കഴിക്കുമ്പോൾ പോലും ഈ വീട്ടുവൈദ്യങ്ങൾ ഉപയോഗിക്കാം.

1. കറ്റാർ വാഴയുടെ പൾപ്പ് എടുത്ത്, ഇരട്ടി അളവിൽ വെള്ളം ചേർത്ത് പിഴിഞ്ഞെടുക്കുക. ഇത് 10-15 മിനുട്ട് അതേപടി വച്ചതിനുശേഷം തലയോട്ടിയുടെ മധ്യഭാഗത്ത് പുരട്ടാം. അല്ലെങ്കിൽ ഈ ജ്യൂസിൽ ഒരു കോട്ടൺ തുണി മുക്കി തലയുടെ മധ്യത്തിൽ കെട്ടിവയ്ക്കാം.
സാധാരണയായി 15 മിനിറ്റിനുള്ളിൽ ഫലം ലഭിക്കും. കണ്ണു പുകച്ചിലിനും ഉറക്കമില്ലായ്മയിലും ഫലപ്രദമാണ്.

2. 10 മില്ലി എരുമ നെയ്യ് (അല്ലെങ്കിൽ പശുവിൻ നെയ്യ്) എടുത്ത് അതിൽ ഒരു നുള്ള് കർപ്പൂരം ചേർക്കുക. ഇത് ചെറിയ തുണിയിൽ പുരട്ടി തലയോട്ടിയിൽ വയ്ക്കാം. പുകച്ചിലിന് പെട്ടെന്ന് ആശ്വാസം ലഭിക്കും.
ശ്രദ്ധിക്കുക: കർപ്പൂരം അലർജിയുള്ള വ്യക്തികൾ ഇത് പരീക്ഷിക്കരുത്. ജലദോഷം അല്ലെങ്കിൽ മൂക്കൊലിപ്പ് ഉണ്ടാകാം.

3. കോവക്ക, മലബാർ ചീര എന്നിവയുടെ ഇല നന്നായി പേസ്റ്റ് ആക്കി തലയോട്ടിയുടെ മധ്യത്തിൽ പുരട്ടുക.

തലയോട്ടിയിലെ പുകച്ചിൽ, മൂക്കിൽ നിന്ന് രക്തസ്രാവം, ഉറക്കമില്ലായ്മ എന്നിവയ്ക്ക് ഇത് ആശ്വാസം നൽകുന്നു.

4. പുതുതായി തയ്യാറാക്കിയ ഉള്ളി നീര് ,നെയ്യ്, തേങ്ങാപ്പാൽ എന്നിവ ഒന്നിച്ചു ചേർത്ത് തലയോട്ടിയിലും പാദത്തിലും പുരട്ടുന്നത് പുകച്ചിൽ കുറയ്ക്കുകയും നല്ല ഉറക്കം ലഭിക്കാൻ സഹായിക്കുകയും ചെയ്യുന്നു. പ്രത്യേകിച്ച് കുട്ടികളിൽ ഇത് വളരെ ഫലപ്രദമാണ്.

144

മുഖക്കുരു, പാടുകൾ, ബ്ലാക്ക്ഹെഡ്സ് എന്നിവയ്ക്ക് കുങ്കുമം, മഞ്ഞൾ

ഡോ എം എസ് കൃഷ്ണമൂർത്തി എം ഡി (ആയു), പിഎച്ച്ഡി

ആയുർവേദ പ്രകാരം, മുഖക്കുരു, പാടുകൾ, ബ്ലാക്ക്ഹെഡ്സ് മുതലായവ പിത്തത്തിന്റെ വർദ്ധനവ് അല്ലെങ്കിൽ അസന്തുലിതാവസ്ഥ മൂലമാണ് ഉണ്ടാകുന്നത്. ഇവയ്ക്ക് മരുന്ന് പുറമേ പുരട്ടുകയും ഉള്ളിലേക്ക് കഴിക്കേണ്ടതും ആവശ്യമാണ്. ബ്ലാക്ക്ഹെഡ്സ്, മുഖക്കുരു പാടുകൾ എന്നിവയ്ക്ക് വീട്ടിൽ തന്നെ പരീക്ഷിക്കാവുന്ന ചില പരിഹാരങ്ങൾ ഇതാ.

1. രക്ത ചന്ദനം

രക്ത ചന്ദനം അൽപം വെള്ളം ചേർത്ത് കല്ലിൽ ഉരച്ച് ഇതിൽ അല്പം കാവിമണ്ണും ചേർത്ത് പേസ്റ്റ് ആക്കുക. ഈ ലേപനം മുഖക്കുരു, പാടുകൾ എന്നിവയുള്ള ഭാഗത്ത് പുരട്ടാം. ദിവസത്തിൽ രണ്ടുതവണ ഉപയോഗിക്കാം. 1-2 മണിക്കൂർ ഇട്ട ശേഷം ഇളം ചൂട് വെള്ളത്തിൽ കഴുകി കളയാം.7-8 ദിവസത്തെ ഉപയോഗം കൊണ്ടുതന്നെ നല്ല ഫലം ലഭിക്കും.

2. വേപ്പിന്റെ പുറംതൊലി - കറ്റാർ വാഴ പേസ്റ്റ്

വേപ്പിന്റെ പുറംതൊലി ചതച്ച് (പുതിയത് അല്ലെങ്കിൽ ഉണങ്ങിയത്) കറ്റാർ വാഴ നീരും ചേർത്ത് പേസ്റ്റ് ആക്കി പുരട്ടുന്നത് പാടുകളും ബ്ലാക്ക് ഹെഡ്സും കുറയ്ക്കാൻ സഹായിക്കുന്നു.

3. മഞ്ഞൾ സംയുക്ത മിശ്രിതം:

മഞ്ഞൾ, മരമഞ്ഞൾ എന്നിവ പൊടിച്ച് അല്പം പശുവിൻ പാലിൽ ലയിപ്പിക്കുക.

ഇതിലേക്ക് അല്പം ടാൽക്കം പൗഡർ ചേർത്ത് നന്നായി ഇളക്കുക. ഇത് ദിവസേന ഒന്നോ രണ്ടോ തവണ പ്രയോഗിച്ചാൽ മുഖത്തെ പാടുകൾ കുറയും.

4. കുങ്കുമപ്പൂവും നെയ്യും:

ചൈനാ ക്ലേ, അര ടീസ്പൂൺ നെയ്യ്, 3-4 കുങ്കുമപ്പൂവ് എന്നിവ ഒന്നിച്ചു ചേർത്ത് നന്നായി അരച്ചെടുക്കുക. ഇത് ചുവപ്പ് കലർന്ന മഞ്ഞ നിറമാകുമ്പോൾ, നനഞ്ഞ മുഖത്ത് ഇടാവുന്നതാണ്.

145

തണുത്ത കാലാവസ്ഥയിൽ ഉപയോഗിക്കാൻ 4 എണ്ണകൾ

ഡോ എം എസ് കൃഷ്ണമൂർത്തി എംഡി (ആയു), പിഎച്ച്ഡി

ചില ആളുകൾ സ്വാഭാവികമായും തണുപ്പിനോട് സംവേദനക്ഷമതയുള്ളവരാണ്. ഇവിടെ, സീസണും ഭക്ഷണവും മാത്രമല്ല, ഓരോ വ്യക്തിയുടെ ശരീര പ്രകൃതിയും മാനസിക വശങ്ങളും തണുപ്പിനോടുള്ള അവരുടെ സംവേദന ക്ഷമതയെ സ്വാധീനിക്കുന്നു. പനി, വിളർച്ച, സന്ധിവാതം, വാതരക്തം, കാൽസ്യ കുറവ് തുടങ്ങിയ രോഗങ്ങളിലും തണുപ്പ് സഹിക്കാൻ പറ്റായ്ക സാധാരണമാണ്. അത്തരക്കാർക്ക് അതാതു രോഗത്തിന്റെ ചികിത്സ കൊണ്ടു മാത്രമേ ഗുണം ലഭിക്കുകയയുള്ളൂ. സീസൺ, ഭക്ഷണം, ശരീര പ്രകൃതി മുതലായ കാരണം കൊണ്ട് തണുപ്പ് സഹിക്കാൻ സാധിക്കാത്തവർക്ക് താഴെപ്പറയുന്ന പരിഹാരങ്ങൾ ഉപയോഗപ്രദമാണ്.

1. കടുകെണ്ണ പ്രതിവിധി:

കടുകെണ്ണ ചൂടാണ്. 5 - 10 മില്ലി കടുകെണ്ണ (1 - 2 ടീസ്പൂൺ) ചൂടാക്കി നെറ്റിയിലും കൈകളിലും കാലുകളിലും പുരട്ടാം. ഇത് ഉറങ്ങാൻ നേരം പുരട്ടി 30 മിനിറ്റിനു ശേഷം ചെറുച്ചൂടുള്ള വെള്ളത്തിൽ കഴുകാം. വരണ്ട ചർമ്മമുള്ളവർ, ചൂടാക്കുമ്പോൾ ഈ എണ്ണയിൽ ഒരു നുള്ള് ഉപ്പ് ചേർക്കുന്നത് നല്ലതാണ്.

2. യൂക്കാലിപ്റ്റസ് ഓയിൽ / (നീലഗിരി തൈലം)

6-10 തുള്ളി യൂക്കാലിപ്റ്റസ് ഓയിൽ ചൂടുവെള്ളത്തിൽ ചേർത്ത് ആവി കൊള്ളുന്നത്, ജലദോഷം, തലവേദന, തലയിലെ ഭാരം തുടങ്ങിയ

അവസ്ഥകളിൽ ഉപകാരപ്രദമാണ്. ഇതിനോടനുബന്ധിച്ച് വിറയലും അനുഭവപ്പെടുന്നുണ്ടെങ്കിൽ ഒരു നുള്ള് കർപ്പൂരവും 2-3 തുള്ളി പൊതീന എണ്ണയോ കുരുമുളക് എണ്ണയോ (ലഭ്യമെങ്കിൽ, പൊടിച്ച കുരുമുളക് ചേർക്കാം) ഇതിലേക്ക് ചേർത്ത് നെറ്റിയിൽ പുരട്ടുക. തണുപ്പുമായി ബന്ധപ്പെട്ട ലക്ഷണങ്ങൾ കുറയ്ക്കാൻ ഇത് സഹായിക്കുന്നു.

3. ഉമ്മത്തിന്റെ വിത്ത് / വഴുതന പാചകക്കുറിപ്പ്:

ഉമ്മത്തിന്റെ 20-30 വിത്തുകൾ (അഭാവത്തിൽ 40-50 വഴുതനങ്ങ വിത്തും ഉപയോഗിക്കാം) എള്ളെണ്ണയിൽ ഒരു ദിവസം കുതിർക്കുക. ഇത് ഒരു നുള്ള് മഞ്ഞൾപ്പൊടിയും ഇഞ്ചിപ്പൊടിയും ചേർത്ത് സൂര്യപ്രകാശത്തിൽ അൽപ്പം ചൂടാക്കുന്നു.

ജലദോഷം, കഴുത്തിന്റെ പിടുത്തം, വിറയൽ എന്നിവ ഉള്ളപ്പോൾ ഈ എണ്ണ ഒരു ദിവസം 2-3 തവണ ശ്വസിക്കാൻ ഉപയോഗിക്കാം.

4. ഇഞ്ചി-ശർക്കര കാപ്പി:

കർണ്ണാടകയിലെ മലനാട് പ്രദേശത്തെ ജനങ്ങൾ ഉപയോഗിക്കുന്ന ഒരു പ്രത്യേകതരം കാപ്പിയാണ് ഇത്.

ഒരു കപ്പ് കാപ്പി ഉണ്ടാക്കി അതിൽ ശർക്കരയും അൽപം ഇഞ്ചിപ്പൊടിയും ചേർത്ത് കുറച്ചു നേരം സൂക്ഷിക്കുക. (ചിലർ കുരുമുളക് പൊടിയും ചേർക്കാറുണ്ട്. മലനാട് പ്രദേശത്തെ പല ഗ്രാമവാസികളിലും ശൈത്യകാലത്തിന്റെ തുടക്കത്തിലും മഴക്കാലത്തും തണുപ്പും വിറയലും ഒഴിവാക്കാൻ അതിരാവിലെ ഇത് കുടിക്കാറുണ്ട്.

146

രാവിലെ സന്ധികളിലുണ്ടാകുന്ന കാഠിന്യത്തിന് പ്രതിവിധി

റൂമറ്റോയ്ഡ് ആർത്രൈറ്റിസ് ബാധിച്ച മിക്ക രോഗികളിലും സാധാരണയായി ഉണ്ടാകുന്ന രോഗ ലക്ഷണമാണ് രാവിലെ സന്ധികളിലുണ്ടാകുന്ന കാഠിന്യം. പ്രായമാകുമ്പോൾ ഉണ്ടാകുന്ന സന്ധിവാതത്തിലും ഈ ലക്ഷണം കാണപ്പെടുന്നു. തണുത്ത കാലാവസ്ഥ, ഉദാസീനമായ ജീവിതശൈലി, അമിത വണ്ണം, അമിത ഭക്ഷണം, ദഹന കുറവ് തുടങ്ങിയ കാരണങ്ങൾ ഇത്തരം രോഗ ലക്ഷണങ്ങൾ വർദ്ധിക്കാൻ ഇടയാക്കും.

രോഗചികിത്സയ്ക്കൊപ്പം താഴെപ്പറയുന്ന പരിഹാരങ്ങൾ പരീക്ഷിക്കാം.

1. ആവണക്ക് വേര്, ഇഞ്ചി പാൽ കഷായം:

ആവണക്ക് വേര്, ഇഞ്ചി എന്നിവ പൊടിച്ചത് 1 ടീസ്പൂൺ വീതം, 120 മില്ലി പാൽ 240 മില്ലി വെള്ളം എന്നിവ ചേർത്ത് നന്നായി വേവിച്ച് ഏകദേശം 200 മില്ലി ആയി കുറയ്ക്കുക. അരിച്ചെടുത്ത് ഉപയോഗിക്കാം. ക്ഷീരപാക നിർമ്മാണ രീതി അനുസരിച്ചാണ് ഇത് തയ്യാറാക്കുന്നത്.

രാത്രിയിൽ ഈ ഔഷധം രോഗിക്ക് നൽകുന്നത് രാവിലെ സന്ധികളിലുണ്ടാകുന്ന കാഠിന്യം ഗണ്യമായി കുറയ്ക്കുന്നു.

2. ജീരകം, കായം എന്നിവയുടെ കഷായം:

8-10 ഗ്രാം ജീരകം അല്പം നെയ്യിൽ വറുത്തെടുക്കുക. ഇതിലേക്ക് 200 മി.ലി വെള്ളം ചേർത്ത് 100- 120 മി.ലി ആയി കുറയുന്നത് വരെ തിളപ്പിക്കുക. ഇതിൽ നെയ്യിൽ വറുത്ത കായം (അര നുള്ള്) ചേർത്ത് രാവിലെ ഭക്ഷണത്തിന് മുമ്പോ ശേഷമോ കഴിക്കുന്നത് സന്ധികളുടെ കാഠിന്യം ഇല്ലാതാക്കുന്നു.

3. തേൻ ചേർത്ത കുരുമുളക് കഷായം :

ഒരു കപ്പ് ചൂടുവെള്ളത്തിൽ ഒരു ടീസ്പൂൺ കുരുമുളകുപൊടി ചേർത്ത് അൽപനേരം സൂക്ഷിക്കുക. ഇളം ചൂടാകുമ്പോൾ അരസ്പൂൺ തേൻ ചേർത്ത് കഴിക്കുക.

4. ഉമ്മത്തിൻ ഇല പേസ്റ്റ് / ബാൻഡേജ്:

3 - 4 ടേബിൾസ്പൂൺ ഉമ്മത്തിൻ ഇല പേസ്റ്റിലേക്ക് ഒരു ടീസ്പൂൺ മഞ്ഞൾപ്പൊടിയും ഒരു നുള്ള് ഉപ്പും ചേർത്ത് സന്ധികളിൽ പൊതിഞ്ഞ് വയ്ക്കുക. ആവശ്യമെങ്കിൽ, ഒരു തുണികൊണ്ട് കെട്ടി വയ്ക്കാം.

5-7 ദിവസത്തെ ഉപയോഗം രാവിലെ ഉണ്ടാകുന്ന സന്ധികളുടെ കാഠിന്യം കുറയ്ക്കുന്നു.

5. ഉപ്പ് കിഴി ഉപയോഗിച്ച് ചൂടു വയ്ക്കുക:

1-2 മുഷ്ടി കല്ലുപ്പ് ഒരു കോട്ടൺ തുണിയിൽ പൊതിഞ്ഞ് കിഴിയാക്കുക. ഇതിൽ അല്പം എള്ളെണ്ണയോ വെള്ളമോ തളിച്ച് ഒരു ചട്ടിയിൽ വെച്ച് ചൂടാക്കുന്നു. ഒരാളുടെ ചൂട് സഹിഷ്ണുത അനുസരിച്ച്, ഇത് കാഠിന്യമുള്ള പേശി, സന്ധി പ്രദേശത്ത് വച്ച് ചൂട് പിടിപ്പിക്കാം. 1-2 ആഴ്ച ഉപയോഗിക്കുന്നതിലൂടെ നല്ല ഫലം ലഭിക്കും.

147

അധോ വായു - സുരക്ഷിതവും എളുപ്പവുമായ വീട്ടുവൈദ്യങ്ങൾ

ഡോ എം എസ് കൃഷ്ണമൂർത്തി എംഡി(ആയു), പിഎച്ച്ഡി

പലരേയും അലട്ടുന്ന ആരോഗ്യപ്രശ്നമാണ് അധോവായു. ആയുർവേദ പ്രകാരം, അധോവായു ഒരു സ്വാഭാവിക പ്രേരണയാണ്. അത് അടിച്ചമർത്താൻ പാടില്ല. ഇത് തടഞ്ഞുവച്ചാൽ, കുറച്ച് സമയത്തിനുള്ളിൽ, വയറുവേദന, തലവേദന, എന്നിവയിലേക്ക് നയിച്ചേക്കാം.

എന്നാൽ ഒരു വ്യക്തിക്ക് അകാലത്തിൽ അമിതമായി അധോവായു ശല്യം ഉണ്ടാകുന്നുണ്ടെങ്കിൽ , ദഹന എൻസൈമുകൾ ശരിയാക്കുകയും വാത ദോഷത്തെ അതിന്റെ സാധാരണ വഴികളിലേക്ക് കൊണ്ടുവരികയും ചെയ്തുകൊണ്ട് അത് കുറയ്ക്കാൻ കഴിയും. അധോവായു ശല്യം നിർത്താൻ ചില എളുപ്പവഴികൾ ഇതാ.

1. ഇഞ്ചി / ചുക്ക് :

2 നുള്ള് ചുക്ക് പൊടിയും ഒരു നുള്ള് ഉപ്പും (കഴിവതും ഇന്തുപ്പ് ഉപയോഗിക്കുക) ഒരു കപ്പ് ചെറുചൂടുള്ള വെള്ളത്തിൽ, ഭക്ഷണത്തിന് 15 മിനിറ്റ് മുമ്പ് കഴിക്കുക. ഇഞ്ചി ദഹനശക്തി വർദ്ധിപ്പിക്കുകയും ഉപ്പ് വാതദോഷത്തെ സന്തുലിതമാക്കുകയും ചെയ്യും. ഇത് ദിവസത്തിൽ രണ്ടുതവണ കഴിക്കാം. ഇത് രാത്രിയിൽ, ഒരു കപ്പ് മോര് അല്ലെങ്കിൽ നാരങ്ങ നീര് എന്നിവയ്ക്കൊപ്പവും കഴിക്കാം.

2. വെളുത്തുള്ളി പേസ്റ്റ് :

ഒരു ടീസ്പൂൺ വെളുത്തുള്ളി പേസ്റ്റ് ഒരു കപ്പ് മോരിൽ ചേർത്ത് രാത്രി

ഭക്ഷണത്തിന് ശേഷം കഴിക്കുക.

അല്ലെങ്കിൽ ഒരു ടീസ്പൂൺ വെളുത്തുള്ളി പേസ്റ്റ് ഒരു കപ്പ് നാരങ്ങാവെള്ളത്തിൽ ചേർത്ത് ഭക്ഷണത്തിന് ശേഷം ദിവസത്തിൽ ഒന്നോ രണ്ടോ തവണ കഴിക്കുക.

3. കായവും ജീരകവും:

1 ടീസ്പൂൺ ജീരകം വറുത്തതും 1 നുള്ള് നെയ്യിൽ വറുത്ത കായവും യോജിപ്പിച്ച്

ഒരു കപ്പ് വെള്ളത്തിനൊപ്പം കഴിക്കുക.

4. ചെറുനാരങ്ങാ നീര്, മോര്:

ഒരു കപ്പ് പുളിച്ച മോര് എടുത്ത് തുല്യ അളവിൽ വെള്ളം ചേർത്ത് നേർപ്പിക്കുക. ഇതിലേക്ക് അര കപ്പ് നാരങ്ങ നീര് ചേർത്ത് നന്നായി ഇളക്കുക. അൽപം ഉപ്പും ചേർക്കാം, ഭക്ഷണത്തിന് ശേഷം, ദിവസത്തിൽ ഒന്നോ രണ്ടോ തവണ കഴിക്കാം.ഇത് അധോവായു ശല്യവുമായി ബന്ധപ്പെടുണ്ടാകുന്ന പുളിച്ചു തികട്ടൽ, വയറുവീർപ്പ്, ദഹനക്കേട് എന്നിവ ഒഴിവാക്കാൻ സഹായിക്കുന്നു. എന്നാൽ എല്ലാറ്റിനുമുപരിയായി, ദഹിക്കാൻ പ്രയാസമുള്ള ഭക്ഷണപാനീയങ്ങൾ, ഉണങ്ങിയ ഭക്ഷണം, ജങ്ക് ഫുഡ്, എണ്ണമയമുള്ളതും എരിവുള്ളതുമായ ഭക്ഷണം, അമിതമായ നോൺ വെജ് ഭക്ഷണങ്ങൾ, ടിന്നിലടച്ചതും പ്രിസർവേറ്റീവ് ചേർത്ത ഭക്ഷണം, പഴകിയ ഭക്ഷണം മുതലായവ ഒഴിവാക്കേണ്ടത് ആവശ്യമാണ്. ധാരാളം വെള്ളം, മോര്, നാരങ്ങാ വെള്ളം, പുളിയുള്ള പഴങ്ങൾ മുതലായ ആഹാര സാധനങ്ങൾ ഉപയോഗിക്കുന്നതും ഇത്തരത്തിലുള്ള ബുദ്ധിമുട്ടുകൾ കുറയ്ക്കാൻ സഹായിക്കും.

148

പെരിഫറൽ ന്യൂറോപ്പതി ഫലപ്രദമായ 5 വീട്ടുവൈദ്യങ്ങൾ

ഡോ എം എസ് കൃഷ്ണമൂർത്തി എംഡി (ആയു), പിഎച്ച്ഡി.|

40-45 വയസ്സിന് മുകളിലുള്ള സ്ത്രീകളിലും 50-55 വയസ്സിന് മുകളിലുള്ള പുരുഷന്മാരിലും കാണപ്പെടുന്ന വളരെ സാധാരണമായ ഒരു ആരോഗ്യപ്രശ്നമാണ് പെരിഫറൽ ന്യൂറിറ്റിസ് അല്ലെങ്കിൽ ന്യൂറോപ്പതി . തുടക്കത്തിൽ അധികം ലക്ഷണങ്ങൾ ഇല്ലാത്ത അവസ്ഥയിൽ ചില വീട്ടുവൈദ്യങ്ങൾ ഉപയോഗിച്ച് ഈ അവസ്ഥ നന്നായി കൈകാര്യം ചെയ്യാൻ കഴിയും.

സാധാരണ കാരണങ്ങൾ:
ഉദാസീനമായ ജീവിത ശൈലി, അമിത വ്യായാമം, ജങ്ക് ഫുഡ്, ഉണങ്ങിയ ഭക്ഷണം, തണുത്ത ഭക്ഷണസാധനങ്ങൾ, വറുത്തതും എണ്ണമയമുള്ളതുമായ ഭക്ഷണം, കൊഴുപ്പുള്ള ഭക്ഷണം, നാരുകളില്ലാത്ത ഭക്ഷണങ്ങൾ, ബാഷ്പീകരിച്ചതും ടിന്നിലടച്ചതുമായ ഭക്ഷണം, കൃത്രിമ രുചികളും, കളറുകളും അതുപോലെ പ്രിസർവേറ്റീവ് അടങ്ങിയതുമായ ഭക്ഷണങ്ങൾ, അമിതമായ അളവിൽ പാലുൽപ്പന്നങ്ങൾ, ഉരുളക്കിഴങ്, മധുരക്കിഴങ്ങ്, കടല, പയർവർഗ്ഗങ്ങൾ എന്നിവയുടെ ഉപയോഗം എന്നിവയെല്ലാം ഇതിനു കാരണമാകാം.

ഉപയോഗപ്രദമായ ശുപാർശകൾ:
പരമ്പരാഗത ഭക്ഷണത്തിന് ഊന്നൽ നൽകുക, മിതമായ നടത്തം അല്ലെങ്കിൽ വ്യായാമം, നിയന്ത്രിത ഭക്ഷണം, ഭക്ഷണം ഇടവിട്ട കഴിക്കുക. പ്രകൃതിദത്ത

ഭക്ഷണം, പച്ചക്കറികൾ പഴങ്ങൾ, പരിപ്പ്, ഉണങ്ങിയ പഴങ്ങൾ, മുളപ്പിച്ച ധാന്യങ്ങൾ തുടങ്ങിയവയുടെ ഉപയോഗം എന്നിവയിലൂടെ ഒരു പരിധിവരെ രോഗത്തെ നിയന്ത്രിച്ചു നിർത്താം.

പെരിഫറൽ ന്യൂറിറ്റിസ്, ന്യൂറാൾജിയ അവസ്ഥകൾക്കുള്ള വീട്ടുവൈദ്യങ്ങൾ
1. കശുവണ്ടി, ബദാം, പിസ്ത, പാൽ:

1-2 കശുവണ്ടി, 1-2 ബദാം അല്ലെങ്കിൽ ആപ്രിക്കോട്ട്, 3-5 പിസ്ത എന്നിവ നന്നായി പൊടിച്ച് ഉപയോഗത്തിനായി തയ്യാറാക്കി വയ്ക്കാം. ഇത് അര കപ്പ് പാലും ഒരു കപ്പ് വെള്ളവും ചേർത്ത് അര കപ്പാകുന്നതുവരെ വറ്റിച്ച് ലഭിക്കുന്ന മിശ്രിതം അതേ പടി കുടിക്കാം. അരിക്കേണ്ട ആവശ്യം ഇല്ല.

ഗ്രാമ്പൂ അല്ലെങ്കിൽ ഏലക്ക പോലുള്ള പ്രകൃതിദത്ത രുചികൾ ഇഷ്ടപ്പെടുന്നവർക്ക് അതും ചേർക്കാം. വൈകുന്നേരങ്ങളിൽ അല്ലെങ്കിൽ പ്രഭാതഭക്ഷണത്തിന് ശേഷം 3 മണിക്കൂർ കഴിഞ്ഞ് ഇത് കഴിക്കുന്നതാണ് നല്ലത്. പഞ്ചസാരയോ ശർക്കരയോ ചേർക്കാം. (പ്രമേഹം ഇല്ലാത്ത രോഗികളിൽ). വാർദ്ധക്യത്തിലും ആർത്തവവിരാമവുമായി ബന്ധപ്പെട്ട ന്യൂറിറ്റിസ്, ന്യൂറൽജിയ എന്നിവയിലും ഇത് ഫലപ്രദമാണ്. ആർത്തവവിരാമം മൂലമുണ്ടാകുന്ന വേദനകളിൽ മെച്ചപ്പെട്ട ഫലത്തിനായി ഇത് അര സ്പൂൺ റോസ് ഇതൾ, പഞ്ചസാര എന്നിവയോടൊപ്പം കഴിക്കാം.

2. നിലക്കടല, കശുവണ്ടി, ഉണക്കമുന്തിരി:

50-60 കശുവണ്ടി ഒരു ചട്ടിയിൽ 1 - 2 മിനിറ്റ് വറുത്തെടുക്കുക.

10-12 കശുവണ്ടിപ്പരിപ്പ്,

20-30 ഉണക്കമുന്തിരി,

2-4 ഗ്രാമ്പൂ, ഒരു നുള്ള് ഏലക്ക എന്നിവ നന്നായി പൊടിക്കുക. ആവശ്യമെങ്കിൽ, ഈ മിശ്രിതം 1-2 മിനിറ്റ് വറുത്തെടുക്കാം, നല്ല മണവും രുചിയും ലഭിക്കും. ഇതിലേക്ക് 2 സ്പൂൺ പശുവിന് നെയ്യ്, ശർക്കര പൊടിച്ചത് അല്ലെങ്കിൽ തേൻ (10 ഗ്രാം) എന്നിവ ചേർത്ത് നന്നായി ഇളക്കുക. ഇത് ലഡ്ഡു പോലെ ഉണ്ടാക്കി ഉണക്കി സൂക്ഷിക്കാം. ഇത് ദിവസവും ഒന്നോ രണ്ടോ തവണ കഴിക്കാം. 2-3 ദിവസത്തെ ഉപയോഗം കൊണ്ട് തന്നെ വ്യത്യാസം അനുഭവപ്പെടും

3. റോസ് ഇതളുകളും ഉലുവയും:

5 ഗ്രാം ഉണക്കിയ റോസാദളങ്ങൾ (ശുദ്ധമായ, രാസവസ്തുക്കൾ ഇല്ലാത്തത്) അര സ്പൂൺ ഉലുവ എന്നിവ എടുത്ത് പാലിൽ നന്നായി വേവിക്കുക. വൈകുന്നേരമോ രാത്രിയോ കഴിക്കാം. ഇത് ക്ഷീണം കുറയ്ക്കാനും

ഉപയോഗപ്രദമാണ്.

4. ജീരകവും ചായപ്പൊടിയും:

5 ഗ്രാം ശർക്കര, 1 ടീസ്പൂൺ ജീരകം, ഒരു നുള്ള് ചായപ്പൊടി എന്നിവ വെള്ളം ചേർത്ത് (പാൽ ചേർക്കാതെ) തിളപ്പിക്കുക. ഇത് അരിച്ചെടുത്ത് വൈകുന്നേരങ്ങളിൽ കഴിക്കാം. പേശികളുടെ ക്ഷീണം അകറ്റാനും ശരീരത്തിന് ഊർജ്ജം നല്കാനും ഉത്തമമാണ്.

5. കുങ്കുമപ്പൂ പ്രതിവിധി:

കുങ്കുമപ്പൂവ് 3-4 കേസരങ്ങൾ പാലിലോ വെള്ളത്തിലോ ലയിപ്പിക്കുന്നു. ഇത് ഒരു കപ്പ് തിളപ്പിച്ച പാലിൽ ചേർത്ത് ദിവസത്തിൽ ഒന്നോ രണ്ടോ തവണ കഴിക്കുക. ഇത് രക്തചംക്രമണം മെച്ചപ്പെടുത്തുകയും ശരീര കോശങ്ങളെ ഊർജസ്വലമാക്കുകയും ഞരമ്പുകൾക്കും ധമനികൾക്കും ശക്തി നൽകുകയും അതുവഴി നല്ലൊരു ന്യൂറോ ടോണിക്കായി പ്രവർത്തിക്കുകയും ചെയ്യുന്നു.

149

ഉറക്കമില്ലായ്മയ്ക്ക് 6 ഫലപ്രദമായ വീട്ടുവൈദ്യങ്ങൾ

ഡോ എം എസ് കൃഷ്ണമൂർത്തി എം ഡി (ആയു), പിഎച്ച്ഡി

ഭക്ഷണം, ഉറക്കം, ബ്രഹ്മചര്യം എന്നിവ ജീവിതത്തിന്റെ മൂന്ന് തൂണുകളായാണ് ആയുർവേദം പറയുന്നത്. ദീർഘ കാലം നീണ്ടു നില്കുന്ന ഉറക്കമില്ലായ്മ, നമ്മുടെ ഭക്ഷണം, ജീവിത ശീലങ്ങൾ, ബന്ധങ്ങൾ എന്നിവ പരിഷ്കരിക്കേണ്ടതിന്ടെ ആവശ്യകതയെ പറ്റി നമ്മെ ചിന്തിപ്പിക്കുന്നു.

ഉറക്കത്തിന്റെ ഗുണനിലവാരം മെച്ചപ്പെടുത്തുന്നതിന് ലളിതവും ഫലപ്രദവുമായ ചില വീട്ടുവൈദ്യങ്ങൾ വിവരിക്കാം -

1. രണ്ട് കാലുകളിലും ആവണക്കെണ്ണ പുരട്ടുന്നത് നല്ല ഉറക്കം ലഭിക്കുന്നതിന് സഹായിക്കുന്നു. എന്നാൽ വസ്ത്രങ്ങളിലും കിടക്കവിരിയിലും ഒട്ടിപ്പിടിക്കുമെന്നതിനാൽ ആളുകൾ ഇത് ഉപയോഗിക്കാൻ മടിക്കുന്നു. പാദങ്ങളിൽ ഏതാനും തുള്ളി എണ്ണ പുരട്ടി പഴയ സോക്സോ ഒരു തുണിയോ ഉപയോഗിച്ച് കാൽപൊതിഞ്ഞു വയ്ക്കുക.

2. റോസ് ഇതളുകൾ പേസ്റ്റ്
ആവണക്കെണ്ണയ്ക്ക് പകരം റോസാദളങ്ങളുടെ (പ്രത്യേകിച്ച് പിങ്ക് നിറത്തിലുള്ള റോസാപ്പൂക്കൾ) പേസ്റ്റ് ആക്കി കിടക്കുന്നതിന് 15 മിനിറ്റ് മുൻപ് കാൽ പാദങ്ങളിലും തലയോട്ടിയിലും പുരട്ടുക. ഗാഢനിദ്ര ലഭിക്കും.

3. വാഴ അല്ലെങ്കിൽ മാങ്ങ:
പ്രമേഹരോഗികളല്ലാത്ത രോഗികളിൽ, ഫലപ്രാപ്തി തെളിയിക്കപ്പെട്ട

ഫലപ്രദമായ പ്രതിവിധി ഇനിപ്പറയുന്ന രീതിയിൽ ഉപയോഗിക്കാം. ഒരു കപ്പ് തിളപ്പിച്ച് തണിഞ്ഞ പാലിൽ അരിഞ്ഞെടുത്ത പഴങ്ങൾ (പ്രത്യേകിച്ച് വാഴപ്പഴം അല്ലെങ്കിൽ മധുരമുള്ള മാങ്ങ) ചേർത്ത് നന്നായി ഇളക്കുക. ഇതിലേക്ക് അല്പം നെയ്യും പഞ്ചസാരയും ചേർത്ത് അത്താഴത്തിന് ശേഷം കൊടുക്കാം.

4. കണ്ണുകളിൽ നെയ്യ്:

പശുവിൻ നെയ്യ് 2 തുള്ളികൾ ഉറങ്ങാൻ പോകുന്നതിനു മുമ്പ് രണ്ട് കണ്ണുകളിലും ഇറ്റിക്കുക. അതിനുശേഷം, 2-3 മിനിറ്റ് നേരം കൺപോളകൾ അടച്ചുപിടിച്ച് കണ്ണ് ചലിപ്പിക്കുക. കംപ്യൂട്ടറിനു മുന്നിൽ ജോലി ചെയ്യുന്നവർക്കും വാച്ച് ജോലിക്കാർ, ജ്വല്ലറി ഡിസൈനർമാർ തുടങ്ങിയ ചെറിയ വസ്തുക്കളുടെ അറ്റകുറ്റപ്പണിയിൽ ഏർപ്പെടുന്നവർക്കും ഈ പ്രതിവിധി പ്രത്യേകിച്ചും പ്രയോജനകരമാണ്.

5. തേങ്ങാപ്പാൽ (അര കപ്പ്) എടുത്ത് ഇതിലേക്ക് 5 ഗ്രാം തേനും പഞ്ചസാരയും ചേർത്ത് നന്നായി ഇളക്കുക. ഇത് വൈകുന്നേരങ്ങളിൽ കഴിക്കാം. ഇതും നല്ല ഉറക്കം ലഭിക്കാൻ സഹായിക്കുന്നു.

6. വെണ്ടയ്ക്ക

പ്രമേഹ രോഗികളിൽ, അര കപ്പ് വെണ്ടയ്ക്ക ജ്യൂസ് ഉറങ്ങാൻ പോകുന്നതിനു തൊട്ടുമുൻപ് കഴിക്കുന്നത് ഉറക്കം മെച്ചപ്പെടുത്താൻ സഹായിക്കുന്നു. പ്രോസ്റ്റേറ്റ് രോഗികളിലും നല്ല ഉറക്കം ലഭിക്കാൻ ഇത് ഉപകാരപ്രദമാണ്.

150

മൂക്കൊലിപ്പ് തടയാൻ 6 ലളിതമായ വീട്ടുവൈദ്യങ്ങൾ

പ്രൊഫ. എംഎസ് കൃഷ്ണമൂർത്തി എംഡി (ആയു), പിഎച്ച്ഡി

ജലദോഷവുമായി ബന്ധപ്പെട്ട് സാധാരണയായി കാണുന്ന ലക്ഷണമാണ് മൂക്കൊലിപ്പ്. ലളിതവും ഫലപ്രദവുമായ വീട്ടുവൈദ്യങ്ങൾ മൂക്കൊലിപ്പിന് തൽക്ഷണ ആശ്വാസം നൽകുന്നു.

1. ഒരു മുഷ്ടി നിറയെ അവൽ എടുത്ത് അല്പാല്പ വെള്ളം കുടിക്കാതെ കഴിക്കുക. ഇത് ദിവസം രണ്ടോ മൂന്നോ തവണ കഴിക്കുകയാണെങ്കിൽ , എതാനും മണിക്കൂറിനുള്ളിൽ മൂക്കൊലിപ്പിന് പൂർണ്ണ ആശ്വാസം ലഭിക്കും. ഇത്തരം അവസ്ഥകളിൽ ആന്റി ഹിസ്റ്റമിൻ മരുന്നുകൾ കഴിച്ച് ശീലമുള്ള രോഗികൾ ഈ വീട്ടുവൈദ്യം ശീലിക്കുന്നതിലൂടെ മരുന്നിന്റെ ഉപയോഗം കുറച്ചു കൊണ്ടുവരാം. അവലിന്റെ രൂക്ഷ ഗുണം മൊക്കൊപില്ലിനെ തടയും എന്നതാണ് ഇതിനു പിന്നിലെ തത്വം.

2. 2-3 നുള്ള് മഞ്ഞൾപ്പൊടി തേനിൽ കലർത്തി അര മണിക്കൂർ ഇടവിട്ട് നക്കുക. ഇത് ജലദോഷവുമായി ബന്ധപ്പെട്ട ചുമയ്ക്ക് ആശ്വാസം നൽകുന്നു. മഞ്ഞൾ രോഗപ്രതിരോധ ശേഷി വർദ്ധിപ്പിക്കുകയും ആന്റി മൈക്രോബയൽ ആയി വർത്തിക്കുന്നതിനാൽ ചെയ്യുന്നതിനാൽ അലർജി പ്രതിപ്രവർത്തനങ്ങൾ മൂലമുണ്ടാകുന്ന മൂക്കൊലിപ്പ് ഫലപ്രദമായി ശമിപ്പിക്കുന്നു. ആയുർവേദ പ്രകാരം മഞ്ഞൾ വിഷ ശമനവും വീക്കം കുറയ്ക്കുന്നതുമാണ്. കൂടാതെ തേൻ ഈ പ്രവർത്തനത്തെ ത്വരിതപ്പെടുത്തുന്നു.

3.ചുക്ക് പൊടിച്ച് ഇന്തുപ്പ് കലർത്തി ഈ പൊടിയുടെ 1-2 നുള്ള് ഒരു ദിവസം

3-4 തവണ കഴിക്കാം. ഐസ്ക്രീം, തൈര്, മോര്, പേരക്ക, പഴച്ചാറ് തുടങ്ങിയ തണുത്ത വസ്തുക്കള് കഴിക്കുന്നത് മൂലമുണ്ടാകുന്ന മൂക്കൊലിപ്പിന് മറ്റ് മരുന്നുകളുടെ ഉപയോഗം ഇല്ലാതെ തന്നെ ആശ്വാസം ലഭിക്കും. ഇഞ്ചി ദഹന ശക്തി വർദ്ധിപ്പിക്കുന്നു. ഇന്തുപ്പ് ചുക്കിന്ടെ പ്രവർത്തനം സുഗമമാക്കുന്നു.

4. ചക്കയുടെ ഇലഞെട്ടുകള് ശേഖരിച്ച് (10-15) തിളപ്പിച്ച് കഷായം ഉണ്ടാക്കുക. ഇതിലേക്ക് 2-3 മില്ലി തേന് ചേർത്ത് കഴിക്കാം. തൊണ്ടയിലെ ബുദ്ധിമുട്ടുകളുമായി ബന്ധപ്പെട്ട മൂക്കൊലിപ്പിന് ആശ്വാസം ലഭിക്കുന്നു. സ്ഥിരമായി രുചിയില്ലായ്മ ഉള്ളവര് ഈ വീട്ടുവൈദ്യം പരിശീലിക്കരുത്.

5. മഞ്ഞളിന്റെ പുക ഒറ്റയ്ക്കോ കടുക്, തുളസി എന്നിവയുടെ ഇലകള് ചേർത്തോ ശ്വസിക്കുന്നത് കഠിനമായ മൂക്കൊലിപ്പില് നിന്നും ആശ്വാസം ലഭിക്കുന്നു.

6. 15-20 വഴുതന വിത്തുകള് നന്നായി ചതച്ച് പൊടിച്ചെടുക്കുക. ഇത് 15-20 മിനിറ്റ് ഇടവേളയില് രണ്ടോ മൂന്നോ തവണ മൂക്കില് വലിക്കുന്നത് ഗുണം ചെയ്യും. (കുട്ടികൾക്ക് ഈ മരുന്ന് ഉപയോഗിക്കരുത്).

151

പഴുപ്പ് നിറഞ്ഞ കുരു - ആയുർവേദ പ്രതിവിധി

ആവർത്തിച്ചുണ്ടാകുന്ന കുരുക്കൾക്ക് ആയുർവേദ ചികിത്സ ഗുണം ചെയ്യും. മറ്റു ചികിത്സകൾക്കൊപ്പം താഴെ സൂചിപ്പിച്ചിരിക്കുന്ന വീട്ടുവൈദ്യങ്ങളും പ്രയോഗിക്കുന്നതിലൂടെ പെട്ടെന്ന് ആശ്വാസം ലഭിക്കും.

മുരിങ്ങയില - സുശ്രുത സംഹിത - ചികിത്സ സ്ഥാനം 16/31
1.രണ്ട് ഗ്ലാസ് വെള്ളത്തിൽ 10 ഗ്രാം മുരിങ്ങയില പൊടിച്ചത് ചേർത്ത് ചൂടാക്കി ഒരു ഗ്ലാസായി വറ്റിച്ച് അരിച്ചെടുത്ത് കഴിക്കാം. ഇതിന്റെ പൊടി വെള്ളത്തിലോ ശുദ്ധമായ തേനിലോ ചേർത്ത് പേസ്റ്റ് ആക്കി കുരുവിന് മുകളിൽ പുരട്ടുകയും വേണം. കുരുവിന്റെ ആദ്യഘട്ടങ്ങളിൽ ഇത് പ്രത്യേകിച്ചും ഗുണം ചെയ്യും. മുരിങ്ങയില സൂപ്പായും കറികളിൽ ചേർത്തും ഉപയോഗിക്കാം.

2. ബാർലി, കടുക്, മുരിങ്ങ വേര് എന്നിവ ഉപയോഗിച്ച് തയ്യാറാക്കിയ കിച്ചടി വീട്ടുവൈദ്യമായി ഉപയോഗിക്കാം.കുരു പൊട്ടി പഴുപ്പ് പുറത്തേക്ക് വന്നുകഴിഞ്ഞാൽ വ്രണ ചികിത്സ ചെയ്യണം. ഇതിനായി വേപ്പില, കറിവേപ്പില, മഞ്ഞൾ, ത്രിഫലപ്പൊടി എന്നിവ ഓരോ സ്പൂൺ വീതം രണ്ടു ഗ്ലാസ് വെള്ളത്തിലിട്ട് തിളപ്പിച്ച് ഒരു ഗ്ലാസാക്കി വറ്റിച്ച് തയ്യാറാക്കിയ കഷായം ഉപയോഗിച്ച് പതിവായി വ്രണം കഴുകുക. ഈ കഷായം ഇളം ചൂടോടു കൂടി ഉപയോഗിക്കാം. ഒരിക്കൽ തയ്യാറാക്കിയ കഷായം അടുത്ത തവണ ഉപയോഗിക്കാൻ പാടില്ല. മുകളിൽ പറഞ്ഞ പച്ചമരുന്നുകൾ ഉപയോഗിച്ച് തയ്യാറാക്കിയ പേസ്റ്റും അണുവിമുക്തമായ സാഹചര്യങ്ങളിൽ പ്രയോഗിക്കാവുന്നതാണ്. വേപ്പിലയും മഞ്ഞളും കീടാണുക്കൾക്കെതിരെ സംരക്ഷണം നൽകുന്നു. ത്രിഫല രക്തസ്രാവം തടയുകയും മുറിവ് വേഗത്തിൽ ഉണങ്ങാൻ സഹായിക്കുകയും ചെയ്യും.

152

ദഹന ശക്തി മെച്ചപ്പെടുത്താം ആയുർവേദത്തിലൂടെ

ആയുർവേദ പ്രകാരം ദഹനശക്തിക്കുറവാണ് പല രോഗങ്ങൾക്കും മൂല കാരണം. അതിനാൽ, പഞ്ചകർമ്മ ചികിത്സ ആരംഭിക്കുന്നതിന് മുമ്പ് ആദ്യം ചെയ്യേണ്ടത് ദഹനശക്തി മെച്ചപ്പെടുത്തുക എന്നതാണ്. ദഹനം മെച്ചപ്പെടുത്തുന്നത് റൂമറ്റോയ്ഡ് ആർത്രൈറ്റിസ്, വണ്ണം വയ്ക്കായ്ക, ചുമ, ജലദോഷം തുടങ്ങിയ അവസ്ഥകളുടെ ചികിത്സയ്ക്കും പ്രതിവിധിയാണ്.

ആവശ്യമായ വസ്തുക്കൾ

ഇന്തുപ്പ് - 5 ഗ്രാം

കടുക്ക - 5 ഗ്രാം

തിപ്പലി - 5 ഗ്രാം

കൊടുവേലി - 5 ഗ്രാം

എങ്ങനെ ഉണ്ടാക്കാം?

എല്ലാ ചേരുവകളുടെയും പൊടി എടുത്ത് ഒന്നിച്ച് ചേർത്ത് നന്നായി ഇളക്കുക. അര മുതൽ ഒരു ഗ്രാം വരെ അളവിൽ ഇത് നൽകാം.

ഡോസ് - അര മുതൽ ഒരു ഗ്രാം വരെ, ദിവസത്തിൽ ഒന്നോ രണ്ടോ തവണ, ഭക്ഷണത്തിന് ശേഷം വെള്ളത്തോടൊപ്പം കഴിക്കാം.

എത്ര കാലം കഴിക്കണം?

2-4 ആഴ്ചത്തേക്ക്.

കാലഹരണ തീയതി?

എല്ലാം പൊടികളായതിനാലും ഇന്തുപ്പ് ഈർപ്പം എളുപ്പത്തിൽ വലിച്ചെടുക്കുന്നതിനാലും, ഈ മരുന്ന് വായു കടക്കാത്ത പാത്രത്തിൽ സൂക്ഷിക്കണം. ഒരിക്കൽ തയ്യാറാക്കിയ മരുന്ന് 2-3 മാസം വരെ വൃത്തിയുള്ള സാഹചര്യങ്ങളിൽ സൂക്ഷിക്കാം.

എങ്ങനെ പ്രവർത്തിക്കുന്നു?
കൊടുവേലിയും തിപ്പലിയും ദഹന എൻസൈമുകളുടെ സ്രവണം മെച്ചപ്പെടുത്തുന്നു. ഇവ രണ്ടും ഉഷ്ണഗുണമുള്ളവയാണ്. ഇന്തുപ്പ് ദഹനശക്തി മെച്ചപ്പെടുത്തുന്നു. കടുക്ക ദഹനശക്തി മെച്ചപ്പെടുത്തുന്നതിനു പുറമേ മലബന്ധം തടയുന്നു. അതിനാൽ വയറു വീർപ്പ് പോലുള്ള അവസ്ഥകൾക്കും പ്രതിവിധിയാണ്.

കുട്ടികൾക്ക് സുരക്ഷിതമാണോ?
മൂന്ന് വയസ്സിന് മുകളിലുള്ള കുട്ടികൾക്ക് ഇത് നൽകാം. എങ്കിലും നൽകുന്നതിന് മുമ്പ് ഡോക്ടറുടെ ഉപദേശം ആവശ്യമാണ്.

ഗർഭിണിയായ അമ്മയ്ക്ക് സുരക്ഷിതമാണോ?
ഗർഭിണികൾക്ക് ഇത് സുരക്ഷിതമല്ല. ഗർഭിണികളാകാൻ ആഗ്രഹിക്കുന്ന സ്ത്രീകളും ഈ മരുന്ന് കഴിക്കരുത്. മുലയൂട്ടുന്ന സമയത്തും ഇത് ഒഴിവാക്കുന്നതാണ് നല്ലത്.

പാർശ്വ ഫലങ്ങൾ?
പരീക്ഷിക്കുന്നതിന് മുമ്പ് നിങ്ങളുടെ ആയുർവേദ ഡോക്ടറെ സമീപിക്കുക. ഗ്യാസ്ട്രൈറ്റിസ്, ഐബിഎസ്, വൻകുടൽ പുണ്ണ് എന്നിവയുള്ള ആളുകൾക്കും ഇതിന്റെ ഉപയോഗം സുരക്ഷിതമല്ല.

പാർശ്വഫലങ്ങൾക്കുള്ള പ്രതിവിധി:
വയറ്റിലും നെഞ്ചിലും എരിവ് അനുഭവപ്പെടാൻ തുടങ്ങിയാൽ ഒരു കപ്പ് പാൽ കുടിക്കുക. അല്ലെങ്കിൽ ആന്റാസിഡ് കഴിക്കാം.

153

രക്താർശസ് പ്രതിവിധി

രക്തസ്രാവത്തോടു കൂടിയ അർശസ് വളരെയധികം ബുദ്ധിമുട്ടുണ്ടാക്കുന്നതും വേദനാജനകവുമാണ്. ആയുർവേദം ഈ അവസ്ഥയ്ക്ക് എളുപ്പത്തിൽ തയ്യാറാക്കാവുന്ന പല മരുന്നുകളും വിശദീകരിച്ചിട്ടുണ്ട്.

ചേരുവകൾ

അരി - 20 ഗ്രാം

വെള്ളം - 160 മില്ലി

കടലാടി വിത്ത് പൊടിച്ചത് - 1 - 2 ഗ്രാം.

ആദ്യം അരിക്കാടി തയ്യാറാക്കണം. ഇതിനായി, അരി പൊടിച്ചത് 8 ഭാഗം വെള്ളത്തിൽ ചേർത്ത് അഞ്ച് മിനിറ്റ് നന്നായി ഞെരടി അരിച്ചെടുക്കുക. അടുത്തതായി, കടലാടി വിത്ത് പൊടിച്ചത് അല്പം വെള്ളമോ അരി കഴുകിയ വെള്ളമോ ചേർത്ത് പേസ്റ്റ് ആക്കുക.

എങ്ങനെ കഴിക്കും?

കടലാടി വിത്ത് പൊടി 1 ഗ്രാം 100 മില്ലി അരി കഴുകിയ വെള്ളത്തിനൊപ്പം ദിവസത്തിൽ ഒന്നോ രണ്ടോ തവണ ഭക്ഷണത്തിന് മുമ്പ് കഴിക്കുക. രക്തസ്രാവത്തിന് പരമ്പരാഗതമായി ഉപയോഗിച്ചു വരുന്ന വീട്ടുവൈദ്യമാണിത്. ഇത് 1-2 ആഴ്ച തുടർച്ചയായി കഴിക്കാം.

ഇത് എങ്ങനെ പ്രവർത്തിക്കുന്നു?

കടലാടി വിത്ത് പൊടി വേദന സംഹാരിയും വീക്കം കുറയ്ക്കാൻ സഹായിക്കുന്നതുമാണ്. ഈ സസ്യം ഉപയോഗിച്ച് തയ്യാറാക്കുന്ന ക്ഷാരം അർശസിന്റെ ചികിത്സയിൽ വ്യാപകമായി ഉപയോഗിക്കുന്നു.

154

ചുമയ്ക്ക് ആയുർവേദ വീട്ടുവൈദ്യം

പിത്ത അസന്തുലിതാവസ്ഥ മൂലമുള്ള ചുമയ്ക്ക് ലളിതവും എളുപ്പവുമായ പ്രതിവിധി വിവരിക്കാം.

ഞെരിഞ്ഞിൽ - പൊടി - 10 ഗ്രാം

പിപ്പലി - പൊടി - 10 ഗ്രാം

ഈന്തപ്പഴം - 10 ഗ്രാം

ഉണക്കമുന്തിരി - 10 ഗ്രാം.

തേൻ - 10 ഗ്രാം

നെയ്യ് - 5 ഗ്രാം

എങ്ങനെ ഉണ്ടാക്കാം?

ആദ്യം കുരുകളഞ്ഞ ഈത്തപ്പഴവും ഉണക്കമുന്തിരിയും പേസ്റ്റ് ആക്കുക.

ഈ പേസ്റ്റിൽ ഞെരിഞ്ഞിൽ, തിപ്പലി പൊടികൾ ചേർത്ത് നന്നായി ഇളക്കുക.

പിന്നീട് തേനും നെയ്യും ചേർക്കുക.

ഉപയോഗങ്ങൾ

പിത്തധിക്യമുള്ള ചുമയിലാണ് ഇതിന്റെ ഉപയോഗം പറഞ്ഞിരിക്കുന്നത്.

മഞ്ഞ നിറത്തിലുള്ള കഫത്തോടുകൂടിയ ചുമ

വായിൽ കയ്പ്പ് രുചി അനുഭവപ്പെടുക

അമിതമായ ദാഹവും പുകച്ചിലും

ഭക്ഷണത്തോടുള്ള താൽപ്പര്യക്കുറവ് എന്നിവയിൽ ഫലപ്രദമാണ്.

ഡോസ്

5 ഗ്രാം ദിവസത്തിൽ ഒന്നോ രണ്ടോ തവണ, ഭക്ഷണത്തിന് 5 മിനിറ്റ് മുമ്പ് തേൻ അല്ലെങ്കിൽ വെള്ളം ചേർത്ത് കഴിക്കാം.

എത്ര കാലം കഴിക്കാം?
2-4 ആഴ്ചത്തേക്ക്

ഇതിന്റെ പ്രവർത്തനം എങ്ങനെയാണ്?
തിപ്പലി ചുമ കുറയ്ക്കാൻ സഹായിക്കുന്നു.
നെയ്യ്, ഈന്തപ്പഴം, ഉണക്കമുന്തിരി എന്നിവ പിത്തത്തെ കുറച്ച് പുകച്ചിൽ മുതലായവ ശമിപ്പിക്കുന്നു.

കുട്ടികൾക്ക് സുരക്ഷിതമാണോ?
അതെ, 2 വയസ്സിന് മുകളിലുള്ള കുട്ടികൾക്ക് ഇത് സുരക്ഷിതമാണ്. കുട്ടികളിലെ ഡോസ് ഒരു ഗ്രാം ദിവസം രണ്ടുതവണ എന്ന അളവിലാണ്.

ഗർഭിണികളിൽ സുരക്ഷിതമാണോ?
ഗർഭകാലത്ത് ഇതിന്റെ ഉപയോഗം ഒഴിവാക്കണം.
മുലയൂട്ടുന്ന സമയത്ത് ഇത് കഴിക്കുന്നത് സുരക്ഷിതമാണ്.

എന്തെങ്കിലും പാർശ്വഫലങ്ങൾ?
ഇല്ല. അസിഡിറ്റി ഉള്ളവർക്ക് വയറ്റിൽ ചെറിയ പുകച്ചിൽ അനുഭവപ്പെടാം.
തേൻ അടങ്ങിയിട്ടുള്ളതിനാൽ രക്തത്തിലെ പഞ്ചസാരയുടെ അളവ് കൂടുതലുള്ളവർ ഇത് കഴിക്കുന്നതിന് മുമ്പ് വൈദ്യോപദേശം തേടേണ്ടതാണ്.

നെയ്യ് മറ്റ് ചേരുവകളേക്കാൾ കുറവ് ചേർക്കുന്നത് എന്തുകൊണ്ട്?
തേനും നെയ്യും തുല്യ അളവിൽ കഴിക്കാൻ പാടില്ല. അതിനാൽ, ഈ ഉല്പന്നത്തിൽ തേൻ അൽപ്പം കൂടുതലും നെയ്യ് അൽപ്പം കുറവും ചേർക്കുന്നു.

155

ഗ്യാസ്ട്രൈറ്റിസിനുള്ള ആയുർവേദ പ്രതിവിധി

ആവശ്യമായ വസ്തുക്കൾ

കടുക്ക - 10 ഗ്രാം

തിപ്പലി - 10 ഗ്രാം

ഉണക്ക മുന്തിരി

പഞ്ചസാര

കൊടിത്തൂവ - വീട്ടു പരിസരത്ത് ഉണ്ടെങ്കിൽ മാത്രം ഉപയോഗിക്കാം.

തേൻ - അൾസറിന്റെ മുറിവുകൾ ഉണക്കാൻ തേനിന് കഴിവുണ്ട്.

മേൽപ്പറഞ്ഞ എല്ലാ ചേരുവകളും തുല്യ അളവിൽ എടുത്ത് പേസ്റ്റ് രൂപത്തിലാക്കുന്നു. ആദ്യം ഉണങ്ങിയ മുന്തിരി പഞ്ചസാരയും ചേർത്ത് പൊടിക്കുക. തുടർന്ന് മറ്റ് ചേരുവകളും ചേർക്കുക. അവസാനം തേൻ ചേർത്ത് നന്നായി ഇളക്കി യോജിപ്പിക്കുക. ഒരിക്കൽ ഉണ്ടാക്കിയാൽ 2-3 മാസം വരെ വായു കടക്കാത്ത പാത്രത്തിൽ സൂക്ഷിക്കാം.

ഉപയോഗങ്ങൾ

തൊണ്ടയിൽ പുകച്ചിൽ (ഛർദ്ദിച്ചതിന് ശേഷമോ മുളക് കഴിച്ചതിന് ശേഷമോ) ഹൈപ്പർ അസിഡിറ്റിയുമായി ബന്ധപ്പെട്ട് വയറിന്റെ മുകൾ ഭാഗത്തുണ്ടാണ്ടാകുന്ന പുകച്ചിൽ

ഇത് പരമ്പരാഗതമായി ഗ്യാസ്ട്രൈറ്റിസിനുള്ള പ്രതിവിധിയായി ഉപയോഗിക്കുന്നു.

ഡോസ്: 2 - 3 ഗ്രാം ഭക്ഷണത്തിന് ശേഷം വെള്ളമോ തേനോ ചേർത്ത് കഴിക്കാം

156

ചെരുപ്പിന്റെ ഉപയോഗം മൂലം പാദത്തിലുണ്ടാകുന്ന ചൊറിച്ചിലിന് ലളിതമായ പ്രതിവിധി

ഡോ എം എസ് കൃഷ്ണമൂർത്തി എം ഡി (ആയു), പിഎച്ച്ഡി

പാദരക്ഷകളുടെ ഉപയോഗം ചിലരിൽ ചൊറിച്ചിൽ, വേദന, നേരിയ വീക്കം പോലുള്ള അലർജി പ്രതിപ്രവർത്തനങ്ങൾ മുതലായവ ഉണ്ടാക്കിയേക്കാം.

കാരണങ്ങൾ

ശരിയായ വലിപ്പത്തിലുള്ള പാദരക്ഷകളോ ചെരിപ്പുകളോ ധരിക്കാതിരിക്കുന്നത്.

അരിക് മൂർച്ചയുള്ള പുതിയ പാദരക്ഷകൾ ഉപയോഗിക്കുന്നത്

ശരിയായ രീതിയിൽ അല്ലാതെ നടക്കുന്നത്

ദീർഘ ദൂരം നടക്കുന്നത്

മണലിലോ കല്ലിലോ നടക്കുന്നത്

നനഞ്ഞ പാദങ്ങൾ

നനഞ്ഞ സോക്സുകൾ / പാദരക്ഷകൾ ഉപയോഗിക്കുന്നത്

അധിക ഈർപ്പമുള്ള കാലാവസ്ഥ

കാലാവസ്ഥയിൽ പെട്ടെന്നുള്ള മാറ്റം

ബ്രാൻഡ് മാറി ഉപയോഗിക്കുന്നത്

ചപ്പൽ ഉപയോഗിക്കുന്നവർ പെട്ടെന്ന് ഷൂ ഉപയോഗിക്കുക, അല്ലെങ്കിൽ തിരിച്ചും

ഹീൽ സൈസ് മാറി ഉപയോഗിക്കുന്നത്

സാധാരണ ലക്ഷണങ്ങൾ:
ചെറുപ്പു തട്ടുന്ന ഭാഗത്ത് നേരിയ വീക്കം അല്ലെങ്കിൽ ചൊറിച്ചിൽ
ചെറിയ വേദന
നിറവ്യത്യാസം
തൊലി പൊട്ടുക
നടക്കാൻ ബുദ്ധിമുട്ട്
സാധാരണയായി ഇത്തരം ബുദ്ധിമുട്ടുകൾ മിക്കവരും ഗൗരവമായി എടുക്കാറില്ല. ഏതെങ്കിലും വീട്ടു വൈദ്യങ്ങൾ ഉപയോഗിച്ച് സ്വയം നിയന്ത്രിക്കാൻ ശ്രമിക്കുന്നു. വളരെ അപൂർവമായി മാത്രമേ ഡോക്ടറുടെ നിർദ്ദേശങ്ങൾ സ്വീകരിക്കേണ്ടി വരാറുള്ളൂ. അലർജി, രക്തസ്രാവം മുതലായ ബുദ്ധിമുട്ടുകൾ നീണ്ടുനിൽക്കുകയാണെങ്കിൽ, ഡോക്ടറുടെ സഹായം തേടുക.

എള്ളെണ്ണ, ഉപ്പ്, മഞ്ഞൾ:
20 മില്ലി എള്ളെണ്ണയിൽ, ഒരു നുള്ള് ഉപ്പ്, ഒരു നുള്ള് മഞ്ഞൾപ്പൊടി എന്നിവ ചേർത്ത് ചെറുതായി ചൂടാക്കുക. തണുത്തതിനു ശേഷം അരിച്ചെടുത്ത് മുറിവുകളിൽ പുരട്ടാം.

ഒരു പരമ്പരാഗത ലോഷൻ:
തുല്യ അളവിൽ (20 മില്ലി വീതം) എള്ളെണ്ണ / വെളിച്ചെണ്ണയിൽ, ചുണ്ണാമ്പ് വെള്ളം ചേർത്ത് കിട്ടുന്ന ലായനി കാലിൽ ചൊറിച്ചിലുള്ള ഭാഗത്ത് പുരട്ടുക.

പൊടി:
ടാൽക്കം പൗഡറോ ഗോദന്തി ഭസ്മമോ (ജിപ്സം പൗഡർ) കാലിലോ പാദത്തിലോ ഇട്ടു കൊടുക്കാം.

ഉപ്പ് വെള്ളത്തിൽ മുക്കുക:
മഞ്ഞുകാലത്താണ് ഇത്തരം ബുദ്ധിമുട്ടുകൾ ഉണ്ടാകുന്നതെങ്കിൽ 3-5 മിനിറ്റ് ഉപ്പുവെള്ളത്തിൽ കാൽപാദങ്ങൾ മുക്കി വയ്ക്കുക. ആവശ്യമെങ്കിൽ അര ടീസ്പൂൺ മഞ്ഞൾ ഉപ്പുവെള്ളത്തിൽ ചേർക്കാം.

157

വൻകുടൽ പുണ്ണ് (അൾസറേറ്റീവ് കൊളയ്റ്റിസ്) പരിഹാരങ്ങൾ

വൻകുടലിനെയും മലാശയത്തെയും ബാധിക്കുന്ന ഒരു രോഗമാണ് വൻകുടൽ പുണ്ണ്. മലത്തിൽ രക്തം, പഴുപ്പോടു കൂടിയ വയറിളക്കം, വയറുവേദന, ശരീരഭാരം കുറയൽ, പനി എന്നിവയാണ് ഇതിന്റെ ലക്ഷണങ്ങൾ. ഭക്ഷണ നിയന്ത്രണം, മാനസിക സമ്മർദ്ദം കുറയ്ക്കുക, പ്രതിരോധശേഷി വർദ്ധിപ്പിക്കുക എന്നിവ വഴി കുടലിലെ വീക്കം കുറയ്ക്കാൻ സാധിക്കും. രോഗത്തിന്റെ ഇടയ്ക്കിടെ വർദ്ധിക്കുന്ന സ്വഭാവം കാരണം, രോഗി പതിവായി ഡോക്ടറെ സന്ദർശിക്കേണ്ടതുണ്ട്. ഇതിനു പ്രതിവിധിയായുള്ള രണ്ട് ആയുർവേദ വീട്ടുവൈദ്യങ്ങൾ വിവരിക്കാം.

പ്രതിവിധി - 1

- ചന്ദനപ്പൊടി - 5 ഗ്രാം
- പഞ്ചസാര - 3 ഗ്രാം
- തേൻ - 3 ഗ്രാം
- അരി കഴുകാൻ ഉപയോഗിക്കുന്ന വെള്ളം - 30 മില്ലി

ചന്ദനപ്പൊടി പഞ്ചസാരയും തേനും ചേർത്ത് പേസ്റ്റ് രൂപത്തിലാക്കുക. അരി കഴുകിയ വെള്ളത്തിൽ ഈ പേസ്റ്റ് ദിവസവും രണ്ടു നേരം കഴിക്കുക. ഇത് രക്തസ്രാവവും വയറിളക്കവും നിയന്ത്രിക്കുന്നു.

2. പ്രതിവിധി - 2

- 5 ഗ്രാം വീതം കുടകപ്പാല, ഉറുമാമ്പഴം എന്നിവയുടെ പുറംതൊലി എടുക്കുക.
- ഇതിൽ 2 കപ്പ് വെള്ളം ചേർത്ത് തിളപ്പിച്ച്, ഏകദേശം ഒരു കപ്പാക്കി വറ്റിക്കുക.
- അരിച്ചെടുത്ത പാനീയം തണുക്കുമ്പോൾ അൽപം തേൻ ചേർത്ത് കഴിക്കുക.
- ഓരോ തവണയും, പുതിയ പാനീയം തയ്യാറാക്കി ഉപയോഗിക്കണം.
- തയ്യാറാക്കി കഴിഞ്ഞാൽ, 4 - 6 മണിക്കൂറിനുള്ളിൽ ഉപയോഗിക്കണം.

158

ഗൗട്ട്, റൂമറ്റോയ്ഡ് ആർത്രൈറ്റിസ്, ഉണങ്ങാത്ത മുറിവുകൾ, പൈൽസ് എന്നിവയ്ക്കുള്ള വീട്ടുവൈദ്യം

ചിറ്റമൃത്, ഇഞ്ചി എന്നിവ ആന്റി മൈക്രോബയൽ ഗുണങ്ങളുള്ളതും വീക്കവും വേദനയും കുറയ്ക്കാൻ കഴിവുള്ളതുമായ സസ്യങ്ങളാണ്. ഇവ ഉപയോഗിച്ച് തയ്യാറാക്കുന്ന നെയ്യ് സന്ധിവാതം, റൂമറ്റോയ്ഡ് ആർത്രൈറ്റിസ് മുതലായവയ്ക്ക് പ്രതിവിധിയായി ഉപയോഗിക്കാം.

ചേരുവകൾ:

ചിറ്റമൃത് പൊടിച്ചത് - 100 ഗ്രാം

ഇഞ്ചി പൊടി - 25 ഗ്രാം

നെയ്യ് - 100 മില്ലി

വെള്ളം - 1.6 ലിറ്റർ

ഘട്ടം ഒന്ന് - 100 ഗ്രാം ചിറ്റമൃത് പൊടിച്ചത് 1.6 ലിറ്റർ വെള്ളത്തിൽ തിളപ്പിച്ച് , 400 മില്ലി ആയി വറ്റിച്ച് . [1:16 = 4] അരിച്ചെടുക്കുക.

ഘട്ടം രണ്ട് -

- വിശാലമായ വായയുള്ള പാത്രത്തിൽ നെയ്യ് എടുക്കുക.
- ഇതിലേക്ക് കഷായം ചേർക്കുക.
- ഇഞ്ചി അല്പം വെള്ളം ചേർത്ത് പേസ്റ്റ് രൂപത്തിലാക്കി നെയ്യിൽ ചേർക്കുക.

- ഈ മിശ്രിതം ഇളം തീയിൽ വച്ച് മുഴുവൻ വെള്ളവും (400 മില്ലി കഷായം) ബാഷ്പീകരിക്കപ്പെടുന്നതുവരെ ചൂടാക്കുക. തുടർച്ചയായി ഇളക്കികൊണ്ടിരിക്കണം.

ശ്രദ്ധിക്കേണ്ട കാര്യങ്ങൾ:

നെയ്യ് തയ്യാറാക്കുമ്പോൾ, തുടക്കത്തിൽ മുഴുവൻ പിണ്ഡവും ഒരു ചെളി പോലത്തെ ദ്രാവകമായിരിക്കും. വെള്ളം വറ്റുന്നതിനനുസരിച്ച് നെയ്യ് തെളിഞ്ഞ് വരികയും കല്കം (ഇഞ്ചി പേസ്റ്റ്) വേർതിരിഞ്ഞ് വരികയും ചെയ്യുന്നു. അല്പം കല്കം കയ്യിലെടുത്ത് തീയിൽ ഇടുനോക്കിയാൽ പൊട്ടുന്ന ശബ്ദം കേൾക്കുന്നില്ല എങ്കിൽ വെള്ളത്തിന്റെ അംശം ഇല്ല എന്ന് മനസിലാക്കാം. അല്ലെങ്കിൽ വിരലുകൾക്കിടയിൽ അല്പം കല്കം കയ്യിലെടുത്ത് ഉരുട്ടി നോക്കിയാൽ എളുപ്പത്തിൽ തിരി രൂപത്തിൽ ആക്കാൻ സാധിക്കുന്നുണ്ടെങ്കിൽ വെള്ളം വറ്റിയതായി മനസിലാക്കാം. പ്രാരംഭ ഘട്ടത്തിൽ, ഈർപ്പം ഉള്ളപ്പോൾ, പേസ്റ്റ് ഒരു തിരിരൂപത്തിലേക്ക് ഉരുട്ടാൻ കഴിയാത്തത്ര മൃദുവായിരിക്കും. നെയ്യ് കഴിച്ച ശേഷം അര ഗ്ലാസ് ചൂടുവെള്ളം കുടിക്കണം.

ഇത് എങ്ങനെ പ്രവർത്തിക്കുന്നു?

ഇഞ്ചിയും ചിറ്റാമൃതും നീരും വീക്കവും വേദനയും കുറയ്ക്കാൻ ശേഷിയുള്ള സസ്യങ്ങളാണ്. അതിനാൽ രണ്ടും സന്ധിവാതത്തിനും റൂമറ്റോയ്ഡ് ആർത്രൈറ്റിസിനും (RA) വളരെ ഉപയോഗപ്രദമാണ്. റൂമറ്റോയ്ഡ് ആർത്രൈറ്റിസിൽ (RA) ദഹനശക്തി കുറയുകയും പ്രതിരോധ ശേഷി തകരാറിലാവുകയും ചെയ്യാനുള്ള പ്രവണതയുണ്ട്. ആമാശയത്തിലെയും കുടലിലെയും എൻസൈമുകളുടെ അളവ് നിയന്ത്രിക്കാൻ ഇഞ്ചി സഹായിക്കുന്നു. കൂടാതെ ശരീര പ്രതിരോധ വ്യവസ്ഥയെ ശക്തിപ്പെടുത്താനും ഈ ഔഷധങ്ങൾക്ക് കഴിവുണ്ട്.

ചിറ്റാമൃതിന് ബാക്ടീരിയ പോലുള്ള കീടാണുക്കൾക്കെതിരെ പ്രവർത്തിക്കാനുള്ള കഴിവുമുണ്ട്. അതിനാൽ ഇത് മുറിവ് ഉണക്കാനും സഹായിക്കുന്നു. അതിനാൽ പൈൽസിനും നല്ലൊരു പ്രതിവിധിയാണിത്.

159

മോണ വീക്കത്തിനും മോണയിൽ രക്തസ്രാവത്തിനും

മോണവീക്കത്തിനും മോണയിൽ നിന്ന് രക്തസ്രാവം വരുന്നതിനും പല്ലിന് ബലം നൽകുന്നതിനും രണ്ട് ചേരുവകൾ മാത്രമുള്ള ലളിതമായ വീട്ടുവൈദ്യം വിവരിക്കാം. ഇത് 5 മിനിറ്റിനുള്ളിൽ തയ്യാറാക്കാൻ സാധിക്കും. ഒരിക്കൽ തയ്യാറാക്കിയാൽ ഇത് 1-2 മാസം വരെ കേടുകൂടാതെ സൂക്ഷിക്കാം.

ആവശ്യമുള്ള വസ്തുക്കൾ:
തിപ്പലി പൊടി - 50 ഗ്രാം
ഇന്തുപ്പ് - 50 ഗ്രാം

എങ്ങനെ ഉണ്ടാക്കാം?
തിപ്പലി, ഇന്തുപ്പ് എന്നിവ തുല്യ അളവിൽ എടുത്ത് നന്നായി പൊടിച്ച് യോജിപ്പിക്കുക.
വായു കടക്കാത്ത പാത്രത്തിൽ സൂക്ഷിക്കാം.

എങ്ങനെ ഉപയോഗിക്കാം?
മോണ വീക്കം, മോണയിൽ രക്തസ്രാവം എന്നിവ ഉണ്ടാകുമ്പോൾ ഈ പൊടി മോണയിൽ
മൃദുവായി മസാജ് ചെയ്യാൻ ഉപയോഗിക്കാം.
ചെറിയ പുകച്ചിൽ അനുഭവപ്പെട്ടേക്കാം.

പാർശ്വ ഫലങ്ങൾ:
പ്രത്യേകിച്ച് പാർശ്വഫലങ്ങൾ ഒന്നുമില്ല.
ഉയർന്ന ബിപി ഉള്ളവർ ഈ പൊടി വിഴുങ്ങി പോകാതിരിക്കാൻ ശ്രദ്ധിക്കണം.

എത്ര കാലം ഉപയോഗിക്കാം?

ഇത് 3-4 ആഴ്ച കാലം അല്ലെങ്കിൽ മോണ വീക്കം മാറുന്നതുവരെ ഉപയോഗിക്കാം.

ഇത് നിത്യവും പൽപൊടിയായി ഉപയോഗിക്കാമോ?

ഇല്ല. നിശ്ചിത ദിവസത്തേക്ക് മാത്രം ഇത് ഉപയോഗിക്കുന്നത് നല്ലതാണ്.

160

എക്കിട്ടം, ആസ്തമ, വിട്ടുമാറാത്ത ശ്വാസകോശ രോഗങ്ങൾ എന്നിവയ്ക്കുള്ള വീട്ടുവൈദ്യം

എക്കിട്ടം, ശ്വാസകോശ സംബന്ധമായ രോഗങ്ങൾ എന്നിവയിലെല്ലാം കഫ വാതദോഷത്തിന്റെ ആധിപത്യമുണ്ട്. ഇത്തരം അവസ്ഥകൾക്കുള്ള ലളിതമായ പ്രതിവിധി വിവരിക്കാം.

ആവശ്യമായ വസ്തുക്കൾ

പഞ്ചസാര - 10 ഗ്രാം

തിപ്പലി- 10 ഗ്രാം

ഉണക്കമുന്തിരി - 10 ഗ്രാം

ഈന്തപ്പഴം - 10 ഗ്രാം

നെയ്യ് - 10 ഗ്രാം

തേൻ - 5 ഗ്രാം

എങ്ങനെ ഉണ്ടാക്കാം?

പഞ്ചസാര നന്നായി പൊടിക്കുക

ഈന്തപ്പഴത്തിന്റെ കുരു കളഞ്ഞതും ഉണക്കമുന്തിരിയും പൊടിച്ചു പഞ്ചസാരയിൽ ചേർക്കുക.

ഇതിലേക്ക് തിപ്പലി പൊടി, തേൻ, നെയ്യ് എന്നിവ ചേർത്ത് നന്നായി ഇളക്കി പേസ്റ്റ് ആക്കുക.

സൂചനകൾ-

കാലാവസ്ഥാ മാറ്റം മൂലമുണ്ടാകുന്ന അലർജി, ആസ്തമ, ശ്വാസം മുട്ടൽ

എന്നിവയുടെ ചികിത്സയിൽ ഇത് ഉപയോഗിക്കാം. ക്ഷയം, ബ്രോങ്കൈറ്റിസ് തുടങ്ങിയ വിട്ടുമാറാത്ത ശ്വാസകോശ സംബന്ധമായ അസുഖങ്ങളിലും ഉപയോഗപ്രദമാണ്.

പരമ്പരാഗത സൂചനകൾ:
ഈ ഔഷധത്തെ കുറിച്ചുള്ള പരാമർശം രാജയക്ഷ്മ (ക്ഷയം)ചികിത്സാ പ്രകരണത്തിലാണ്. ജലദോഷം, ചുമ
ആസ്ത്മ, മറ്റ് ശ്വാസകോശ സംബന്ധമായ അസുഖങ്ങൾ, പനി, ശബ്ദ വൈകല്യം എന്നീ അവസ്ഥകളിലും ഫലപ്രദമാണ്.

ഡോസ് - 3 - 5 ഗ്രാം, ദിവസത്തിൽ രണ്ടോ മൂന്നോ തവണ, ഭക്ഷണത്തിന് ശേഷം വെള്ളം അനുപാനമായി കഴിക്കാം.

എത്ര ദിവസം കഴിക്കാം?
ഡോക്ടറുടെ നിർദ്ദേശപ്രകാരം 6-8 ആഴ്ച വരെ ഉപയോഗിക്കാം

തയ്യാറാക്കിക്കഴിഞ്ഞാൽ, എത്രനാൾ സൂക്ഷിക്കാം?
വായു കടക്കാത്ത പാത്രങ്ങളിൽ 4-6 മാസം വരെ സൂക്ഷിക്കാം.

എങ്ങനെ പ്രവർത്തിക്കുന്നു?
തിപ്പലി പ്രതിരോധശേഷി വർദ്ധിപ്പിക്കുന്നു.
തൊണ്ടവേദന, ജലദോഷം, ചുമ മുതലായവയിൽ തേൻ ഫലപ്രദമാണ്.
നെയ്യ്, ഉണക്കമുന്തിരി, ഈന്തപ്പഴം എന്നിവ ശ്വാസകോശാരോഗ്യം വർദ്ധിപ്പിക്കുന്നു.
വിട്ടുമാറാത്ത ശ്വാസകോശ സംബന്ധമായ അസുഖങ്ങളിൽ, പലപ്പോഴും രോഗിക്ക് ശരീരഭാരം കുറയുന്നു (ക്ഷയരോഗത്തിൽ കാണുന്നത് പോലെ). നെയ്യ്, ഉണക്കമുന്തിരി, ഈന്തപ്പഴം ഇവ മൂന്നും ശരീര പുഷ്ടി വരുത്തുന്നു.

കുട്ടികൾക്ക് സുരക്ഷിതമാണോ?
1-2 ഗ്രാം എന്ന അളവിൽ ദിവസത്തിൽ ഒന്നോ രണ്ടോ തവണ കഴിക്കാം. ഇത് 3 വയസ്സിന് മുകളിലുള്ള കുട്ടികളിൽ ഉപയോഗിക്കാം.

ഗർഭകാലത്തും മുലയൂട്ടുന്ന സമയത്തും കഴിക്കാമോ?
ഗർഭകാലത്ത് ഒഴിവാക്കുന്നതാണ് നല്ലത്.
മുലയൂട്ടുന്ന അമ്മമാർക്ക് കഴിക്കാം

ഗർഭിണിയായ അമ്മയ്ക്ക് സുരക്ഷിതമാണോ?
ഗർഭിണികൾക്ക് തികച്ചും സുരക്ഷിതമായ ഔഷധമാണിത്. എങ്കിലും ഡോക്ടറുടെ ഉപദേശ പ്രകാരം കഴിക്കുക.

പാർശ്വഫലങ്ങൾ: നിർദ്ദേശിച്ച അളവിൽ അറിയപ്പെടുന്ന പാർശ്വഫലങ്ങൾ ഒന്നുമില്ല.

161

പിത്ത വൃദ്ധി, രുചിയില്ലായ്മ എന്നിവയ്ക്ക് പ്രതിവിധി

പിത്തം അധികമാകുന്നതുമൂലം വായ്, ചെവി, കണ്ണ്, മൂക്ക്, തൊണ്ട, എന്നിവിടങ്ങളിലുണ്ടാകുന്ന ബുദ്ധിമുട്ടുകൾക്കും രുചിയില്ലായ്മ എന്നിവയ്ക്കും വായിൽ കവിൾകൊള്ളാൻ ഔഷധം വിവരിക്കാം.

ആവശ്യമുള്ള വസ്തുക്കൾ

പഴുത്ത പുളി - 10 ഗ്രാം

കൽക്കണ്ടം / സംസ്കരിക്കാത്ത പഞ്ചസാര - 10 ഗ്രാം

വെള്ളം - 50 മില്ലി

ഏലക്ക പൊടി - 1 ഗ്രാം അല്ലെങ്കിൽ 1 നുള്ള്

ഗ്രാമ്പൂ പൊടി - 1 ഗ്രാം അല്ലെങ്കിൽ 1 നുള്ള്

ഭക്ഷ്യയോഗ്യമായ കർപ്പൂരം - 1 ഗ്രാം അല്ലെങ്കിൽ 1 നുള്ള്

കുരുമുളക് - 1 ഗ്രാം അല്ലെങ്കിൽ 1 നുള്ള്.

എങ്ങനെ ഉണ്ടാക്കാം?

ഒരു പാത്രത്തിൽ പുളി പിഴിഞ്ഞ് അരിച്ചെടുക്കുക. അതിൽ പഞ്ചസാര ചേർത്ത് നന്നായി ഇളക്കുക.

ഇതിലേക്ക് ഒരു നുള്ള് ഏലക്ക, ഗ്രാമ്പൂ, ഭക്ഷ്യയോഗ്യമായ കർപ്പൂരം, കുരുമുളക് പൊടി എന്നിവ ചേർത്ത് നന്നായി യോജിപ്പിക്കുക.

എങ്ങനെ ഉപയോഗിക്കാം?

ഈ ദ്രാവകം ഒരു ദിവസം 3 - 4 തവണ വായിൽ കവിൾ കൊള്ളാൻ ഉപയോഗിക്കാം.

ഓരോ തവണയും 3 - 5 മിനിറ്റ് കവിൾ കൊള്ളാം.

പ്രയോജനങ്ങൾ എന്തൊക്കെയാണ്?
രുചിയില്ലായ്മ, തല, കഴുത്ത് എന്നീ ഭാഗങ്ങളിൽ പിത്തത്തിന്റെ അസന്തുലിതാവസ്ഥ മൂലമുണ്ടാകുന്ന പുകച്ചിൽ, വായിലെ അൾസർ, കണ്ണുകളിലെ പുകച്ചിൽ, ഓക്കാനം, തലകറക്കം, പിത്തം മൂലമുണ്ടാകുന്ന തലവേദന മുതലായവയ്ക്ക് പ്രതിവിധിയാണ്.

പ്രവർത്തന രീതി:
ആയുർവേദ പ്രകാരം ഗ്രാമ്പൂ, പഞ്ചസാര, പഴുത്ത പുളി എന്നിവ പിത്തശമനമാണ്. കുരുമുളക്, ഗ്രാമ്പൂ, ഭക്ഷ്യയോഗ്യമായ കർപ്പൂരം, ഏലം എന്നിവ രുചി മുകുളങ്ങളെ ഉത്തേജിപ്പിക്കുകയും രുചി മെച്ചപ്പെടുത്താൻ സഹായിക്കുകയും ചെയ്യുന്നു.

എത്ര കാലം ഉപയോഗിക്കണം?
ഒരു ദിവസം, ഇത് പരമാവധി 6 തവണ വരെ കവിൾകൊള്ളാൻ ഉപയോഗിക്കാം. 1-2 ആഴ്ച വരെ ഉപയോഗം തുടരാവുന്നതാണ്.

തയ്യാറാക്കിക്കഴിഞ്ഞാൽ, എത്രനാൾ സൂക്ഷിക്കാം?
പരമാവധി 1-2 ദിവസം മാത്രമേ സൂക്ഷിക്കാൻ കഴിയൂ.

കുട്ടികൾക്ക് സുരക്ഷിതമാണോ?
കുട്ടികളിലും , ഗർഭിണികളിലും മുലയൂട്ടുന്ന സമയത്തും ഉപയോഗിക്കരുത്.

പാർശ്വ ഫലങ്ങൾ:
പുളി രുചി കൂടുതലുള്ള പുളി ഉപയോഗിക്കരുത്. അല്പം മധുരമുള്ള പുളി ഉപയോഗിക്കുക.
കവിൾ കൊള്ളുമ്പോൾ അറിയാതെ വിഴുങ്ങി പോകരുത്.

162

ആമാശയ രോഗങ്ങൾക്കും, കുരു, പനി എന്നിവയ്ക്കും വെളുത്തുള്ളി പാൽ കഷായം

നിരവധി രോഗാവസ്ഥകളിൽ ഫലപ്രദമായ ആയുർവേദ ഔഷധമാണ് വെളുത്തുള്ളി പാൽ കഷായം .

ആവശ്യമായ വസ്തുക്കൾ
വെളുത്തുള്ളി അല്ലി - 5 ഗ്രാം
പാൽ - 40 മില്ലി (ഏകദേശം 1.5 oz)
വെള്ളം - 160 മില്ലി (ഏകദേശം 5 ഔൺസ്)

എങ്ങനെ നിർമ്മിക്കാം?
വെളുത്തുള്ളി തൊലി കളഞ്ഞ് പേസ്റ്റ് ആക്കുക. ഒരു ചെറിയ പാത്രത്തിൽ മേൽ പറഞ്ഞ അളവിൽ പാലും വെള്ളവും എടുത്ത് ഇതിലേക്ക് വെളുത്തുള്ളി പേസ്റ്റ് ചേർക്കുക. പാത്രത്തിൽ 40 മില്ലി (1.5 ഔൺസ് - പാലളവ്) ദ്രാവകം മാത്രം ശേഷിക്കുന്നതുവരെ ഈ മിശ്രിതം നേരിയ ചൂടിൽ തുറന്ന് വച്ച് തിളപ്പിക്കുക. തുടർച്ചയായ ഇളക്കി കൊണ്ടിരിക്കണം. അരിച്ചെടുത്ത് ഉപയോഗിക്കാം.

ഡോസ്: മുതിർന്നവർക്ക് ദിവസത്തിൽ രണ്ടുതവണ 10 മില്ലി. ഭക്ഷണത്തിന് തൊട്ടുമുമ്പ്, അല്ലെങ്കിൽ ഭക്ഷണത്തിന് ശേഷം. തയ്യാറാക്കിയ ഔഷധം, 10-12 മണിക്കൂർ വരെ കേതു കൂടാതെ സൂക്ഷിക്കാം.

ഉപയോഗങ്ങൾ:

വയറു വീർപ്പ്
വയറ്റിൽ ഗ്യാസ് നിറയുന്നത് പോലുള്ള അവസ്ഥ
മലബന്ധം
വിട്ടുമാറാത്ത പനി
കുരു, ഉണങ്ങാത്ത മുറിവുകൾ എന്നിവയ്ക്ക് പ്രതിവിധിയായി ഉപയോഗിക്കാം. വേദനയ്ക്കും വീക്കത്തിനും ഫലപ്രദമായതിനാൽ, സയാറ്റിക്ക / സ്ലിപ്പ് ഡിസ്കുമായി ബന്ധപ്പെട്ട നടുവേദനയ്ക്ക് നല്ലൊരു വീട്ടുവൈദ്യമാണിത്. പാലിൽ പാചകം ചെയ്യുന്നതിനാൽ വെളുത്തുള്ളിയുടെ കൊഴുപ്പിലും വെള്ളത്തിലും ലയിക്കുന്ന സജീവ തത്വങ്ങൾ ഇതിൽ അടങ്ങിയിരിക്കുന്നു. പാലിന്റെ തണുപ്പ് വെളുത്തുള്ളിയുടെ ചൂടും തീവ്രതയും കുറയ്ക്കുന്നു. വെളുത്തുള്ളിയുടെ ഉഷ്ണത സഹിക്കാൻ കഴിയാത്തവർക്ക് വെളുത്തുള്ളിയുടെ ഗുണങ്ങൾ ഉപയോഗപ്പെടുത്താനുള്ള മികച്ച മാർഗമാണിത്.

മറ്റൊരു ഗുണം ഇത് വെളുത്തുള്ളിയുടെ ദുർഗന്ധം വായിൽ തങ്ങിനിൽക്കില്ല എന്നതാണ്. , ഓഹിയോ സ്റ്റേറ്റ് യൂണിവേഴ്സിറ്റിയിലെ ഫുഡ് സയൻസ് ആൻഡ് ടെക്നോളജി വിഭാഗത്തിലെ ഗവേഷകർ പറയുന്നതനുസരിച്ച്, വെളുത്തുള്ളി അടങ്ങിയ ഭക്ഷണം കഴിച്ച ശേഷം പാൽ കുടിക്കുന്നത് വെളുത്തുള്ളി കഴിക്കുമ്പോൾ ഉള്ള വായ്നാറ്റം കുറയ്ക്കുമെന്ന് 201-ൽ ജേണൽ ഓഫ് ഫുഡ് സയൻസിൽ പ്രസിദ്ധീകരിച്ച ഒരു പഠനത്തിൽ വെളിപ്പെടുത്തിയിട്ടുണ്ട്.
റഫറൻസ്: ചരക ചികിത്സ 5/94-95

ലശുന (വെളുത്തുള്ളി) ക്ഷീരപാകം:
192 ഗ്രാം തൊലി കളഞ്ഞ് ഉണക്കിയ വെളുത്തുള്ളി 8 ഇരട്ടി പാലും വെള്ളവും ചേർത്ത് തിളപ്പിച്ച് പാലിന്റെ അളവാക്കി വറ്റിക്കുന്നു.

ഉപയോഗങ്ങൾ
വാത-ഗുൽമ - വയറു വീർപ്പ്,
ഉദാവർത്ത - വായുവിന്റെ മുകളിലേക്കുള്ള ചലനം
ഗൃദ്രസി - സയാറ്റിക്ക
വിഷമ ജ്വര - ആവർത്തിച്ചുള്ള പനി
ഹൃദ്രോഗം - ഹൃദ്രോഗം,
വിദ്രധി - കുരുവും, ശോഥം - നീർവീക്കം.

163

കുട്ടികളിലെ കൃമി ശല്യത്തിന് പപ്പായ വിത്ത്

ഡോ എം എസ് കൃഷ്ണമൂർത്തി എംഡി (ആയു), പിഎച്ച്ഡി (ആയു)

കുട്ടികളിൽ സാധാരണയായി കണ്ടുവരുന്ന ആരോഗ്യപ്രശ്നമാണ് വിരശല്യം. വളരെ രസകരമെന്നു പറയട്ടെ, ഇലക്കറികൾ കഴിക്കുന്ന ആളുകളിൽ ഇത് അൽപ്പം ഉയർന്ന പരിധിയിൽ കാണപ്പെടുന്നുണ്ട്. വിര ശല്യം പിൻ വേം ,സീറ്റ് വേം എന്നീ പേരുകളിലും അറിയപ്പെടുന്നു. ഓക്കാനം, മലദ്വാരത്തിൽ ചൊറിച്ചിൽ, മലമൂത്ര വിസർജ്ജന സമയത്ത് അസ്വസ്ഥത, ദഹന കുറവ് , ശരിയായി ആഗിരണം നടക്കാതിരിക്കുക തുടങ്ങിയവയാണ് സാധാരണയായി കാണപ്പെടുന്ന ലക്ഷണങ്ങൾ. ഇത്തരത്തിലുള്ള പരാതികൾക്ക് ഏറ്റവും ഫലപ്രദവും സുരക്ഷിതവും വിലകുറഞ്ഞതുമായ വീട്ടുവൈദ്യം ചുവടെ കൊടുക്കുന്നു.

ആവശ്യമായ ചേരുവകൾ:
പപ്പായ കുരു - 2 മുഷ്ടി നിറയെ (50 ഗ്രാം)
തേൻ അല്ലെങ്കിൽ ശർക്കര

രീതി:
പപ്പായ കുരു ഉണക്കിപൊടിച്ചാണ് ഉപയോഗിക്കുന്നത്.

കഴിക്കേണ്ട രീതി:
5 ഗ്രാം (8 വയസ്സിന് താഴെയുള്ള കുട്ടികളാണെങ്കിൽ 3 ഗ്രാം) പൊടി 1 ടീസ്പൂൺ തേനിൽ കലർത്തി രാവിലെ വെറും വയറ്റിൽ നക്കി കഴിക്കുക. 10 മിനിറ്റിനു ശേഷം, ഒരു കപ്പ് ചെറുചൂടുള്ള വെള്ളത്തിൽ 1 നുള്ള് ഉപ്പ് അല്ലെങ്കിൽ ഇന്തുപ്പ്

(1 ഗ്രാം), 2 നുള്ള് മഞ്ഞൾപ്പൊടി (1 - 2 ഗ്രാം) എന്നിവ ചേർത്ത് കുടിക്കാൻ കൊടുക്കണം.

എത്രകാലം കഴിക്കണം?
5-7 ദിവസം പതിവായി മരുന്ന് കഴിക്കുന്നത് വിര ശല്യത്തിന് പരിഹാരമാണ്.

എപ്പോൾ ആവർത്തിക്കണം?
1 മാസത്തെ ഇടവേളയിൽ, തുടർച്ചയായി 3 മാസം ഉപയോഗിക്കണം അതിനുശേഷം 3 മാസത്തിലൊരിക്കൽ എന്ന രീതിയിൽ കഴിക്കാം. ഇപ്രകാരം ഉപയോഗിക്കുന്നത് വിര ശല്യത്തിന് ആശ്വാസം നൽകും.

ആരോഗ്യ ഗുണങ്ങൾ:
ഇത് വയറിളക്കാൻ സഹായിക്കുന്നു. ദഹന ശക്തി വർദ്ധിപ്പിക്കുന്നു. കരളിനെ ഉത്തേജിപ്പിക്കുന്നു. പനിയിലും ഉപയോഗപ്രദമാണ്. ദഹന പ്രവർത്തനവും ആഗിരണവും മെച്ചപ്പെടുത്തുന്നു.

164

ഉന്മേഷത്തിനും ശരീരബലത്തിനും ഉള്ളി ജാം

ഡോ എം എസ് കൃഷ്ണമൂർത്തി എംഡി (ആയു), പിഎച്ച്ഡി (ആയു)
ലൈംഗിക ആരോഗ്യവും ശരീര ബലവും വർദ്ധിപ്പിക്കുന്നതിനും ഇത് ഉപയോഗപ്രദമാണ്.

ചേരുവകൾ:

ഉള്ളി നീര് - 200 മില്ലി

ഇഞ്ചി നീര് - 50 മില്ലി

പശുവിൻ നെയ്യ് - 50 മില്ലി

പഞ്ചസാര അല്ലെങ്കിൽ ശർക്കര - 250 ഗ്രാം

ജീരകം (നല്ല പൊടി) - 1 ഗ്രാം

കറുവപ്പട്ട പൊടി - 1 ഗ്രാം

ഏലം (നല്ല പൊടി) - 1 ഗ്രാം

കുങ്കുമപ്പൂവ് - 1 ഗ്രാം

തേൻ - 50 മില്ലി

(ബദാം, കശുവണ്ടിപ്പരിപ്പ് എന്നിവയുടെ പൊടിയും താത്പര്യമുള്ളവർക്ക് 5 ഗ്രാം വീതം ചേർക്കാം.)

തയ്യാറാക്കുന്ന രീതി:

ഉള്ളി, ഇഞ്ചി എന്നിവയുടെ നീരെടുത്ത് വയ്ക്കുക

ഇതിലേക്ക്, നിശ്ചിത അളവിൽ നെയ്യ്, പഞ്ചസാര അല്ലെങ്കിൽ ശർക്കര എന്നിവ ചേർത്ത് മഞ്ഞകലർന്ന തവിട്ട് നിറം (തേൻ പോലെ) ആകുന്നതുവരെ നന്നായി വേവിക്കുക.

പിന്നീട്, അത് തീയിൽ നിന്ന് പുറത്തെടുത്ത് തണുക്കാൻ അനുവദിക്കുക. ഇളം ചൂടായിരിക്കുമ്പോൾ, ബാക്കിയുള്ള ചേരുവകളുടെ പൊടിയും ചേർത്ത് നന്നായി ഇളക്കുക. (ബദാം, കശുവണ്ടി മുതലായവ ചേർക്കണമെങ്കിൽ നന്നായി പൊടിയാക്കി നെയ്യിൽ അൽപം വറുത്ത് ചേർക്കുക) പൂർണ്ണമായും തണുത്ത ശേഷം, തേൻ ചേർത്ത് നന്നായി ഇളക്കുക.

ഡോസ്: 5-10 ഗ്രാം ദിവസത്തിൽ രണ്ടുതവണ

അനുപാനം: പാൽ അല്ലെങ്കിൽ ഇഡ്‌ലി, ദോശ എന്നിവയ്ക്കൊപ്പം ഉപയോഗിക്കാം.

ഗുണങ്ങൾ: രസായന ഔഷധമായി പ്രവർത്തിക്കുന്നു, നിറം വർദ്ധിപ്പിക്കുന്നു, ലൈംഗിക ശേഷി വർദ്ധിപ്പിക്കുന്നു.

ഉപയോഗങ്ങൾ: നാഡീ തകരാറുകൾ, വിട്ടുമാറാത്ത ചുമ, വിളർച്ച, പനിക്ക് ശേഷമുള്ള തളർച്ച, അലസത, ദഹനക്കേട്, ലൈംഗിക വൈകല്യം, രാത്രി പനി മുതലായവയ്ക്ക് പ്രതിവിധിയാണ്

കുറിപ്പ്: പ്രമേഹമുള്ളവർ ഇതിന്റെ ഉപയോഗം ഒഴിവാക്കുക. കൂടാതെ, പ്രോസ്റ്റേറ്റ് രോഗികളും ദീർഘ കാലം ഇത് ഉപയോഗിക്കരുത്.

165

മധുപാകം - ഉണങ്ങാത്ത മുറിവുകൾ, അൾസർ പ്രതിവിധി

ഡോ എം എസ് കൃഷ്ണമൂർത്തി എം ഡി (ആയു), പിഎച്ച്ഡി.

ആയുർവേദം തേൻ ചൂടാക്കി ഉപയോഗിക്കാൻ ശുപാർശ ചെയ്യുന്നില്ല. വേനൽക്കാലത്ത് അല്ലെങ്കിൽ വളരെ ചൂടുള്ള പാനീയങ്ങൾക്കൊപ്പം, ചൂടുള്ള ഭക്ഷണങ്ങൾക്കൊപ്പം പോലും തേൻ കഴിക്കുന്നത് വിരുദ്ധമാണ്. എന്നിരുന്നാലും, ചൂടാക്കിയ (പാകം ചെയ്ത) തേൻ ബാഹ്യ ഉപയോഗത്തിന് ഉപയോഗിക്കാം. തേൻ മറ്റ് ചേരുവകൾക്കൊപ്പം ചേർത്ത് പാകം ചെയ്ത് ബാഹ്യ പ്രയോഗിക്കുന്നതിന് ഉപയോഗിക്കാമെന്ന് സംഹിതകളിൽ വിവരിച്ചിട്ടുണ്ട്.

താഴെപ്പറയുന്ന ഉദ്ധരണി യോഗരത്നാകരം എന്ന ഗ്രന്ഥത്തിൽ നിന്നുള്ളതാണ്. ഇക്ഷു പ്രകരണ (കരിമ്പ് ഉൽപന്നങ്ങൾ) പ്രകാരം ഇത് വിശദീകരിക്കുന്നു.

ചേരുവകൾ:

തേൻ - 768 ഗ്രാം - 16 ഭാഗങ്ങൾ

പശുവിൻ പാൽ - 384 ഗ്രാം - 8 ഭാഗങ്ങൾ

മഞ്ഞൾ - പേസ്റ്റ് / പൊടി - 48 ഗ്രാം - 1 ഭാഗം

കടുക്ക - പേസ്റ്റ്/പൊടി - 48 ഗ്രാം - 1 ഭാഗം

എങ്ങനെ നിർമ്മിക്കാം ?

മഞ്ഞൾ, കടുക്ക എന്നിവ വെള്ളത്തിൽ കുതിർത്ത് നന്നായി പേസ്റ്റ് ആക്കുക. ഇത് തേനിൽ കലർത്തി ഈ മിശ്രിതം സ്റ്റെയിൻലെസ് സ്റ്റീൽ പാത്രത്തിൽ എടുത്ത് നിശ്ചിത അളവിൽ പശുവിൻ പാൽ ചേർത്ത് പാൽ പൂർണ്ണമായി വറ്റുന്നതു വരെ (തേനിന്റെ അളവ് മാത്രം അവശേഷിക്കുന്നതുവരെ) ഇളം

ചൂടിൽ പാകം ചെയ്യുന്നു. ഇത് അരിച്ചെടുത്ത് സൂക്ഷിക്കാം.

ഉപയോഗം - എന്റെ അനുഭവം:
മുറിവുകളിലും ഉണങ്ങാത്ത അൾസറുകളിലും ഇത് ഫലപ്രദമാണ്. പ്രമേഹ അൾസർ, വെരിക്കോസ് അൾസർ എന്നിവയിലും ഇത് ഫലപ്രദമാണ്. വായ് പുണ്ണിന് 2 - 3 ദിവസത്തെ ഉപയോഗം കൊണ്ട് ഫലം കാണാറുണ്ട്.

166

നെഞ്ചെരിച്ചിൽ, ഗ്യാസ്ട്രൈറ്റിസ് - വീട്ടുവൈദ്യം

എളുപ്പം ലഭിക്കുന്ന രണ്ട് സസ്യങ്ങൾ ഉപയോഗിച്ചാണ് ഈ പൊടി നിർമ്മിക്കുന്നത്.

ചേരുവകൾ:

തിപ്പലി വേര് - പൊടി - അര ടീസ്പൂൺ

രാമച്ചം - പൊടി - അര ടീസ്പൂൺ.

എങ്ങനെ കഴിക്കാം? ഉപയോഗങ്ങൾ

മേൽപ്പറഞ്ഞ രണ്ടു പൊടികളും ഒന്നിച്ചു ചേർത്ത മിശ്രിതം 1/2 - 1 ടീസ്പൂൺ എടുത്ത് അൽപം നെയ്യ് ചേർത്ത് കഴിക്കുന്നത് നെഞ്ചെരിച്ചിൽ, ഗ്യാസ്ട്രൈറ്റിസ് എന്നിവയ്ക്ക് പ്രതിവിധിയാണ്.

ഇത് കഴിച്ച ശേഷം ഇളം ചൂടുവെള്ളം കുടിക്കണം.

എങ്ങനെ പ്രവർത്തിക്കുന്നു?

നെഞ്ചെരിച്ചിലിനുള്ള ഏറ്റവും മികച്ച വീട്ടുവൈദ്യങ്ങളിൽ ഒന്നാണിത്.

തിപ്പലി വേര് ദഹനശക്തി വർദ്ധിപ്പിക്കുന്നു. ഇത് ദഹന എൻസൈമുകളെ ഉത്തേജിപ്പിക്കുകയും ദഹിച്ച ഭക്ഷണം എളുപ്പത്തിൽ ആഗിരണം ചെയ്യാൻ സഹായിക്കുകയും ചെയ്യുന്നു. രാമച്ചം തണുപ്പു ഗുണമുള്ള സസ്യമാണ്. ഇത് കുടലിലെ സ്തരങ്ങൾക്കുണ്ടാകുന്ന കേടുപാടുകൾ പരിഹരിക്കുകയും പിത്തത്തെ കുറയ്ക്കുകയും ചെയ്യുന്നു. അതു വഴി നെഞ്ചെരിച്ചിൽ, ഗ്യാസ്ട്രൈറ്റിസ് എന്നിവ ശമിപ്പിക്കുന്നു. ഛർദ്ദി പോലുള്ള ബുദ്ധിമുട്ടുകൾക്കും പ്രതിവിധിയാണ്. നെയ്യും പിത്തത്തെ കുറയ്ക്കുന്നു.

167

തുമ്മലിന് മഞ്ഞൾ, കുരുമുളക്, തുളസി

ഡോ എം എസ് കൃഷ്ണമൂർത്തി എംഡി(ആയു), പിഎച്ച്ഡി

തുമ്മൽ ഒരു സ്വാഭാവിക പ്രേരണയാണ്. തുമ്മൽ വരുമ്പോൾ അത് തടയരുത്. എന്നാൽ ചിലർക്ക് അതിരാവിലെ തന്നെ തുമ്മൽ ഉണ്ടാകാറുണ്ട്. ഇത് കഫ, വാത ദോഷങ്ങൾ വർദ്ധിച്ചാലുണ്ടാകുന്ന ലക്ഷണമായി കണക്കാക്കുന്നു. അലർജി ഉണ്ടാക്കുന്ന ഘടകങ്ങൾ നാസാരന്ധ്രത്തിന്റെ ഉള്ളിലെ സ്തരങ്ങളിൽ ഉണ്ടാകുന്ന ഉത്തേജനത്തോടുള്ള പ്രതികരണമാണ് തുമ്മൽ. രാവിലെത്തെ മൂടൽമഞ്ഞോ പൊടിയോ ആണ് തുമ്മലിന്റെ സാധാരണ കാരണം. ഇസിനോഫീലിയ, അലർജി, ഇൻഫെക്ഷൻ തുടങ്ങിയവയാണ് ഈ ലക്ഷണം കാണപ്പെടുന്ന അടിസ്ഥാന രോഗങ്ങൾ.

അലർജി മൂലമുണ്ടാകുന്ന തുമ്മലിന് ലളിതവും ഫലപ്രദവുമായ പ്രതിവിധികൾ വിവരിക്കാം.

1. മഞ്ഞൾ പുക:

1-2 സ്പൂൺ മഞ്ഞൾപ്പൊടി ഒരു ചട്ടിയിൽ വിതറി, ചട്ടി ചൂടാക്കുക. ഈ പുക ശ്വസിക്കുക. അല്ലെങ്കിൽ 1 ടീസ്പൂൺ മഞ്ഞൾപ്പൊടി 1 ടീസ്പൂൺ നെയ്യിൽ കലർത്തി ചട്ടിയിൽ വിതറി ചൂടാക്കി അതിൽ നിന്നും വരുന്ന പുക ശ്വസിക്കുക. ഒരു ദിവസം 3-4 തവണ ശ്വസിക്കാൻ രോഗിയോട് ആവശ്യപ്പെടുക. കുറഞ്ഞത് രാവിലെ എഴുന്നേറ്റ ഉടൻ ചെയ്യുക. ഇപ്രകാരം പുക ശ്വസിക്കുന്നതിനെ ആയുർവേദത്തിൽ ധൂമപാനം എന്ന് വിളിക്കുന്നു.

2. വെറ്റില നീര്:

2-3 വെറ്റില എടുത്ത് നന്നായി ചതച്ചാൽ ലഭിക്കുന്ന ജ്യൂസിൽ അര ടീസ്പൂൺ തേൻ ചേർത്ത് നന്നായി ഇളക്കുക. ഈ പേസ്റ്റ് നക്കി കഴിക്കാൻ രോഗിയോട് ആവശ്യപ്പെടുക. രാവിലെ ഉണ്ടാകുന്ന തുമ്മൽ, ചുമ, മൂക്കൊലിപ്പ് എന്നിവയ്ക്ക് ഇത് വളരെ ഫലപ്രദമാണ്.

3. കുരുമുളക്:

5-8 കുരുമുളക്, ഒരു നുള്ള് മഞ്ഞൾപ്പൊടിയും എടുത്ത് ഒരു കുരുമുളകിന്റെ ഇലയിൽ പൊതിയുക. ഇത് ചെറുതായി ചൂടാക്കുക. പല്ല് തേച്ചതിന് ശേഷം ഇത് ചവയ്ക്കാൻ നൽകാം.ചെറിയ കുട്ടികളിലും ഗ്യാസ്ട്രൈറ്റിസ് ഉള്ളവരിലും വായിലും നെഞ്ചിലും പുകച്ചിലുള്ളവരിലും ഇത് ഉപയോഗിക്കരുത്.

4. മുരിങ്ങ ഇല / തുളസി, വെളുത്തുള്ളി:

ഒരു പിടി മുരിങ്ങയില എടുത്ത് തൊലി കളഞ്ഞ വെളുത്തുള്ളിയോടൊപ്പം ചേർക്കുക. ഇത് നന്നായി പൊടിച്ച് അല്പം വെള്ളം ചേർത്ത് പേസ്റ്റ് ആക്കുക. ഇത് ഒരു തുണിയിലാക്കി രോഗിയോട് അതിന്റെ ഗന്ധം ശ്വസിക്കാൻ ആവശ്യപ്പെടുക. മുരിങ്ങയില ലഭ്യമല്ലെങ്കിൽ തുളസി ഇലകൾ ഉപയോഗിച്ചും ഇത് പരീക്ഷിക്കാവുന്നതാണ്. ചെറുചൂടുള്ള വെള്ളം മാത്രം കുടിക്കാൻ ഉപയോഗിക്കുക. മൂടൽമഞ്ഞ്, പൊടി, അന്തരീക്ഷ മലിനീകരണം എന്നിവ ഒഴിവാക്കുകയും ചെയ്യുക വഴി തുമ്മൽ ഒരു പരിധിവരെ തടയാൻ സാധിക്കും.

168

വയറുവീർപ്പിനും മലബന്ധത്തിനും പുളിച്ച മോര്

ഡോ എം എസ് കൃഷ്ണമൂർത്തി എം ഡി (ആയു), പിഎച്ച്ഡി

'മനുഷ്യരാശിയുടെ അമൃത്' എന്നാണ് മോരിനെ കുറിച്ച് പുസ്തകങ്ങളിൽ പറഞ്ഞിരിക്കുന്നത്.

ദഹന ശക്തി വർദ്ധിപ്പിക്കുന്നതിനും മലം അയഞ്ഞ് പോകുന്നതു തടയാനും പുളിച്ച മോര് ഉത്തമമമാണ്. വയറിളക്കം, ഐബിഎസ്, വയറുവീർപ്പ്, അർശസ്, തുടങ്ങിയ ദഹന സംബന്ധമായ അസുഖങ്ങളിൽ മോര് നിർദ്ദേശിച്ചിരിക്കുന്നു. പുളിച്ച മോരിന്റെ അധികം പരിചിതമല്ലാത്ത ഏതാനും ഉപയോഗങ്ങൾ ഇവിടെ വിവരിക്കാം.

മോര് പുളിപ്പിച്ചുണ്ടാക്കുന്ന ഉൽപ്പന്നമാണ്. അതിനാൽ തന്നെ ഇത് വളരെ എളുപ്പത്തിൽ കേടാകില്ല. അതിനാൽ ഇത് 8-10 ദിവസം വരെ കേടുകൂടാതെ സൂക്ഷിക്കാൻ കഴിയും.പുളിച്ച മോരിന് താഴെ പറയുന്ന ഗുണങ്ങൾ ഉണ്ട്.

മലബന്ധത്തിന് പ്രതിവിധി:

200-300 മില്ലി മോരിൽ ഒരു നുള്ള് ഉപ്പും 2-3 ഗ്രാം ജീരകവും (നെയ്യിൽ വറുത്തത്), അയമോദകവും ചേർത്ത് യോജിപ്പിക്കുന്നു. രുചിക്ക് വേണമെങ്കിൽ കറിവേപ്പിലയും ചേർക്കാം. രാത്രിയിൽ ഉറങ്ങുന്നതിനു മുൻപ് ഇത് കഴിക്കുന്നത് അടുത്ത ദിവസം രാവിലെ ശരിയായി വയറിളകി പോകാൻ സഹായിക്കുന്നു. (അധികം പുളിക്കാത്ത അല്പ മധുരമുള്ള മോര് മലബന്ധം ഉണ്ടാക്കുന്നുവെങ്കിൽ പുളിച്ച മോര് മലബന്ധത്തിന് പ്രതിവിധിയായി ഉപയോഗിക്കാം). കൂടാതെ, വയറിളകാൻ കൊടുക്കുന്ന മരുന്നുകളുടെ സാധാരണ പാർശ്വഫലങ്ങളായ വയറുവേദന പോലുള്ള ബുദ്ധിമുട്ടുകൾ

ഉണ്ടാകില്ല., ദഹനശക്തി വർദ്ധിപ്പിക്കുകയും വ്യക്തിക്ക് നല്ല വിശപ്പും രുചിയും അനുഭവപ്പെടുകയും ചെയ്യുന്നു. പോഷകങ്ങളുടെ ആഗിരണ നിരക്കും ഗണ്യമായി വർദ്ധിപ്പിക്കും. വയറുവീർപ്പിനും പ്രതിവിധിയാണ്.

വയറു വീർപ്പിന് മോര്:

വയറു വീർപ്പ്, കുടലിൽ നിന്ന് ഉണ്ടാകുന്നശബ്ദം എന്നിവയ്ക്ക് ഒരു നുള്ള് വെളുത്തുള്ളി ചതച്ചത് മോരിൽ ചേർത്ത് സേവിക്കുക. രുചിക്കായി, അല്പം ഇന്തുപ്പും ചേർക്കാം. മോരിൽ ലാക്ടോബാസിലിസ് ഉള്ളതിനാൽ, ഇത് കുടലിലെ നല്ല ബാക്ടീരിയകളുടെ എണ്ണം വർദ്ധിപ്പിച്ച് ആരോഗ്യവും ആഗിരണ ശേഷിയും മെച്ചപ്പെടുത്തുന്നു.

169

വൃക്കയിലെ കല്ല്, മൂത്രം ഒഴിക്കുമ്പോൾ ഉണ്ടാകുന്ന വേദന വീട്ടുവൈദ്യങ്ങൾ

വൃക്ക, മൂത്രനാളി, മൂത്രാശയം തുടങ്ങിയ ഭാഗങ്ങളിലുണ്ടാകുന്ന കല്ലുകൾക്ക് പൊതുവേ ഉള്ള വിളിപ്പേരാണ് വൃക്കയിലെ കല്ല് എന്നത്. വളരെ വേദനാജനകമായ ഈ അവസ്ഥയ്ക്ക് രണ്ട് വ്യത്യസ്ത വീട്ടുവൈദ്യങ്ങൾ നമുക്ക് പഠിക്കാം. ഡിസൂറിയ എന്നറിയപ്പെടുന്ന മൂത്രമൊഴിക്കാനുള്ള ബുദ്ധിമുട്ട് അനുഭവിക്കുന്നവർക്കും ഈ വീട്ടുവൈദ്യം നല്ലതാണ്.

ചേരുവകൾ:
പുതുതായി മുറിച്ച വാഴത്തണ്ടിന്റെ ഒരു ചെറിയ കഷണം.
ഏലം - 1 ഗ്രാം വിത്ത്.

സംസ്കൃതത്തിൽ കൽപവൃക്ഷം എന്നാണ് വാഴപ്പഴം അറിയപ്പെടുന്നത്. അതിനർത്ഥം, ആഗ്രഹിക്കുന്നതെല്ലാം നൽകുന്ന വൃക്ഷം എന്നാണ്. കാരണം, ഇലകളിൽ തുടങ്ങി പഴുത്ത കായ്കൾ, പഴുക്കാത്ത കായ്കൾ, തണ്ട്, പൂക്കൾ, വേരുകൾ തുടങ്ങി വാഴയുടെ ഓരോ ഭാഗവും വളരെയേറെ ഔഷധഗുണങ്ങൾ നിറഞ്ഞതാണ്. ഇതിന്റെ തണ്ട് നീര് വൃക്കയിലെ കല്ലുകൾക്കുള്ള ഒരു പരമ്പരാഗത പ്രതിവിധിയായി ഉപയോഗിക്കുന്നു.

എങ്ങനെ ഉണ്ടാക്കാം?
വാഴയുടെ തണ്ട് ചതച്ച് അതിന്റെ നീര് - ഏകദേശം 10 മില്ലി എടുക്കുക.
ഈ ജ്യൂസിൽ 1 ഗ്രാം ഏലക്കായ ചേർത്ത് രണ്ട് മിനിറ്റ് അരയ്ക്കുക.

അളവ്:

10 മില്ലി അളവിൽ ദിവസത്തിൽ രണ്ടുതവണ, വെറും വയറ്റിൽ അല്ലെങ്കിൽ ഭക്ഷണത്തിന് 10 മിനിറ്റ് മുമ്പ്, ദിവസത്തിൽ രണ്ടുതവണ നൽകാം. ഡോക്ടറുടെ നിർദേശപ്രകാരം രോഗത്തിന്റെ തീവ്രതയനുസരിച്ച് ഡോസ് കൂട്ടാം.

ഇത് എങ്ങനെ പ്രവർത്തിക്കുന്നു?

ഏലം ഒരു മികച്ച വേദന സംഹാരിയാണ്. ഇത് മൂത്രസഞ്ചി, മൂത്രാശയ നാളി പേശികൾക്ക് അയവ് നല്കാൻ സഹായിക്കുന്നു.

വാഴപ്പഴത്തിന്റെ ജ്യൂസ് - ഫലപ്രദമായ ഡൈയൂററ്റിക്, ലിത്തോട്രിപ്റ്റിക് കൂടിയാണ്. ഡൈയൂററ്റിക് എന്നാൽ മൂത്രത്തെ പുറത്തേക്ക് കളയാൻ സഹായിക്കുന്നത്. ലിത്തോട്രിപ്റ്റിക് എന്നാൽ, കല്ലുകളെ പൊടിച്ച് മൂത്രത്തിലൂടെ പുറത്തേക്ക് കളയാൻ സഹായിക്കുന്നു.

വ്യവസ്ഥകൾ ബാധകം:

ഓരോ തവണയും ഉപയോഗത്തിന് അപ്പോൾ ശേഖരിച്ച നീര് ഉപയോഗിക്കുക. ഒരിക്കൽ ശേഖരിച്ചത് 4-5 മണിക്കൂറിനുള്ളിൽ ഉപയോഗിക്കണം. ഈ വീട്ടുവൈദ്യം പരീക്ഷിക്കുന്നതിന് മുമ്പ് നിങ്ങൾ ഡോക്ടറുടെ അഭിപ്രായം തേടുക.

ഇത് ശരിക്കും ആർക്കൊക്കെ ഉപയോഗപ്രദമാണ്?

മൂത്രനാളിയിൽ ഘടനാ പരമായ വൈകല്യങ്ങൾ ഉള്ളവരിൽ ഇത് ഉപയോഗപ്രദമാകണമെന്നില്ല.

2. രണ്ടാമത്തെ വീട്ടുവൈദ്യം?

പരമ്പരാഗത ആയുർവേദ പ്രകാരം , അതേ ആവശ്യത്തിനായി വാഴത്തണ്ടിന്റെ ജ്യൂസിന് പകരം ഗോമൂത്രം ഉപയോഗിക്കാമെന്ന് പറയപ്പെടുന്നു. എന്നാൽ ഗോമൂത്രത്തിന്റെ അളവ് ഒരു ടീസ്പൂൺ മാത്രമായിരിക്കണം അല്ലെങ്കിൽ നിങ്ങളുടെ ഡോക്ടറുടെ ഉപദേശം പോലെ ചെയ്യാവുന്നതാണ്.

170

കരൾ രോഗങ്ങൾക്കുള്ള ആയുർവേദ പ്രതിവിധി

പല കരൾ രോഗാവസ്ഥകൾക്കും ഉപയോഗപ്രദമായ 5 മിനിറ്റ് കൊണ്ട് തയ്യാറാക്കി എടുക്കാൻ സാധിക്കുന്ന ഒരു വീട്ടുവൈദ്യമാണിത്.

ആവശ്യമായ വസ്തുക്കൾ

ജീരകപൊടി - 5 ഗ്രാം

ഏലയ്ക്കാ പൊടി - 5 ഗ്രാം

കീഴാർനെല്ലി - 5 ഗ്രാം

പഞ്ചസാര / കൽകണ്ടം - 5 ഗ്രാം

പാൽ - 5 - 10 മില്ലി

എങ്ങനെ തയ്യാറാക്കാം?

ഔഷധ സസ്യങ്ങളും പഞ്ചസാരയും നന്നായി പൊടിച്ചെടുക്കുക.

ഇവ നന്നായി യോജിപ്പിച്ചതിൽ അല്പ്പ പാലും ചേർത്ത് പേസ്റ്റ് രൂപത്തിലാക്കുക.

ഈ പേസ്റ്റ് 5-10 ഗ്രാം അളവിൽ, രോഗിയുടെയും രോഗാവസ്ഥയുടെയും അടിസ്ഥാനത്തിൽ, വെറും വയറ്റിൽ നൽകാം.

എങ്ങനെ പ്രവർത്തിക്കുന്നു?

മഞ്ഞപ്പിത്തത്തിനുള്ള പരമ്പരാഗത ആയുർവേദ പച്ചമരുന്നാണ് കീഴാർനെല്ലി ഇത് കരൾ എൻസൈമുകൾ സാധാരണ നിലയിലാക്കാൻ സഹായിക്കുന്നു കരൾ അണുബാധയെ ചെറുക്കാനും സഹായകരമാണ്.

പാർശ്വഫലങ്ങൾ:

ഈ വീട്ടുവൈദ്യം കുട്ടികളിൽ താരതമ്യേന സുരക്ഷിതമാണ്. എന്നിരുന്നാലും, കുറഞ്ഞ അളവിൽ മാത്രം കഴിക്കുക.

ഗർഭിണികളും മുലയൂട്ടുന്ന അമ്മമാരും കർശനമായ മെഡിക്കൽ മേൽനോട്ടത്തിൽ മാത്രമേ ഇത് ഉപയോഗിക്കാവൂ.

പ്രമേഹരോഗികൾക്ക് ഇത് അനുയോജ്യമല്ല.

പാലിനോട് അലർജിയുള്ളവർ പാൽ ഒഴിവാക്കി ഉപയോഗിക്കാം.

എത്ര കാലം കഴിക്കണം?
ഇത് 2-4 ആഴ്ച വരെ എടുക്കാം.

ഗർഭിണികൾ, കുട്ടികൾ:
ഗർഭകാലത്ത് ഇതിന്റെ ഉപയോഗത്തിന് വൈദ്യോപദേശം തേടുക. കുട്ടികൾക്കും മുലയൂട്ടുന്ന അമ്മമാർക്കും ഇത് ഉപയോഗിക്കാം.

കാലഹരണ തീയതി:
തയ്യാറാക്കി ആറുമാസം വരെ സൂക്ഷിക്കാം. ആവശ്യമുള്ളപ്പോൾ അല്പം പാൽ ചേർത്ത് നൽകാം.

പാൽ ചേർത്ത് കഴിഞ്ഞാൽ, ഉൽപ്പന്നം 3-4 മണിക്കൂറിൽ കൂടുതൽ സൂക്ഷിക്കാൻ കഴിയില്ല.

171

അതിസാരത്തിന് പരമ്പരാഗത ആയുർവേദ ഭക്ഷണം

ഡോ രഘുറാം വൈ.എസ്. MD (Ay)

അതിസാരം, വയറിളക്കം എന്നിവ ചികിത്സിക്കുന്നതിൽ, മരുന്നുകൾ പോലെ, ഭക്ഷണക്രമവും വലിയ പങ്ക് വഹിക്കുന്നു. IBS പോലുള്ള അവസ്ഥകളിലും ഇത് ഫലപ്രദമാണ്.

വില്വാദി യൂഷം - കൂവളത്തിന്റെ പച്ച കായ് , എള്ള് പേസ്റ്റ്, പുളിച്ച തൈര്, നെയ് അല്ലെങ്കിൽ എണ്ണ എന്നിവ ഉപയോഗിച്ച് തയ്യാറാക്കുന്ന സൂപ്പ് അതിസാരത്തിന് വളരെ ഉപയോഗപ്രദമാണ്.

ദധി സാര - തൈരിന്റെ മുകളിലത്തെ കട്ടിയുള്ള ഭാഗം നെയ്യിലും എണ്ണയിലും വറുത്ത് ശർക്കരയും ഇഞ്ചിപ്പൊടിയും ചേർത്ത് സേവിക്കണം.

ആട്ടിൻ പാൽ - പുകച്ചിൽ പോലുള്ള ബുദ്ധിമുട്ടുകൾ ഉള്ള പിത്തത്തിന്റെ അനുബന്ധത്തോടു കൂടി വരുന്ന വയറിളക്കത്തിൽ ഇത് ഉപയോഗപ്രദമാണ്.

പഞ്ചകോല പേയ - തിപ്പലി, തിപ്പലി വേര്, കാട്ടു തിപ്പലി, കൊടുവേലി, ചുക്ക് എന്നിവ ചേർത്ത് നിർമ്മിക്കുന്ന കഞ്ഞി ഗ്രഹണി പോലുള്ള രോഗാവസ്ഥയിൽ ഫലപ്രദമാണ്.

പുളിയാറില, മരപ്പുളി, ഉറുമാമ്പഴം എന്നിവയുടെ നീര് ചേർത്ത് തയ്യാറാക്കുന്ന യവാഗു കഞ്ഞി

കുരുമുളക് ചേർത്ത മുള്ളങ്കി സൂപ്പ്

മോര് - വയറിളക്കം, ഇറിറ്റബിൾ ബവൽ സിൻഡ്രോം, അർശസ് തുടങ്ങിയ വൻകുടലിലെ തകരാറുകൾക്ക് ഉത്തമ പ്രതിവിധിയാണിത്.

ഷഡംഗയുഷ - ചെറുപയർ ചാറ്, ഇറച്ചി വെന്തവെള്ളം, കൊത്തമല്ലി , ജീരകം, ഇന്തുപ്പ് എന്നിവ ചേർത്ത് തയ്യാറാക്കുന്ന സൂപ്പ്.

172

ആയുർവേദ കിച്ചടി: എങ്ങനെ ഉണ്ടാക്കാം? പ്രയോജനങ്ങൾ, പാർശ്വ ഫലങ്ങൾ

ഡോ എം എസ് കൃഷ്ണമൂർത്തി എംഡി(ആയു), പിഎച്ച്ഡി.

പ്രഭാതഭക്ഷണത്തിനും ഉച്ചഭക്ഷണത്തിനും അത്താഴത്തിനും പോലും ഉൾപ്പെടുത്താൻ സാധിക്കുന്ന ഏറ്റവും സാധാരണമായ ഭക്ഷണമാണ് കിച്ചടി. ഇന്ത്യയിൽ നിരവധി ക്ഷേത്രങ്ങളിലും ചാരിറ്റബിൾ സ്ഥാപനങ്ങളിലും ഇത് പ്രസാദമായും നൽകപ്പെടുന്നു. ഉണ്ടാക്കുന്ന രീതിയും മറ്റും ഓരോ സ്ഥലങ്ങളിലും വ്യത്യാസപ്പെട്ടിരിക്കുമെങ്കിലും അടിസ്ഥാന ചേരുവകൾ ഒന്നുതന്നെയാണ്. ആയുർവേദ പ്രകാരം ഇതിന്റെ നിർമ്മാണ രീതി വിവരിക്കാം. ആയുർവേദ കിച്ചടി - ഭാവപ്രകാശം - കൃതാന്ന വർഗ്ഗ /10 ത്തിലാണ് വിവരിച്ചിരിക്കുന്നത്.

എന്താണ് കിച്ചടി?

അരിയും പരിപ്പും 4:1 അനുപാതത്തിൽ എടുത്ത് നന്നായി വേവിക്കുക. ഒരാളുടെ ഇഷ്ടവും ആവശ്യവും അനുസരിച്ച് അനുപാതം മാറ്റാവുന്നതാണ്. പാചകം ചെയ്യുമ്പോഴോ പാചകത്തിന്റെ അവസാന ഘട്ടത്തിലോ ഇന്തുപ്പ്, ഇഞ്ചി, കായം എന്നിവ ചേർക്കണം. ചിലർ തേങ്ങ, നിലക്കടല, കശുവണ്ടി മുതലായവയും ചേർക്കുന്നു.

സാധാരണയായി ഇത് അർദ്ധ ഖരാവസ്ഥയിലാണ്. ചിലർ ദ്രാവക രൂപത്തിലും ഉണ്ടാക്കിയെടുക്കാറുണ്ട്.

ശ്രദ്ധിക്കുക: ചിലർ മഞ്ഞൾപ്പൊടി, ജീരകം തുടങ്ങിയവയും ചേർക്കുന്നു. അല്ലെങ്കിൽ വിളമ്പുമ്പോൾ നെയ്യ് ചേർത്ത് കഴിക്കാം.

ഗുണങ്ങൾ, പ്രവർത്തനം:
ഇത് ദഹിക്കാൻ സമയമെടുക്കും
പുരുഷപ്രത്യുൽപാദന വ്യവസ്ഥയുടെ ആരോഗ്യം വർദ്ധിപ്പിക്കുന്നു
ശരീര ബലം വർദ്ധിപ്പിക്കുന്നു
പിത്തവും കഫ ദോഷവും വർദ്ധിപ്പിക്കുന്നു,
ഓർമ്മ ശക്തി വർധിപ്പിക്കുന്നു
മലബന്ധം ഉണ്ടാക്കിയേക്കാം
മൂത്രത്തിന്റേയും മലത്തിന്റേയും ഉൽപാദനം വർദ്ധിപ്പിക്കുന്നു

ഉപയോഗം:
മേൽപ്പറഞ്ഞ ഗുണങ്ങൾ കാരണം, ഭക്ഷണത്തോട് അമിത ആസക്തിയും അനിയന്ത്രിതമായ വിശപ്പും ഉള്ള ആളുകൾക്ക് ഇത് ഉപയോഗിക്കാം. മെലിഞ്ഞ ആളുകൾ , ശരീരഭാരം വർദ്ധിപ്പിക്കാനാഗ്രഹിക്കുന്നവർ എന്നിവർക്കും കിച്ചടി ശുപാർശ ചെയ്യാവുന്നതാണ്.
കിച്ചടി വളരെ പോഷകപ്രദമായതിനാൽ, വളരുന്ന കുട്ടികൾക്കും ഇത് ഉപകാരപ്പെടും. എന്നാൽ ദഹനശേഷി കുറവുള്ളവരും, മലബന്ധം, ദഹനക്കേട് മുതലായവ ഉള്ളവരും കിച്ചടി ഒഴിവാക്കണം.
വയറുവീർപ്പ്, ഗ്യാസ്, ആസിഡ് പെപ്റ്റിക് ഡിസോർഡേഴ്സ് തുടങ്ങിയ ബുദ്ധിമുട്ടുള്ളവർക്ക് കിച്ചടി കഴിച്ച ശേഷം നാരങ്ങാനീര്, മോര്, ഇവയിലേതെങ്കിലും കഴിക്കാം. കിച്ചടി കൃസര എന്നും അറിയപ്പെടുന്നു.

കിച്ചടി ഉണ്ടാക്കാൻ ആവശ്യമായ വസ്തുക്കളുടെ ലളിത വിവരണം ചുവടെ കൊടുക്കുന്നു
അരി - 1 ഭാഗം
വെള്ളം - 6 ഭാഗം
ചെറുപയർ - ¼ അല്ലെങ്കിൽ 1/5 ഭാഗം
ഉപ്പ്, ഇഞ്ചി, കായം, മഞ്ഞൾ - ചെറിയ അളവിൽ.

173

ആയുർവേദ ലസ്സി (രസാള) – ആരോഗ്യ ഗുണങ്ങൾ

ഡോ എം എസ് കൃഷ്ണമൂർത്തി എംഡി (ആയു), പിഎച്ച്ഡി.

ഇന്ത്യയിൽ ഒരു കാലത്ത് സമ്പത്തിന്റെ പ്രതീകമായിരുന്നു രസാള (ലസ്സി). അതേസമയം ലസ്സി ഇന്ന് വളരെ സാധാരണമായ ഒരു പാനീയമാണ്. വാത-പിത്ത വൈകല്യങ്ങളിലും രക്തസ്രാവ രോഗാവസ്ഥകളിലും ഇത് ഏറ്റവും സാധാരണമായ പാനീയമായിരുന്നുവെന്ന് പരാമർശങ്ങൾ സൂചിപ്പിക്കുന്നു. ഇന്നും പല പ്രദേശങ്ങളിലും ഇത് വിലയേറിയതും പ്രത്യേക അവസരങ്ങളിൽ നിർബന്ധമായും നൽകേണ്ടതുമായ ഒരു പാനീയമാണ്. ക്ലാസിക്കൽ റഫറൻസ്: ഭാവപ്രകാശ നിഘണ്ടു/കൃതാന്ന വർഗ്ഗം/143 - 147.

എന്താണ് രസാള ? എങ്ങനെ ഉണ്ടാക്കാം?
വെള്ളത്തിന്റെ അംശമില്ലാത്ത എരുമയുടെ പുളിച്ച തൈര് - 3 കിലോ
പഞ്ചസാര - 1.5 കിലോ
പശുവിൻ പാൽ - 6 ലിറ്റർ
ഇവ ഒന്നിച്ച് ഒരു മൺപാത്രത്തിൽ എടുത്ത് നന്നായി കടഞ്ഞെടുക്കുക. പിന്നീട് ഒരു തുണിയിലൂടെ അരിച്ചെടുത്ത് അതിന്റെ ഖരഭാഗം മറ്റൊരു മൺപാത്രത്തിലേക്ക് മാറ്റുന്നു. ഇതിലേക്ക് ആവശ്യാനുസരണം ഏലക്ക, ഗ്രാമ്പൂ, കുരുമുളക് തുടങ്ങിയവയുടെ പൊടികളും ചേർത്ത് നന്നായി ഇളക്കുക. 1 - 2 മണിക്കൂറിനുശേഷം ചെറിയ പാത്രങ്ങളിൽ വിളമ്പാവുന്നതാണ്. ഭീമനാണ് ഇത് ആദ്യമായി നിർമ്മിച്ചതെന്ന് വിശ്വസിക്കപ്പെടുന്നു. ആഘോഷ വേളകളിൽ ഭഗവാൻ ശ്രീകൃഷ്ണൻന്റെ ഇഷ്ടഭക്ഷണമായിരുന്നു ഇത് എന്നും പറയപ്പെടുന്നു.

ഗുണങ്ങൾ:
വാത പിത്ത ദോഷങ്ങൾ സന്തുലിതമാക്കുന്നു.
തണുപ്പാണ്. വയറിളകി പോകാൻ സഹായിക്കുന്നു.

പ്രവർത്തനം:
ശുക്രത്തിന്റെ അളവ് വർദ്ധിപ്പിക്കുന്നു. ഊർജ്ജദായകമാണ്, വിശപ്പ്, രുചി എന്നിവ വർദ്ധിപ്പിക്കുന്നു.
രക്തസ്രാവ രോഗങ്ങൾ, ദാഹം, പുകച്ചിൽ, ജലദോഷം, മൂക്കൊലിപ്പ് മുതലായവയിൽ ഇത് പ്രത്യേകം ശുപാർശ ചെയ്യുന്നു.

ശ്രദ്ധിക്കുക: ഇത് വസന്തകാലത്ത് അനുയോജ്യമല്ല; വേനൽക്കാലത്തും ശരത്കാലത്തും ഇത് ശുപാർശ ചെയ്യപ്പെടുന്നു, കാരണം ഈ സീസണുകളിൽ ശരീരത്തിന്റെ ശക്തി വളരെ കുറയുന്നു.
ഇത് വളരെ പോഷകഗുണമുള്ളതാണ്, അതിനാൽ പോഷകാഹാരക്കുറവ്, ക്ഷീണം, മസിൽക്ഷയം മുതലായവയിൽ ഉപയോഗിക്കാം. വാതത്തെയും പിത്തത്തെയും സന്തുലിതമാക്കുന്നതിനാൽ, മരവിപ്പ്, ന്യൂറൈറ്റിസ്, ഉപാപചയ വൈകല്യങ്ങൾ മുതലായവയ്ക്ക് ഇത് ഉപദേശിക്കാം. എന്നാൽ പ്രമേഹരോഗികളും പൊണ്ണത്തടിയുള്ള രോഗികളും ഇത് കഴിക്കരുത്. കഫം വർദ്ധിപ്പിക്കുന്നതിനാൽ ആസ്തമ, സ്ക്ലിറോസിസ്, കാലിൽ നീര് മുതലായവയിൽ അഭികാമ്യമല്ല.

174

ഘേവർ (ഒരു മധുര പലഹാരം) ഉണ്ടാക്കുന്ന രീതി, പ്രയോജനങ്ങൾ

പ്രൊഫ. വിഡി രംഗപ്രസാദ് ഭട്ട്.

രാജസ്ഥാനിലെ മധുരപലഹാരമായ ഘേവറിനോട് സാമ്യമുള്ള ഒരു മധുര വിഭവം ആയുർവേദം വിശദീകരിക്കുന്നുണ്ട്. സംസ്കൃതത്തിൽ ഘൃതപുര എന്ന് വിളിക്കപ്പെടുന്ന ഇതെ കുറിച്ച് 14-ആം നൂറ്റാണ്ടിലെ ആയുർവേദ മഹോദധി എന്ന പാഠപുസ്തകത്തിൽ വിശദീകരിച്ചിട്ടുണ്ട്.

ചേരുവകൾ

പാൽ

നന്നായി പൊടിച്ച ഗോതമ്പ് പൊടി

പഞ്ചസാര

ഭക്ഷ്യയോഗ്യമായ കർപ്പൂരം

കുരുമുളകും നെയ്യും

ഘേവർ തയ്യാറാക്കുന്ന രീതി:

- പഞ്ചസാര അല്പം വെള്ളത്തിൽ കലർത്തി ചൂടാക്കി പഞ്ചസാര പാനി തയ്യാറാക്കുക.
- മറ്റൊരു പാത്രത്തിൽ നെയ്യ് അല്പാല്പം വെള്ളവും ചേർത്ത് നന്നായി അടിച്ചെടുക്കുക.
- ഗോതമ്പ് മാവിൽ പാൽ ചേർത്ത് പേസ്റ്റ് ഉണ്ടാക്കി വയ്ക്കുക.

- തയ്യാറാക്കി വച്ച നെയ്യ്, ഗോതമ്പ് പേസ്റ്റ് എന്നിവ അല്പാല്പ ഒന്നിച്ചു ചേർത്ത് യോജിപ്പിച്ച് അതിൽ അല്പം ഭക്ഷ്യ യോഗ്യമായ കർപ്പൂരവും, കുരുമുളകും ചേർക്കുക.

- മേൽപ്പറഞ്ഞ മിശ്രിതത്തിലേക്ക് അൽപാല്പ വെള്ളവും ചേർത്ത് ദോശമാവിന്റെ രൂപത്തിലാക്കി എടുക്കുക.

- അല്പം ആഴമുള്ള പരന്ന വായയുള്ള പാൻ എടുത്ത് അതിൽ 3 മുതൽ 4 ടീസ്പൂൺ നെയ്യ് ഒഴിക്കുക.

- മാവ് (ഒരിക്കൽ കൂടി നന്നായി കലക്കിയ ശേഷം) ചൂടാക്കിയ നെയ്യിൽ ഒഴിച്ച് പരത്തുക. (ദോശ തയ്യാറാക്കുമ്പോൾ ചെയ്യുന്നതുപോലെ).

- മാവ് മഞ്ഞകലർന്ന തവിട്ടുനിറമാകുന്നതുവരെ നെയ്യിൽ വറുത്ത് കോരി തണുക്കാൻ അനുവദിക്കുക.

- മുൻപ് തയ്യാറാക്കി വച്ചിരിക്കുന്ന തണുപ്പിച്ച പഞ്ചസാര സിറപ്പ് ഇതിനു മുകളിലേക്ക് ഒഴിക്കുക.

- ഇത് വായു കടക്കാത്ത പാത്രത്തിൽ സൂക്ഷിച്ചു വയ്ക്കാവുന്നതാണ്.

വകഭേദം - പശുവിൻ പാലിന് പകരം തേങ്ങാപ്പാൽ ചേർത്തും തയ്യാറാക്കാവുന്നതാണ്.

ഘേവാറിന്റെ ഗുണങ്ങൾ:
പുരുഷത്വം വർദ്ധിപ്പിക്കുകയും ശരീരത്തിന് ഊർജ്ജം പ്രദാനം ചെയ്യുകയും ചെയ്യുന്നു. .
ശീതീകരണ ഗുണവും മധുര രുചിയും കാരണം വാതം, രക്തപിത്തം (മൂക്കിലൂടെയുള്ള രക്തസ്രാവം, അമിത ആർത്തവം, വൻകുടൽ പുണ്ണ് മുതലായവ രോഗാവസ്ഥകളിൽ ഉപയോഗിക്കാം. എന്നാൽ കഫ ദോഷം വർദ്ധിപ്പിക്കുന്നു.

175

ശർക്കര ചേർത്ത ഗോതമ്പ് മാവ് ലഡ്ഡു

പ്രൊഫ. വിഡി രംഗപ്രസാദ് ഭട്ട്.

അർശസ്, ലൈംഗിക ബലഹീനത, ശരീര വേദന, പുകച്ചിൽ, അമിത വിയർപ്പ് എന്നിവയ്ക്ക് പ്രതിവിധിയായി വാത, പിത്തദോഷങ്ങളെ സന്തുലിതമാക്കാൻ ഗോതമ്പ് മാവ് ഉപയോഗിച്ച് തയ്യാറാക്കാവുന്ന ലഡ്ഡു എങ്ങനെ ഉണ്ടാക്കാം എന്ന് വിവരിക്കാം.

ആവശ്യമായ വസ്തുക്കൾ

ഗോതമ്പ് മാവ് - 100 ഗ്രാം

നെയ്യ് - 10 ഗ്രാം

ശർക്കര അല്ലെങ്കിൽ പഞ്ചസാര - 30 ഗ്രാം

വെള്ളം - 100 മില്ലി.

ഉണക്കമുന്തിരി, ബദാം പൊടിച്ചത് - 10 ഗ്രാം

ഏലയ്ക്ക പൊടി - 2 ഗ്രാം

- വലിയ പാത്രത്തിൽ ഗോതമ്പ് പൊടി എടുത്ത് നെയ്യ് ചേർത്ത് 3-5 മിനിറ്റ് നേരിയ തീയിൽ ചൂടാക്കുക. ചൂടാക്കുമ്പോൾ തുടരെ ഇളക്കികൊണ്ടിരിക്കണം.
- മറ്റൊരു പാത്രത്തിൽ, ശർക്കര പാനി തയ്യാറാക്കാൻ, ശർക്കരയിൽ അൽപ്പ വെള്ളം ചേർത്ത് നൂൽ പരുവമാകുന്നതുവരെ ചൂടാക്കുക.
- വറുത്ത ഗോതമ്പ് പൊടി ചൂടുള്ള ശർക്കര പാനിയിൽ ചേർത്ത് അതിൽ ഉണക്കമുന്തിരി, ബദാം പൊടിച്ചതും ഏലക്കയും കൂടി ചേർത്ത് നന്നായി ഇളക്കി യോജിപ്പിക്കുക.

- ശേഷം ചെറിയ ഉരുളകളായി ഉരുട്ടി എടുക്കുക.

എത്ര എണ്ണം കഴിക്കാം? - 10 ഗ്രാം - ഒരു ദിവസം ഒന്നോ രണ്ടോ തവണ, ഭക്ഷണത്തിന്
മുൻപ്

എത്ര കാലം കേടാവാതെ ഇരിക്കും - 1-2 മാസം. വായു കടക്കാത്ത പാത്രത്തിൽ സൂക്ഷിക്കുക. ഫ്രിഡ്ജിൽ വയ്ക്കരുത്. ഗർഭകാലത്തും മുലയൂട്ടുന്ന സമയത്തും കുട്ടികൾക്കും കഴിക്കാം. പ്രമേഹം, പൊണ്ണത്തടി എന്നിവ ഉണ്ടെങ്കിൽ ഒഴിവാക്കുക.

ഗോതമ്പ് ലഡുവിന്റെ ഗുണങ്ങൾ:

- വാത, പിത്ത ദോഷങ്ങൾ സന്തുലിതമാക്കുന്നു.
- കഫ ദോഷം വർദ്ധിപ്പിക്കുന്നു.
- ദഹനശക്തി മെച്ചപ്പെടുത്തുന്നു.
- ലൈംഗിക ബലഹീനത, ക്ഷീണം എന്നിവയിൽ ഉപയോഗപ്രദമാണ്.
- ശരീരഭാരം കുറഞ്ഞവർക്ക് ഭാരം വർദ്ധിപ്പിക്കാൻ ഉപയോഗപ്രദമാണ്.
- പുളിച്ചു തികട്ടൽ
- ഹൈപ്പർ അസിഡിറ്റി, GERD,
- വിശപ്പില്ലായ്മ,
- അർശസ്
- ശരീര വേദന
- പുകച്ചിൽ
- അമിതമായ വിയർപ്പ് എന്നിവയിൽ ഫലപ്രദമാണ്.

176

പിത്ത രോഗങ്ങൾ, വയറുവേദന, വിരകൾ എന്നിവയ്ക്ക് വാഴപ്പൂ ഉപ്പേരി

വാഴ കൂമ്പ് (പൂവ്) പിത്തത്തെ സന്തുലിതമാക്കുന്നു. ഇത് ഉപ്പേരിയാക്കി കഴിക്കുന്നത് ഉത്തമമമാണ്.

ചേരുവകൾ

വാഴപ്പൂ - 1

മോര്- 1 കപ്പ്

ചക്ക കുരു - 8 മുതൽ 10 വരെ

ഉപ്പ് - 1 ടീസ്പൂൺ അല്ലെങ്കിൽ രുചിക്കനുസരിച്ച്.

ശർക്കര - 5 ഗ്രാം

വെള്ളം - 2 കപ്പ്

മസാലയ്ക്ക്

ചുവന്ന മുളക് - 3

കടുക് - ¼ ടീ സ്പൂൺ

തേങ്ങ ചിരകിയത് - 3/4 കപ്പ്

(ഇവ മൂന്നും അരച്ച് പേസ്റ്റ് തയ്യാറാക്കി വയ്ക്കുക)

താളിക്കാൻ

കടുക് - 1 ടീ സ്പൂൺ

ഉഴുന്ന് - 2 ടീസ്പൂൺ

ചുവന്ന മുളക് - 2

വെളിച്ചെണ്ണ - 2 ടേബിൾസ്പൂൺ

കറിവേപ്പില - 10 മുതൽ 15 വരെ

തയ്യാറാക്കുന്ന രീതി:

- വാഴ പൂവ് ചെറിയ കഷണങ്ങളായി മുറിച്ച്15 മിനിറ്റ് വെള്ളത്തിൽ മുക്കിവയ്ക്കുക.
- ഒരു ഫ്രയിംഗ് പാനിൽ 2 ടേബിൾസ്പൂൺ എണ്ണ ചൂടാക്കി, കടുക്, ഉഴുന്ന്, ചുവന്ന മുളക് അരിഞ്ഞത് എന്നിവ ചേർക്കുക.
- കടുക് പൊട്ടുമ്പോൾ കറിവേപ്പിലയും ചേർത്ത് കുതിർത്തു വച്ചിരിക്കുന്ന വാഴപ്പൂവും ചേർക്കുക. ചതച്ചുവച്ചിരിക്കുന്ന ചക്ക കുരു, മോര്, 2 കപ്പ് വെള്ളം, ശർക്കര എന്നിവയും മസാല പേസ്റ്റും ചേർത്ത് അടച്ചു വച്ച് 10 മിനിറ്റ് അല്ലെങ്കിൽ വെള്ളം വറ്റുന്നതു വരെ വേവിക്കുക.

പ്രയോജനങ്ങൾ:

- തണുപ്പാണ്, അല്പം കഷായ രുചിയാണ്.
- പിത്തത്തെ സമീകരിക്കുന്നു. രുചിയില്ലായ്മ, ഹൈപ്പർ അസിഡിറ്റി, ഗ്യാസ്ട്രൈറ്റിസ്, വയറുവീർപ്പ് എന്നിവയിലും ഉപയോഗപ്രദമാണ്.
- ഗർഭിണികൾക്കും മുലയൂട്ടുന്ന അമ്മമാർക്കും കുട്ടികൾക്കും ഇത് ഉപയോഗിക്കാം.

177

ക്ഷീണത്തിന് പഴം മിൽക്ക് ഷേക്ക്

ഡോ എം എസ് കൃഷ്ണമൂർത്തി എംഡി (ആയു), പിഎച്ച്ഡി

ക്ഷീണത്തെ ചെറുക്കാനും ശരീരത്തിന് പെട്ടെന്ന് ഊർജ്ജം ലഭിക്കാനും ബനാന മിൽക്ക് ഷേക്ക് എങ്ങനെ ഉണ്ടാക്കിയെടുക്കാം എന്ന് വിവരിക്കാം.

ചേരുവകൾ:

പഴുത്ത വാഴപ്പഴം - 1

പഞ്ചസാര - 2.5-10 ഗ്രാം (1/2 - 2 ടീസ്പൂൺ)

പശുവിൻ നെയ്യ് (അര മുതൽ 1 ടീസ്പൂൺ വരെ) - 3-5 മില്ലി

ഏലക്കായ് പൊടി - 1 നുള്ള് (1 ഗ്രാം)

തിളപ്പിച്ച് തണുപ്പിച്ച പാൽ - 1 കപ്പ് (ഏകദേശം 200 മില്ലി)

തയ്യാറാക്കുന്ന രീതി:

വാഴപഴം ചെറിയ കഷ്ണങ്ങളാക്കി മുറിച്ച് പാലിൽ ചേർത്ത് നന്നായി ഇളക്കുക. (മിക്സിയിൽ ഇട്ട് അടിച്ചെടുക്കുകയുമാവാം.)

ഇതിൽ പഞ്ചസാരയും നെയ്യും ഏലയ്ക്ക പൊടിയും ചേർത്ത് നന്നായി ഇളക്കുക

കുറിപ്പ്:

വാത പ്രകൃതിക്കാർക്ക് ശർക്കര ചേർത്തും,

പിത്ത പ്രകൃതിക്കാർക്ക് മധുരത്തിന് പഞ്ചസാരയും

കഫ ശരീരപ്രകൃതിയുള്ള ആളുകൾക്ക് തേനും ചേർത്ത് നല്കാവുന്നതാണ്.

എപ്പോൾ കഴിക്കണം?

ഭക്ഷണത്തിന് ശേഷം ഉപയോഗിക്കാം. ഇത് കഴിക്കുമ്പോൾ ഉച്ചഭക്ഷണത്തിന്റേയോ പ്രഭാതഭക്ഷണത്തിന്റേയോ അളവ് കുറയ്ക്കാവുന്നതാണ്

എത്ര തവണ കഴിക്കാം?
സാധാരണയായി ദിവസത്തിൽ രണ്ടുതവണ കഴിക്കാം.

വിപരീതഫലങ്ങൾ:
പ്രമേഹ രോഗികളും അമിതവണ്ണമുള്ളവരും കഴിക്കരുത്.

ഗുണങ്ങൾ:
ശരീരം അണുപ്പിക്കുന്നു, ഉയർന്ന പോഷക മൂല്യമുണ്ട്.
കോശങ്ങളെ പുനരുജ്ജീവിപ്പിക്കുന്നു
മാനസിക സമ്മർദ്ദം ലഘൂകരിച്ച് മനസ്സിനെ ശാന്തമാക്കുന്നു
ഓജസ്സ് വർദ്ധിപ്പിക്കുന്നു

ഏതൊക്കെ രോഗാവസ്ഥകളിൽ ഉപയോഗിക്കാം? .
ഉറക്കക്കുറവ്, ബലഹീനത, അസിഡിറ്റി, ക്ഷീണം, ശരീരം മെലിച്ചിൽ, ശരീര വരൾച്ച, മലബന്ധം, ലൈംഗിക ശേഷി കുറവ് എന്നീ ബുദ്ധിമുട്ടുകളിൽ ഫലപ്രദമാണ്.

പ്രത്യേകം ശ്രദ്ധിക്കുക: വ്യക്തി താത്പര്യ പ്രകാരം കശുവണ്ടി, ബദാം, പിസ്ത, ഉണക്കമുന്തിരി മുതലായവ ചേർത്ത് കഴിക്കാം .

178

ബോണ്ട, ആയുർവേദ പ്രകാരമുള്ള ഗുണങ്ങൾ

പ്രൊഫ. വിഡി രംഗപ്രസാദ് ഭട്ട്.

ആയുർവേദത്തിൽ ബോണ്ട, ഇന്ദ്രിക എന്ന പേരിലാണ് അറിയപ്പെടുന്നത്. അപൂർവ്വമായി ചിലയിടങ്ങളിൽ ഇഡ്ഡലി എന്നും പറയും. ഉഴുന്ന് മാവുകൊണ്ടാണ് ഇത് തയ്യാറാക്കുന്നത്. സോമേശ്വരൻ തന്റെ മാനസോല്ലാസം എന്ന ഗ്രന്ഥത്തിൽ അന്നഭോഗ എന്ന അധ്യായത്തിൽ ഇതേ കുറിച്ച് വിശദീകരിക്കുന്നുണ്ട്. അദ്ദേഹത്തിന്റെ അഭിപ്രായത്തിൽ, ഉഴുന്ന് പുളിപ്പിച്ചെടുത്തത് നെയ്യിൽ പാകം ചെയ്ത് അതിൽ കുരുമുളക്, നെയ്യ്, കായം, ജീരകം എന്നിവയും ചേർത്താണ് ഇത് നിർമ്മിക്കുന്നത്.

തയ്യാറാക്കുന്ന രീതി:-
ആവശ്യമായ പ്രധാന ചേരുവകൾ: ഉഴുന്ന്, നെയ്യ്, ഉപ്പ്.
മറ്റ് ചേരുവകൾ: കുരുമുളക്, കായം, ജീരകം.

ഉഴുന്ന് വെള്ളത്തിൽ കുതിർത്ത് അരച്ച് പേസ്റ്റാക്കി രണ്ട് മണിക്കൂർ വയ്ക്കുക. ഈ സമയം കൊണ്ട് മാവ് അല്പം പുളിച്ച് മൃദുവാകും. ഒരു ചീന ചട്ടിയിൽ നെയ്യ് ചൂടാക്കി അതിലേക്ക് തയ്യാറാക്കി വച്ചിരിക്കുന്ന മാവ് ഒഴിച്ച് മൊരിയിച്ചെടുക്കുക. ചൂടോടെ കഴിക്കാം.

ബോണ്ടയുടെ ആയുർവേദ ഗുണങ്ങൾ -

- ലൈംഗികശേഷി വർദ്ധിപ്പിക്കുന്നു
- ശരീര ബലവും പ്രതിരോധശേഷിയും മെച്ചപ്പെടുത്തുന്നു

- ദഹിക്കാൻ സമയമെടുക്കുന്നതാണ്.
- പോഷകാഹാരത്തിന്റെ ഗണത്തിൽ ഉൾപ്പെടുത്താം
- കഫ ദോഷം വർദ്ധിപ്പിക്കുന്നു.
- മലബന്ധം
- വയറുവീർപ്പ്
- രക്തപിത്തജ രോഗങ്ങൾ, വൻകുടൽ പുണ്ണ്, തുടങ്ങിയ രോഗാവസ്ഥകളിലും ഫലപ്രദമാണ്.

ഇത് അമിതമായി കഴിക്കുന്നത് ശരീര സ്രോതസ്സുകളിൽ ഒട്ടിപ്പിടിച്ച് തടസങ്ങൾ ഉണ്ടാക്കിയേക്കാം. ദഹന കുറവിനും കാരണമായേക്കാം.

179

ലഡു, ആയുർവേദ ഗുണങ്ങൾ

ഡോ എം എസ് കൃഷ്ണമൂർത്തി എംഡി (ആയു), പിഎച്ച്ഡി.

ലഡ്ഡു വളരെ പ്രശസ്തമായ ഒരു മധുര വിഭവമാണ്. പല ക്ഷേത്രങ്ങളിലും ഇത് പ്രസാദമായി നൽകാറുണ്ട്. ലഡ്ഡു ഗണപതിക്ക് പ്രിയപ്പെട്ടതാണെന്ന് വിശ്വസിക്കപ്പെടുന്നു. തിരുപ്പതി ലഡ്ഡു വലിപ്പവും രുചിയും നിലവാരം പുലർത്തുന്ന ചേരുവകളും കൊണ്ട് പ്രശസ്തമാണ്. കുട്ടികളുൾപ്പെടെ എല്ലാ പ്രായത്തിലുമുള്ള ആളുകളും ലഡ്ഡു ഇഷ്ടപ്പെടുന്നു.

ക്ലാസിക്കൽ റഫറൻസ്: ഭാവപ്രകാശ നിഘണ്ടു - കൃതാന്ന വർഗം / 127 - 130

ബൂന്ദി ലഡ്ഡു

ചെറുപയർ പൊടി വെള്ളത്തിൽ കലർത്തി കട്ടിയുള്ള മാവ് ഉണ്ടാക്കി വയ്ക്കുക. ഒരു വലിയ പാത്രത്തിൽ നെയ്യ് ചൂടാക്കി ഇതിലേക്ക് കലക്കി വച്ച മാവ് ഒരു അരിപ്പയിലൂടെ അരിച്ചൊഴിക്കുക. ഇത് വൃത്താകൃതിയിലുള്ള ചെറിയ പന്തുകളായി നെയ്യിൽ വീഴുന്നു. ഇത് വറുത്ത് കോരി പഞ്ചസാര സിറപ്പിൽ ഇട്ടുവയ്ക്കുക. നന്നായി കുതിർന്ന ശേഷം പുറത്തെടുത്ത് ഉരുട്ടി എടുക്കുക. ഇതിനെ ബൂന്ദി ലഡ്ഡു എന്ന് വിളിക്കുന്നു. പ്രവർത്തനം: ത്രിദോഷങ്ങളെ സമീകരിക്കുന്നു. കണ്ണുകൾക്ക് നല്ലതാണ്, ക്ഷീണം ശമിപ്പിക്കുന്നു, ഊർജ്ജദായകവും പോഷക പ്രദവുമാണ്.

ശരീരഭാരം വർദ്ധിപ്പിക്കാൻ ആഗ്രഹിക്കുന്നവർക്ക് ഇത് കഴിക്കാം. ധാരാളം മധുരവും കൊഴുപ്പും അടങ്ങിയിരിക്കുന്നതിനാൽ, പൊണ്ണത്തടിയുള്ളവരും ഹൃദ്രോഗികളും പ്രമേഹ രോഗികളും കഴിക്കരുത്.
മധുരം കണ്ണുകൾക്ക് നല്ലതാണ്. പ്രത്യേകിച്ച് വാർദ്ധക്യത്തിൽ ഉണ്ടാകുന്ന

നേത്രരോഗങ്ങളിൽ..
പനിക്ക് ശേഷമുണ്ടാകുന്ന ക്ഷീണത്തിലും തളർച്ചയിലും ഇത് ശുപാർശ ചെയ്യാവുന്നതാണ്.

മോട്ടിച്ചൂർ അല്ലെങ്കിൽ ബേസൻ ലഡുവും ഇതേ രീതിയിലാണ് ഉണ്ടാക്കിയെടുക്കുന്നത്. ഇവിടെ ചെറുപയറിനു പകരം കടല മാവാണ് ഉപയോഗിക്കുന്നത്.

ക്ലാസിക്കൽ റഫറൻസ്: ഭാവപ്രകാശ നിഘണ്ടു /കൃതാന്നവർഗം/131.
മോട്ടിച്ചൂർ ലഡു ഊർജ്ജദായകമാണ്, വാതം വർദ്ധിപ്പിക്കുന്നു, സ്രോതസുകളെ അടയ്ക്കുന്നു. പിത്ത-രക്ത, കഫ ദോഷം രൂക്ഷമായ അവസ്ഥകളുടെ ഇത് പരാമർശിക്കപ്പെടുന്നു. ഉപയോഗിക്കുന്ന അടിസ്ഥാന ചേരുവകൾ അനുസരിച്ച്, ഉൽപ്പന്നത്തിന്റെ ഗുണനിലവാരവും മാറുന്നു. എന്നിരുന്നാലും, ലഡ്ഡു പോലുള്ള മധുരപലഹാരങ്ങൾ തികച്ചും ഊർജ്ജദായകവും പോഷകപ്രദവുമാണ്.
ഈ പരാമർശങ്ങൾ ശ്രീ രഘുനാഥ സൂരിയുടെ ഭോജന കുട്ടൂഹല പാഠത്തിൽ ഉദ്ധരിച്ചിട്ടുള്ളതാണ്.

എള്ള് ലഡ്ഡു (തില മോദക):
കറുത്ത എള്ള് എടുത്ത് ചെറുതായി വറുക്കുന്നു. ഇതിൽ ശർക്കര ചേർത്ത് നന്നായി യോജിപ്പിച്ച് ആവശ്യമായ വലിപ്പത്തിൽ ഉരുട്ടി എടുക്കുന്നു.

ഗുണങ്ങൾ-
ഈ തില മോദകം രുചികരവും ഊർജം നൽകുന്നതും വാതത്തെ സന്തുലിതമാക്കുന്നതുമാണ്.
എന്നാൽ അമിതമായ ഉപയോഗം ചർമ്മരോഗങ്ങൾക്ക് കാരണമാകുകയും കാഴ്ചശക്തി കുറയ്ക്കുകയും ചെയ്യും.

തൊലി കളഞ്ഞ എള്ള് ലഡ്ഡു:
എള്ള് ചെറുതായി വറുത്ത് തൊലി കളയുന്നു. നേരത്തെ വിവരിച്ച പ്രകാരം തന്നെയാണ് ഇതിന്റേയും നിർമ്മാണം. ഈ ലഡ്ഡു വാതവും പിത്തവും സന്തുലിതമാക്കുന്നു, തൽക്ഷണ ഊർജ്ജം നൽകുന്നു.

തില പിണ്ഡ അല്ലെങ്കിൽ ഗുഡ പിണ്ഡ -
ഇതിൽ, എള്ള് വറുക്കാതെ പൊടിച്ചെടുത്ത് ശർക്കരയും ചേർത്ത് ഉരുട്ടി

എടുക്കുന്നു. ഹൃദയത്തിന് നല്ലതും പോഷകപ്രദവുമാണെന്ന് പറയപ്പെടുന്നു. എന്നാൽ അമിതമായി കഴിച്ചാൽ ദഹനക്കേട് ഉണ്ടാക്കുകയും കഫ ദോഷം വർദ്ധിപ്പിക്കുകയും ചെയ്യുമെന്ന് ഗ്രന്ഥങ്ങളിൽ പറഞ്ഞിട്ടുണ്ട്

• 381 •

എടുക്കുന്നു. ഹൃദയത്തിന് നല്ലതും പോഷകപ്രദവുമാണെന്ന് പറയപ്പെടുന്നു. എന്നാൽ അമിതമായി കഴിച്ചാൽ ദഹനക്കേട് ഉണ്ടാക്കുകയും കഫ ദോഷം വർദ്ധിപ്പിക്കുകയും ചെയ്യുമെന്ന് ഗ്രന്ഥങ്ങളിൽ പറഞ്ഞിട്ടുണ്ട്

180

നാളികേര പായസം ആരോഗ്യ ഗുണങ്ങൾ

ഡോ എം എസ് കൃഷ്ണമൂർത്തി എംഡി(ആയു), പിഎച്ച്ഡി.

ഭാവപ്രകാശം എന്ന ആയുർവേദ പാഠപുസ്തകത്തിലാണ് ഇതിനെ സംബന്ധിക്കുന്ന പരാമർശമുള്ളത്. വാത, പിത്ത അസന്തുലിതാവസ്ഥയിൽ ഇത് ഉപയോഗപ്രദമാണ്.

ക്ലാസിക്കൽ റഫറൻസ്: ഭാവപ്രകാശ – കൃതാന്ന വർഗം /18

എന്താണ് തേങ്ങാപ്പാൽ പായസം

നാളികേരം ചെറിയ കഷ്ണങ്ങളാക്കുക അല്ലെങ്കിൽ നന്നായി അരച്ചെടുക്കുക. ഇതിലേക്ക് പശുവിൻ പാൽ ചേർത്ത് നന്നായി വേവിക്കുക. പാചകം ചെയ്യുമ്പോൾ നെയ്യും പഞ്ചസാരയും, ഏലക്കയും ചേർത്ത് നന്നായി ഇളക്കുക. കട്ടിയായി വരുമ്പോൾ തീ അണച്ച് മറ്റൊരു പാത്രത്തിലേക്ക് മാറ്റുക.

ഗുണങ്ങൾ:

- തണുപ്പാണ്, ദഹിക്കാൻ സമയമെടുക്കും, വളരെ പോഷകഗുണമുള്ളതും, പ്രകൃതിദത്ത വാജീകരണ സഭാവമുള്ളതും, നല്ല ഉറക്കം ലഭിക്കാൻ സഹായിക്കുന്നതുമാണ്.
- പ്രമേഹ രോഗികളും അമിതവണ്ണമുള്ളവരും കൊളസ്ട്രോൾ അമിതമായുള്ളവരും ഇത് കഴിക്കരുത്. എന്നാൽ ക്ഷീണം, ബലഹീനത, ലൈംഗികശേഷി കുറവ്, ഉറക്കക്കുറവ്, രക്തസ്രാവം, പുകച്ചിൽ, ന്യൂറൈറ്റിസ് മുതലായവ ഉള്ളവരിൽ ഇതിന്റെ ഉപയോഗം ഗുണം ചെയ്യും.

- ജലദോഷം, ചുമ, പൊണ്ണത്തടി, ഉയർന്ന കൊളസ്ട്രോൾ, പ്രമേഹം എന്നിവയുള്ളവർക്ക് ഇത് അനുയോജ്യമല്ല.

- ഇത് നല്ലൊരു പോഷകസമൃദ്ധമായ മധുരപലഹാരമാണ്. അതിനാൽ മെലിഞ്ഞവരിലും ആർത്തവവിരാമത്തോടനുബന്ധിച്ച ബുദ്ധിമുട്ടുകൾ ഉള്ളവരിലും ഇത് ശുപാർശ ചെയ്യാവുന്നതാണ്.

- ഉയർന്ന പിത്ത, വാത പിത്ത ശരീരപ്രകൃതിയുള്ള ആളുകൾക്ക് കൃത്യമായ ഇടവേളകളിൽ ഇത് കഴിക്കുന്നത് ശരീരത്തെയും മനസ്സിനെയും തണുപ്പിക്കാനും കോശങ്ങളുടെ പുനരുജ്ജീവനത്തിനും പ്രയോജനകരമാണ്.

181

പരിപ്പ് - പയറുവർഗ്ഗങ്ങളുടെ സൂപ്പ് - തയ്യാറാക്കുന്ന രീതി, ആരോഗ്യ ഗുണങ്ങൾ

ഡോ എം എസ് കൃഷ്ണമൂർത്തി എംഡി (ആയു), പിഎച്ച്ഡി.

ആയുർവേദത്തിൽ ആഹാരത്തെ മഹാഭേഷജമെന്ന് (പ്രധാന ഔഷധം!) വിശേഷിപ്പിച്ചിരിക്കുന്നു.

പല രോഗങ്ങളുടേയും ചികിത്സയിൽ ആഹാര പദാർത്ഥങ്ങൾ മരുന്നുകളുമായി ചേർത്ത് ഉപയോഗിക്കുന്നു.

പരിപ്പ് സൂപ്പ്

ചെറുപയർ, ഉഴുന്ന്, തുവരപരിപ്പ് തുടങ്ങിയ പയറുവർഗ്ഗങ്ങൾ നന്നായി വേവിച്ചുണ്ടാക്കുന്ന വിഭവമാണിത്.

തയ്യാറാക്കുന്ന രീതി:

ഏതെങ്കിലും പരിപ്പ് ഏകദേശം 50 ഗ്രാം എടുത്ത് കഴുകി ഏകദേശം 400 മില്ലി വെള്ളത്തിൽ നന്നായി വേവിച്ചെടുക്കുന്നു. ഇതിൽ

ഇന്തുപ്പ് - 5-8 ഗ്രാം

ഇഞ്ചി - 3-4 ഗ്രാം

നെയ്യിൽ വറുത്തെടുത്ത 250 മില്ലിഗ്രാം കായം എന്നിവയും ചേർത്ത് കട്ടിയാകുന്നതുവരെ വീണ്ടും വേവിക്കുക. ചിലർ ഇതിനെ ദാൽ സൂപ്പ് (പരിപ്പ് സൂപ്പ്) എന്ന് വിളിക്കുന്നു.

ഗുണങ്ങൾ:

വരണ്ടതും തണുപ്പുള്ളതുമായ സ്വഭാവം കാരണം, ഇത് വാതവർദ്ധകമാണ്.

അതിനാൽ നാഡീ സംബന്ധമായ രോഗങ്ങൾ, സന്ധിവാതം, ശരീരവേദന, നടുവേദന, സെർവിക്കൽ സ്പോണ്ടിലോസിസ് മുതലായവ രോഗങ്ങൾ ഉള്ളവർ ഇത് ഒഴിവാക്കേണ്ടതാണ്. കൂടാതെ, മലബന്ധം, വയറു വീർപ്പ്, തല വേദന, ആസിഡിറ്റി, നീർവീക്കം തുടങ്ങിയ രോഗാവസ്ഥകളിലും ഇതിന്റെ ഉപയോഗം ഒഴിവാക്കുന്നതാണ് നല്ലത്. എന്നാൽ കഫ പ്രകൃതിക്കാർ, നല്ല ശരീരബലം, ദഹനശേഷി, തുടങ്ങിയവയുള്ളവരിലും ഇത് സുരക്ഷിതമായി ഉപദേശിക്കുകയും ഉപയോഗിക്കുകയും ചെയ്യാം. പിത്ത പ്രകൃതിയുള്ള വ്യക്തികളിലും ഇത് വയറു വീർപ്പ്, പുളിച്ചു തികട്ടൽ എന്നിവ ഉണ്ടാക്കും.

കഫ ആധിപത്യമുള്ള പിത്തജ രോഗികൾക്കും ഇത് സുരക്ഷിതമായും ദീർഘനാളത്തേക്ക് ഉപയോഗിക്കാം. എന്നാൽ വാതപ്രകൃതിയുള്ളവർ പരിപ്പ് ഉപയോഗിക്കുമ്പോൾ അല്പം നാരങ്ങ നീര് ചേർത്ത് കഴിക്കാം. അല്ലെങ്കിൽ പരിപ്പ് കഴിച്ചയുടനെ പുളിച്ച മോര് കഴിക്കാവുന്നതാണ്, ഇത് പരിപ്പിന്റെ ദോഷഫലങ്ങളെ ചെറുക്കും.

പരിപ്പ് വർഗങ്ങൾ കഴിച്ചാലുണ്ടാകുന്ന പാർശ്വഫലങ്ങൾക്ക് പ്രതിവിധിയായി ധന്വന്തരി വടി, ചിത്രകാദി വടി, ഹിംഗ്വാഷ്ടക ചൂർണം, തക്രാരിഷ്ടം, ലവണഭാസ്കര ചൂർണം മുതലായവ ഡോക്ടറുടെ നിർദ്ദേശ പ്രകാരം ഉപയോഗിക്കാവുന്നതാണ്.

182

എണ്ണമയമുള്ള ചർമ്മത്തിന് മുതിര സൂപ്പ്

ഡോ എം എസ് കൃഷ്ണമൂർത്തി എംഡി(ആയു), പിഎച്ച്ഡി

കൗമാരക്കാരിൽ സാധാരണയായി കണ്ടുവരുന്ന ഒന്നാണ് മുഖത്തെ അമിത എണ്ണമയം. ഇതിനു പ്രതിവിധിയായി പല ക്രീമുകളും സോപ്പുകളും പുറമേ പുരട്ടാൻ ആളുകൾ ഉപയോഗിക്കാറുണ്ടെങ്കിലും പലപ്പോഴും ഇതിന്റെ കാരണം നാം കഴിക്കുന്ന ഭക്ഷണവും രസ, രക്താദി ധാതുക്കളുടെ ഗുണങ്ങളിലുണ്ടാകുന്ന വ്യതിയാനങ്ങളുമാണ്. അമിത എണ്ണമയത്തിന് പ്രതിവിധിയായി ആയുർവേദത്തിൽ ഉത്സാദനം - പൊടി ഉപയോഗിച്ച് മസാജ് നിർദ്ദേശിച്ചിരിക്കുന്നു. അത് ഒരു പരിധി വരെ സഹായകമാണ്.

വറുത്ത ഭക്ഷണങ്ങളുടെയും കൊഴുപ്പുകളുടെയും അമിതോപയോഗം കുറയുന്നതും പരിഗണിക്കണം.

എണ്ണമയമുള്ള ചർമ്മത്തിന് പ്രതിവിധിയായി ഉപയോഗിക്കാവുന്ന ലളിതവും ഫലപ്രദവുമായ ഒരു പാചകക്കുറിപ്പ് ഇവിടെ വിശദീകരിക്കാം. ഇത് സൂപ്പ് രൂപത്തിലോ പ്രഭാതഭക്ഷണത്തോടൊപ്പമോ ഉച്ചഭക്ഷണത്തോടൊപ്പമോ നൽകാം. ഈ പാചകക്കുറിപ്പിലെ പ്രധാന ചേരുവയാണ് മുതിര.

ആവശ്യമുള്ള ചേരുവകൾ

മുതിര / പൊടി -50 ഗ്രാം

വെളുത്തുള്ളി -1

വെള്ളം - 500 മില്ലി

ശർക്കര - 5 ഗ്രാം

പുളി - 1 ടീസ്പൂൺ
ഉപ്പ് - ആവശ്യത്തിന്
ജീരകം - 1 ടീസ്പൂൺ
മഞ്ഞൾപ്പൊടി - അര ടീസ്പൂൺ
കറിവേപ്പില - 1 -2 ടീസ്പൂൺ

സൂപ്പ്/ രസം തയ്യാറാക്കുന്ന രീതി

മുതിര 1-2 മണിക്കൂർ വെള്ളത്തിൽ കുതിർത്തു വെച്ച് കുക്കറിൽ നന്നായി വേവിക്കുക.

അല്പം വെന്തതിനു ശേഷം ഒരു ടീസ്പൂൺ പുളി, ശർക്കര, ഉപ്പ് എന്നിവയും ചേർത്ത് വീണ്ടും വേവിക്കുക. പിന്നീട് നെയ്യിൽ വറുത്ത, വെളുത്തുള്ളി, മഞ്ഞൾപ്പൊടി, ജീരകം, കറിവേപ്പില എന്നിവയും ചേർക്കാം.

താളിക്കുന്നതിന് -

കടുക് - 1 ടീ സ്പൂൺ
ഉഴുന്ന് - 2 ടീസ്പൂൺ
ചുവന്ന മുളക് - 2
വെളിച്ചെണ്ണ - 2 ടേബിൾസ്പൂൺ
കറിവേപ്പില - 10 മുതൽ 15 വരെ

എണ്ണ ചൂടാക്കി കടുക് മറ്റു ചേരുവകളും ചേർത്ത് താളിച്ച് അരിച്ചെടുത്ത് സൂപ്പായോ കറിയായോ ഉപയോഗിക്കാം.

ഗുണങ്ങൾ :

വിശപ്പും ദഹനശക്തിയും വർദ്ധിപ്പിക്കുന്നു.
വയറു വീർപ്പിന് പ്രതിവിധിയാണ്
രുചിയില്ലായ്മയിൽ ഫലപ്രദമാണ്.
ചർമ്മത്തിലെ അധിക എണ്ണമയം ഒഴിവാക്കുന്നു.

മുന്നറിയിപ്പ്: ഗ്യാസ്ട്രൈറ്റിസ്, പെപ്റ്റിക് അൾസർ, വൻകുടൽ പുണ്ണ് എന്നിവയുള്ള വ്യക്തികൾക്ക് ഇത് അഭികാമ്യമല്ല.

മറ്റ് ഗുണങ്ങൾ

ചുമ, ജലദോഷം, ആസ്തമ, വിശപ്പില്ലായ്മ, മൂക്കൊലിപ്പ് / തുടങ്ങിയവയ്ക്കും ഗുണം ചെയ്യും.

183

ജിലേബി – ആയുർവേദ നിർമ്മാണ രീതി, ആരോഗ്യ ഗുണങ്ങൾ

ആയുർവേദത്തിൽ ജിലേബി കുണ്ഡലിനി എന്ന പേരിലാണ് അറിയപ്പെടുന്നത്. 'കുണ്ഡല' "വൃത്താകൃതി" യിലുള്ളതുകൊണ്ടാണ് കുണ്ഡലിനി എന്ന പേര് ലഭിച്ചത്.

ഖാജൂർ ജിലേബി (ഈന്തപ്പഴം പൾപ്പ് കൊണ്ട് ഉണ്ടാക്കിയത്)
അഞ്ജീർ ജിലേബി (അത്തി പൾപ്പ് ചേർത്തത്),
അംഗൂർ ജിലേബി (മുന്തിരിപ്പഴം ചേർത്തത്) തുടങ്ങിയ പല തരത്തിലുള്ള ജിലേബികൾ ഇന്ന് വിപണിയിൽ ലഭ്യമാണ്.
അവലംബം: ഭാവപ്രകാശ നിഘണ്ടു/കൃതാന്ന വർഗ്ഗം /132 - 142

തയ്യാറാക്കുന്ന രീതി:
ഒരു പുതിയ മൺപാത്രം എടുത്ത് അതിന്റെ അകത്തെ ഭിത്തിയിൽ പുളിച്ച തൈര് തേച്ചു പിടിപ്പിക്കുക. മറ്റൊരു പാത്രത്തിൽ 1.5 കിലോഗ്രാം മൈദയും 750 മില്ലി പുളിച്ച തൈരും 375 മില്ലി നെയ്യും ഒന്നിച്ചു ചേർത്ത് മുകളിൽ പറഞ്ഞ പാത്രത്തിൽ ഏകദേശം 1 - 11/2 മണിക്കൂർ വയ്ക്കുക.
മുകളിൽ പറഞ്ഞ മിശ്രിതം ഒരു ചെറിയ പാത്രത്തിലോ തുണിയിലോ എടുത്ത് ചെറിയ വിരൽ വീതിയിൽ ഒരു ദ്വാരം ഉണ്ടാക്കി തിളയ്ക്കുന്ന നെയ്യിലേക്ക് വൃത്താകൃതിയിൽ ഇട്ടുകൊടുത്ത് മൊരിയുന്നതു വരെ വറുക്കുക. പിന്നീട് ഇവ പഞ്ചസാര സിറപ്പിൽ 15 - 20 മിനുട്ട് നേരം ഇട്ടു വയ്ക്കുക.
ആവശ്യാനുസരണം കർപ്പൂരം, ഏലം, കുങ്കുമം മുതലായവ ചേർക്കാം. ഇവ പഞ്ചസാര സിറപ്പ് ആഗിരണം ചെയ്യുമ്പോൾ അത് പുറത്തെടുത്ത് ഒരു

ട്രേയിലേക്ക് മാറ്റുന്നു.ഈ ഉൽപ്പന്നത്തെ ജിലേബി അല്ലെങ്കിൽ 'കുണ്ഡലിനി' എന്ന് വിളിക്കുന്നു.

പ്രവർത്തനം:

- ശരീര പോഷണം ചെയ്യുന്നു, കാന്തിപ്പിക്കുന്നു.
- ഊർജ്ജദായകമാണ്.   വാജീകരണഗുണമുണ്ട്.   ഇന്ദ്രിയങ്ങളെ പോഷിപ്പിക്കുന്നു .
- ശരീരകാന്തിയും   ഊർജ്ജവും   വർദ്ധിപ്പിക്കുമെന്നതിനാൽ   ഇത് സാധാരണയായി   ഗർഭിണികൾക്ക്   നിർദ്ദേശിക്കപ്പെടുന്നു,   പ്രത്യേകിച്ച് മൂന്നാം മാസത്തിനുശേഷം.
- വാതവും പിത്ത ദോഷങ്ങളെ സന്തുലിതമാക്കുന്നതിനാൽ തന്നെ മൈഗ്രേൻ തലവേദന,   ഗ്യാസ്ട്രൈറ്റിസ്,   ഹൈപ്പർ   അസിഡിറ്റി,   എന്നിവയിൽ, ഇളംചൂടുള്ള   പാലിൽ   മുക്കിയ   ജിലേബി   അതിരാവിലെ   വെറും   വയറ്റിൽ കഴിക്കാൻ   നിർദ്ദേശിക്കാറുണ്ട്.   ഗുജറാത്ത്,   മഹാരാഷ്ട്ര   സംസ്ഥാനങ്ങളിൽ ഇത്തരമൊരു ആചാരം ധാരാളമായി കണ്ടുവരുന്നു.
- ശരീരശോഷണം,   ഒലിഗോസ്പെർമിയ,   ലൈംഗിക   ഉത്തേജനകുറവ് മുതലായവയിലും ഇത് ഫലപ്രദമാണ്.

184

അരി കഴുകിയ വെള്ളം (തണ്ഡുലോദകം) ആയുർവേദ നിർമ്മാണ രീതി, ഉപയോഗങ്ങൾ

അരി കഴുകാൻ ഉപയോഗിക്കുന്ന വെള്ളമാണ് ഏറ്റവും ലളിതമായ ഔഷധമായ തണ്ഡുലോദകം എന്ന പേരിലറിയപ്പെടുന്നത്. അരി വെള്ളത്തിലിട്ട് അല്പ സമയത്തിന് ശേഷം നന്നായി ഞെരടി കഴുകി ഈ വെള്ളം ശേഖരിക്കുക.

ഏത് അരി ഉപയോഗിക്കണം

കുത്തരി ഉൾപ്പെടെ ഏത് അരിയും ഉപയോഗിക്കാം.

ചുവന്ന അരിയാണ് നല്ലത്. അരി വേവിക്കാത്തതും പോളിഷ് ചെയ്യാത്തതും, ഉമി കളഞ്ഞതുമായിരിക്കണം

വെള്ളം: തിളപ്പിച്ചതോ, തണുത്തതോ ചൂടുവെള്ളമോ ഏതും ആവശ്യാനുസരണം ഉപയോഗിക്കാം

പാത്രം: മൺ പാത്രമാണ് ഏറ്റവും നല്ലത്.

നടപടിക്രമം: 10 ഗ്രാം അരി എടുത്ത് അതിൽ 60 മില്ലി അല്ലെങ്കിൽ 80 മില്ലി വെള്ളം ചേർക്കുക. 2-6 മണിക്കൂർ മൺ പാത്രത്തിൽ അടച്ചു വയ്ക്കുക. ഈ അരി 2-3 മിനിറ്റ് വെള്ളത്തിൽ നന്നായി കഴുകി അരിച്ചെടുത്ത് കിട്ടുന്ന വെള്ളം ഉപയോഗിക്കാം. ഇതിനെ തണ്ഡുലോദകം എന്ന് വിളിക്കുന്നു.

ആയുർവേദ പരാമർശം: ഭൈഷജ്യ രത്നാവലി 8/32

ഉപയോഗം:

ഇത് പ്രകൃതിദത്ത സസ്യ വളമാണ്. പാചകത്തിന് ഉപയോഗിക്കുന്നതിന് മുമ്പ് അരി കഴുകുന്ന ശീലം നിങ്ങൾക്കുണ്ടെങ്കിൽ, വെള്ളം കളയുന്നതിന് പകരം ചെടികൾക്ക് നനയ്ക്കാൻ ഉപയോഗിക്കുക.

സ്കിൻ മോയ്സ്ചറൈസർ:

മോയ്സ്ചറൈസിംഗ്, റീ-ഹൈഡ്രേറ്റിംഗ് ഗുണങ്ങളുള്ളതിനാൽ ചർമ്മത്തിനു നല്ലതാണ്. ഓഫീസിൽ നിന്ന് വന്നതിന് ശേഷം അരിവെള്ളം ഉപയോഗിച്ച് മുഖം കഴുകുന്നത് ക്ഷീണം അകറ്റാൻ നല്ലതാണ്.

അരി കഴുകിയ വെള്ളം മറ്റുപയോഗങ്ങൾ

പ്രാണികളുടെ കടി: തുളസിയില അരി കഴുകിയ വെള്ളത്തിൽ അരച്ച് കഴിക്കുന്നത് എല്ലാതരം കീട വിഷങ്ങളും ശമിപ്പിക്കുന്നു - വൈദ്യ സാര സംഗ്രഹം.

ചന്ദനപ്പൊടി തേനിൽ കലർത്തി തണ്ടുലോദകത്തിൽ (അരിവെള്ളം) കഴിക്കുന്നത് വയറിളക്കം, ഛർദ്ദി എന്നിവയ്ക്ക് പ്രതിവിധിയാണ്.

മൂത്രമൊഴിക്കുമ്പോൾ ഉണ്ടാകുന്ന പുകച്ചിൽ, വയറിളക്കം, രക്തസ്രാവ രോഗങ്ങൾ, അമിത ആർത്തവ രക്തസ്രാവം എന്നിവയിൽ ഉപയോഗപ്രദമാണ്.

ഇത് എത്ര ദിവസം സൂക്ഷിക്കാൻ കഴിയും?

വെറും 6-8 മണിക്കൂർ.

ഡോസ്:

പ്രതിദിനം ഒന്നോ രണ്ടോ തവണ 50 മില്ലി വരെ.

ഉപയോഗിക്കാൻ പാടില്ലാത്തത്?

കൊടും തണുപ്പുള്ള കാലാവസ്ഥയിൽ ജീവിക്കുന്ന ആളുകൾ
കഠിനമായ ആസ്തമയും ചുമയും ഉള്ള ആളുകൾ.

185

സാത്ത് - മധുര പലഹാരം - ആയുർവേദ നിർമ്മാണ രീതി, ഗുണങ്ങൾ

ഡോ എം എസ് കൃഷ്ണമൂർത്തി എംഡി (ആയു), പിഎച്ച്ഡി.

ഇന്ത്യൻ മധുരപലഹാരമാണ് സാത്ത്. ആയുർവേദ ഗ്രന്ഥമായ ഭാവപ്രകാശ നിഘണ്ടുവിലും ഇതിനെ സംബന്ധിക്കുന്ന പരാമർശമുണ്ട്. ആയുർവേദദത്തിൽ ഇത് മന്തക, മന്തരണി എന്നീ പേരുകളിൽ അറിയപ്പെടുന്നു.

ക്ലാസിക്കൽ റഫറൻസ്: ഭാവപ്രകാശ നിഘണ്ടു/കൃതാന്ന വർഗ്ഗം/107 - 108

എങ്ങനെ നിർമ്മിക്കാം?

ഗോതമ്പ് പൊടി വെള്ളവും അല്പം നെയ്യും ചേർത്ത് കുഴച്ചെടുത്ത് ഉരുട്ടിയെടുക്കുക. ഇത് നെയ്യിലിട്ടു വറുത്തൊ കോരിയശേഷം തയ്യാറാക്കി വച്ചിരിക്കുന്ന പഞ്ചസാര സിറപ്പിൽ 15 - 20 മിനിറ്റ് നേരം ഇട്ടു വയ്ക്കുക. (പഞ്ചസാര സിറപ്പ് തയ്യാറാക്കുമ്പോൾ അതിൽ ഏലക്ക, ഗ്രാമ്പൂ, കർപ്പൂരം, കുരുമുളക് തുടങ്ങിയവയും ചേർക്കണം).

ഗുണങ്ങൾ:

ശരീര ഭാരം വർദ്ധിപ്പിക്കുന്നു,

ഊർജ്ജ ദായകമാണ്

ലൈംഗികശേഷി വർദ്ധിപ്പിക്കുന്നു

പിത്ത വാത ദോഷങ്ങൾ സന്തുലിതമാക്കുന്നു.

ഡോ. ജനാർദ്ധന വി ഹെബ്ബാർ

പിത്ത വാത ദോഷങ്ങൾ സന്തുലിതമാക്കുന്നു.

186

പുളി വട - കാഞ്ചിക വട

ഡോ എം എസ് കൃഷ്ണമൂർത്തി എംഡി (ആയു), പിഎച്ച്ഡി.

പുരാതന ആയുർവേദ പാഠപുസ്തകങ്ങളിൽ നിന്ന് ഇത്തരം നിരവധി വിഭവങ്ങൾ നമുക്ക് കണ്ടെത്താൻ സാധിക്കും. കൃത്രിമവും രാസവസ്തുക്കൾ ചേർത്തതുമായ ഭക്ഷണങ്ങൾക്ക് പകരം ഈ പ്രത്യേക വിഭവങ്ങ് നമ്മുടെ ഭക്ഷണക്രമത്തിൽ ഉൾപ്പെടുത്താൻ ശ്രമിക്കുന്നത് രുചികരവും ഒപ്പം ആരോഗ്യകരവുമാണ്. അത്തരത്തിലുള്ള ഒരു സ്വാദിഷ്ടമായ വിഭവമാണ് പുളി വട.

ഭാവപ്രകാശ നിഘണ്ടു - കൃതാന്നവർഗം / 59 - 60

തയ്യാറാക്കുന്ന രീതി-

കുരുകളഞ്ഞ പുളി അല്പം വെള്ളം ചേർത്ത് പാകം ചെയ്ത് ഇതിൽ വീണ്ടും നാലിരട്ടി വെള്ളം ചേർത്ത് അരച്ചെടുക്കുക. രുചി അനുസരിച്ച് കടുക് പൊടി, ഉപ്പ്, മഞ്ഞൾ, കുരുമുളക്, ഗ്രാമ്പൂ തുടങ്ങിയവ ചേർക്കാം.

വട തയ്യാറാക്കാൻ -

കല്ലുപ്പ്, ഇഞ്ചി, കായം എന്നിവ ചേർത്ത വെള്ളത്തിൽ ഉഴുന്ന് മാവ് കുഴച്ചെടുത്ത് ചെറിയ വട്ടത്തിലാക്കി എണ്ണയിൽ വറുത്തു കോരുക. വട ആദ്യം തയ്യാറാക്കി വച്ച പുളി വെള്ളത്തിൽ 30 - 45 മിനിറ്റ് ഇട്ട് വയ്ക്കുക. കഴിക്കുന്നതിനു വീണ്ടും ചൂടാക്കി വിളമ്പാം.

ഗുണങ്ങൾ: വിശപ്പുണ്ടാക്കും വാത ശമനമാണ്. വയറുവേദന, മലബന്ധം, രുചിയില്ലായ്മ എന്നീ അവസ്ഥകളിൽ ഉപയോഗപ്രദമാണ്.

മുൻകരുതൽ: പുളി പിത്തം വർദ്ധിപ്പിക്കുന്നതിനാൽ പിത്ത പ്രകൃതിയുള്ളവർ കഴിക്കരുത്. കൂടാതെ, അൾസർ, അസിഡിറ്റി, അർശസ് മുതലായവ ഉള്ള രോഗികളും ഇത് ഒഴിവാക്കുന്നതാണ് നല്ലത്.

ഗുജറാത്തിലെ റോഡരികിലെ കടകളിൽ (ദാബ) ഇത്തരത്തിൽ പുളിവെള്ളം ചേർത്ത വിരവധി വിഭവങ്ങൾ വില്പനയ്ക്ക് കാണാവുന്നതാണ്.

187

ഈന്തപ്പഴം മിൽക്ക് ഷേക്ക്

പ്രൊഫ. വിഡി രംഗപ്രസാദ് ഭട്ട്

ആയുർവേദത്തിൽ കയ്പേറിയ ഔഷധങ്ങൾ മാത്രമല്ല കഴിക്കാൻ ഉപദേശിക്കാറ്. ഈന്തപ്പഴം മിൽക്ക് ഷേക്ക് വാജീകരണ ഗുണമുള്ളതും, ഹൃദയോജ്ജെജകവുമായ ഒരു ആഹാര വിഭവമാണ്

ചേരുവകൾ:

കുരുകളഞ്ഞ ഈന്തപ്പഴം - 50 ഗ്രാം.

പാൽ - 100 മില്ലി

ഏലക്കായ്

കശുവണ്ടിപ്പരിപ്പ് - 25 ഗ്രാം

തേങ്ങാപ്പാൽ - 500 മില്ലി

ഈന്തപ്പഴം ചെറിയ കഷ്ണങ്ങളാക്കി 100 മില്ലി പാലിൽ15 മുതൽ 20 മിനിറ്റ് വരെ കുതിർത്ത് വയ്ക്കുക.

പാലിൽ കുതിർത്തു വച്ച ഈന്തപ്പഴം മിക്സിയിൽ അടിച്ച് കട്ടിയുള്ള പേസ്റ്റ് തയ്യാറാക്കുക.

ഒരു പാനിൽ ചെറിയ കഷ്ണങ്ങളാക്കി നുറുക്കിയ രണ്ട് ഈത്തപ്പഴവും കുറച്ച് കശുവണ്ടിപ്പരിപ്പും എടുത്ത് നെയ്യിൽ വറുത്ത് മാറ്റിവയ്ക്കുക.

അരമുറി തേങ്ങ ചിരവി പാൽ എടുക്കുക.

അരലിറ്റർ പാൽ തിളപ്പിച്ച്, അതിൽ ഈന്തപ്പഴം അടിച്ചുവച്ചതും ചേർത്ത് ചെറു തീയിൽ 5 മുതൽ 10 മിനിറ്റ് വരെ വേവിക്കുക. പേസ്റ്റ് കരിഞ്ഞു പോകാതിരിക്കാൻ ഇടയ്ക്കിടെ ഇളക്കി കൊടുക്കണം.

മിശ്രിതം കട്ടിയായി വരുമ്പോൾ , പശുവിൻ നെയ്യ്, വറുത്തെടുത്ത ഈത്തപ്പഴം, കശുവണ്ടി, തയ്യാറാക്കിയ തേങ്ങാപ്പാൽ എന്നിവ ചേർത്ത് ഇളക്കി സ്റ്റൗ ഓഫ്

ചെയ്യുക. ഈന്തപ്പഴം മിൽക്ക് ഷേക്ക് ചൂടോടു കൂടിയോ തണുപ്പിച്ചോ വിളമ്പാവുന്നതാണ്.

ഗുണങ്ങൾ:
ബീജത്തിന്റെയും ശുക്രത്തിന്റെയും അളവും ഗുണവും മെച്ചപ്പെടുത്തുന്നു
ശരീര ബലവും പ്രതിരോധശേഷിയും മെച്ചപ്പെടുത്തുന്നു
പേശികളുടെ ശക്തി മെച്ചപ്പെടുത്തുന്നു
ഹൃദയ ആരോഗ്യം മെച്ചപ്പെടുത്തുന്നു.
ഛർദ്ദി
രുചിയില്ലായ്മ എന്നിവയിലും ഫലപ്രദമാണ്.

അവലംബം: ആയുർവേദ മഹോദധി

188

പച്ച മാങ്ങ ജ്യൂസ് - ആരോഗ്യ ഗുണങ്ങൾ

പച്ച മാങ്ങ ജ്യൂസ് - ആരോഗ്യ ഗുണങ്ങൾ,
ഡോ എം എസ് കൃഷ്ണമൂർത്തി എംഡി (ആയു), പിഎച്ച്ഡി.

പാനകം - പച്ചമാങ്ങ, പുനർപുളി മുതലായവ ഉപയോഗിച്ച് നിർമ്മിക്കുന്ന മധുരമുള്ള പാനീയങ്ങളാണിത്. പ്രത്യേകിച്ച് വേനൽക്കാലത്താണ് ഇത്തരത്തിലുള്ളവ പ്രധാനമായും ഉപകാരപ്രദമാണ്. സാധാരണ പച്ച മാങ്ങയാണ് ഇതിനായി ഉപയോഗിക്കുന്നത്. അനുയോജ്യമായ മറ്റേതെങ്കിലും പഴങ്ങളും പരിഗണിക്കാം.

അവലംബം: ഭാവപ്രകാശ നിഘണ്ടു/കൃതാന്ന വർഗ്ഗം /151,152

എങ്ങനെ നിർമ്മിക്കാം?

ഇളം മാങ്ങ ആവിയിൽ നന്നായി വേവിച്ചെടുക്കുന്നു. തണുക്കുമ്പോൾ, പുറം തൊലി നീക്കം ചെയ്ത് നന്നായി ഞെരടി പിഴിഞ്ഞെടുക്കുക. ഇതിലേക്ക് പഞ്ചസാരയും വെള്ളവും ചേർത്ത് നന്നായി ഇളക്കുക. രുചിയ്ക്ക് ഏലക്കായ, കുരുമുളക് എന്നിവയുടെ പൊടിയും ചേർത്ത് ഉപയോഗിക്കാം.

ഇത് അല്പം ഉഷ്ണ ഗുണമുള്ളതായതിനാൽ തണുപ്പ് കാലത്തും ഉപയോഗിക്കാം.

വായു മുട്ടൽ, വയറു വീർപ്പ് എന്നിവയും ശമിപ്പിക്കുന്നു

രുചിയില്ലായ്മയ്ക്ക് പ്രതിവിധിയായും ഉപയോഗിക്കാം

ഏതു കാലാവസ്ഥയിലും ദിവസത്തിലെ ഏത് സമയത്തും എല്ലാതരം ആളുകൾക്കും ഉപയോഗിക്കാൻ അനുയോജ്യമായ ഒരു പാനീയമാണിത്.